பட்டுக்கோட்டை பிரபாகர்
தேர்ந்தெடுத்த சிறுகதைகள்

பட்டுக்கோட்டை பிரபாகர்

தேர்ந்தெடுத்த சிறுகதைகள்

பிரகு
பிரசுரம்

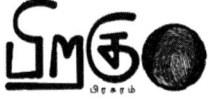

Title: Pattukottai Prabhakar Thernthedukkappatt Sirukathaigal
Author's Name: Pattukottai Prabhakar
Copyright © Pattukottai Prabhakar 2022
Published by Piragu Prachuram

All rights reserved. No part of this publication may be reproduced, stored in a retrieval system, or transmitted, in any form or by any means, electronic, mechanical, photocopying, recording, psychic, or otherwise, without the prior permission of the publishers.

Piragu Prachuram
(An imprint of Zero Degree Publishing)
No. 55(7), R Block, 6th Avenue,
Anna Nagar,
Chennai - 600 040

Website: www.zerodegreepublishing.com
E Mail id: zerodegreepublishing@gmail.com
Phone: 89250 61999

Piragu Prachuram First Edition: January 2022
ISBN: 978-81-94973-83-6
TITLE NO PP: 5

Rs. 540/-

Cover Design & Layout: Vijayan, Creative Studio
Printed at Manipal Technologies, India.

*அ*ன்புள்ள உங்களுக்கு... வணக்கம்.

நான் ஏன் சிறுகதை எழுதுகிறேன் என்று யோசித்தால் முதலில் மனதிற்கு வருகிற பதில் 'பிடித்திருக்கிறது' என்பதேயாகும். குறைந்த பக்கங்களில் ஒரு விஷயத்தைப் பளிச்சென்று சொல்ல சிறுகதைதான் மிகச் சிறந்த வடிவமாகக் கருதுகிறேன்.

நான் சிறந்த படிப்பாளி இல்லை. உலக இலக்கியங்களைக் கரைத்துக் குடித்தவனுமில்லை. பல மொழிகளில் சாதித்த நிறைய படைப்பாளிகளைப் பெயரளவில் மட்டுமே பரிச்சயம். இவரைப்போல இந்த மாதிரி விஷயங்களைச் சொல்லவேண்டும் என்றோ, அவரைப்போல இந்த மாதிரி அமைப்பில் சிறுகதைகள் எழுதவேண்டும் என்றோ திட்டமிட்டு எழுதிய எழுத்துக்கள் அல்ல என்னுடையவை.

என் குடும்பத்தில் யாரும் பத்திரிகைகளுக்கு வாசகர் கடிதம்கூட எழுதிப் போட்டதில்லை. எழுதத்துவங்கிய காலத்தில் அடிப்படை விஷயங்கள்கூட எனக்குத் தெரியாது. பிரசுரமாகிற சிறுகதைகளோடு ஓவியங்களும் வருவதைப் பார்த்து ஆரம்ப காலத்தில் ஓரிரண்டு சிறுகதைகளோடு உள்ளூர் ஓவியர்களிடம் ஓவியம் வரையச் சொல்லி இணைத்து அனுப்பி அபத்தம் செய்திருக்கிறேன்.

துவக்க காலத்தில் படைப்புகளை அடிக்கடி அச்சில் பார்க்கிற அவசரமும் பரபரப்பு ஆசையும் அதிகம் இருந்ததால், சிறுகதையைப் போன்ற அரைகுறை முயற்சிகளும் சிறுகதைகளாக அச்சேறியிருக்கின்றன. எதை எழுத வேண்டும், எப்படி எழுத வேண்டும் என்கிற முதிர்ச்சியும், கருக்கள் மற்றும் வார்த்தைகளின் தேர்வுத் திறனும் எழுத எழுத எனக்குள் இயல்பாக மலர்ந்தவை.

எழுதியவற்றில் பல கதைகளை பத்திரிகை ஆசிரியர்களும் வாசகர்களும் பாராட்டியபோதுதான் சிறந்த கதையின்

அம்சம் என்ன என்கிற தெளிவு பிறந்தது. பல கதைகள் பரிசு பெற்றுத்தந்தபோதுதான் அதீதமான தன்னம்பிக்கை ஏற்பட்டது. பல கதைகளை வேற்று மொழிகளில் மொழிபெயர்க்க அனுமதி கேட்டு கடிதங்கள் வந்தபோதுதான் என் சிறுகதைகளின் தகுதி மேல் எனக்கு மரியாதை பிறந்தது.

எனது சிறுகதை ஒன்று ஒரு கல்லூரியில் தமிழ் இளங்கலை மாணவர்களுக்குப் பாடமாக வைக்கப்பட்டபோது அந்த அங்கீகாரத்தில் உள்ளம் நெகிழ்ந்தது. சின்னத் திரையில் எனது பல சிறுகதைகள் குறும்படங்களாக வடிவம் பெற்றபோதும் அதே மனநிலைதான். ஒளி ஓவியர் பாலுமகேந்திரா செதுக்கிய தொலைக்காட்சித் தொடரான (கதை நேரம்) படைப்புகளில் என் எட்டுச் சிறுகதைகளை குறும்படங்களாக்கினார். அப்போது ‘உங்கள் கதைகள் வாசிக்க மட்டும் சுவாரசியமானவை அல்ல... விஷுவல் மீடியாவில் மாற்ற மிகவும் ஏற்றவையாக இருக்கின்றன’ என்கிற பாராட்டு இன்னும் காதுகளில் மிதக்கிறது.

இந்த மொழி மாற்றம், பரிசுகள், வடிவ மாற்றம் என்கிற பிற்கால அங்கீகாரங்களைக் குறிவைத்து அதற்காக மெனக்கெட்டு எந்த ஒரு சிறுகதையையும் நான் எழுதவில்லை என்பதே உண்மை. எனக்கு சரியென்று பட்ட கருத்தை எனக்கு இயல்பாக வந்த நடையில் எழுதி வந்தபோது நான் மனதில் வகுத்துக்கொண்ட ஒரே ஒரு ஆதார விதி... என் கதைகள் சாதாரண வாசகர்களுக்கு எளிமையாகப் புரியவேண்டும் என்பதே.

ஒரு முழு நாவலை எழுதினாலும், நீண்ட தொடர்கதையை எழுதினாலும் கிடைக்காத அதீத திருப்தி ஒரு சிறுகதையை எழுதும்போது எனக்குக் கிடைக்கிறது. சிறுகதை என்பது பூப்பூத்தல் போல தானாக அமையவேண்டும் என்று நம்புகிறவன் நான். ஒரு துளி சிந்தனை போதும் கருவாக்க. ஆனால் உருவாக்க அதிக நேரம் எடுத்துக் கொள்கிறேன். அதிசயமாக ஒரே வீச்சில் எழுதி முடிப்பவையும் உண்டு. ஆனால் ரசித்து ரசித்து, லயித்து லயித்து சில தினங்களாவது எடுத்துக்கொண்டு சிறுகதை எழுதத்தான் பிடிக்கிறது எனக்கு.

இந்தத் தொகுப்பில் எனது நாற்பத்தி நான்கு வருட சிந்தனைச் சிதறல்கள் பரவிக்கிடக்கின்றன. அந்தந்த சமயங்களில் என்னை பேனா எடுக்க வைத்த ஒரு சம்பவமோ, ஒரு செய்தியோ, ஒரு

முன்னுரை

சிந்தனைப் பொறியோ, ஒரு கோபத் துடிப்போ, ஒரு இயலாமை வெறுப்போ, ஒரு ஆசையோ, ஒரு கற்பனைத் துளியோ உருவம் மாறி சிறுகதைகளாகியிருக்கின்றன.

முந்நூற்றுக்கும் அதிகமான சிறுகதைகள் எழுதியிருக்கிறேன் என்றாலும், என்னுடைய சிறந்த 50 சிறுகதைகளின் தொகுப்பை வெளியிட ஸீரோ டிகிரி பப்ளிஷிங்கின் பிரிவான 'பிறகு'விலிருந்து அதன் ஆர்வமிகு நிறுவனர்களான திரு. ராம்ஜீயும், திருமதி. காயத்ரியும் கேட்டபோது இந்தத் தொகுப்புக்குள் இடம்பிடிக்கிற யோக்கியதை உள்ள 50 கதைகளை மிகவும் நேரம் எடுத்து மறுவாசிப்பு செய்துதான் தேர்வு செய்தேன்.

நமது புகைப்பட ஆல்பத்தில் பின்னோக்கிச் செல்லச்செல்ல நமக்குள் ஓர் ஆச்சரியம், வியப்பு, மகிழ்ச்சி என்று கலந்துகட்டி உணர்வுகள் அலையடிக்குமே... அதே உணர்வுகளுடன் பல வேறு காலக்கட்டங்களில் எழுதப்பட்ட இந்தக் கதைகளை நான் பார்க்கிறேன். எல்லா புகைப்படங்களிலும் கண்கள், மூக்கின் அமைப்பு எப்படி மாறாத அடையாளங்களாக இருக்குமோ, அப்படி எழுத்து நடையின் அடையாளங்கள் மட்டும் மாறாமல் இருப்பதையும் உணர்கிறேன். நான் கிரீடம் வைத்து அழகு பார்க்க விரும்புகிற இந்தக் கதைகளில் பல, வேறு தொகுப்புகளில் சிதறிக் கிடக்கின்றன. பல கதைகள் இன்னும் எந்தத் தொகுப்பிலும் இடம் பெறாத புதியவை.

இந்தக் கதைகளைப் பிரசுரித்த ஆனந்த விகடன், குமுதம், குங்குமம், கல்கி, ராணி, தினத்தந்தி, தினகரன், அவள் விகடன், பாக்யா, தமிழன் எக்ஸ்பிரஸ், உங்கள் ஜூனியர், உல்லாச ஊஞ்சல் பத்திரிகைகளுக்கும் அவற்றின் ஆசிரியர்களுக்கும் என் மனமார்ந்த நன்றி. மிகுந்த ஆர்வத்துடன் இந்தத் தொகுப்பை வெளியிட்டிருக்கும் 'பிறகு' பதிப்பகத்தாருக்கு என் இதய நன்றியையும், மகிழ்ச்சியையும் தெரிவித்துக்கொள்கிறேன்.

பிரியங்களுடன்,

பட்டுக்கோட்டை பிரபாகர்

தொடர்புக்கு: *pkpchennai@yahoo.co.in*

தட்டிக்கொடுத்து எனக்குத் தமிழ் ஊட்டிய
குரு **தங்க. அன்புவல்லி** அவர்களுக்கும்...
புத்தக உலகத்தைப் புத்திக்கு புகட்டிய
அத்தை **தனலட்சுமி** அவர்களுக்கும்...

உள்ளே

1. ஐம்பது லட்சம் தோசை!....................................11
2. ஒரு காபி குடிக்கலாமா? 22
3. ஒரு காந்தமும் ஒரு இரும்புத் துண்டும் 31
4. என்றான் அவன் 40
5. சிடுமூஞ்சிகள் 47
6. இவ்விடம் எந்திரங்கள் உற்பத்தி செய்யப்படும்! 57
7. ஆராதனாவும் அலங்கார விளக்கும்! 64
8. ஹலோ நண்பா! 71
9. கனவில் கடவுள் வந்தாரா? 80
10. செட்டியார் கடை 87
11. இறக்கப் பிறக்க வேண்டும் 96
12. ஒரு ஸ்பூன் விஷம்! 103
13. ரெண்டு இட்லி, ஒரு வடை 111
14. அவன் பெயர் கேகே 119
15. என் அருமை அரசாங்கமே....! 129
16. இது அல்ல புரட்சி! 135
17. இந்தியர்கள் காதலிக்கிறார்கள்! 142
18. மரம் 151
19. தழும்பு 160
20. அன்புள்ள தம்பிக்கு அக்கா எழுதியது... 169
21. உனக்கு நினைவிருக்கிறதா கிருஷ்ணா? 177
22. பழகியாச்சு! 185
23. டிசம்பர் பூ டீச்சர் 193
24. இந்தியனாய் இரு! இந்தியாவை வாங்கு! 202
25. நேர்மையே, நீ இன்னும் சாகவில்லை...! 208

26. தோழியாய்... 216
27. அந்த மூன்று நாட்கள் 226
28. சினிமாக்காரன் 235
29. கோரிக்கை 246
30. குகை 253
31. முதலாம் காதல் யுத்தம் 258
32. தமிழ் டீச்சர் 266
33. கிச்சா என்றொரு ஹூரோ 274
34. வேட்டை 281
35. நியூட்டனின் விதி! 288
36. நேர் எதிராக... 298
37. கற்பு... கற்பறிய ஆவல்! 303
38. இந்தியன் என்று சொல்லடா! 314
39. டைகர் மாமா 324
40. வழிகள் மூடப்பட்டுள்ளன 334
41. ஆனந்தவல்லியின் காதல் 345
42. குரு மாமா 361
43. நம்ப விரும்புகிறேன் 373
44. நல்லதோர் வீணை 385
45. 512 LIKES.. 117 COMMENTS... 39 SHARES.. 395
46. கார் வாங்கலையோ கார் 406
47. நலமில்லை... நலமா? 414
48. மாதவன் சார் 421
49. சரோஜா எழுதிக்கொண்டது... 431
50. நன்மை பயக்குமேனின் 438

1
ஐம்பது லட்சம் தோசை!

“ராஜாமணி, உன் வாழ்நாள்ல இதுவரைக்கும் எவ்வளவு தோசை சுட்ருப்பே?”

முனையில் முடிச்சுப் போட்ட, மேலேயிருந்து தொங்கும் கயிற்றைப் பிடிமானத்துக்காக ஒரு கையால் பிடித்துக்கொண்டிருந்த ராஜாமணி, டபரா மாதிரியான கிண்ணத்தில் மாவை அள்ளி ஒரு துளி சிந்தாமல் கல்லில் ஊற்றிப் பரப்பிய லாகவத்தையும், சரசரவென்று நான்கு தோசைகளுக்கும் எண்ணெய் ஊற்றிய அசாதாரண வேகத்தையும் பார்த்தபடி கேட்டான், அடுத்த தோசைக்குக் காத்திருந்த வெங்கடேசன்.

அந்தக் கேள்வி ராஜாமணியை வெட்கப்பட வைத்தது.

“அடப் போங்க சார்!”

வெறும் சாம்பாரை ஒற்றை விரலால் தொட்டு நாக்கில் வைத்துக்கொண்டவன் விடுவதாக இல்லை.

“நான் சீரியஸாதான் கேக்கறேன். பதில் சொல்லு.”

சிலேட்டில் ‘ரெண்டு செட் பூரி, மூணு மசால் தோசை, ரெண்டு வடை, ஒரு காபி’க்கு கூட்டல் போட்டுக்கொண்டிருந்த, நெற்றி முழுக்க விபூதி தடவியிருந்த கிருஷ்ணய்யர் சிரித்தபடி, “என்ன தம்பி இது, இதுக்கெல்லாம் கணக்கு வெச்சிட்டிருப்பானா ஒருத்தன்? என்கிட்ட இவன் சேர்ந்து எத்தனை வருஷமாச்சுன்னு கேட்டா பதில் சொல்லலாம்” என்றார்.

பட்டுக்கோட்டை பிரபாகர் தேர்ந்தெடுத்த சிறுகதைகள்

"சரி, எத்தனை வருஷமாச்சு?"

"இருபத்தோரு வருஷமாச்சு."

"எத்தனையோ பேர் வேலைக்குச் சேருவாங்க, விலகுவாங்க... ராஜாமணி கணக்கு மட்டும் எப்படி கரெக்டா சொல்றீங்க?"

"ராஜாமணி என்கிட்ட சேரவுமில்லை... விலகப்போறதுமில்லை... உடன் பிறந்தவன் மாதிரிப்பா. பொழைப்புக்காக இங்க வர்றதுன்னு முடிவு செஞ்சி நான் புறப்பட்டப்போ கூடவே வந்தவன். ஒரு ஓட்டலுக்கு மேஜையும், நாற்காலியும், மாவரைக்கிற மெஷினும், தோசைக்கல்லும் இல்ல தம்பி முதலு! அது யார் வேணாலும் இப்படீங்கறதுக்குள்ளே வாங்கிப் போட்டுடலாம். நல்ல சரக்கு மாஸ்டர்தான் நிஜமான முதலு! எனக்கு இவன் சொத்து!"

நெகிழ்ந்துபோன ராஜாமணி, "அட, சும்மா இருங்க அய்யரே!" என்றவன், முதலில் ஊற்றிய தோசையில் துவங்கி முனை முறியாமல் முறுகலாகப் பெயர்த்து குறுக்கில் மடக்கி தட்டில் வைக்கத் துவங்கினான்.

டெல்லி கரோல்பாக் பகுதியில் 'கிருஷ்ணய்யர் ஓட்டல்' என்று விசாரித்துக் கொண்டு தேடி வருகிற தென்னிந்தியச் சுற்றுலாப் பயணிகளில் புதியவர்கள் ஓட்டலின் தோற்றம் பார்த்து உட்காரத் தயங்குவார்கள். பழையவர்கள் யாராவது உடனிருந்தால், "அட்ஜஸ்ட் பண்ணி உக்காருங்க.. டேஸ்ட் அப்படி இருக்கும்" என்பார்கள்.

மொத்தமே நான்கு மேஜைகள்தாம். ஒருபுறத்துக்குச் சுவரை ஒட்டி நான்கு பெஞ்சுகள் போடப்பட்டு மறுபுறத்துக்கு மட்டும் தனித்தனியாக எட்டு நாற்காலிகள்.

நெருக்கியடித்து உட்கார்ந்தால் ஒவ்வொரு பெஞ்சிலும் மூன்று பேர் உட்காரலாம். ஆக, ஒரே நேரத்தில் இருபது பேர் உட்கார்ந்து சாப்பிடலாம்.

தோசைக்கல் அடுப்புக்குப் பக்கத்து மேஜையில் உட்காருகிறவர்களுக்கு மட்டும் புகையடிக்கும் அசௌகரியம் இருக்கும். தவிர, இட்லி ஈடு எடுக்கும்போது மூடி திறந்ததும் குப்பென்று நீராவிப் புகையடிக்கும்போது பேச்சு தடைபடும். சிலருக்கு இருமல் வரலாம்.

உள்ளூர் ஆசாமிகள் உட்கார்ந்து சாப்பிட ஆர்வம் கொள்வதில்லை. வெளியே நின்றபடி கையில் வைத்துக் கொண்டு அல்லது

ஸ்கூட்டர், பைக்மேல் வைத்துக்கொண்டு சாப்பிட்டு விட்டுப் போய்விடுவார்கள். வெளியே நின்று சாப்பிடுகிறவர்கள் அவர்களாகப் போய், கல்லா மேஜையில் இருக்கும் கொத்துக் கிண்ணத்திலிருந்து சாம்பார், சட்னி எடுத்துப் போட்டுக்கொள்ள வேண்டும். சாப்பிட்டு முடித்து கை கழுவிய பிறகு அண்டாவில் தண்ணீர் மொண்டு குடிக்க வேண்டும்.

ராஜாமணியின் சுவையான தோசைக்காக இந்த அசௌகரியங்களை யாரும் பொருட்படுத்துவதில்லை. கல்லில் ராஜாமணி நிற்கிறானா என்று பார்த்துக் கொண்டுதான் ஸ்கூட்டரின் இன்ஜினை பலபேர் அணைத்துவிட்டு இறங்குவார்கள்.

ராஜாமணி உடம்புக்குச் சுகமில்லை என்று எப்போதாவது மாத்திரை போட்டுக்கொண்டு பின்கட்டில் படுத்துவிட்டால், அன்றைக்கு கல்லா கணக்கில் கணிசமான வித்தியாசத்தைக் கிருஷ்ணய்யர் கவனித்திருக்கிறார்.

ராஜாமணிக்கு யாரும் இல்லாததால் ஊருக்குப் போக வேண்டும் என்று லீவு எடுத்ததில்லை. சங்கரன்கோவிலில் அவன் குடியிருந்த வீடு, இப்போது ஷட்டர் போட்ட மூன்று கடைகளும் மாடியில் கம்ப்யூட்டர் சென்டரும் கொண்ட கட்டடமாக மாறிப்போனது எல்லாம் அவனுக்குச் செய்தியாகக்கூடத் தெரியாது.

எப்போதாவது சுற்றுலாப் பயணிகள் குற்றாலம் போய் வந்ததைப் பற்றிப் பேசிக்கொண்டால் நடுவில் புகுந்து, “பக்கத்தில் சங்கரன் கோவில்தான் என் ஊரு...” என்பான்.

“இப்ப அங்க யாரு இருக்காங்க?”

ரொம்ப யோசித்து, “சொந்தக்காரங்க யாரும் இல்லை. ஆரோக்யதாஸ்னு ஒருத்தர் பால்பண்ணை வெச்சிருந்தாரு. அப்பவே கோபுரம் மார்க்னு போட்டு பால்கோவா போட்டுப் பசங்கல்லாம் பஸ் ஸ்டாண்ட்ல விப்பானுங்க. நான்கூட வித்துருக்கேன்...” என்பான்.

ராஜாமணி ஊரில் இருந்தபோது, முறுக்கு மாமிக்கு ஒத்தாசையாக இருந்தான். மெஷினுக்குப் போய் மாவு அரைத்து வருவது, அதைச் செய்தித்தாளில் பரப்பிக் கொட்டி ஆறவைப்பது, பாலிதீன் பை வாங்கி வந்து இருபது இருபது முறுக்காக எண்ணி பையில் போட்டு விளக்கில் காட்டி ஒட்டுவது, சைக்கிள் மிதித்துப் பல கடைகளில்

போட்டுப் பணம் வசூலித்து வருவது என்று சகலமும் செய்வான்.

மாமி கைவேலையாக முறுக்கு சுற்றிக் கொண்டிருக்கும்போது, அடுப்பில் லேசா கிண்டிவிட்டு வா ராஜாமணி' என்று முதல் தடவையாகச் சமையலறைக்குள் அனுப்பப்பட்டான்.

ராஜாமணிக்குச் சமையல் செய்வது ரொம்பப் பிடித்துப்போய், மாமியிடம் ஒவ்வொன்றாகக் கேட்டுக் கேட்டுத் தெளிந்து, மாமி எப்போதும் முறுக்கு சுற்ற, இவன் வீட்டுச் சமையல் முழுக்க முடித்துவிடுவான்.

இவன் கைப்பக்குவம் மெச்சிய மாமி, இவனை நம்பி அக்ரஹாரத்தில் சின்ன விசேஷங்களுக்குச் சமையல் ஒப்புக் கொள்ளத் துவங்கினாள்.

திடீர் நிச்சயதார்த்தமா? திடீர் சாவா? பொன்னம்பல வாத்தியார் ஓய்வுபெற்றதற்குப் பாராட்டு விழாவா? ராஜாமணி கச்சிதமாகச் சமைத்து முடித்து, இலைக்கட்டோடு சென்று பவ்யமாகப் பரிமாறி, எச்சில் இலை எடுத்துப் போடுவதுவரைக்கும் கவனித்துக்கொள்வான்.

அந்த மாமி திடுதிப்பென்று கொல்லைப்புறம் கீழே விழுந்து, ஓடிப்போய் தொட்டுப் பார்த்தால், ஜீவன் போயிருந்தது. பட்டணத்தில் இருந்து இரண்டு பேரன்கள் வந்து, மாமிக்குச் சொந்தமான வீட்டைப் பங்கு போட்டுக்கொண்டார்கள்.

ராஜாமணிக்கு என்ன செய்வது என்று தெரியாமல் 'கொஞ்ச நாள் மாமாவுடன் கல்யாணத்துக்குச் சமைக்கப் போய்க்கொண்டிருந்த போதுதான் கிருஷ்ணய்யர் டெல்லிக்குக் கூப்பிட்டார்.

"அங்க நம்ம ஆளுங்க நிறைய பேர் இருக்காங்க ராஜாமணி, ரொட்டி தின்னு நாக்கு செத்துப் போயிருக்காங்களாம். காசி வரைக்கும் போயிட்டு வந்த விஸ்வநாதய்யர் சொன்னார். ஏதோ ஒண்ணு, ரெண்டு சைவ ஓட்டல் இருக்காம். வாயில் வைக்க விளங்காதாம். உன் கை ருசி எனக்குத் தெரியும். என்கிட்ட காடு வித்த பணம் அஞ்சாயிரம் இருக்கு. போயி இடம் பார்த்து ஓட்டல் போடலாம்னு நினைக்கிறேன். நீ சரின்னு சொல்லிப் புறப்பட்டாதான் இந்த யோசனையே... இல்லைன்னா, எப்பவும் போல உடுப்பி ஓட்டல்ல கணக்கு எழுதிக் கொடுத்துக்கிட்டுக் காலத்தை ஓட்டிடறேன்..."

ராஜாமணி கொஞ்சம் யோசிக்கத்தான் செய்தான்.

ஒவ்வொரு சீஸனுக்கும் குற்றாலத்துக்குப் போயிருக்கிறான். நெல்லையப்பர் கோயில் திருவிழாவுக்காக ஒருதரம் திருநெல்வேலி போயிருக்கிறான். அதே மாதிரி அழகர் ஆற்றில் இறங்குவதைப் பார்க்க மதுரை போய் வந்திருக்கிறான். டெல்லி என்றால் வெகுதூரமில்லையா?

"ஏன் அய்யரே, பொழைப்புக்காக அவ்வளவு தூரம் போகணுமா? தெரியாத ஊரு, தெரியாத பாஷை!"

"அடப் போடா பைத்தியக்காரா! எங்கேர்ந்தோ பொழைப்புக்காக நம்ம நாட்டுக்கு வந்தவன்தாண்டா இருநூறு வருஷம் உக்காந்து அரசாண்டுட்டுப் போனான். நம்ம தமிழ் ஜனங்க இருக்கிற பகுதியில்தான் கடை போடப் போறோம். பாஷை பிரச்னை எப்படி வரும்?"

"அப்ப சரி" என்று ராஜாமணி நேற்று சொல்லிப் புறப்பட்ட மாதிரி இருக்கிறது. இப்போ கிருஷ்ணய்யர் சொல்லவும் 'இருபத்தோரு வருஷமா ஆகிவிட்டது?' என்று நினைத்துக்கொண்டான்.

"பார்த்தியா... பதில் சொல்லமாட்டேங்கறியே..." என்றான் வெங்கடேசன்.

"என்ன சொல்லச் சொல்றீங்க தம்பி?"

"சும்மா ஒரு கணக்கு போட்டுத்தான் பார்ப்போமே... நான் கவனிச்ச வரைக்கும் ஒரு தடவைக்குக் கல்லுல நாலு தோசை ஊத்தறே, ரெண்டே நிமிஷத்துல எடுத்தடறே... தோசை இல்லாம வெத்துக் கல்லை நான் எப்பவும் பார்த்ததில்லை. அப்போ ஒரு மணி நேரத்துக்கு நூத்து இருபது தோசை!"

"அய்யே! உங்களுக்கு வேற பொழைப்பு இல்லையா?" என்றான் சிரிப்பை அடக்க முடியாத ராஜாமணி.

"அய்யரே, நீங்க சொல்லுங்க... உங்க ஓட்டல்ல ஒரு நாளைக்குக் கல்லு எத்தனை மணி நேரம் பிஸியா இருக்கும்?"

"காலைல ஏழு மணிலேர்ந்து பத்து மணி வரைக்கும், சாயங்காலம் அஞ்சு மணிலேர்ந்து எட்டு... ஏன், ஒம்போது மணி வரைக்கும்கூட சொல்லலாம்..."

"மூணும் நாலும் எழு மணி நேரம். வேணாம். உத்தேசமா ஆறு

மணி நேரம் வெச்சுக்கிட்டாலும் ஒரு நாளைக்கு மட்டும் எழுநூத்து இருபது தோசை. கொஞ்சம் சிலேட்டைக் கொடுங்க...”

வெங்கடேசன் கேட்க, கிருஷ்ணய்யருக்கும் இப்போது சுவாரஸ்யமாகி சிலேட்டும் பலப்பமும் நீட்டி, “என்னதான் கணக்குச் சொல்றீங்கன்னு பார்த்துடுவேமே...” என்றார்.

“ஞாயித்துக்கிழமை லீவு கிடையாது. அதனால ஒரு மாசத்துக்கு முப்பது நாள் போட்டு பெருக்கினா இருபத்தோராயிரத்து இருநூறு தோசை, எத்தனை வருஷம் சொன்னீங்க? இருபத்தோரு வருஷமாச்சா சேர்ந்து? யப்பாடி! அம்பது லட்சம் தோசை இதுவரைக்கும் நீ சுட்டுருக்கே. இதை கின்னஸ் ரெக்கார்டுக்கு அனுப்ப முடியுமான்னு விசாரிக்கலாம்...”

“அப்படீன்னா?” என்றான் ராஜாமணி.

“உலகம் முழுக்க செய்யப் பட்ட பல சாதனைகளை அந்தப் புத்தகத்தில் வெளியிடுவாங்க...”

“ஆமா... நீங்க ஒண்ணு! தோசை ஊத்தறது ஒரு சாதனையா? எல்லா வீட்லயும் எல்லாப் பொம்பளைங்களும்தான் ஊத்தறாங்க. இங்கே இது தொழிலு! அதனால நிறைய ஊத்தறேன்...”

அன்றைக்கு ராத்திரி ஓட்டலின் மொட்டைமாடியில் மல்லாக்கப் படுத்து நட்சத்திரம் பார்த்துக்கொண்டிருந்த ராஜாமணியின் அருகில் வெற்றிலைச் செல்லத்துடன் வந்து அமர்ந்தார் கிருஷ்ணய்யர்.

அவரைப் பார்த்ததும் எழுந்து அமர்ந்து கொண்டான் ராஜாமணி.

“வெத்தலை போடறியா ராஜாமணி?”

“கொடுங்க அய்யரே... கோதுமை மாவு சரி இல்லை, மாத்தணும். செரிமானம் சிரமமா இருக்கு.”

வெற்றிலைச் செல்லத்தை நகர்த்தாமல் கிருஷ்ணய்யர் தனக்காக சுண்ணாம்பு தடவி மடித்ததை நீட்டி, சீவல் பொட்டலம் எடுத்துக் கொடுத்தார்.

“ஏண்டா ராஜாமணி, இன்னிக்கு அந்தத் தம்பி ஒரு கணக்கு சொல்லிட்டுப் போச்சே... அந்த பிரமிப்பு எனக்கு இன்னும் விலகலைடா! அம்பது லட்சம் தோசை ஊத்திப் பசியாத்திருக் கேடா நீ! உனக்கு நான் சரியானபடிக்கு படியளந்திருக்கேனா

ராஜாமணி?"

"என்ன அய்யரே பேச்சு இது? துணிக்கு சவுக்காரத்திலேர்ந்து சலூன் காசு வரைக்கும் நீங்கதான் கொடுக்கறீங்க. தீபாவளிக்கு, பொங்கலுக்கு புதுத் துணி, மூணு வேளையும் சாப்பாடு, தங்க இடம்... இது பத்தாதுன்னு கைச்செலவுக்குன்னு நூறு ரூபா தர்றீங்க... அதை அப்படியே பாங்க்குல போட்டுடறேன். என்ன குறைச்சல் எனக்கு? உடன்பிறந்தவன்னு ஒரு வார்த்தை சொன்னீங்களே அய்யரே, மனசு குளிர்ந்து போச்சு."

"அப்படி இல்லடா! நீ சூது வாது இல்லாம வளர்ந்துட்டே! உனக்குன்னு எதையும் யோசிச்சுப் பார்க்காமலேயே இருந்துட்டே! அது உன் குணம். நானும் அப்படியே இருந்தது தப்புடா!"

"என்ன தப்பு அய்யரே?"

"எனக்குப் பொண்டாட்டி செத்துட்டா. ஒண்டிக்கட்டை பொழைக்க இங்க வந்தேன். உனக்கு மனுஷா யாரும் இல்லாதப்போ உன்னைப் பத்தி அக்கறையா நான்தானே யோசிச்சிருக்கணும். உன்னையும் இப்படியே ஒண்டிக்கட்டையாவே விட்டுட்டேன்..... உனக்கு ஒரு கல்யாணம் பண்ணிவைக்கணும்னு எனக்குத் தோணலையே..."

வெற்றிலைச் சாறு தெறித்துவிடக்கூடாதென்று முகத்தைத் திருப்பிக்கொண்டு சிரித்தான் ராஜாமணி.

"இதுக்குத்தான் கவலையா? கல்யாணம் செய்யணும்னு நினைப்பு வந்திருந்தா, நீங்க என்ன செஞ்சி வைக்கிறது... நானே கேட்டுக்க மாட்டனா அய்யரே! தோணலை அய்யரே! இப்படியே உங்க கூடவே இருந்துடலாம்னு மனசுல பட்டுடுச்சு."

"அதைத்தான் தப்புன்னு சொல்றேன். நீ கல்யாணம் செஞ்சிருந்தா உன் குடும்பம்னு நினைச்சுப் பார்த்திருப்பே. செலவு வந்திருக்கும். சம்பாதிக்கணும்னு முனைப்பு வந்திருக்கும். சரக்கு மாஸ்டராவே அம்பது லட்சம் தோசை ஊத்திட்டு இருந்திருக்க மாட்டே.... தனியா ஓட்டல் ஆரம்பிச்சிருப்பே. பெரிய ஆளா முன்னேறி, ஏ.ஸி. ரூமெல்லாம் வெச்சு, நாப்பது மேஜை போட்டு ஓட்டல் வெச்சிருப்பே!"

"அட போங்க அய்யரே! கடைசிவரைக்கும் உங்ககூடத்தான்னு மனசுல எழுதிக்கிட்டுதான் உங்களோட ரயில் ஏறினேன். தனியா ஓட்டல் போடறதாம்... அதெல்லாம் கனாலகூட நடக்காது. வாயைக்

கொப்பளிச்சுட்டு வந்து படுங்க..." என்ற ராஜாமணியைக் கண்களில் நீர்மல்கப் பார்த்தார் கிருஷ்ணய்யர்.

காலையில் கடை திறந்து ஊதுபத்தி கொளுத்தி, போர்டுக்கு பூச்சரம் மாட்டியபோதே தெருவில் நடமாட்டம் குறைவாக இருப்பது கிருஷ்ணய்யருக்கு 'ஏதோ சரியில்லை' என்று உணர்த்தியது.

கடைக்குப் போய் மளிகைச் சாமான்களுடன் திரும்பிய ராஜாமணி, "எல்லாம் அங்கங்க முடிச்சு முடிச்சா நின்னு பேசிட்டிருக்காங்க அய்யரே, ஒரு ரேடியோ பெட்டியைச் சுத்தி நூறு பேர் நிக்கிறாங்க..." என்றான்.

"என்னாச்சுடா?"

"யாரோ பெரிய அமைச்சர் ஒருத்தரைக் கொலை செஞ்சிட்டாங்களாம்..."

"அப்போ இன்னிக்கு ஆபீஸ் எல்லாம் மூடிடுவாங்க. கடைத்தெரு திறந்திருக்கலாமா, கூடாதான்னு தெரியலையே..."

"என்ன பிரச்னையா இருந்தாலும் நம்ம ஓட்டலை யாரும் மூடச் சொல்லமாட்டாங்களே... போலீஸ்காரங்களே வந்து பார்சல் வாங்கிட்டுப் போவாங்களே... அப்புறம் ஏன் கவலைப்படறீங்க அய்யரே...?"

"பூரி நிறைய சுட்டு வைக்காதே... பார்க்கலாம்."

கிருஷ்ணய்யர் சொல்லிக்கொண்டிருக்கும்போதே, திடீரென்று ஒரு கும்பல் இந்தியில் கத்திக்கொண்டு ஓடியது. போலீஸ் ஜீப்புகள் விரைந்தன. பெரிய கடைகளில் கடகடவென்று ஷட்டர்களை இறக்கி மூடினார்கள்.

இட்லி சாப்பிட வந்த ஒரு ஆசாமி, அடுத்த தெருவில் ஒரு துணிக் கடையை அடித்து நொறுக்கி நெருப்பு வைத்துவிட்டதாகச் சொல்லிக் கொண்டிருந்தபோது தீயணைப்பு வண்டி விரைந்தது.

"யாரோ ஒரு அமைச்சரை யாரோ கொலை செஞ்சுட்டா, இங்கே ஏன் இப்படிக் கலவரம் பண்றாங்க. நடுவுல புகுந்து கொள்ளை அடிக்கிற ரௌடிப் பசங்களோட வேலைதான் இது" என்றார் இன்னொருவர்.

கொஞ்ச நேரத்தில் தெருவில் கூச்சலும் குழப்பமும் அதிகரித்தது.

ஒரு விவரமான ஆசாமி விரிவாகச் சொல்ல, விஷயம் புரிந்தது.

அமைச்சரைக் கொலை செய்தது ஒரு தமிழனாம். அமைச்சர் வேறு இனமாம். அதனால் அந்த இனத்து இளைஞர்கள் கோபமாகி, தமிழர்கள் தலையைப் பார்த்தால் கல்லெறிகிறார்களாம். தமிழர்களின் கடைகளைத் தேடித் தேடி உடைத்துத் துவம்சம் பண்ணுகிறார்களாம்.

'சேச்சே, நம்ம ஓட்டலுக்கு எல்லாம் தாக்க வரமாட்டாங்க' என்று கிருஷ்ணய்யர் நம்பிக்கையுடன் இருந்தார்.

பத்தே நிமிடங்களில் அந்த நம்பிக்கை பொய்த்துப்போனது.

நூறு, இருநூறு பேர் கும்பலாகக் கைகளில் ஏதேதோ ஆயுதங்களுடன் ஆவேசமாக வந்தார்கள்.

"ஓடுங்கடா நாய்ங்களா!" என்ற அர்த்தத்தில் வேறு மொழியில் கத்தி... ராஜாமணிக்கு, கிருஷ்ணய்யர் மற்றும் அந்த நேரத்தில் சாப்பிட்டுக் கொண்டிருந்த பலருக்கு ரத்தம் சொட்டும் அடிகள்!

எங்கேயோ ஓடிவந்து, எங்கேயோ ஒளிந்துகொண்டு அப்புறமாகத்தான் கிருஷ்ணய்யர் எந்தப் பக்கம் ஓடினார் என்றே யோசித்தான் ராஜாமணி.

ராத்திரி ரொம்ப நேரத்துக்குப் பிறகு நடந்து நடந்து வந்து பார்த்த ராஜாமணி அழுதே விட்டான்.

ஓட்டலா அது? சுடுகாடு! எல்லாம் எரிந்து கரிக்கட்டைகளாய்... இதேபோல தெருவில் பல கடைகள்! அய்யோ! இதென்ன திடீரென்று இப்படி ஒரு சம்பவம்! கிருஷ்ணய்யர் எங்கே?

"ராஜாமணி!"

திரும்பினால் கையில் கட்டு போட்டிருந்த வெங்கடேசன்.

"ராஜாமணி, கலவரம் பெரிசாகும்னு சொல்றாங்க. இதுவரைக்கும் நம்ம ஆளுங்க இருநூத்து பதினஞ்சு பேர் செத்துட்டாங்க. பல கோடி நாசமாயிடுச்சு. இனிமே இங்கே எல்லாரும் சேர்ந்து வாழ முடியாது. நம்ம ஆளுங்க திருப்பித் தாக்குவாங்க. அதுக்குப் பதிலடி கிடைக்கும். தினம் அங்கங்கே எரியும். அங்கங்கே சாவாங்க. நீ போயிடு!"

"எங்க போறது?"

பட்டுக்கோட்டை பிரபாகர் தேர்ந்தெடுத்த சிறுகதைகள்

"உங்க ஊருக்குப் போயிடு. நானும் போகப் போறேன். பஸ் எதுவும் கிடையாது. லாரி ஷெட்டுல ஃப்ரெண்டு வேலை பார்க்கறான். நான் பாம்பே போற லாரில போகப் போறேன் தமிழ்நாடுக்குப் போற ஏதாச்சும் லாரில உன்னை ஏத்திவிடறேன். என்னோட வா!"

"எல்லாம் அவ்வளவுதானா?"

ராஜாமணிக்குப் புரியவில்லை. கிருஷ்ணய்யரைப் பற்றிக் கவலைப் பட்டபடி வெங்கடேசன் பின்னாலேயே நடந்தான்.

"கிருஷ்ணய்யர்?" என்றான் தயங்கி.

"உனக்கு விஷயம் தெரியாதா? மண்டையிலேர்ந்து ரத்தம் கொட்டினதுல ஆஸ்பத்திரிக்கு எடுத்துட்டுப் போற வழியிலேயே போயிட்டார் ராஜாமணி!"

"கடவுளே! அவரைப் பார்க்கணும்..."

"முடியாது! எல்லா இடத்துலயும் போலீஸ். ஊரடங்கு உத்தரவு இருக்கு. இப்ப நடமாடறதே தப்பு. கலவரக்காரங்கன்னு சுட்டுடுவாங்க. கும்பலா போட்டு எரிச்சு முடிச்சுட்டாங்க. அரசாங்கத்துக்கு கணக்குப் பிரச்னை. உனக்குப் புரியாது. பேசாம வா!"

அந்த லாரியில் ராஜாமணி அழுதுகொண்டே வந்தான். மொட்டை மாடியில் வாஞ்சையுடன் தன் கல்யாணம் பற்றிப் பேசின கிருஷ்ணய்யரின் முகம் வந்து வந்து போனது.

இரண்டு நாள் பயணத்துக்குப் பிறகு ஒரு நெடுஞ்சாலையில் லாரியை நிறுத்தின டிரைவர், "நான் பைபாஸ்ல போயிடுவேன். நீ இங்கேர்ந்து ரெண்டு கிலோ மீட்டர் நடந்தா பஸ் ஸ்டாண்ட் வரும். அங்கேர்ந்து எந்த ஊருக்குப் போகணுமோ, போய்க்கோ..." என்றான்.

தலையை ஆட்டியபடி இறங்கிக்கொண்ட ராஜாமணி, சொல்லப் பட்ட சாலையில் மெதுவாக நடந்தான்.

எங்கே போவது? சங்கரன்கோவிலுக்கா?

அங்கே யார் இருக்கிறார்கள்?

ஆரோக்கியதாஸ் இன்னும் பால் பண்ணை வைத்து பால்கோவா போட்டு விற்பாரா? ஞாபகம் இருக்குமா? வேலைக்குச்

ஐம்பது லட்சம் தோசை!

சேர்த்துக்கொள்வாரா?

பலவாறு சிந்தித்தபடி நடந்த ராஜாமணிக்குக் காலை வெயிலில் வியர்க்க நடந்ததில் பயங்கரமாகப் பசியெடுத்தது.

பயணத்தில் அவர்கள் வாங்கிக் கொடுத்த பன், பிரியாணி, டீ என்றே ஓட்டியாயிற்று. பாக்கெட்டைத் தொட்டுப் பார்த்து எதுவும் இல்லை என்பதை உணர்ந்தான்.

காசு தேவைப்பட்டால் கேட்டபோதெல்லாம் கல்லாவிலிருந்து கிருஷ்ணய்யர் எடுத்துக் கொடுத்துப் பழக்கப்பட்டதில், பாக்கெட்டில் எதுவும் வைத்துக்கொள்வது இல்லை.

பஸ்காரன் டிக்கெட்டுக்குப் பணம் கேட்பானே அது அப்புறம்... இப்போது... சனியன்... இப்படிப் பசிக்கிறதே...

தூரத்தில் ஒரு குடிசை தெரிய... நோக்கி நடந்தான்.

அந்தக் குடிசை வாசலில் ஒரு கிழவி ஸ்டவ் வைத்து தோசை சுட்டு, பக்கத்தில் குந்தி உட்கார்ந்திருந்தவனின் மந்தாரை இலையில் வைத்துக்கொண்டிருக்க... அவளை நெருங்கினான் ராஜாமணி.

"பாட்டி, ரொம்பப் பசிக்குது. காசில்லை... ஒரு தோசை கிடைக்குமா?"

2
ஒரு காபி குடிக்கலாமா?

மழையின் தடயம் சாலையில் இருந்தது. ஈரம் காற்றில் இருந்தது. நடப்பது சுகமாக இருந்தாலும் ஷூவை சகதிக் குளியலிலிருந்து காப்பாற்ற சாகசம் செய்ய வேண்டியிருந்தது. ஒரு சைக்கிளை நகர்த்தி வைத்து, மாட்டை செல்லமாகத் தட்டி, கோலத்தை மிதிக்காமல் தாண்டி, குப்பைக் குவியலுக்குப் பதுங்கிப் பதுங்கி... அக்கா வீட்டை நெருங்கும்வரை ஒலித்த போனை எடுத்துப் பார்க்க தோதுப்படவில்லை.

முதுகிலிருந்து பேகைக் கழற்றி திண்ணையில் வைத்துவிட்டு போனை எடுத்துப் பார்த்தால்... ஸ்வேதா.

அழைத்தேன்.

“அக்கா என்ன சொன்னாங்க ராஜ்?”

“இரு... இரு... ஜஸ்ட் இப்பதான் அக்கா வீட்டு வாசல்ல வந்து நிக்கிறேன். பஸ் மூணு மணி நேரம் லேட். அப்புறமா கூப்புடறேன்.”

பேச்சுக் குரல் கேட்டு அழைப்பு மணிக்கு அவசியம் இல்லாமல் கதவைத் திறந்த அக்கா, “வாடா...” என்று பேகை எடுத்துக் கொண்டாள்.

சாய்வு நாற்காலியில் அமர்ந்து டி.வி. பார்த்தபடி, விளம்பர இடைவேளையில் பேப்பர் படித்தபடி அக்காவின் மாமனார் நிமிர்ந்து, “என்னப்பா ராஜேந்திரா, வழியில மழையா? பஸ் பிரேக் டவுனாமே...” என்றார்.

இரண்டில் எந்தக் கேள்விக்கு முதலில் பதில் சொல்வது?

"ஆமா மாமா...." என்றேன் ஷூ, சாக்ஸைக் கழற்றியபடி.

"எல்லா ஊர்லயும் மழை பெஞ்சாலும் உங்க சென்னையில மட்டும் மழையே பெய்ய மாட்டேங்குதே, ஏன்?"

"ரமணன் சாரைத்தான் கேக்கணும்."

"பாவம் செய்றவங்க நிறையப் பேர் சென்னைலதான் இருக்காங்க" ஜோக்காக நினைத்துச் சொல்லி அவரே சிரித்துக் கொண்டார்.

"எல்லா ஊர்ல இருந்தும் வந்தவங்கதான் மாமா இப்ப சென்னையில அதிகமா இருக்காங்க." என்று சொல்வதைவிட அசட்டுத்தனமாக சிரிப்பதுதான் அக்காவுக்கு நல்லது என்பதால் சிரித்தேன்.

"அப்புறம் குளிக்கலாம். பசியா இருப்பே. பல்லு மட்டும் தேச்சிட்டு வந்து டிபன் சாப்பிடு..." என்ற அக்காவுக்காகத்தான் வந்து போகிறேன்.

"மாமா ஆபீஸ் போய்ட்டாராக்கா?"

"ஆபீஸ் விஷயமா திருவாரூர் போயிருக்கார். வர ரெண்டு நாளாகும். உன்னைப் பாத்துட்டுத்தான் ஸ்கூலுக்குப் போவேன்னு ரெண்டு பசங்களும் அடம் பிடிச்சாங்க. சமாதானப்படுத்தி அனுப்பி வெச்சேன். தங்குறீல்ல?"

"இல்லக்கா. நைட்டு பஸ்ஸுக்கு டிக்கெட் வாங்கிருக்கேன். திட்டாதக்கா, ஆபீஸ்ல ரொம்ப பிரஷர்... முறைக்காதே!"

"பிரஷர், ஆபீஸ்ல இல்ல... உன் மைண்ட்லதான் இருக்கு."

ஆனாலும் நான் குளித்துவிட்டே தோசை சாப்பிட்டேன். கண் கலங்கினேன்.

"வீட்டு தோசை சாப்பிட்டு ரொம்ப நாளாச்சிக்கா. இந்த டேஸ்ட் அப்படியே அம்மா செய்ற மாதிரியே..." குரல் அடைத்து மிச்ச வார்த்தைகளை விழுங்கிவிட.... உணர்வுகள் அக்காவையும் தொற்றி, என் தலையைத் தடவி, "சாப்பிடுறா..." என்றாள். "இதுக்குத்தானே கல்யாணம் பண்ணிக்கச் சொல்றோம்?"

"அப்ப... ரெண்டு பேருக்கும் ஹோட்டல்ல ஆர்டர் பண்ணணும். இல்ல இன்ஸ்டன்ட் மாவு வாங்கி ஊத்திக்கணும். ஃப்ரெண்ட்ஸ் வீட்லல்லாம் இப்படித்தான் நடக்குது."

"உங்க சாஃப்ட்வேர் பசங்களோட லைஃப் ஸ்டைலே புரியலைடா. நல்லா சம்பாதிக்கிறீங்க. நல்லா செலவு பண்றீங்க. சந்தோஷமா

இருக்கீங்களான்னுதான் தெரியல. இல்ல... சந்தோஷம்னா என்னன்னு உங்களுக்குத் தெரியல."

"அக்கா... அக்கா... எல்லா டாக் ஷோலயும் எங்களை ரவுண்டுகட்டி அடிக்கிறது பத்தாதா? நீயுமா? அநாதை இல்லத்துக்குப் போய் சர்வீஸ் பண்றோம். ப்ளட் டொனேட் பண்றோம். கிராமத்தைத் தத்து எடுக்கறோம். ஜெனரலைஸ் செய்யாதேக்கா. எல்லாரும் அப்படி இல்ல..." என்று கை கழுவ எழுந்தேன்.

துவைத்த பனியன், ஜட்டியை மொட்டை மாடியில் காயப்போட்டு விட்டு எல்லாப் பக்கங்களிலும் தெரிந்த கோயில் கோபுரங்களைப் பார்த்தபடி நின்றேன். காபியை ஆற்றியபடி அக்கா வந்தாள்.

"என்னக்கா... நான் கீழ வர மாட்டேனா?"

"பரவாயில்லடா... இந்தா, இளைச்சிட்டேடா... கொஞ்சம் கறுத்தும் போயிட்டே..."

"சோழிங்கநல்லூர்ல ஆபீஸ். நங்கநல்லூர்ல ரூம். தினம் பைக்ல போய்ட்டு வர்றேன். ஃபேஸ்க்ரீம் எல்லாம் விளம்பரத்துல மட்டும்தான் வேலை செய்யுது."

"யார்றா ஸ்வேதா?"

"அக்கா!" என்றேன் ஆச்சர்யமாக.

"உன் செல்போன் அடிச்சுது. எடுக்கறதுக்குள்ளே நின்னுடுச்சு. ஸ்வேதா காலிங்னு பார்த்ததால கேட்டேன்."

"அக்கா... ஆக்சுவலா அவளைப் பத்திப் பேசத்தான் உன்கிட்டே நான் வந்தேன்."

"லவ்வா? நானும் அவரும் வந்து அவங்க வீட்ல பேசணுமா? எப்ப வரணும்னு சொல்லு..."

"அய்யோ! ரொம்ப ஷார்ப்க்கா நீ. முதல்ல நீ அவளைப் பாத்துப் பேசணும். நீ ஓ.கே. சொன்னாதான் அடுத்த ஸ்டெப்."

"சும்மா கிரீடம் வைக்காதே. என்னைக் கேட்டுதான் லவ்வைச் சொன்னியா?"

"அதுக்கா... வந்து... எனக்கு உன் ஒப்பீனியன் ரொம்ப முக்கியம்."
"காபி குடி. இங்க வேணாம். கோயிலுக்குப் போய்ப் பேசலாம்" என்றாள் அக்கா.

சாரங்கபாணி கோயிலில் பகல் நேரம் என்பதால் கூட்டம் அதிகம்

இல்லை . சுவாமி தரிசனம் முடிந்து பிராகாரத்தில் சௌகர்யமாக கருங்கல் படிக்கட்டு ஒன்றில் அமர்ந்துகொண்டோம்.

"குருக்கள் சிரிச்சாரே, இந்தக் கோயிலுக்கு அடிக்கடி வருவியாக்கா?"

"மனசு கஷ்டமா இருக்கறப்பல்லாம் வருவேன்."

"உனக்கு என்னக்கா பிரச்னை?"

"அது இருக்கு ஆயிரம். வீட்டை புரமோட்டருக்கு வித்து, ஃபிளாட்ஸ் கட்டி நமக்கு ஒரு ஃபிளாட் எடுத்துக்கலாம். மிச்சப் பணத்தை பேங்க்ல போடலாம்னு சொல்றார் அவர். 'என் காலத்துக்கு அப்புறம் எது வேணாலும் பண்ணிக்கோ. அதுவரைக்கும் விக்கக்கூடாதுங்கிறாரு' மாமனாரு. கால்குலேஷனுக்கும் சென்ட்டிமென்ட்டுக்கும் நடுவுல நான் மாட்டிக்கிட்டுத் தவிக்கிறேன்."

"மாமா சொல்றதுதான் ரைட்டு. ரெண்டு பொண்ணுங்க வெச்சிருக்கே. மாமா சம்பளம் மட்டும் எப்படிப் போதும்? பிராக்டிக்கலா யோசிக்க வேணாமா? என்ன சென்ட்டிமென்ட் வேண்டிக் கிடக்கு?"

"இந்தியா - பாகிஸ்தான் உறவு மாதிரி எப்பவும் வீடு டென் ஷன்லயே இருக்கு. இப்போதைக்கு முடிவுக்கு வராது. அதைவிடு. ஸ்வேதா பத்திச் சொல்லு. கூட வேலை பாக்கறவளா?"

"ஆமாக்கா... பாரு..."

மொபைலில் இருந்த ஸ்வேதாவின் புகைப்படங்களைக் காட்டினேன். ஒரு போட்டோவை அவசரமாக நகர்த்தினேன்.

"பார்த்துட்டேன். ஒண்ணா ஸ்விம் பண்ற அளவுக்குப் போயாச்சா?"

"இல்லக்கா. அது, ஒரு பிக்னிக் போனப்போ..."

"அழகா இருக்காடா. எந்த ஊரு?"

"பெங்களூர் பொண்ணு. அப்பா, அம்மா ரெண்டு பேரும் டாக்டர்ஸ். ஒரே பொண்ணு. வொர்க்கிங் விமன்ஸ் ஹாஸ்டல்ல தங்கியிருக்கா. கார் இருக்கு. ஒரு ஃபிளாட் வாங்கி வாடகைக்கு விட்டிருக்கா. மேரேஜ் ஆச்சுன்னா... அங்க மூவ் பண்ணலாம்னு சொல்றா. வெரி இன்டலிஜென்ட். நல்லா பழகுவா. ஃபேஸ்புக்ல நிறைய ஃப்ரெண்ட்ஸ். பிளாக்ல கட்டுரைகள் எழுதறா. அவ ளோட வெளிப்படையாப் பேசுற குணம்தான் என்னை முதல்ல அட்ராக்ட் பண்ணிச்சுக்கா."

"அவங்க அப்பா அம்மாவுக்குத் தெரியுமா? அவங்க என்ன சொல்றாங்க?"

"அது... வந்து... அவ இப்போ பேரன்ட்ஸோட பேசறது இல்லைக்கா. அவங்க பெர்மிஷன் அவசியம் இல்லை. மேரேஜுக்குக்கூட அவங்க வரமாட்டாங்க..."

"அடப்பாவி! பெத்தவங்களோட அப்படி என்னடா சண்டை ?"

"டிஃபரன்ஸ் ஆஃப் ஒப்பீனியன். அக்கா... ஸ்வேதா ஒரு டைவர்ஸி."

"என்னடா சொல்றே?"

"பேரன்ட்ஸ் பார்த்துச் செஞ்சு வெச்ச கல்யாணம். திலீபுக்கும் ஸ்வேதாவுக்கும் செட் ஆகலை. அவங்களுக்குள்ள பேசி முடிவெடுத்து... லீகலா பிரிஞ்சிட்டாங்க. டைவர்ஸ்ல, இவ பேரன்ட்ஸுக்கு சம்மதம் இல்லை. இது... அவ சுதந்திரத்துக்குக் கொடுத்த விலை."

அக்கா, முழங்கால்களைக் கட்டிக் கொண்டு என்னை ஆழமாகப் பார்த்தாள்.

"நீ எப்படி அவளை லவ் பண்ணே?"

"ஒரே ஆபீஸ். ஒரே பேட்ச். அவள் குணம் முதல்ல பிடிச்சது. அவளோட அழகும்தான். அவள் ஒரு நாள் லீவு போட்டா மனசு கெடந்து தவிச்சது. அவள் புன்னகைக்கு எங்கிட்ட நிறைய ரியாக்ஷன். கைகுலுக்கறப்ப அலுவல் தொடர்பு மீறி வேற ஒரு நெருக்கம் ஃபீல் பண்ணேன். ஒரு காபிக்குக் கூப்புட்டேன். வந்தா. பட்டுனு சொல்லிட்டேன். ரெண்டு நாள்ல யோசிச்சுச் சொல் றேன்னு சொன்னா. ரெண்டு நாள் கழிச்சு அதே காபி ஷாப். அப்பதான் 'நான் ஒரு டைவர்ஸி'ன்னு என்கிட்டே சொன்னா. எனக்கு ஷாக்தான். ஆனா, அவள் மேற்கொண்டு சொன்ன தகவலெல்லாம் அந்த அதிர்ச்சியை எதுவும் இல்லாம பண்ணிருச்சு. அன்னைக்கு ரெண்டு பேரும் என்ன பேசிக்கிட்டோம்னா..."

ஐந்து நிமிடங்களுக்கு மேல் தீவிரமாக காபியை ஒரு கப் குடிப்பதும், ஒருவர் முகத்தை ஒருவர் பார்ப்பதுமாக இருந்தோம்.

"திலீப் மேல எனக்குக் கோபமில்லை ராஜ். பேரன்ட்ஸ் மட்டும்தான் அவன் உலகம். அவனுக்கு அவங்க மனசு காயப்பட்டுடக் கூடாது. எனக்கு என் மனசு காயப்பட்டுடக்கூடாது. யாராச்சும்

ஒருத்தர் காம்ப்ரமைஸ் பண்ணிக்கணும். அவங்களால முடியலை. என்னாலயும் முடியலை" என்ற ஸ்வேதா தன் நகங்களைப் பார்த்துக் கொண்டாள்.

"ஸ்வேதா... என்ன பிரச்னைன்னு நான் கேக்க மாட்டேன். நீ விலகினதுக்கு நியாயமான காரணம் இருக்கும்னு தெரியும். அதனால எனக்கு நீ எந்த விளக்கமும்..."

"இல்ல ராஜ்... உனக்குத் தெரியணும். நான் டிரான்ஸ்பரன்ட்டா இருக்க விரும்பறேன். இதற்கு முன்னாடி நான் வேலை பார்த்த இடத்துல எனக்கு பதவி உயர்வோட ஆஸ்திரேலியா போறதுக்கு ஒரு வாய்ப்பு வந்துச்சு. நான் ஏங்கின நல்ல வாய்ப்பு. அந்த நேரம் பாத்து நான் கர்ப்பமாகிட்டேன். திலீப் கிட்ட பேசினேன். கலைச்சிடுறேன்னு சொன்னேன். முதல்ல அவனுக்குப் பிடிக்கலை. அப்புறம் புரிஞ்சுக்கிட்டு ஓகே சொல்லிட்டான். ஆனா, அவன் அப்பா, அம்மா சம்மதிக்கவே இல்லை. நூறு காரணம் சொன்னாங்க. என் கேரியர் முக்கியம்னு சொன்னா, அவங்களால புரிஞ்சிக்க முடியல. திலீப் ஒரு வாரம் ஊர்ல இல்லை. நானே ஹாஸ்பிட்டல் போய் டெர்மினேட் பண்ணிட்டேன். ஊர்லேர்ந்து வந்து குதிச்சான். 'உனக்கு ஓகேன்னுதானே சொன்னே. இது நம்ம வாழ்க்கை. அதை உன் அப்பா, அம்மா டிசைட் பண்ணக் கூடாது'ன்னு சொன்னேன்."

"அப்புறம்?"

"தினமும் திகட்டத் திகட்ட விவாதங்கள். ஈகோ க்ளாஷ். வேலையை விடு. ஆஸ்திரேலியா போகக்கூடாதுன்னு அபத்தமான நிபந்தனைகள். நான் கர்ப்பத்தைக் கலைச்சிக்கிட்டதே அதுக்குத்தானே... அந்த வாய்ப்பை எப்படி நான் விட முடியும்? என் அப்பா, அம்மாகிட்ட சொன்னா அவங்களும் என் மேல தான் கோபப்பட்டாங்க. டைவர்ஸுக்கு அப்ளை பண்ணிட்டு ஆஸ்திரேலியா போயிட்டேன். திரும்பி வந்ததும் தீர்ப்பு கிடைச்சது. இந்தக் கம்பெனியில நல்ல ஆஃபர் குடுத்தாங்க. ஏதோ கொஞ்சம் அதிர்ஷ்டம் இருக்கு எனக்கு."

"ஏன்?"

"இங்க வந்ததாலதானே உன்னைச் சந்திச்சேன். எனக்கு உன்னைப் பிடிக்கும் ராஜ். நீ புரப்போஸ் பண்ணுவேன்னு எதிர்பார்த்தேன். எனக்கு ஓகே. நீ உன் காதலை மறுபரிசீலனை செய்யலாம். பந்து இப்ப உன் கோர்ட்ல!"

"ஸ்வேதா... இதான் உன் ஸ்பெஷாலிட்டி! கோபம்னா... கோபம், வெறுப்புன்னா... வெறுப்பு; காதல்னா, காதல்! கண்ணாடி மாதிரி அப்பட்டமா உன் உணர்வுகளை வெளிப்படுத்தற. உன்கிட்ட ரெண்டு பெர்சன்ட்கூட வேஷம் இல்ல. என் லவ்வுல எந்த மாற்றமும் இல்ல. கும்பகோணத்துல என் அக்கா இருக்கா. அவதான் எனக்கு எல்லாம். அவ சம்மதம் எனக்கு முக்கியம்."

"வெல், போயிட்டு வா. அவங்க ஓகே சொல்லலைன்னா, உன் காதலை ரப்பர் வெச்சி அழிச்சிடுவே. ரைட்...?"

"இல்லை! என் லவ் பென்சில் ஆர்ட் இல்லை. கல்லுல செதுக்கின சிற்பம்!"

"மை காட்! கவிதையா? சிற்பம்னா, அப்போ உளி வெச்சுதான் உடைக்கணுமா?"

"ஏன் இப்படி நெகடிவா பேசறே? அக்கா சொன்னா, எனக்கு யானை பலம்."

"இப்ப நோஞ்சானா இருக்கேல்ல..."

"ஸ்வேதா... ப்ளீஸ்..."

"ஏய்... சும்மா கலாய்ச்சேன். அக்காவைப் பாத்துட்டு வந்தே முடிவு சொல்லு. நீ 'சரி' சொன்னா காதலிக்கலாம். 'வேண்டாம்' சொன்னா காதலிக்க வேண்டாம். அவ்வளவுதானே!"

"உன்னால அவ்வளவு சிம்பிளா எடுத்துக்க முடியுமா?"

"நீ கிடைக்கலைன்னா கொஞ்சம் வருத்தமாதான் இருக்கும். ஆனா கடல்ல குதிக்க மாட்டேன். வேற வேலைக்கு மாறவும் மாட்டேன். ஒரு வாரத்துல அந்த ஏமாற்றத்துல இருந்து வெளியே வந்துடுவேன். அதே சமயம் இந்த ஆண்கள் எல்லாருமே சுத்த மோசம்னு பச்சை குத்தற பைத்தியக்காரத்தனமும் செய்ய மாட்டேன்."

"ஏன் இப்படில்லாம் பேசறே? நெகடிவா எந்த முடிவும் எடுக்கலையே!"

"பாசிடிவாவும் எடுக்கலையே... ரெண்டு நாளைக்கு முன்னாடி உன் காதல் அத்தியாயத்துல உன் அக்கா வரலையே. உன் தயக்கம் ரொம்ப நியாயம் ராஜ். வேணும்னா உனக்கு ஒரு சாய்ஸ் தரட்டுமா? நாம கொஞ்ச நாள் 'லிவ்விங் டுகெதரா' இருக்கலாமா? சரியா வரலைனா கைகுலுக்கிட்டு பிரிஞ்சிடுவோம். என்ன சொல்ற?" கன்னத்தில் கைவைத்து வியந்து பார்த்தேன் அவளை.

கன்னத்தில் கைவைத்து வியந்து பார்த்துக் கொண்டிருந்தாள் அக்கா.

"இப்படிலாமா ஒருத்தி பேசுவா? புக்ஸ்ல படிக்கிற மாதிரி இருக்குடா. ஒரு காபி குடிக்கிற நேரத்துல எல்லாத்தையும் முடிவு பண்ணிட முடியுமாடா?"

"இப்போ நிறையப் பேர் இப்படித்தான்க்கா."

"இப்ப நான் என்ன சொல்லணும்?"

"உனக்கு என்ன தோணுதோ சொல்லு..."

"புரியலை ராஜ். நிஜமாப் புரியலை. இதெல்லாம்தான் சுதந்திரமாடா? புருஷன் வேணாம், பெத்தவங்க வேணாம், வயித்துல உதிச்ச குழந்தை வேணாம். நீ நோ சொல்றியா... அப்ப நீயும் வேணாம்... எதுவுமே வேணாமா? என்னதான் வேணும்? சுதந்திரம் மட்டும்தானா? அதாவது முடிவெடுக்கற சுதந்திரம்! என்னால முடியும்ங்கற சுதந்திரம்! அப்ப மனுஷங்க, உறவு, அவங்க உணர்வு எதுவுமே முக்கியமில்லையா?"

"உன் ஜெனரேஷன் வேறக்கா. இப்பல்லாம் மைண்ட் செட் மாறிடுச்சுக்கா."

"என்னடா மைண்ட் செட்? இது சுயநலம் இல்லையா? என் புருஷனுக்கும் எனக்கும் நூறு சண்டை வந்திருக்கு. ரெண்டு தடவை அடிச்சிருக்கார். அப்ப பத்துப் பதினஞ்சு தடவை நாங்க டைவர்ஸ் பண்ணிருக்கணும்."

"அக்கா, தப்பா எடுத்துக்காதே. ஒருவேளை... நீ வேலைக்குப் போய் சம்பாரிச்சுட்டு இருந்தா, நீயும் அதை நிஜமா யோசிச்சிருப்பே."

"உளறாதே. சம்பாரிக்கிறது அன்பைத் தொலைச்சுட்டு அநாதையா தெருவுல நிக்கிறதுக்கா? வீட்ல சண்டை நடக்கிறப்பல்லாம் மாமனார் சொல்ற வார்த்தைக்கு நாங்க எப்பவோ தனியாப் போயிருக்கணும். பெரியவங்களை மதிச்சு விட்டுக் கொடுத்து வாழ்ந்துட்டு இருக்கோமே.... நாங்கள்லாம் முட்டாள்களா ராஜ்?"

"அது மனப்பூர்வமா இல்லையேக்கா. சகிச்சுக்கிட்டுத்தானே அட்ஜஸ்ட் பண்ணிட்டு இருக்கீங்க? நெட் ரிசல்ட்.... நிம்மதி இல்லையே!"

"பாசத்துக்கும் நன்றிக்கும் கட்டுப்பட்டு வாழ்ற வாழ்க்கைல குறைகள் இருந்தாலும் ஒரு பெருமிதம் இருக்குடா. தன்னை

பட்டுக்கோட்டை பிரபாகர் தேர்ந்தெடுத்த சிறுகதைகள்

ஆஸ்திரேலியாவுக்கு அனுப்பி வெச்ச கம்பெனியை விட்டுட்டு, பெட்டர் ஆஃபர்ன்னு இப்ப இந்தக் கம்பெனிக்கு வந்திருக்காளே... இதுல எதிக்ஸ், விசுவாசம் ஏதாவது இருக்கா? அதெல்லாம் லைஃப்ல வேணவே வேணாமா?"

கைகளைக் கட்டிக்கொண்டு அக்காவைப் பார்த்தேன்.

"ஸோ... ஸ்வேதாவை மறந்துடு. அவ உனக்கு வேணாம். - அதானே?"

அக்கா அமைதியாகத் தன் வளையல்களை நிமிண்டிக் கொண்டிருந்தாள்.

"ராஜ்! நான் சொல்றதை வெச்சு... நீ முடிவெடுக்கப் போறதில்லை. எனக்குத் தெரியும்."

"அப்படி இல்லைக்கா. உன்னால ஸ்வேதாவைப் புரிஞ்சுக்க முடியலை. நீ ஒரு ஜெனரேஷன் பின்னாடி இருக்கே. ஒருவேளை... நீ அவளோட பழகினா..."

அக்கா பெருமூச்சு விட்டாள். கொஞ்ச நேரம் கோபுரக் கலசத்தைப் பார்த்தாள்.

"ராஜ்... நம்ம தாத்தாவும் பாட்டியும் கல்யாணத்துக்கு முன்னாடி பார்த்துக்கவே இல்ல. நம்ம அப்பாவும் அம்மாவும் பேசிக்கவே இல்லை. நானும் உன் மாமாவும் திருட்டுத்தனமா கோயிலுக்குப் போனோம். நீங்க டெஸ்ட் ட்ரைவ் பண்ணி கார் வாங்குற மாதிரி ஒரு டிரையல் லைஃப் பத்தி யோசிக்கிறீங்க. இதுல எது சரி, எது தப்பு? இது உங்க உலகம்! உங்க நியாயங்களும் சிந்தனைகளும் வேறயா இருக்கு. இதுக்குள்ள எங்க நியாயத்தை எப்படிப் புகுத்த முடியும்? நீ அவளைக் கல்யாணம் பண்ணிக்கோ ராஜ். நாளைக்குப் பிரச்னைன்னு பிரிஞ்சாலும் ரெண்டு பேரும் வருத்தப்படப் போறதில்லை. அப்ப ட்ரை பண்ணிப் பார்க்குறதுதானே சரி?"

"மனசார சொல்றியா... இல்ல, நான் வருத்தப்படக்கூடாதுன்னு சொல்றியா?"

"என்னால அவங்கப்பா, அம்மா மாதிரி உன்னோட சண்டை போட்டுக்கிட்டு பேசாம இருக்க முடியாதுடா. நீ எதிர்பார்க்குற பதிலைச் சொல்லிட்டேன்ல... விட்டுடேன்!" என்றாள்.

எனக்குப் புரிந்தது. ஆனாலும் புரியவில்லை!

3
ஒரு காந்தமும்
ஒரு இரும்புத் துண்டும்

இன்ஸ்பெக்டர் நான் பேசக் காத்திருக்கிறார்.

பதட்டமாய் அப்பா.

நான் பொறுமையாய்ப் பார்க்கிறேன்.

அமைதியாய்ச் சொல்கிறேன்.

"வேணாம் இன்ஸ்பெக்டர். நான் புகார் கொடுக்க விரும்பலை."

"ஏம்மா?"

"விளக்க விரும்பலை. ஆனா வேணாம்."

"அவனைக் கண்டுபிடிக்க வேண்டாமா? தண்டிக்க வேண்டாமா?"

"வேணாம் சார்."

"அதான் ஏன்?"

தெளிவாய்ச் சொல்கிறேன், ஏன் என்று.

இன்ஸ்பெக்டரின் விழிகள் விரிந்து விட்டன.

அசந்துபோய்விட்டார் அப்பா.

அதிசயமாய் என்னைப் பார்க்கிறார்கள்.

இப்போது பாருங்கள் என்னை - நன்றாய் இமைகளை விலக்கி, ஆச்சரியமாய்... அபூர்வமாய்... அருவருப்பாய்... ஆனால்,

நான் எதிர்பார்த்த அந்தப் பாசப் பார்வையை ஒருதரமாவது வீசியிருக்கிறீர்களா அப்பா?

எனதருமை அப்பாவே, என்னோடு கொஞ்ச நேரம் பேசுங்களேன், ப்ளீஸ்...

"உங்க வயசென்ன அப்பா?"

"ஐம்பத்தொம்போது."

"எப்போ கல்யாணம் பண்ணிக்கிட்டீங்க?"

"இருபத்துநாலு வயசிலே."

"அம்மாவுக்கு அப்போ வயசு?"

"பதினெட்டு."

"அப்பல்லாம் பதினெட்டிலேயே கல்யாணம் பண்ணிடுவாங்களா பெண்களுக்கு?"

"அதுவே லேட்டு. உங்க பாட்டிக்குக் கல்யாணம் ஆனப்போ வயசு பன்னெண்டு. உன்கிட்டே சொல்லக் கூடாது. ஆனாலும் சொல்றேன். அப்போ உங்க பாட்டி வயசுக்குக்கூட வரலையாம்."

"சரி, அதை விடுங்க. இருபத்துநாலுல கல்யாணம் பண்ணிக்கிட்டீங்க. இன்னிக்கு வயசு ஐம்பத்தொம்போது. அம்மாடி! முப்பத்தஞ்சு வருஷமாச்சு இல்லே?"

"ஆமாம். ஓடிப்போனதே தெரியலை."

"நான்தான் உங்களுக்கு மூத்த மகளாப்பா?"

"என்ன திடீர் சந்தேகம்?"

"எப்பப்பா நான் பொறந்தேன்?"

"சர்ட்டிபிகேட் பொய் பேசுது. உண்மையா சொன்னா கல்யாணம் ஆகி அடுத்த பத்தாம் மாசத்திலேயே... ச்சீ... வெக்கமா இருக்கு கல்பனா."

"என்னப்பா நீங்க, இதிலென்னப்பா வெக்கம்? வெக்கப்பட வேண்டியதுக்கெல்லாம் படாம இதுக்குப் போயி... சரி, நாம என்ன பேசினோம்? ஆங்... நான் பொறந்தது அப்போ... அடியம்மா! முப்பத்துநாலு வயசா ஆயிடுச்சு எனக்கு?"

“பார்த்தா அப்படித் தெரியலை கல்பனா.”

“ஆமாம், ஆமாம். என் ஃபிரண்டு மோகனாகூட அடிக்கடி சொல்வா.”

“எந்த மோகனா?”

“அதான்ப்பா என்னோட படிச்சவ, பாண்டி விளையாண்டவ. இன்னிக்கு என்னடான்னா கன்னமெல்லாம் ஒட்டிப் போயி, முடியெல்லாம் உதிர ஆரம்பிச்சு, உடம்பே இல்லைப்பா அவளுக்கு.”

“கல்யாணம்னு பண்ணி வரிசையா மூணு கொழந்தை வேற பொறந்துடுச்சே அவளுக்கு. பின்னே, அதே பழைய அழகு இன்னும் இருக்குமா?”

“உங்களுக்கு ரொம்ப நல்ல மனசு, இல்லையாப்பா? நானும் அந்த மாதிரி சின்ன (!) வயசிலேயே கல்யாணம் பண்ணி குழந்தைகள் பெத்து கிழவியாயிடக்கூடாதுன்னு என் மேல எவ்ளோ அக்கறைப்பா உங்களுக்கு.”

“என்னப்பா? என்னாச்சு? இவ்வளவு நேரம் ஒழுங்கா பேசிக்கிட்டே வந்தீங்க. திடீர்னு ஏன் மௌனமாயிட்டீங்க?”

“அடடே.... கண் ஓரமெல்லாம் ஈரமாகுதே, அழறீங்களா என்ன? சேச்சே. டூ பாட். டூ பாட், ரெண்டாவது டூ லேட்.”

இப்ப எதுக்காக அழறீங்க?

எனக்கு என்ன குறை வச்சிருக்கிங்க? சாப்பாடு போடாம இருக்கீங்களா? கட்டிக்க நல்ல சேலை இல்லாமல் இருக்கேனா? சினிமா, டிராமான்னு சோஷியலா என்னை அனுப்பாம இருக்கீங்களா?

பணம் கட்டி டைப் கத்துக் கொடுத்தீங்க. கத்துக்கிட்டேன். ஷார்ட்ஹாண்ட் படிம்மா. நல்லதுன்னீங்க. என் ஃபிரண்ட்ஸ் எல்லாம் விகடன்ல தொடர்கதை படிச்சப்போ, நான் பிட்மெண்ஸ் ஷார்ட்ஹாண்ட் எழுதினேன் கை ஒடிய.

ஒரு நாள் என்னைச் சீவிச் சிங்காரிச்சு அழைச்சுக்கிட்டுப் போனீங்க. எனக்கு ரொம்ப வேண்டப்பட்டவன் கம்பெனிம்மா இது. ரொம்ப சிரமப்பட்டு சம்மதிச்சிருக்காங்க. நானும் ரிடையராகப் போறேன். உனக்கும் பொழுது போனாப்பல இருக்கும். வீட்டுக்கு ஒரு வகை

வருமானமும் வந்த மாதிரியும் இருக்கும்னு சொல்லிச் சேர்த்து விட்டீங்க.

ஒண்ணு ஒண்ணுக்கும் தலையை ஆட்டினேன். ஏன்னா எனக்கு நம்ம குடும்பம், சூழ்நிலை எல்லாம் புரியும். அம்மா போனதுக்கப்புறம் வீட்டு நிர்வாகம் பூரா என்கிட்டே ஒப்படைச்சுட்டீங்க. நீங்க ரிடையரானப்புறம் வருமான நிர்வாகத்தையும் முழுக்க என்கிட்டேயே ஒப்படைச்சுட்டீங்க.

அப்பா, எனக்கு உங்க மனசு நல்லாவே புரியும். உங்களுக்கு மட்டும் என்ன, கடனை உடனை வாங்கி என்னைக் கல்யாணம் பண்ணிக் கொடுக்கலாம்னு ஆசை இல்லையா?

இருந்துச்சு. நிறையவே இருந்திச்சு. ஆனா நீங்க எப்பவோ கடைப் பிடிக்கத் தவறிய ஒரு விஷயத்தின் விளைவா எட்டுப் பெட்டிகளும், ஒரு எஞ்சினும் கொண்ட மனித ரயில் வீட்டுக்குள்ளே ஓடுதே. அவைகள் ஒண்ணு ஒண்ணுக்கும் 'அரங்கேற்றம்' பிள்ளைங்க மாதிரி லட்சியக் கனவுகள் வேற.

இந்த நிலையிலே டைப்பிஸ்ட்டாகப் போன எனக்கு பிரமோஷன் கிடைச்சு கிளார்க் கம் டைப்பிஸ்ட் ஆகி அறுநூத்துச் சொச்சத்துக்கு சம்பளம் தாவிடுச்சு. உங்க மனசும் தாவிடுச்சு.

சரிய்யா, கல்யாணமே பண்ணி வைக்கறோம்னு வையுங்க. வர்ற மாப்பிள்ளை எப்படின்னு யாரு கண்டா? தொடர்ந்து வேலைக்கு அனுப்புவானா? இல்லே, அவன் வீட்லையே வச்சுக்குவானா? சரி, வேலைக்கு அனுப்ப சம்மதிக்கிறான்னே வைங்க... சம்பளம் இங்கே வருமா, அவன் பாக்கெட்டுக்குப் போயிடுமா? அப்படி அவன் பாக்கெட்டுக்குப் போய்ட்டா, வெறும் சில்லறை பென்ஷன் பணத்தை வச்சுக்கிட்டு பல்பொடி மட்டும்தானே வாங்க முடியும்?

மருமகன் நல்லவனாக அமைவான்னு துணிஞ்சு எப்படி இறங்கறது? எப்படி ரிஸ்க் எடுக்க முடியும்?

எத்தனை பெரிய ரிஸ்க்! பத்து உயிர்களின் ரிஸ்க் இல்லையா?

நீங்க முடிவெடுத்துட்டீங்க, மௌனம், மௌனம், மௌனமே வழின்னு. நாம கண்டுக்காம விட்டுடலாம். என்னிக்காச்சும் ஒரு நாள் அட்சய பாத்திரம் இல்லாட்டி அலாவுதீன் விளக்கு நம்ம கைக்குக் கிடைக்காமப் போயிடுமா? அப்போ பார்த்துக்கலாம் கல்யாணம், கில்யாணம் எல்லாம்.

பிரமாதமான முடிவு. உண்மையா சொல்றேன்ப்பா, நீங்க எடுத்த முடிவுதான் சரி. நான் நீங்களா இருந்தாலும் இதையேதான் செஞ்சிருப்பேன். சும்மா சொல்லலை; நிஜமா சொல்றேன். பொன் முட்டையிடும் வாத்தை யாராச்சும் விலைக்கு விற்பானா?

மை டியர் அப்பா, என்னால உங்க கோணத்திலேர்ந்து என்னைப் பார்க்க முடியுது. உங்க முடிவின், மௌனத்தின் நியாயத்தை ஏத்துக்க முடியுது.

ஆனால்...

அதே மாதிரி என்னோட கோணத்திலேர்ந்து நீங்க ஏன்ப்பா ஒரே ஒரு தடவைகூட சிந்திச்சுப் பார்க்கலை?

முப்பத்து நான்கு வயசு! தர்ட்டி த்ரீ ஃபுல் இயர்ஸ்! நல்லா ஞாபகமிருக்கு. ஒம்போதாவது படிச்சப்போ ... வயசு பதினாலோ, பதினைஞ்சோ தெரியலை... பக்கத்து வீட்டு மொட்டை மாடிலே ஓடிப்பிடிச்சு விளையாடிக்கிட்டிருந்தப்போ... “அய்யய்யோ! என்னடி இது கல்பனா?” ன்னு ஃபிரண்டு கத்த...

அம்மாகிட்டே பதறிக்கிட்டே சொல்றேன். அவங்க முகம் என்னடான்னா பிரகாசமா சந்தோஷமா மாறுது. இப்ப நம்மோட வாழ்ந்திருந்தா, ஏண்டா சந்தோஷப்பட்டோம்னு நினைச்சிருப்பாங்க இல்லைப்பா?

மனசு இருக்கே, அதுக்கு நல்லது, கெட்டது புரியுது. சிந்திக்குது. நியாயங்கள் தெரியுது. கஷ்டப்பட்டு அடங்கிடுது. ஆனா உடம்பு? வெறும் தசைகள்! அதில் சுரக்கிற ஹார்மோன்கள்... உணர்வுகள்...

எத்தனை எத்தனை சந்தர்ப்பங்களில் நான் தவிச்சுப்போயிருக்கேன் தெரியுமா? எத்தனை எத்தனை தடவைகள் நான் ஏங்கிப் போயிருக்கேன் தெரியுமா?

புஸ்தகங்கள், கதைகள், படங்கள், தோழிகளோட அரட்டைகள்னு எத்தனை சான்ஸ் இருக்கு அந்த உணர்வுகளுக்கு பெட்ரோல் ஊத்தறதுக்கு. ரெண்டு மூணு வருஷமா நான் சினிமாவே போறதில்லைப்பா. நீங்ககூட கேட்டிருக்கீங்க, ஏம்மா இப்பல்லாம் சினிமாவே போறதில்லைன்னு... எப்படிப்பா உங்ககிட்டே சொல்ல முடியும்?

இப்போ சொல்லப்போற ஒரு விஷயத்துக்காக நான்

வெக்கப்படலை, ஐ வாண்ட் டு பி 100 பெர்சன்ட் ஃபிராங்க். பஸ்ல பயணம் செய்யறப்போ விஷமமா நெருங்கின விரல்களை அரைமனசோடதான் நான் விலக்கியிருக்கேன்.

ஓரிரு சமயங்கள்ல கண்ல கரகரன்னு தண்ணி வர, அந்தச் சில்லறை வேசித்தனத்தை விரும்பி நான் அப்படியே நின்னிருக்கேன். என்னால என் உடம்பை வெல்ல முடியலைப்பா - அந்தச் சந்தர்ப்பங்களில்.

யாரையாச்சும் காதலிச்சு அவனோட ஓடிப் போயிடலாமா, எல்லாத்தையும் விட்டுட்டுன்னுகூட நான் நினைச்சுப் பார்த்திருக்கேன் தெரியுமா? பட்... காதல்ங்கறது நினைச்சப்போ கடையிலே போய் வாங்கிக்கற சரக்கில்லையே.

ஆபீஸ்ல அன்னிக்கு பரசுராமன் ரொம்பத் தயங்கி...

“மேடம் கல்பனா, சாயங்காலம் ஒரு பத்து நிமிஷம் எனக்காக ஸ்பேர் பண்றிங்களா? கொஞ்சம் பேசணும்.”

....ன்னு சொன்னப்போ... என் மனசிலே மைசூர் பிருந்தாவனம், ஊட்டி ஃப்ளவர் கார்டன், மகாபலிபுரம் கடற்கரை எல்லாம் வந்து என்னென்ன கற்பனைகள், எதிர்பார்ப்புகள் தெரியுமா?

சாயங்காலம் பரசுராமன் தன் வீட்டு நிலைமையை எல்லாம் விரிவா எடுத்துச் சொல்லி கடைசியிலே...

“ஒரு நூறு ரூபா அட்ஜஸ்ட் பண்ணிக் கொடுங்க. அடுத்த மாசம் தந்துடறேன்!”

...ன்னு பத்திரிகைல வர்ற துணுக்கு மாதிரி சொன்னப்போ, என் மனசிலே எத்தனை அழுத்தமான ஏமாற்றம் தெரியுமா?

சட், இந்த மனசு இருக்கே, அது ரொம்ப ரொம்ப மோசமான குரங்கு. கொஞ்சமும் இங்கிதமே தெரியாது அதுக்கு. பஸ்சிலே, பஸ் ஸ்டாப்பிலே, பீச்சிலே, ஆபிஸுக்கு வர்ற கஸ்டமர்சிலே, பாதையிலே நடக்கிறவங்கள்ல, எக்ஸிபிஷன்ல, விளம்பரப் படங்கள்ல சந்திச்ச ஒவ்வொரு அழகான ஆணையும் அந்த நிமிஷமே காதலிக்கத் தொடங்கியிருக்கேன்.

ஐ வாஸ் லாங்கிங் ஃபார் லவ், பட் நோபடி வாஸ் தேர் டு ஸே “ஐ லவ் யு.”

திடீர் திடீர்னு நானா கற்பனை பண்ணிக்குவேன். பஸ் ஸ்டாப் நோக்கி நான் நடக்கிறேனாம். அப்போ ரொம்ப அழகா, டிப்

டாப்பா ஒருத்தன் என் முன்னாடி வந்து நின்னு...

"எக்ஸ்க்யூஸ் மி மேடம்."

"எஸ்.'

"நீங்கதானே மிஸ் கல்பனா?"

"ஆமாம்."

"என் பேரு சுரேஷ். மங்கையர் மலர்லே ஒரு ரெசிபி தயாரிக்கிறது பத்தி எழுதி நூறு ரூபா பிரைஸ் வாங்கியிருந்தீங்க இல்லே?"

"ஆமாம்."

"கூடவே உங்க போட்டோவும் பப்ளிஷ் பண்ணியிருந்தாங்க இல்லையா, அதைப் பாத்துட்டு... பாத்துட்டு.. எனக்கு உங்களை ரொம்பப் பிடிச்சுப் போச்சு. உடனே பத்திரிகை ஆபீஸ் போய் அட்ரஸ் வாங்கிக்கிட்டு நேரா வர்றேன். உங்களுக்கு ஆட்சேபணை இல்லைன்னா நான் உங்களைக் கல்யாணம் பண்ணிக்கிறேன்."

இந்தக் கற்பனையிலேயே நான் குளிர்ந்து போய் நடக்கிறப்போ நிஜமாகவே குரல் கேட்கும்.

"எக்ஸ்க்யூஸ் மி மேடம்."

நிமிர்ந்து பார்ப்பேன். டிப் டாப்பா டிரெஸ் பண்ணி, டை எல்லாம் கட்டிக்கிட்டு தலையை அழகா சீவி கற்பனை சுரேஷ் மாதிரியே இவன்.

"எஸ்."

"விக்ஸ் பெரிய சைஸ் பாட்டில் வாங்கினா இந்த ஸ்பூன் இனாம்."

நான் நடந்துடுவேன். இப்படி தினம் மகேஷ், ரமேஷ், ராஜேஷ், விஜய், பிரதாப், சதீஷ்குமார் இப்படி எத்தனை புருஷர்கள் தெரியுமா எனக்கு?

ஆனா அப்பா, இன்னிக்கு நடந்த சம்பவம் நான் எதிர்பார்க்காதது, நான் திட்டமிடாதது.

ஆசைப்படறது வேற. கடையிலே ஷோகேஸ்ல இருக்கிற பட்டுப் புடவையைப் பார்த்து நான் ஆசைப்படலாம். பெருமூச்சு விடலாம். அந்தச் சேலைக்காகக் கண்ணாடியை உடைச்சு தூக்கிட்டுப் போனா... அப்பத்தான் அது திருட்டாகுது.

அது மாதிரி கல்யாணம், வாழ்க்கை, உறவுன்னு என் ஆசைகள் பறந்தது உண்மைதான். நியாயமான ஆசைகள்.

ஆனா அந்த ஆசைகளை என் குடும்பம், அதன் சூழ்நிலைகள்னு பெரிய பெரிய பக்காவான இரும்பு வேலி போட்டுத்தான் வச்சிருந்தேன். குறுக்கு வழியிலே அந்த ஆசைகளை நிறைவேத்திக்க என்னிக்குமே விரும்பினதில்லை, நோ! நெவர்!

ஆனா, இன்னிக்கு...

இந்தச் சம்பவத்தை நான் எதிர்பார்க்கலை. சத்தியமா எதிர்பார்க்கலை.

ஊர்லேர்ந்து லெட்டர்கூட போடாம என் ஃபிரண்டு பாமா காலையிலே வந்து நிப்பான்னோ, நாங்க ஜாலியா ஊர் சுத்துவோம்னோ, ராத்திரி சினிமாவுக்குக் கூப்பிடுவான்னோ... நினைச்சுக்கூட பார்க்கலையேப்பா.

வழக்கமில்லாத வழக்கமா செகண்ட் ஷோவுக்கு அவளுக்கா நான் தயங்கிக் கேட்டப்போ, ரெண்டு பேராத்தானே போறீங்க, போய்ட்டு வாங்கன்னு நீங்க தாராளமா தலையை ஆட்டுவீங்கன்னு கூட எதிர்பார்க்கவே இல்லை.

படம் விட்டது. வேகமா நடந்தா ஒரு மணி நேர நடைதானேன்னு நடந்தோம்.

வெறிச்சுன்னு இருந்த அந்த ரோட்ல, ஓரமா நின்னுக்கிட்டிருந்த ஒரு டாக்ஸியை நாங்க தாண்டி நடந்தப்போ... அவங்க எத்தனை பேருன்னுகூட அப்போ புரியலை. படக்குனு வாயைப் பொத்தி, டாக்ஸியிலே திணிச்சு, எங்கோ கொண்டாந்து நிறுத்தி...

நாங்க பிரமைதட்டிப் போயி போராடினோம். வாயிலே துணியை அடைச்சுட்டாங்க. டாக்ஸியை விட்டு இழுத்து அந்த தனி வீட்டுக்குள்ளே இழுத்துக்கிட்டுப் போனப்போ... கொஞ்சம் நழுவின பிடியைப் பயன்படுத்தி பாமா திமிறி ஓட ஆரம்பிச்சா, ரெண்டு பேர்ல அந்த இன்னொருத்தன் அவ பின்னாடியே ஓட ஆரம்பித்தான்.

தரதரன்னு என்னை அந்தச் சின்னக் குடிசை வீட்டுக்குள்ளே இழுத்துக்கிட்டுப் போயி ஆம்பிளைக்கே உரிய அத்தனை முரட்டுத் தனத்தையும் பயன்படுத்தினான். நான் பதறினேன். போராடினேன்.

ஆனாலும்.. அவன் என்னை ஜெயிச்சுட்டான்.

சதையைத் தின்னுட்டு காக்கா எலும்பைப் போடற மாதிரி வெளியே இழுத்து என்னைப் போட்டுட்டு புறப்பட்டுப் போய்ட்டான்.

அப்புறம் தடுமாறி தள்ளாடி நடந்து டாக்ஸி பிடிச்சு நான் இங்கே வந்தா, ஒரே பரபரப்பு வீட்ல. தப்பிச்சு வந்த பாமா வீட்டில சொல்ல.. போலீஸ் வந்து, அக்கம்பக்கம் கூடி, இன்ஸ்பெக்டர் வந்து... இதோ என்னை இன்னும் விசாரிக்கிறார்.

"மிஸ் கல்பனா, ஐ காண்ட் கெட் யு. நீங்க நல்ல மனநிலையோடதான் பேசறீங்களா? ஜாக்கெட் தோள் பட்டையிலே கிழிஞ்சிருக்கு, உடம்பு முழுக்கப் போராட்டம் தெரியுது. இது... இது... ரேப் இல்லைன்னு சொல்றீங்களே?"

அழுத்தம் திருத்தமாய் மறுபடி சொல்கிறேன்.

"இல்லை, இல்லை, இது ரேப் இல்லை. ப்ளீஸ், இன்ஸ்பெக்டர் என்னைப் புரிஞ்சுக்கங்க. நான் செக்ஸ்மேனியா இல்லை. ஆனாலும் இது ரேப் இல்லை. நான் போராடினேன். ஆனாலும் போராடலை. இன்னும் கொஞ்சம் போராடியிருந்தா என்னால அவன்கிட்டேர்ந்து தப்பிச்சிருக்க முடியுமோன்னு தோணுது, நான் என் முழு சக்தியையும் பயன்படுத்தலைங்கிறதை நல்லா உணர்றேன். ஏன்னு என்னால் அறிவுபூர்வமா, லாஜிக்கலா பதில் சொல்லத் தெரியலே. ஆனாலும் அதிலே என் இன்வால்வ்மெண்ட் நிச்சயமா கொஞ்சம் இருந்திச்சு. அண்டர்ஸ்டாண்ட் மி இன்ஸ்பெக்டர். திஸ் ஈஸ் நாட் எ ரேப். நீங்க, ப்ளீஸ் - போய்டுங்க!" என்கிறேன்.

அப்பாவைப் பார்க்கிறேன். தம்பி, தங்கைகளைப் பார்க்கிறேன். வாசலுக்கு வெளியே தெருவில் நிற்பவர்களைப் பார்க்கிறேன்.

என்னையறியாமல் அழுகிறேன்.

எல்லாருமே திகைத்துப்போய் எக்ஸிபிஷனில் வைக்கப்பட்ட விசித்திரப் பொருளைப் பார்க்கிற மாதிரி, என்னையே பார்த்துக் கொண்டிருப்பது இமைகளில் தொங்குகிற கண்ணீர்த் துளிகளினூடே மங்கலாய்த் தெரிகிறது.

4
... என்றான் அவன்

நகம் கடித்துத் துப்பினான். நாக்கில் கரித்தது. விரலில் ரத்தத் துளி எட்டிப் பார்த்தது. விரலைச் சப்பினான். நடுநடுவில் சுவர்க் கடிகாரம் பார்த்தான்.

போன் எடுத்து கூகுள் வரைபடம் போனான். வீட்டிலிருந்து கபாலீஸ்வரர் கோயிலுக்கு நடந்து செல்ல எத்தனை நேரமாகும் என்று பார்த்தான். பதினேழு நிமிடங்கள் என்று அறிந்து கொண்டான்.

ரத்தம் வந்த அதே விரலில் நுணுக்கமாக நகம் தேடி மீண்டும் கடித்தான். இப்போது வலித்தது. ரத்தம் சொட்டியது.

வாஷ்பேசினில் தண்ணீர் திறந்து விரலைப் பிடித்தான். கண்ணாடியில் பார்க்க... உதட்டிலும் ரத்தக் கறை. கொப்பளித்தான்.

கப்போர்டில் பிளாஸ்டிக் டப்பாவில் பிளாஸ்த்திரி தேடினான். கிடைக்கவில்லை. வேறு ஒன்று கிடைத்தது.

ஆச்சர்யப்பட்டான். இது ஏது இவளுக்கு? இதை எதற்கு இங்கே ரகசியமாக வைத்திருக்கிறாள்? இது யார் மறந்து வைத்துச்சென்றது? அல்லது இதை யாருக்குப் பரிசளிக்க வாங்கி வைத்திருக்கிறாள்?

என்றால், என் யூகம் சரிதானா? அழைப்பு மணியை அலட்சியப் படுத்திவிட்டு தொட்டியில் மீன் பார்த்தான். மூன்றாவது முறைக்கு

நிதானமாகச் சென்று திறந்தான்.

"தூங்கிட்டிருந்தீங்களா என்ன?"

"இப்ப முழிச்சிக்கிட்டேன்."

உள்ளே வந்து செருப்பை விலக்கிய ஆனந்தியை உன்னிப்பாகப் பார்த்தான். நாற்பதில் இன்னும் அழகாகத்தான் இருக்கிறாள்.

சிகரெட் எடுத்தபடி, "கோயிலுக்கு எத்தனை மணிக்குப் போனே?"

கைப்பையில் ஜிப் இழுத்து விபூதி, குங்குமம் எடுத்தவள் திரும்பிப்பார்த்து, "பால்கனிக்குப் போயிடுங்க. இங்க வேணாம். நாறுது" அருகில் வந்து பொட்டலம் நீட்டினாள்.

அவன் எடுத்துக்கொள்ளாமல், "இன்னும் பதில் சொல்லல நீ!" என்றான். லைட்டரைக் கிளிக்கி பற்றவைக்கப் போனான்.

"சொல்லிக்கிட்டே இருக்கேன்" பிடுங்கிப் போட்டாள்."

"நானும் கேட்டுக்கிட்டே இருக்கேன்."

"டைம் பாக்கல. அஞ்சிருக்கும். அதுக்கென்ன?"

கொலுசொலிக்க படுக்கையறைக்கு நடந்தாள்.

இந்த வயசுக்கு கொலுசு எதற்கு? அதென்ன கால் நகங்களிலும் பாலீஷ் போடுவது? ஜாக்கெட் முதுகில் டிசைன் யார் பார்த்துரசிக்க? எதற்கு இத்தனை இறக்கமாய்? தவறாமல் பியூட்டி பார்லருக்குப் போய்.. இதென்ன... லேயர் கட்டா?

"நான் பார்த்தேன். அஞ்சி.ஏழு."

மர பீரோவிலிருந்து துவைத்து மடித்த நைட்டி எடுத்தாள்.

"அதுக்கென்ன?"

"இப்ப மணி ஆறு. இருபது."

புடவையை அவிழ்த்து படுக்கையில் போட்டாள். மாங்கல்யம் ஊசலாடியது.

"சரி..."

பிளவுசை அவிழ்த்துப் போட்டாள். கறுப்பு உள்ளாடையுடன் நின்றவளை சில விநாடிகள் பார்த்தான். நைட்டியைக் கழுத்து

வழியாக அணிந்தாள்.

"இட்லியா, தோசையா என்ன வேணும்?" என்று வந்தாள்.

"முதல்ல பதில் வேணும். போக பதினேழு, வர பதினேழு மொத்தம் முப்பத்திநாலு நிமிஷம்.. அங்க சாமி கும்பிட, பிராகாரம் சுத்த ஒரு இருபத்தி ஆறு நிமிஷம் வெச்சிக்கோ. மொத்தம் ஒரு மணி நேரம் எதேஷ்டம். இருபது நிமிஷம் உதைக்குதே..."

"ஆரம்பிச்சிட்டீங்களா? என் லவ்வரை வரச் சொல்லிருந்தேன் உக்கார்ந்து அரட்டை அடிச்சிட்டு வர்றோம்..."

"ஆணித்தரமா சொன்னா இல்லன்னு ஆயிடுமா? என்னிக்கு மாட்டப் போறேன்னு தெரியல."

"முதல் தடவைதான் சுருக்குன்னு வலிச்சது. இப்ப மரத்துப் போச்சி. என்னிக்கு நீங்க மாறப் போறிங்கன்னு எனக்கும் தெரியல."

"மாட்ன அன்னிக்குக் கொலைதான்டி!"

"ஏற்கெனவே சாகடிச்சிட்டீங்க. குழந்தைகளுக்காக நடமாடிட்டிருக்கேன். இல்லன்னா மாத்திர சாப்புட்டு செத்திருப்பேன் எப்பவோ."

பால்கனிக்குப் போய் பற்றவைத்து, "இங்க வா" என்றான்.

"பரவால்ல சொல்லுங்க. என்ன?" என்றாள் ஃப்ரிட்ஜ் திறந்து இட்லி மாவு எடுத்தபடி.

"நான் எப்பவும் சிகரெட்டை எதால பத்த வைப்பேன்?"

"மொட்டை மாடி, கக்கூஸ்னு எல்லா இடத்துலயும் வெச்சிருக்கீங்களே தீப்பெட்டி... அதுக்கென்ன?"

"இப்ப?" என்றான்.

கிச்சனிலிருந்து எட்டிப் பார்த்தாள். அவன் கையில் லைட்டர் இருந்தது.

"மாத்திரை டப்பாவுக்குள்ள இருந்தது. எனக்கு பிரசன்ட் செய்ய வாங்கி வெச்சேன்னு பொய் சொன்னே... செவுலு பேந்துடும்."

"நான் எங்க சொன்னேன் அப்படி? ஆஃபீஸ்ல மேனேஜர் மலேஷியா போய்ட்டு வந்து ஆளாளுக்கு பிரசன்ட்ஸ் குடுத்தாரு. உங்க

ஹஸ்பண்டுக்கு யூசாகும்னு குடுத்தாரு. இதைப்போய் யாராச்சும் பரிசா குடுப்பாங்களா? அந்த லூசு குடுத்துச்சி. ஒரு மரியாதைக்கு வாங்கிட்டேன். ஆனா உங்களுக்குக் குடுக்கக்கூடாதுன்னு நினைச்சேன். விளக்கம் போதுமா?"

"எவ்வளவு ஸ்பீடா ஸ்க்ரீன் ப்ளே செய்றே? சினிமாக்குப் போலாம்டி நீ!"

"உங்களோட மல்லுக்கு நிக்க என்னால முடியாது. வேணும்னா என் மேனேஜருக்கு போன் பண்ணிக் கேட்டுக்கங்க."

"கேக்க மாட்டேன்னு நினைச்சியா?"

சிகரெட்டை அணைத்துவிட்டு வந்து சார்ஜில் போட்டிருந்த அவள் போனை எடுத்து மேனேஜரின் எண் தேடி அழைத்தான்.

"சொல்லு ஆனந்தி?" என்றது எதிர்முனை.

"ஆனந்தி ஹஸ்பண்ட் சிவா பேசறேன்..."

"சொல்லுங்க சார்..."

"மலேஷியா ட்ரிப் எப்படி சார் இருந்திச்சி?"

"வெரி நைஸ்."

"எனக்கெல்லாம் ஞாபகமா பிரசண்ட் வாங்கீருக்கிங்களே... ரொம்ப தேங்க்ஸ் சார்."

"இது என்ன பெரிய மேட்டர்னு போன் பண்ணி தேங்க்ஸ்லாம் சொல்றீங்க சிவா?"

"ஆனா லூசுத்தனமா இருக்கு. சிகரெட் பிடிக்கிறவனுக்கு அதை நிறுத்த உதவணும். அதிகரிக்க உதவக்கூடாது. வைக்கிறேன்."

பால்கனிக்கு வந்து இடுப்பில் கை வைத்து முறைத்தாள்.

"நாளைக்கு அவர் மூஞ்ச எப்படி நான் பாப்பேன்...?"

"ஆமாம்... அதென்ன அந்தாளு உன்னை வா, போன்னுதான் சொல்வானா?"

"அம்பத்தெட்டு வயசுங்க."

"அதனால?... பீப்!... பீப்!... பீப்!"

பட்டுக்கோட்டை பிரபாகர் தேர்ந்தெடுத்த சிறுகதைகள்

காதுகளைப் பொத்திக்கொண்டாள்.

"நான் போய் குழந்தைகளை டியூஷன்லேர்ந்து கூட்டிக்கிட்டு வர்றேன்."

"இருடி... என்ன நைட்டியோட போறே?"

"மூணாவது ஃபிளாட்தான?"

"கேக்கணும்னு இருந்தேன். ஓணத்துக்கு அடப் பிரதமன் குடுத்த னுப்பிச்சான்ல? அது 24 ஃபிளாட்டுக்காரங்களுக்கும் குடுத்தானா?"

"தெரியாது."

"அன்னிக்கு பேபிகார்ன்ல பஜ்ஜி போட்டப்போ நீயும் நாலு குடுத்தனுப்பிச்சேல்ல?"

"எப்படி வெறும் தட்டை திருப்பித் தர்றது... அதுக்காக..."

"அவன் பொண்டாட்டி பிரசவத்துக்குப் போயிருக்கா இல்ல?"

"இத பாருங்க... அவர் மட்டும் இல்ல... நான் சந்திக்கற அத்தனை ஆம்பளைங்களோடவும் எனக்கு கனெக்ஷன் இருக்கு. நான் ஒரு தே...! போதுமா?"

முகத்தில் அறைந்து கொண்டாள். வெடித்து அழுதாள்.

"ஏய்... ஏய்... அழாத... அழுதா தாங்க மாட்டேன்."

பதறி ஓடி வந்து அவளை அணைத்து உட்காரவைத்தான். கன்னம் தொட்டுப் பேசினான்.

"உன்னை அவ்ளோ லவ் பண்றேன்டி. ஒருத்தன் உன்னை ஒரு செகண்ட் எக்ஸ்ட்ராவாப் பாத்தாலே பத்திக்குதுடா செல்லம்..."

"அதுக்கு நான் என்ன செய்வேன்?... வேலைய விட்ரவா?"

"ரெண்டும் பொட்டைக் குழந்தைங்கடி. படிக்க வெச்சி... கல்யா ணம் செஞ்சிக் குடுத்து... என் ஒரு சம்பளம் எப்படிப் போதும்?"

"எதனால் என்னை நடத்தை கெட்டவன்னு நினைக்கிறீங்க?"

"பேப்பர்ல இப்போ இதே மாதிரிதான நெறைய நியூஸ் வருது... டிவில இதப் பத்திதான சும்மாப் பேசறானுங்க... நான் வேற அடிக்கடி ஆஃபீஸ் விஷயமா வெளியூர் போயிடறேன்."

"அய்யோ! எங்கயோ எவளோ ஒருத்தி தப்பானவளா இருந்தா

ஏன் அப்படி எல்லாரையும் நினைக்கிறிங்க? இந்த மீடியாவுக்கு தினைக்கும் சுவாரசியமா பிரேக்கிங் நியூஸ் வேணும். எப்பவோ ஒரு கேவலம் நடந்தா. சமூகமே இப்படித்தான்னு கூப்பாடு போடுது."

"நான் சந்தேகப்படறது தப்பா?"

"மாசம் மூணு தடவை டூர் போறிங்க... சுத்தமாதான் இருக்கிங்களா ன்னு நான் சந்தேகப்பட்டனா?"

"அடிப்பாவி! சதா உன்னையும், குழந்தைங்களையுமே நினைச்சிக் கிட்டு தூங்கறவன்டி நான்... செருப்பு பிஞ்சிடும்... ஆமா!"

"இவ்வளவு கோபம் வருதுல்ல..எனக்கு மட்டும் வராதா? சந்தேகப்பட்டு கேக்கணும்னா எவ்வளவோ கேக்கலாம். கேட்டதில்ல. கேக்கவும் மாட்டேன். நான் பரிபூரணமா உங்களை நம்பறேன்."

"என்னைக் கேள்வி கேக்கறதுக்கு என்னடி இருக்கு?"

"அன்னிக்கு சூட்கேஸ்ல செண்ட் பாட்டில் இருந்திச்சி. லேடீஸ் போடற செண்ட். நான் செண்ட் போடறதில்ல..."

"ச்சே! கேட்டுத் தொலைச்சிருந்தா சொல்லிருப்பேன்ல? கும்பகோ ணத்துல பாலு இங்க ஹாஸ்டல்ல தங்கி வேலைக்குப் போறாளே... அவன் தங்கச்சி லலிதா... அவளுக்குக் குடுத்தனுப்பிச்சது."

"இப்படி எதாச்சும் காரணம் இருக்கும்னு நினைச்சேன். அதனால கேக்கல. உங்களை மாதிரி உடனே லலிதாவுக்கு போன் பண்ணிப் பேசவும் இப்ப நினைக்கல."

"நீ என் மேல எவ்வளவு நம்பிக்கை வெச்சிருக்க... நான் ஏன் உன்னை... ச்சே! என் மனசு ஏன் இப்படிக் குப்பையாச்சி?"

"இன்னொரு நாள் பேண்ட்டைத் துவைக்க எடுத்தப்போ ரெண்டு சினிமா டிக்கெட்ஸ் இருந்திச்சி. சினிமா போயிருந்தீங்களான்னு கேட்டேன். மதனும் நானும் போனோம்னு சொன்னீங்க. அது மதன்தானான்னு சந்தேகப்பட்டேனா? இல்ல... மதனுக்குத்தான் போன் செஞ்சிக் கேட்டனா?"

இப்போது அவன் அவளை உன்னிப்பாகப் பார்த்தான். அப்படியே இரண்டு கன்னங்களிலும் முத்தமிட்டான்.

அவன் கண்களில் கண்ணீர் வழிந்தது.

"ஆனந்தி ... என்னை அறைஞ்சிடு... எப்படில்லாம் உன்னைக் காயப் படுத்திருக்கேன். உன் கால்ல விழுந்து மன்னிப்பு கேக்கணும்."

அழுதபடி விழப்போனவனைத் தடுத்து நிறுத்தினாள்.

"புரிஞ்சிக்கிட்டாப் போதும்."

"போ.. நீ போய் குழந்தைங்களைக் கூட்டிக்கிட்டு வா... பரவால்ல... நைட்டியோட போ..."

கண்ணீரைத் துடைத்துக்கொண்டு ஆனந்தி வெளியே போனாள்.

ஒலித்த போனை எடுத்தான்.

"சொல்லு... நோ.. நான் வரல... ஆமாம்... தெரிஞ்சிடுச்சி. ஆனா கேக்கல. ஒரு பர்சண்ட் சந்தேகம்கூட இல்ல... அவளுக்குப் போயி நான்... ரொம்ப தப்பு... ஸாரி. குட் பை லலிதா. இனிமே கூப்புடாத. உன் நம்பரையே டெலிட் பண்ணப் போறேன்." என்றான் அவன்.

5
சிடுமூஞ்சிகள்

“பத்துப் பைசா விலை குறைக்கிறியா நீ? ஒடைச்சிப் பாத்துதான் எடுப்பேன். நீ ஒண்ணும் ஓசில தூக்கிக் கொடுக்கலை. காசு கொடுத்து வாங்கறேன். சும்மா கண்டிஷன் போடறதுன்னா, எடத்தைக் காலி பண்ணு. கூரை மேல சோத்தை வீசினா நூறு காக்கா!” பின்னணியில் அம்மாவின் காய்கறிச் சண்டை ஒலித்துக் கொண்டு இருக்க, தலைசீவி முடித்து டையைத் தேடினேன். “ரேகா... டை எங்கடி? வந்து எடுத்துக் குடு...”

“அங்கதான் இருக்கும். ஒரு இடத்துல மாட்னாதானே?” இட்லி குக்கரின் பின்னணியுடன் ரேகாவின் குரல் பதிலுக்கு அதட்டியது. “பசங்களுக்கு ரெடி பண்ணிட்டு இருக்கேன். வேன் வந்துடும்.”

வரமாட்டாள், நம்பாதே, தேடு. “அருண், விஜி... என் டையை யாராச்சும் எடுத்தீங்களா?” ஹாலுக்கு வந்து கத்தினேன். அருண், ஸ்கூல் பேக்கில் புக்ஸ் வைப்பதிலும், விஜி ஷூவுக்கு பாலீஷ் போடுவதிலும் ஈடுபட்டபடி, சைகையால் எடுக்கவில்லை என்றார்கள். காய்கறிக் கூடையுடன் உள்ளே வந்த அம்மாவிடம், “நீ பாத்தியாம்மா?”

“எதைடா?”

“என் டையைத்தான். பத்து நிமிஷமா கத்திட்டு இருக்கேன்.”

“உன் டையை நான் எதுக்குடா எடுக்கப் போறேன்? ஏண்டா... என் கண்ணாடி ஃபிரேமைக் கொஞ்சம் டைட் பண்ணிட்டு

வான்னு சொன்னேன்ல?”

“ரேகாட்ட சொல்லேன்மா. கடைக்குப் போறப்ப பண்ணிட்டு வந்து குடுப்பா.”

“ரேகாதானே... நல்லாப் பண்ணுவா! அவளுக்கு சீரியல் பாக்கறதுக்கே நேரம் பத்தலை.”

டிஃபன் பாக்ஸ்களோடு வெளிப்பட்ட ரேகா, “என் தலையை உருட்டலைன்னா உங்களுக்கு விடியாதே! நான் பாக்கறது ரெண்டே ரெண்டுதான். உங்களை மாதிரி பதினாலு சீரியல் பாக்கலை” என்றாள். “என்னடி.... வாய் நீளுது.....? உங்கப்பன் வூட்ல இருந்து கொண்டாந்து வெச்சியா... இல்ல, நீதான் இ.பி. பில்லு கட்றியா? எல்லாம் உன் புருஷன் குடுக்கற எடம்டி. மரியாதை கெட்ட கழுதை! வந்து வாய்ச்சே பாரு அவனுக்குன்னு!”

அருண் கோபமாகத் திரும்பி, “ஏ பாட்டி... அம்மாவைக் கழுதைன்னு சொன்னாக் கெட்ட கோபம் வரும்... ஆமாம்...” என்றான்.

“கோழி வடக்க போனா குஞ்சு தெக்கயாப் போவும்? நண்டு மாதிரி இருந்துக்கிட்டு பேச்சப் பாரு... கோபம் வருமாம்ல? என்னடா பண்ணுவே குட்டிப் பிசாசே!”

“நீ தூங்கறப்ப கேண்டில் கொளுத்தி உன் கொண்டைல சொருகறேன் பாரு...”

“செய்வடா... செய்வ! எனக்கு உசுரோட கொள்ளி வைக்க றேன்றான் உன் புள்ள. கேட்டுக்கிட்டு மரமாட்டம் நிக்கிறியேடா? மனசுக்குள்ள சந்தோஷப்படறியா? செத்து ஒழிஞ்சிட்டா நிம்மதின்னு நினைக்கறியா?”

டை கட்டாமல் பெல்ட் போட்டபடி வெளியில் வந்த என்னைப் பிடித்துக் கொண்டாள் அம்மா.

“என்னம்மா இப்படில்லாம் பேசறே? ஏதோ சின்னப் பையன்! அவன் பேசறதுக்கெல்லாம்...”

“பெரியவங்க மரியாதை குடுத்தாத்தானே சிறுசுங்க குடுக்கும்? சம்பளம் வாங்கற வேலைக்காரியை ஒரு வார்த்தை சொல்றதுக்கு அதிகாரம் இருக்கா இந்த வீட்ல? நேத்து புடவையை என் மொவரைக்கட்டை மாதிரி தொவைச்சிருந்தா அவ. அதைக்

கேக்கக் கூடாதாம். சப்போர்ட்டா வர்றா உன் பொண்டாட்டி. அப்புறம் அவ எப்படி என்னை மதிப்பா ?"

ஷூ அணிந்தபடி, "என்ன ரேகா இது?" என்றேன்.

"அவளைக் கெட்ட வார்த்தையில திட்டி இருக்காங்க. அவ எங்கிட்ட கத்தறா. வயசுக்காகப் பாக்கறேன். இன்னொரு தடவை இப்படித் திட்டினா, நின்னுக்குவேன்றா. நாலாயிரம் ரூபா அட்வான்ஸ் வாங்கி இருக்கா. நின்னா, திருப்பிக் கிடைக் குமா? வேற ஒருத்திதான் அமைவாளா? ஏற்கெனவே இவங்க பேச்சுதாங்காம மூணு பேர் சொல்லிக்காமயே நின்னுட்டாளுங்க. புரிஞ்சு நடந்துக்க வேணாம்?"

"அவ நின்னுட்டா எதுவும் நடக்காமப் போயிடுமா? அஞ்சு பேத்துக்குச் செய்யறது பெரிய வேலையா? எல்லாத்துக்கும்தான் மெஷின் இருக்கே?" என்றாள் அம்மா.

"அவ நின்னுடனும். நான் வேலை செய்யணும். அதான உங்க ஆசை?"

"ஏன், செய்யேன்... தேஞ்சிடுவியா? உடம்பு வளையாம சொகுசா வளர்த்து வெச்சிக்கிட்டா அப்புறம் கண்ட வியாதியும் வரும்."

"உழைச்ச உடம்புதானே? உங்களுக்கு எதுக்கு வியாதி வருது? தினமும் மூணு மாத்திரை எதுக்குப் போடறீங்க?"

"பாருடா... உன்னை வெச்சிக்கிட்டே எப்படிப் பேசறா பாரு! டாக்டர்கிட்ட கேட்டு ஒரேயடியா போய்ச் சேர்றதுக்கு மாத்திரை வாங்கிட்டு வந்து குடுத்துடுடா. போயிடறேன். எல்லாருக்கும் நிம்மதியா இருக்கும்."

அலுவலக பேகையும், கார் சாவியையும் எடுத்துக் கொண்டு, "ஏம்மா இப்படி எல்லாம் பேசறே? கொஞ்சம் அமைதியா இரும்மா. ரேகா, ஆபீஸ் புறப்படற நேரத்துல மனுஷனை நிம்மதியாப் புறப்பட விடறீயா நீ? பதிலுக்குப் பதில் பேசிக்கிட்டு!" வேகமாக வெளியேறி, காரின் கதவைச் சாத்தியதும் யுத்தம் ஓய்ந்த மகா அமைதி.

இந்த யுத்தம் இப்போதெல்லாம் காலண்டரில் தேதி கிழிப்பது போல, வாசலில் செய்தித்தாள் வந்து விழுவது போல தினசரி நிகழ்வாகி விட்டது. ஒவ்வொரு முறையும் காரணமும் சம்பவமும் மட்டுமே மாறும். யுத்தம் மாறுவது இல்லை. டெய்லர், பால்காரன், அயன் வண்டிக்காரன், மளிகை கடைப் பையன், கொரியர் தருபவன்

என்று எல்லோரிடமும் அம்மாவுக்குச் சண்டை போடவும், சிடுசிடுக்கவும் தப்பாமல் காரணங்கள் கிடைத்துவிடும். "நேத்து நீதானே திறந்த கேட்டை மூடாமப் போனே? திறந்தா மூடணும்னு அறிவு வேணாம்? சோத்தைத்தானே திங்கறே?"

"மழைன்னா அதுக்காக சகதிக் காலோட அப்படியே வந்துடு வியா? நீயா வந்து கழுவி விடுவே? உனக்கெல்லாம் எப்படிடா உத்தியோகம் கொடுக்கிறானுங்க?"

"ஆமாம். குடிக்கத் தண்ணி கேப்பே. எடுத்துட்டு வர்றப்ப நோட்டம் பாப்பே. கைக்கு அகப்படறதை லவட்டிட்டு ஓடுவே. போடா, எல்லாம் தெரியும்."

சிலர் அமைதியாகப் போய் விடுவார்கள். சிலர் பதில் பேசு வார்கள். சிலர் என்னிடமோ, ரேகாவிடமோ புகார் சொல்வார் கள். சிலர் சொல்லிக்கொள்ளாமல் நின்றுவிடுவார்கள்.

அம்மா அருணையோ, விஜியையோ ஆசையாகக் கட்டியணைத்து கொஞ்சிப் பார்த்த நினைவு இல்லை. அருகில் அழைத்து உட்கார வைத்து கதை சொல்லும் சம்பிரதாயப் பாட்டி இல்லை அம்மா. குழந்தைகள் பாட்டிக்கு வைத்திருக்கும் ரகசியப் பெயர் சிடுமூஞ்சிப் பாட்டி.

அம்மாவின் புன்னகை எப்படி இருக்கும் என்பதுகூட எனக்கு மறந்துவிட்டது. எனக்கு நினைவு தெரிந்த நாள் முதல் அவள் இப்படித்தான் இருக்கிறாள்.

என் பள்ளிக்காலம் கொடுமையிலும் கொடுமை. ஒரே பிள்ளை, அதிலும் அப்பா இல்லாத பிள்ளை என்பதால் ஏகத் துக்கும் பொத்தி வளர்த்தாள். எதிலும் கண்டிப்பு! எல்லோருக்கும் பள்ளியில் மட்டும்தான் டீச்சர். எனக்கு வீட்டிலும்.

பள்ளி விட்டால் ஐந்தாவது நிமிடம் வீட்டில் இருந்தாக வேண்டும். ஞாயிற்றுக்கிழமையும் படிக்க வேண்டும். பத்தாவது படிக்கும் வரைகூட அடி திட்டு வாங்கியிருக்கிறேன். பள்ளியில் டூரா? அனுப்ப மாட்டாள். என்னைப் பார்க்க எந்த நண்பனும் வீட்டுக்கு வரமாட்டான். அம்மா சுள்ளென்று ஏதாவது சொல்வாள். அந்தப் பயம். அம்மா பள்ளிக்கு வந்தால் டீச்சருக்கே பயம்.

அம்மாவால் பல சமயம் எரிச்சல் வரும். சில சமயம் கோபம் வரும்.

ஆனால் பெரிதாகக் காட்டிக்கொள்ள மாட்டேன். அப்பாவாகவும் இருந்து வளர்த்ததால் எரிச்சல் தாண்டி மாறாத பாசம் எனக்கு. ஆனாலும் இப்போது எல்லாம் பொறுமை அதன் விளிம்புவரை சென்று திரும்பிக்கொண்டு இருக்கிறது.

காரின் கண்ணாடியில் வைப்பர்கள் துடைத்த தலைகீழ் அரைவட்ட எல்லைக்கு வெளியில் மழை வைத்த நீர்ப்புள்ளிகள் அசைவில் இணைந்து இறங்கிக் கொண்டு இருந்தன.

காருண்யா இல்லத்தில் நிறுத்தி இறங்கி உள்ளே நடந்தேன். நடைபாதையின் விளிம்புகளில் முக்கோணக் கல் வரிசைக்கு வெள்ளை அடித்திருந்தார்கள். புல்வெளியில் இரண்டு பூனைகள் ஓடின. அலுவலகத்தின் வாசல்வரை தொட்டிச் செடிகளில் வண்ண மலர்கள் வரிசையாக வரவேற்றன. மிதியடியும்.

முகத்தின் அமைப்பில் ஒன்றாகவே மாறிப்போன புன்னகை உதடுகளுடன் மங்களம் மேடம் கைகூப்பி நாற்காலி காட்டினார். நரை கூடி இருந்தது. கைகளில் நரம்புகள் தெரிந்தன. கும்மென்று ஊதுபத்தி வாசனை.

“நல்லா இருக்கியா சுதாகர்?”

“இருக்கேன் மேடம். வர்ற பதினேழாம் தேதி அப்பாவோட திதி வருது. மதியச் சாப்பாட்டுக்கு பிளான் பண்ண முடியுமா மேடம்?”

மங்களம் மேடம் லெட்ஜர் புரட்டிப் பார்த்து, “இன்னும் புக் ஆகலை. புக் பண்ணிடட்டுமா?” என்றார்.

பணம் தந்து, ரசீது பெற்றுப் புறப்பட்டு காருக்கு நடந்தபோது தூரத்தில் மர நிழலில் சிமெண்ட் பெஞ்சில் அமர்ந்து கண்களை மூடிக்கொண்டு இருந்தவரை எங்கோ பார்த்ததாகத் தோன்ற.... அருகில் நடக்க நடக்க... நினைவு அடுக்குகளில் தேடல் நிகழ்ந்தது. கடவுளே.... இவரா?

அவரிடம் சென்றேன். முழங்கால் தொடும் அழுக்கான ஜிப்பா, வேட்டி. தலை கிட்டத்தட்ட வழுக்கை. எஞ்சியவையும் வெள்ளை. பட்டை பிரேமில் கண்ணாடி. வலது புருவத்தின் மேல் பட்டாணி சைஸில் மரு. ஒட்டிப்போன கன்னங்கள். முள்ளு முள்ளாகத் தாடி. கௌ... கௌதமன் சாரா இது?

"சார்...!"

கண்களைத் திறந்து என்னை உன்னிப்பாகப் பார்த்து மனதில் அடையாளம் தேடினார்.

"சார்... நீங்க ஈரோட்ல... எல்.ஐ.சி. ஏஜென்ட் கௌதமன் சார் தானே?"

"ஆமாம். உன்னைத் தெரியலையேப்பா..." குரல் வலுவிழந்து இருந்தது.

"எனக்கும் சொந்த ஊரு ஈரோடுதான் சார். உங்க தெருவுலதான் இருந்தோம். அப்ப நான் சின்னப் பையன் தெருவுல எல்லாப் பசங்களோடவும் ஃப்ரெண்டா இருப்பீங்க. புல்லட் பைக் வெச்சிருந்தீங்க. எங்களோட கிரிக்கெட், வாலிபால் விளையாடுவீங்க. காத்தாடி செஞ்சிக் கொடுப்பீங்க. சுதந்திர தினத்துக்குத் தெருவுல எல்லாரையும் கூட்டிவெச்சுக் கொடி ஏத்தி மிட்டாய் கொடுத்துப் பேசுவீங்க சார்."

அவர் கண்களில் சற்றே ஒளி கூடியது.

"உட்காருப்பா...." அருகில் இடம் காட்டி, சிந்தியிருந்த வேப்ப மரத்தின் இலைகளைக் கைகளால் தட்டிவிட்டார். அமர்ந்தேன்.

"நீங்க வெச்சிருந்த மாதிரி ஒரு புல்லட் வாங்கணும்னு ரொம்ப நாள் ஆசைப்பட்டு அதே மாதிரி வாங்கி, ரெண்டு வருஷம் வெச்சிருந்தேன். எனக்கு வேலை கிடைச்சதும் உங்களை மாதிரியே ஃபுல் ஹேண்ட் ஷர்ட் போட்டு டக்-இன் செஞ்சேன். தெருவுல பல பசங்களுக்கு நீங்க ரோல் மாடல் சார்..."

"சொந்தப் பசங்க வாழைப்பழத் தோலைக் குப்பைத் தொட்டில வீசற மாதிரி தூக்கி வீசிட்டானுங்க! யாருக்கு ரோல் மாடலா இருந்து என்ன போ?"

தலையைத் தடவிக்கொண்டு இலைகளினூடே தெரிந்த வானம் பார்த்தார்.

"எத்தனை பசங்க சார்?"

"ரெண்டும் தறுதலைங்க. சின்னதுல இருந்தே அப்படித்தான். அடிச்சி, உதைச்சி ஓய்ஞ்சிட்டேன். பொண்டாட்டின்னு வந்தா பாரு ஒரு ஜென்மம்! அதெல்லாம் அமையணும் ராசா! அந்த

ஒரு உறவு சரியா அமைஞ்சிட்டா எல்லாமே சொர்க்கம்! ஆரம்பத்துல நல்லாத்தான் இருந்தா. அப்புறம் நொச்சாயிட்டா. இருக்கிறதைப் பார்த்துச் சந்தோஷப்படுடின்னா... இல்லாததை லிஸ்ட் போட்டு சதா என்னைக் குத்திக்கிட்டே இருப்பா. சொந்த வீடும் காரும் எல்லோரும் வெச்சிருக்காங்களா என்ன? சினிமா பார்த்து, விளம்பரம் பார்த்து... உலகமே வீட்டுக்குள்ள வேணும்னா எப்படி? வாயால பேசிப் பார்த்தேன். அடங்கலை. கையால பேச ஆரம்பிச்சேன். கொஞ்சம் அடங்கின மாதிரி தெரிஞ்சது. அது நாடகம்னு புரியலை. ஓடுகாலி! ஓடிட்டா! அவ அப்பன் லாயர் கிட்ட போய்ட்டான். கோர்ட் படி ஏறினவ, இனி வீட்டுப்படி ஏற மாட்டான்னு புரிஞ்சது. மல்லுக்கட்டி பிரயோஜனம் என்ன? சரி, வெட்டிக்கோன்னு விலகிட்டேன். எட்டு வருஷத்தோட புட்டுக்கிச்சி எங்க தாம்பத்யம்."

அவரைப் பற்றி எப்போதாவது நினைவு வரும்போது, ஏதோ ஒரு பெரிய ஊரில் அதிகாரியாக இருப்பார். அவர் அடிக்கடி சொல்வது போல அட்லீஸ்ட் ஒரு கிராமத்தையாவது தத்தெடுத்து சமூகப் பணி செய்து கொண்டு இருப்பார் என்றெல்லாம் நினைத்துப் பார்த்திருக்கிறேன். கண் முன்னால் அமர்ந்திருந்த நிஜத்தை என்னால் நம்ப முடியவில்லை. நம்பப் பிடிக்கவும் இல்லை.

"சமூகக் கடமைன்னு எவ்வளவு பேசுவீங்க சார். உங்களை இங்க இப்படிப் பாக்கறதுக்கு ரொம்பக் கஷ்டமா இருக்கு சார்."

ஓசை வராமல் சிரித்தார் அவர். கைகளைக் கோத்து மடக்கி, சடசடவென்று விரல்களில் நெட்டி முறித்தார்.

"தம்பி, குடும்பக் கடமை ஒழுங்கா நடந்தாதான் சமூகம் பார்க்க முடியும். ரெண்டு பசங்களையும் ஆளாக்கறதுக்கு நான் பட்ட பாடு! உலகத்துலேயே சொரணை கெட்ட ஜென்மம்னா, சொத்தில்லாத குடும்பஸ்தன்தான்யா. எருமைத் தோலு வேணும். இல்ல, வடக்கப் போயி சாமியாராயிடணும். தெருவுல அந்தர் பல்டி அடிக்காததுதான் பாக்கி. என்ன உழைச்சு என்ன..... நன்றி இல்லாத ஜென்மங்க! தூக்கிவிடறவரைக்கும்தான் ஆதாரம்வேணும். சொந்தக்காலு வந்ததும் தள்ளிவிட்டுடுவானுங்க. சம்பாரிக்க ஆரம்பிச்சதும் அப்பன் சுமையாய்டுவான். பொண்டாட்டி வந்ததும் துடப்பக்கட்டைக்கு உண்டான மரியாதைதான். பாசமும் இல்ல, ஒரு எழவும் இல்ல. ரெண்டு பசங்க வீட்லயும் மாறி

மாறி பந்தாடுனானுங்க. மனசுக்குப் புடிக்காம, நானாதான் இங்க வந்தேன். எவனுக்கும் வருத்தம் இல்லை. செத்தா தகவல் சொல்ல வேணாம்னு கண்டிஷனாச் சொல்லிட்டேன். தறுதலைங்கப்பா... தறுதலைங்க!"

"எல்லோரையும் அப்படிப் பொதுவாச் சொல்லாதீங்க சார்."

"இல்லத்துக்கு வந்து ரெண்டு வருஷம் ஆச்சுப்பா. அமைதியா யோசிச்சப்ப ஓர் உண்மை புரிஞ்சது. விதைச்சாத்தானே விளையும்? என் பொண்டாட்டி கிட்டயும் சரி... புள்ளைங்க கிட்டயும் சரி... நான் அன்பாப் பேசினதே இல்லை. சிங்கம் மாதிரி உறுமிக்கிட்டே இருப்பேன். வீடுன்னா, அது பாசமான இடம். ஆனா பாரு, பயமான இடமா அதை மாத்தி வெச்சிருந்தேன். அதிகார ஆட்டம். சாட்டையால அடிச்ச மாதிரி சொல்லு வந்து விழும்! கோபம்னா... தட்டு, டம்ளர், கைல எது இருக்கோ, பறக்கும். ஒரு தடவை சின்னவன் மண்டையைப் பிடிச்சி தூண்ல மோதி, ரத்தம் கொட்டி -ஏழுதையலு! பொண்டாட்டிகிட்டயும் வள்ளுன்னுதான் விழுவேன். புதுசாப் புடவை கேட்டா, இப்ப என்ன அம்மணமாவா நிக்க வெச்சிருக்கேன்?'னு சுள்ளுனு கேப்பேன். நானாகக் கூட்டிட்டுப் போனாதான் சினிமா. அவளா கோயிலுக்குப் போனாக்கூட குடைச்சலாக் கேள்வி. 'ஏண்டி, பஜாரி மாதிரி இவ்வளவு பூவெச்சிட்டுப் போனே? எல்லாரும் சைட் அடிக்கணுமா உனனை?'னு வெடுக்குனு கேப்பேன். அப்ப அடிச்ச பந்தெல்லாம் அப்புறம் திரும்பி வந்துச்சு. நியூட்டனின் மூன்றாம் விதி!"

"இப்படித் தெளிவாப் பேசறிங்களே சார்... பக்குவமா, பிரியமா நடந்திருக்கலாமே?"

"தெளிவு இப்பல்ல வந்திருக்கு. அப்ப இல்லையே! அப்ப ஏன் இல்லை? யோசிச்சி யோசிச்சி அதையும் கண்டுபிடிச்சிட்டேன்."

"ஏன் சார்?"

"பிடிக்காமப் பண்ணிக்கிட்ட கல்யாணம். அதான் எல்லாத்துக்கும் ஆதாரமான காரணம். கல்யாணமே வேணாம்னு இருந்தவனை எமோஷனல் பிளாக்மெயில் செஞ்சி நாறடிச்சிட்டுப் போயிட்டாரு எங்கப்பா. அங்க ஆரம்பிச்சது..."

"ஏன் கல்யாணம் வேணாம்னு இருந்தீங்க?"

"எல்லாம் இந்த எழவெடுத்த காதல்தான். அனுபவத்துல சொல்றேன் தம்பி. அந்தக் கருமம் மட்டும் மனசுல வந்து தொலைக்கக்கூடாது. என்னை வாட்டி வதக்கி வாழ்க்கையையே குப்பையாக்கிடுச்சி பாரு! அவளைக் கோயில் திருவிழால பாத்து.... புடிச்சிப் போச்சி. எலுமிச்சம் பழம் கொடுத்துப் பிடிச்சிருக்குன்னு சொன்னவன் நான் ஒருத்தனாத்தான் இருப்பேன். என்னமோ, தேள் கொட்டின மாதிரி உதறிட்டுப் போயிட்டா. அப்புறம் பாத்தா... டைப்ரைட்டிங் இன்ஸ்டிட்யூட்ல நான் சூபர்வைசர். அவ ஸ்டூடன்ட். ஒரு வார்த்தை பதில் பேச, ஒம்போது மாசம் ஆச்சி. அப்புறம் கோயில், குளம்னு பாத்துக்கிட்டோம். அவங்கப்பன் வந்து நின்னான் நம்பியாராட்டம்! சாதி... சாதின்னு கத்துனான். எப்படிப் புரிய வைக்கிறதுன்னுதான் தெரியலை."

"அப்புறம்?"

"ஒரு வேலையா பத்து நாள் வெளியூர் போய்த் திரும்பினேன். பாத்தா... அவளுக்குக் கல்யாணம் முடிஞ்சி நாலு நாளாச்சின்றாங்க. அப்பனை எதிர்க்கத் தைரியம் இல்லாத பூச்சிப்பா அவ! அடுத்தவன் கட்ன தாலி கழுத்துல இருந்தாலும் பரவால்ல, இழுத்துக்கிட்டு ஓடிடலாம்னு வெறியோடு போய் அவ முன்னால நின்னேன். கையெடுத்துக் கும்பிடறா, கால்ல விழுந்து அழுவுறா. 'ச்சீ போடி'ன்னு போய்ட்டேன். அப்புறம் பார்த்தா... கொஞ்ச வருஷத்துல கைல குழந்தையோட புருஷனை லாரிக்குக் காவு கொடுத்துட்டு வந்து நிக்குறா. இப்பவாவது வாடி என்னோடன்னு போய் மறுபடி நின்னேன். நம்பியாரு சாஸ்திரம் பேசறாரு. இவ அழுவறா... அழுவறா, அதுக்கு மேல் பேச மாட்டேங்கிறா. 'ம்'னு ஒரு வார்த்தை அப்ப சொல்லித் தொலைச்சிருந்தா மனசுக்குப் பிடிச்சவளோட மகாராஜாவா வாழ்ந்திருப்பேன். சண்டாளி... தைரியமா முடிவு எடுக்கத் தெரியாத சண்டாளி!"

இதுவரை கம்பீரமான குரலில் பேசிக்கொண்டு இருந்த கௌதமன் சார், திடீரென்று உடைந்து விம்மி கண்கள் கசிய அழத் தொடங்கினார். "சார்... சார்... ப்ளீஸ், அழாதீங்க. கொஞ்சம் அமைதியா இருங்க" அவரைச் சமாதானப்படுத்த முயன்று தோற்றுக் கொண்டு இருந்தேன்.

சட்டையைக் கழற்றி ஹேங்கரில் மாட்டியபோது, காபியோடு வந்தாள்

ரேகா. "டி.வி. கோடு கோடாத் தெரியுதுன்னு கேபிள்காரனுக்குச் சொன்னேன். வந்தவன்கிட்ட வம்பு பிடிச்சிக்கிட்டாங்க உங்கம்மா. வார்த்தை தடிச்சி, அவன் கேபிளைப் புடுங்கிப் போட்டுட்டுப் போய்ட்டான். வேற சர்வீஸ் பார்த்துக்கங்கன்னுட்டான். இவங்க பண்ற அட்டூழியம் தாங்க முடியாம போயிட்டு இருக்குங்க. நீங்களும் கண்டுக்க மாட்டேன்றீங்க."

கோபமாக ரேகா பக்கம் திரும்பினேன். கத்தினேன்."ஆமாண்டி. கண்டுக்காமதான் இருக்கேன். இனிமேலும் கண்டுக்க மாட்டேன். ஒரு சின்ன விஷயத்துல தோத்துட்டா ஒரு வாரத்துக்குக் கடுப் பாகுதா இல்லையா? அவங்க வாழ்க்கையையே தோத்தவங்க. அப்படித்தான் இருக்கும் அவங்க மனசு! எதுவும் பிடிக்காது. யாரையும் பிடிக்காது! எல்லாமே வெறுப்பாத்தான் தெரியும். எல்லா சுகத்தைம் இழந்து அப்படி ஒரு வாழ்க்கை வாழ்ந்து பாத் தாத்தான் அவங்க மனநிலையைப் புரிஞ்சுக்க முடியும். இப்ப சொல்றேன்... இனிமே அவங்களை எதிர்த்து ஒரு வார்த்தை பேசாத... விட்டுடு. அவங்க இஷ்டத்துக்கு விட்டுடு. ஒரு சிடுமூஞ்சிக் குழந்தையா நினைச்சிப் பாரு... அடம் பிடிக்கிற குழந்தையா நினைச்சிப் பாரு?"

அரண்டுபோன ரேகா என்னை உற்றுப் பார்த்து, "என்னாச்சி? ஏன் என் மேல பாயறீங்க? நான் என்ன தப்பு செஞ்சேன்?" என்றாள். "இது யார் செஞ்ச தப்புன்னு இத்தனை வருஷமா தெரியாமத்தான் இருந்துச்சு. இன்னிக்குத்தான் தெரிஞ்சுது. நீ இல்ல.... அம்மாவும் இல்ல. இது எங்கம்மாவைப் பெத்தாரே... என் தாத்தா! அந்தாளு செஞ்ச தப்பு. சாஸ்திரத்தையும் சாதியையும் கட்டிக்கிட்டு அழுது காதலை நரகல் மாதிரி பார்த்தாரே அந்த ஆளு. எல்லாம் அவரு செஞ்சது!" என்று ஆவேசமாகக் கத்தின என்னைப் புரியாமல் பார்த்தாள்.

வாசலில் வழி கேட்டவனிடம், "ஒரு தடவை சொன்னாப் புரியா தாய்யா உனக்கு?" என்று சொல்லிக் கொண்டு இருந்த அம்மாவைப் பார்த்தபோது அழுகைதான் வந்தது. அப்பாவின் திதி அன்று காருண்யா இல்லத்துக்குப் போகும்போது கௌதமன் சாருக்கு ஒரு புது ஜிப்பா வாங்கிச் செல்ல வேண்டும் என்று தோன்றியது.

6
இவ்விடம் எந்திரங்கள் உற்பத்தி செய்யப்படும்!

ஜன்னலுக்கு வெளியே விலகி ஓடும் வசீகரமான காட்சிகளை ரசிக்க முடியாமல் அவன் கண்களில் நீர் திரையிட்டது.

பேருந்தில் பலரும் டி.வி.யில் ஓடிய திரைப்பட நகைச்சுவைக்கு சிரித்தபோதெல்லாம் எரிச்சலாக இருந்தது.

போன் ஒலித்தது. அம்மா! காதில் ஒரு விரலை வைத்து புறச் சத்தத்தை நிறுத்திப் பேசினான்.

"புறப்பட்டியாப்பா?" என்று அம்மா கேட்டதாக யூகிக்கத்தான் முடிந்தது.

"வந்துட்டிருக்கேன்ம்மா" என்று மூன்று முறை கத்தலாகச் சொல்லித் தான் புரியவைக்க முடிந்தது.

"குமரேசன் ரத்தம் ஏற்பாடு செய்யப்போயிருக்கான். ஆபரேசன்னு சொல்றாங்க. டாக்டருங்க சொல்ற எதுவும் எனக்கு வெளங்க மாட்டேங்குது தம்பி! நீ எப்ப வருவே?" என்று அம்மா கத்தலாகச் சொன்னதும் அவனுக்கு அழுகை முட்டியது.

"இன்னும் ஒரு மணி நேரத்துல வந்துடுவேன்."

போனை அணைத்தான் சிவா.

57

பட்டுக்கோட்டை பிரபாகர் தேர்ந்தெடுத்த சிறுகதைகள்

கண்மணி! வீட்டில் அவன் மீது பாசம் பொழியும் இன்னொரு தாய்! அவளுக்கும் அவனுக்கும் பனிரெண்டு வயது வித்தியாசம்.

பள்ளியில் சிவா வகுப்புத் தோழர்களுக்கு இனிப்பு கொடுத்து தங்கை பாப்பா பிறந்திருப்பதாகச் சொன்னபோது எல்லோரும் சிரித்தார்கள் வாத்தியார் உள்பட.

"என்னப்பா இத்தனை வயசு வித்தியாசம்?"

"நடுவுல ரெண்டு தங்கச்சி பாப்பா பொறந்து செத்துப்போச்சி!" என்றதும், கிண்டல் செய்தவர்களின் சிரிப்பொலி நின்றது.

தினம் பள்ளிக்கூடம் வரும் வழியில் இருந்த மரத்தடி பிள்ளையாருக்கு முன் செருப்பு கழற்றிப்போட்டு, "இந்த தங்கச்சிப் பாப்பா சாகாம இருக்கணும். காப்பாத்து கணபதி" என்று வேண்டிக்கொள்வான்.

நான்தான் பெயர் சூட்டுவேன் என்று பிடிவாதம் பிடித்து 'கண்மணி' என்று பெயர் சூட்டினான். நான்காம் வகுப்பு மட்டும் எடுத்து பிறகு வேறு ஊருக்குப் போய்விட்ட கண்மணி டீச்சரை அவனுக்கு மிகவும் பிடிக்கும் என்பதே பெயர்க் காரணம்.

ஆஸ்பத்திரியில் இருந்த கண்மணியைப் பார்க்கப் போனபோது, தனது உண்டியல் டப்பாவிலிருந்து முப்பது ரூபாய் சில்லறையாகத் திரட்டி எடுத்து பிளாட்பாரக் கடையில் ஒரு குட்டி கவுன் வாங்கிச் சென்றவன் சிவா.

ஆஸ்பத்திரி வெள்ளைத் துணிக்குப் பிறகு கண்மணி அணிந்த முதல் உடை சிவா வாங்கிச்சென்ற அந்த கவுன்தான். இன்னும் பீரோவில் அதை பத்திரமாக வைத்திருக்கிறாள் கண்மணி.

அப்பா குடி நோயாளியாகி ஊரெல்லாம் கடன் வைத்துவிட்டு செத்துப் போனபோது சிவா கல்லூரியின் முதலாண்டில்தான் காலெடுத்து வைத்திருந்தான்.

அம்மா துணிக் கடைக்கு வேலைக்குப் போனதை விரும்பாமல் படிப்பை நிறுத்திவிட்டு பனியன் கம்பெனியில் தினக்கூலி வேலைக்குச் சென்றவன் சிவா.

கம்பெனிக்குச் சென்று திரும்பி கண்மணிக்கு பாடம் சொல்லிக் கொடுத்து வீட்டுப் பாடம் எழுத வைப்பான்.

"நீ என்ன ஆசைப்படறியோ படி! நான் படிக்க வைக்கிறேன்."

இவ்விடம் எந்திரங்கள் உற்பத்தி செய்யப்படும்!

என்றான்.

பேக்கிங் செக்ஷனிலிருந்து ஒவ்வொன்றாகக் கற்று சூபர்வைசராகி, உதவி மேனேஜராகி அந்த கம்பெனி முதலாளியின் அன்புக்கும் நம்பிக்கைக்கும் பாத்திரமாகி இன்று பாண்டிச்சேரியில் அந்த பனியன் நிறுவனத்தின் ஷோ ரூமின் மேனேஜர். மாதம் முப்பதாயிரம் சம்பளம்.

ப்ளஸ் டூ படிக்கும் அந்தக் கண்மணி தற்போது மருத்துவமனையில் உயிருக்குப் போராடிக்கொண்டிருக்கிறாள்.

சிவா போனில் தன் நண்பன் குமரேசனை அழைத்தான். "குமாரு.. அம்மாவுக்கு சரியா சொல்லத் தெரியல. நீ சொல்லுடா. கண்மணி எப்படிடா இருக்கா?"

"பொழைச்சிடுவா மச்சான். தைரியமா இரு. மூணு யூனிட் ரத்தம் ஏத்திருக்காங்க... பதிலுக்கு மூணு பேர் ரத்தம் குடுக்கணும்னாங்க. ஏற்பாடு செஞ்சிக் குடுத்துட்டோம்."

"அம்மா ஆபரேஷன் பத்தி சொன்னாங்க."

"நீ நேர்ல வா. பேசிக்கலாம். மீடியா தொல்லைதான் தாங்க முடியல சிவா. ஆஸ்பத்திரி வாசல்ல பத்துப் பேரு டேரா போட்டு நிக்கிறானுங்க. ஒரு பக்கம் போலீஸ் வேற! நல்ல வேளையா கண்மணி லெட்டர் எழுதி வெச்சது."

"இப்ப அந்த லெட்டர் எங்க இருக்கு?"

"இன்ஸ்பெக்டர்ட்ட இருக்கு. உன்னைக் கேக்காம குடுக்கக்கூடாதுன்னு சொல்லி வெச்சிருக்கேன்."

"அவ பொழைச்சிடணும்டா! அதான் இப்ப முக்கியம்."

கண்களை மூடிக்கொண்டான். அவனுக்குப் பிடித்த தெய்வங்களை நினைத்து உருக்கமாக வேண்டிக்கொண்டான்.

மருத்துவமனை வாசலில் ஆட்டோவிலிருந்து அவன் இறங்கியதும் காத்திருந்த குமரேசன் அவன் கையைப்பிடித்து அழைத்துச்சென்றான்.

தொலைக்காட்சி நிறுவனங்களின் சில வேன்கள் நிற்பதைப் பார்த்தான். இரண்டு போலீஸ் வாகனங்களும் நின்றன.

அவசர சிகிச்சைப் பிரிவு அறைக்கு வெளியே பிளாஸ்டிக் நாற்காலியில் கன்னங்களில் உலர்ந்துபோன கண்ணீருடன், சரிந்து வெறித்த பார்வை பார்த்தபடி அமர்ந்திருந்த அம்மாவிடம் வந்தான் சிவா.

"பார்றா சிவா... இப்படிப் பண்ணித் தொலைச்சிட்டாளேடா இவ! இப்படி வரணும், அப்படி வரணும்னு எவ்வளவு புத்திமதி சொல்வே!"

அம்மாவை அணைத்து ஆறுதல் சொல்லி விடுவித்து குமரேசனுடன் டாக்டர் அறைக்குச் சென்றான். மற்றொரு நோயாளி பேசி முடித்து வெளியேறியதும் இவர்கள் உள்ளே சென்றார்கள்.

"உக்காருப்பா. நீதான் அந்தப் பொண்ணோட அண்ணனா? பொறுமையாக் கேட்டுக்கோ. பின்தலையில் அடிபட்டிருக்கு. மண்டைக்குள்ள ரத்தம் அங்கங்க உறைஞ்சிருக்கு. இப்போதைக்கு அவசர சிகிச்சைதான் செஞ்சிருக்கோம். மண்டை ஓட்டை கட் பண்ணி ஒரு மேஜர் ஆபரேஷன் செய்யணும். அதை லேட் பண்ணாம செய்யணும். அஞ்சிலேர்ந்து ஆறு லட்சம் வரும்."

"பரவால்ல டாக்டர். நான் ஏற்பாடு பண்ணிடுவேன். செஞ்சிடுங்க."

"ஆனா... இது கொஞ்சம் ரிஸ்க்கான ஆபரேஷன்தான். நூறு சதவீதம் உத்திரவாதம் குடுக்க முடியாது."

"நான் அவளைப் பார்க்கலாமா டாக்டர்?"

"ஒரு நிமிஷம் மட்டும் போய்ட்டு வந்துடுங்க" என்ற டாக்டர் ஒலித்த போனில், "விசா வந்துடுச்சா? வெரிகுட்" என்றார்.

சிவா அவசர சிகிச்சை அறைக்குள் வேறு செருப்பு அணிந்து, முகத்தில் மருத்துவத் திரை கட்டிச் சென்றான். ஏகப்பட்ட குழாய்கள் பொருத்தப் பட்ட நிலையில் எந்திரங்களுக்கு நடுவில் கண் மூடி சுவாசித்த கண்மணியைப் பார்த்தபடி நின்றான்.

நாலு நாட்கள் முன்பு அவள் போனில் பேசியது மனதில் ஒலித்தது.

"ஒவ்வொரு பரிட்சையும் சூப்பரா எழுதிட்டிருக்கேண்ணா!"

"நீ சாதிப்படா தங்கம்!"

இவ்விடம் எந்திரங்கள் உற்பத்தி செய்யப்படும்!

"எக்கனாமிக்சை நினைச்சாத்தான் பயமா இருக்கு."

"அதென்ன பூதமா, பேயா?"

"இல்லண்ணா .. அதுல மட்டும் நான் கொஞ்சம் வீக்கு."

"நல்லா படிச்சிருக்கே. ரிவிஷன்லாம் நல்லா எழுதிருக்கே... பின்னே என்ன? தேவையில்லாம பயப்படாத! சரி... லீவுல எங்க போகணும்?"

"வேணாம்.. உனக்குத்தான் செலவு."

"உதைப்பேன் படவா! அதெல்லாம் நான் பாத்துக்குவேன். சொல்லு."

"அமெரிக்கா போகணும்னா கூட்டிட்டுப் போவியா?"

"இது என் சக்திக்கு மீறினது. ஆனா நீ படிச்சி சாதிப்பே. நீ வேலை பாக்கற இடத்துலயே அமெரிக்காவுக்கு அனுப்புவாங்க பாரு! நம்ம சக்திக்கு இந்தியாவுக்குள்ள சொல்லு."

"அப்படின்னா ஆக்ரா! தாஜ்மஹால் பாக்கணும்னு ஆசைண்ணா!"

"கண்டிப்பா கூட்டிட்டுப் போறேன்." சிவாவின் விழிகளிலிருந்து வழிந்து சொட்டிய கண்ணீர் அவன் சட்டையை நனைத்தது.

வெளியே வந்தான். அவனுக்காகக் காத்திருந்த இன்ஸ்பெக்டர் அவன் தோளில் கைபோட்டு வராந்தாவின் ஓரத்திற்கு அழைத்துச் சென்றார்.

"உங்க தங்கை எழுதி வெச்ச லெட்டரைப் பாத்துடறிங்களா? இது ஜெராக்ஸ்" என்று நீட்டிய காகிதத்தைத் தொண்டைக் குழி ஏறி இறங்க படித்தான்.

'நேற்று நடந்த எக்கனாமிக்ஸ் பரிட்சையில் கேள்விகள் கடினமாக இருந்தன. என்னால் சரியாக எழுத முடியவில்லை. நிச்சயம் மிகக் குறைவான மதிப்பெண்களே எடுப்பேன் என்று தெரிகிறது. அதனால் மொத்த மதிப்பெண்கள் குறைந்து நல்ல கல்லூரியில் சேரும் வாய்ப்பு போய்விட்டது. என் எதிர்காலக் கனவுகள் எல்லாம் இந்த ஒரு பரிட்சையில் கலைந்துவிட்டன. என்னால் இந்த ஏமாற்றத்தைத் தாங்க முடியவில்லை. இந்த உலகத்தை விட்டே போகிறேன். அம்மா, அண்ணா... என்னை மன்னித்து விடுங்கள்- கண்மணி'

முகத்தில் அறைந்துகொண்டு அழுதான் சிவா.

“இப்படிப் பண்ணிட்டாளே சார்! எவ்வளவோ சொன்னனே சார்!”

“விஷம், கிஷம் குடிச்சிருந்தாலும் உடனே காப்பாத்திருக்கலாம். கிணத்துல குதிச்சிருக்கா. சுவுத்துல மண்டை மோதினதால கிரிட்டிகல் சிச்சுவேஷன். இந்த லெட்டர் காப்பி மீடியாவுக்குக் குடுத்துடலாம் சிவா” என்றார் இன்ஸ்பெக்டர்.

“என் தங்கச்சி தைரியமில்லாத கோழைன்னு உலகத்துக்கேத் தெரியணுமா சார்?”

“அது தப்பில்ல. அங்க பாருங்க!” பல மைக்குகளுக்கு முன்பாக துண்டு போட்ட ஒரு அரசியல்வாதி பேசிக்கொண்டிருந்தார், “தற்கொலை முயற்சிக்கான காரணத்தை வெளியிட காவல்துறை தயங்குவது ஏன்? பின்னணியில் வேறு காரணம் இருக்கிறதா? அது என்ன? ஒருவேளை இது ஜாதி கடந்த காதலாகவும் இருக்கலாம். ஆணவக் கொலை முயற்சியாகவும் இருக்கலாம்...”

நெஞ்சைப் பிடித்துக்கொண்ட சிவா, “என்ன சார் இதெல்லாம்.. அவ அப்படில்லாம் எதுலயும் சிக்கலை. கரெக்ட்டு சார்... இந்த லெட்டரை எல்லாருக்கும் குடுத்துடுங்க சார்” என்றான்.

அவனைத் தேடி ஓட்டமாக வந்தாள் அம்மா. கதறினாள். ”அவ நம்மளைல்லாம் ஏமாத்திட்டுப் போய்ட்டா சிவா!” கத்தினாள்.

பின்னாலேயே வந்த டாக்டர், “கத்தாதிங்கம்மா... சிவா... அவங்களுக்கு சரியாப் புரியல. இப்ப கொஞ்சம் முன்னாடி உங்க தங்கை கோமா ஸ்டேஜ்க்குப் போயாச்சு! இது மூளைச் சாவு! கிட்டத்தட்ட மரணம்! ஆனா முழுமையான மரணம் இல்ல! இப்ப நீங்க சம்மதிச்சா... அவ உடல் உறுப்புகளை தானம் செய்றது மூலமா பலபேரை வாழ வைக்க முடியும்! யோசிச்சுச் சொல்லுங்க!” இடிந்துபோய் சிவாவும், அம்மாவும் அப்படியே அமர்ந்தார்கள்.

★★★

அத்தனை மீடியா மைக்குகளும் ஒன்றையொன்று இடித்துக்கொண்டு நீட்டப்பட, கண்ணீரைத் துடைத்துக்கொண்டு விம்மலுக்கு நடுவில் குரலடைக்கப் பேசினான் சிவா.

“என் தங்கச்சிக்கு ஏன் தைரியமில்லாமப் போச்சு? மதிப்பெண், மதிப்பெண்ணு அதை மட்டுமே நோக்கித் துரத்தற நம்ம கல்வி அமைப்புதான் காரணம்! ப்ளஸ் 1, பிளஸ் 2 இந்த ரெண்டு வருஷத்தை கடக்கறதுக்குள்ளே மாணவர்கள் படற பாடு அதிகம்! சம்மர் வெக்கேஷன் கிடையாது! விளையாட்டு கிடையாது! டி.வி.கிடையாது! எந்தப் பொழுதுபோக்கும் கிடையாது! மறுபடி மறுபடி ரிவிஷன் டெஸ்ட்! படி! படி! படின்னு எல்லாப் பக்கமும் அந்த ஒரே ஒரு குரல் எவ்வளவு மன அழுத்தத்தைக் குடுக்குது தெரியுமா? முந்தில்லாம் பரிட்சை ரிசல்ட் வந்ததுக்கு அப்பறம் ஃபெயிலாகிருந்தாதான் தற்கொலை எண்ணம் வந்துச்சி! இப்பல்லாம் பரிட்சை சரியா எழுதலைன்னா அந்த பயமே தற்கொலை எண்ணத்தைத் தருது!”

“உங்க தங்கையோட உடல் உறுப்புகளை தானம் செய்யச் சம்மதிச்சி ருக்கீங்களா?” என்றார் ஒரு நிருபர்.

“ஆமாங்க. கண், இதயம், நுரையீரல், சிறுநீரகம், தோல் இப்படி ஒவ்வொரு உறுப்பும் பலருக்கு உதவட்டும்! ஆனா இப்படிப் பெறப்பட்ட உறுப்புகள் முறைப்படி நியாயமான தேவை உள்ளவங்களுக்கு மட்டும் பொருத்தப்படணும்னு விரும்பறேன்.”

விலகி ரிசப்ஷன் ஹாலில் அமர்ந்து மருத்துவமனை உடலை ஒப்படைக்கக் காத்திருந்த சிவாவை தொலைக்காட்சியில் வந்த ‘பிரேக்கிங் நியூஸ்’ ஈர்த்தது.

‘நடந்து முடிந்த பிளஸ் டூ தேர்வின் எக்கனாமிக்ஸ் பாடத்தின் வினாத்தாள் முன்கூட்டியே வெளியானதால் அந்தப் பரிட்சையை மாணவர்கள் மீண்டும் எழுத வேண்டும் என்று மத்திய கல்வி நிறுவனம் தெரிவித்திருக்கிறது’ என்றார் செய்தி வாசிப்பாளர்.

7
ஆராதனாவும் அலங்கார விளக்கும்!

மொட்டை மாடியில் கண்களை மூடிப் பிராணாயாமம் செய்து கொண்டிருந்த தாத்தாவை, கதவு தாண்டி எட்டிப் பார்த்தாள் ஆராதனா. படிக்கட்டுகளுக்குக் கீழே நின்றபடி, "போ! போய்ப் பேசுடி!" என்றாள் அம்மா விந்தியா ரகசியக் குரலில். தாத்தா மூச்சுப் பயிற்சி செய்வதை அபிநயம் செய்து காட்டினாள் ஆராதனா. குளிப்பதற்காகத் தோளில் துண்டுடன் நடந்த அப்பா கேசவன் இருவரையும் பார்த்து, "என்னடி பண்றிங்க ரெண்டு பேரும்?" என்றார்.

"உங்கப்பாகிட்ட பர்மிஷன் வாங்கச் சொன்னேன்..."

"அப்பா ஒப்புக்க மாட்டார் விந்தியா. அப்பறமா சொல்லிக்கலாம்..."

"வீட்டுல எனக்கென்ன மரியாதை இருக்குன்னு சொல்லிக் காட்டுவாருங்க..."

"சரி... வா, நானே சொல்றேன்..." கண்ணைத் திறந்த விஸ்வநாதன் அவர்களைப் பார்த்து, "என்ன?" என்றார்.

"அப்பா, ஆராதனாவுக்கு மாப்பிள்ளை பார்த்திருக்கோம் இல்லையா...?"

"ஆமாம்! அதுக்கென்ன?"

"ஜாதகப் பொருத்தம் பார்த்தோம். நாலு பேரை விசாரிச்சோம். இமெயில்ல போட்டோஸ் எக்ஸ்சேஞ்ச் பண்ணிக்கிட்டோம். நாம மாப்பிள்ளை வீட்டுக்குப் போய்ட்டு வந்தோம். அவங்க

நம்ம வீட்டுக்கு வந்துட்டுப் போனாங்க. ரெண்டு பக்கமும் திருப்தியா இருக்கறதால லக்னப் பத்திரிகை எழுதிக்கிறதுக்கு வர்ற வெள்ளிக்கிழமை நல்ல நாள்னு முடிவு பண்ணி அடுத்தக் கட்டத்துக்குப் போய்ட்டோம். ஆனா..."

"ஆனா என்ன?"

"மாப்பிள்ளை போன் பண்ணாருப்பா. எல்லாருக்கும் முன்னாடி உங்க பொண்ணுகூட எதுவும் பேச முடியலை. நீங்க அனுமதிச்சா ரெண்டு பேரும் ஒரு காபி ஷாப்புல ஜஸ்ட் அரை மணி நேரம் சந்திச்சிப் பேசலாமான்னுகேட்டார்."

முகம் மாறிய விஸ்வநாதன், "என்ன இது புதுப் பழக்கம்? அன்னிக்குத்தான். குடும்பத்தோட வந்து எல்லாரும் பேசிட்டிருந்தாங்களே! இவன் என்ன தனியாப் பேசறது? இதெல்லாம் நம்ம குடும்பத்துல நடக்கறதில்லை. உன் பாட்டியும், நானும் கல்யாணத்தப்பதான் பாத்துக்கிட்டோம். ஏன்... உன் பொண்டாட்டியை பொண்ணு பாக்கப் போனப்போ இந்த மாதிரி தனியாப் பாத்துப் பேசணும்னு நீ கேட்டியா என்ன? எதுக்கு இந்த வேண்டாத வேலை எல்லாம்?"

கேசவன் பதிலுக்குத் தவித்து ஆராதனாவைப் பார்க்க, அவள் தொண்டையைச் சரிசெய்து கொண்டு, "தாத்தா! உங்க காலமும், அப்பா காலமும் வேற! குடும்பப் பின்னணியை மட்டும் விசாரிச்சிட்டு முடிவு செஞ்சிங்க. இன்னிக்கு எங்களுக்கு நிறைய எதிர்பார்ப்புகள் இருக்கு. ஐடியாலஜிஸ் இருக்கு. லட்சியங்கள், கனவுகள் இருக்கு. அதெல்லாம் பொருத்தமா இருக்கான்னு ஒருத்தருக்கு ஒருத்தர் பேசிப்பாத்தாதானே தெரியும்?"

"அரை மணி நேரம் பேசினா... அவனைப் பத்தி உனக்கும், உன்னைப் பத்தி அவனுக்கும் புரிஞ்சிடுமா? உன்னை இம்ப்ரெஸ் பண்றதுக்காக அவனும், அவனை இம்ப்ரெஸ் பண்றதுக்காக நீயும் செயற்கையா பேசலாமில்லையா?"

"இல்ல தாத்தா! இயல்பா பேச முடியும். ஓரளவு புரிஞ்சுக்க முடியும்..."

ஆராதனாவை இமைக்காமல் பார்த்த விஸ்வநாதன் பெருமூச்சு விட்டபடி எழுந்து கொண்டு, "நீங்க பேசித் தீர்மானிச்சிட்டு ஒரு மரியாதைக்கு எங்கிட்ட சொல்றீங்க. நான் வேணாம்னு சொன்னா

பட்டுக்கோட்டை பிரபாகர் தேர்ந்தெடுத்த சிறுகதைகள்

கேக்கவாப் போறீங்க? சரி... நடத்துங்க!” என்று தனது துண்டை உதறித் தோளில் போட்டபடி நடந்தார்.

ஆராதனாவின் ஸ்கூட்டி சத்தம் கேட்டதுமே சென்று கதவைத் திறந்தாள் விந்தியா. கேசவன் லேப்டாப்பையும், விஸ்வநாதன் தொலைக்காட்சியையும் அணைத்தார்கள். உள்ளே வந்து தாத்தா அருகில் அமர்ந்து கொண்டாள் ஆராதனா. தயங்கினாள். தன் விரல்களைப் பார்த்துக் கொண்டாள். “சொல்லும்மா... மனசுவிட்டுப் பேசினீங்களா? என்ன பேசினீங்க?”

“அவர் ஏற்கெனவே வந்து வெய்ட் பண்ணிட்டிருந்தார். ரெண்டு பேரும் ஹலோ சொல்லிக்கிட்டோம். ஹோட்டல்ல கார்னர் டேபிளுக்குப் போய் எதிர் எதிர்ல உக்காந்தோம். மெனு கார்ட் பாத்து லைட்டா ஆர்டர் செஞ்சோம். அப்பறம் ரெண்டு பேருக்குமே என்ன பேசறதுன்னு தெரியலை. ஒருமாதிரி டென்ஷனா இருந்திச்சி எனக்கு. அவரே பேசட்டும்னு நான் அமைதியா இருந்தேன்...” என்றாள் ஆராதனா.

இந்த மாதிரி எவ்வளவு நேரம் அமைதியா இருக்கலாம் ஆராதனா?” என்றான் விஷால்.

ஸ்கூட்டியின் சாவியை நோண்டியபடி ஆராதனா, “நீங்கதானே தனியா சந்திச்சுப் பேசணும்னு சொன்னீங்க. அப்ப நீங்கதானே பேசணும்?“ என்றாள்.

கூலிங் கிளாசைக் கழற்றி சட்டைப் பையில் அதன் ஒரு காது வெளியில் தொங்கும்படி செருகிக் கொண்ட விஷால், “இப்ப நான் பார்க்கறது அப்பா ஆரம்பிச்ச பிசினஸை! பல எலெக்ட்ரிகல் கம்பெனிகளுக்குத் தேவையான உதிரி பாகங்களை சப்ளை பண்றோம். பேங்க் லோன் போட்டு மெஷின்ஸ் வாங்கி... பிராண்ட் நேம் போட்டுச் சொந்தமா தயாரிக்க பிளான்ஸ் இருக்கு. என்னோட கனவுகளுக்கு சப்போர்ட்டா இருப்பியா ஆராதனா?”

“என்ன கேள்வி இது? நிச்சயமா!” என்றாள் ஸ்வீட் சாப்பிட்டபடி.

“உனக்கு பிசினஸ்ல ஆர்வம் உண்டா?” என்றான் கட்லெட் கடித்தபடி.

"ஷ்யூர். அதனாலதான் எம்.பி.ஏ. செஞ்சேன். நிறைய வேலை ஆஃபர்ஸ் வந்திச்சு. எனக்கு இஷ்டமில்லை. இப்ப ஆன்லைன்ல கிராஃபிக் டிசைனிங் பண்றேன். இதை விரிவா, பெரிசா செய்யணும்னு எனக்கு ஆசை!"

"ஐ ஸீ! என்னை மாதிரியே பிசினஸ்ல ஆர்வம் இருக்கிற ஒரு பொண்ணு எனக்கு மனைவியா வந்தா நல்லா இருக்கும்னு நினைச்சேன். ஐ'ம் லக்கி. அப்புறம்... அம்மாவுக்கு ஆர்த்தரிட்டிஸ்! அப்பாவுக்கு ஷுகர்! ரெண்டு பேருக்கும் கம்ப்ளீட் ரெஸ்ட் தேவைப்படுது. முந்தி மாதிரி அம்மாவால எல்லா வேலைகளையும் இழுத்துப் போட்டுப் பார்க்க முடியலை. ஆராதனா வந்ததும் அவ கைல பீரோ சாவியைக் கொடுத்துட்டு அக்கடான்னு உக்காந்துடுவேன்னு சொல்றாங்க..."

"பிசினஸ்ல எனக்கு சப்போர்ட்டா இருப்பியான்னு கேட்டீங்க. எந்த மாதிரி?"

"சப்போர்ட்னா மாரல் சப்போர்ட்! அடிக்கடி வெளியூர் போவேன். வீட்டுக்கு லேட்டா வரலாம். அதெல்லாம் புரிஞ்சிக்கணுமில்ல?"

"அப்ப நானும் உங்களோட நம்ம ஆபீஸுக்கு வரவேண்டியதில்லையா?"

"ஆர்வமா இருந்தா எப்பவாச்சும் வா! ரெகுலரா வரணும்னு

இல்ல. ரெண்டு பேரும் ஆபீஸுக்கு வந்துட்டா அப்பா, அம்மா தனியா இருப்பாங்களே..."

"நான் இப்ப பண்ணிட்டிருக்கிற இந்த ஆன்லைன் பிசினஸ்?" "இதில என்ன வருமானம் கிடைக்குது உனக்கு?" "இப்போதைக்கு மாசம் பத்தாயிரம் கிடைக்குது. ஆனா கான்சன்ட்ரேட் பண்ணா... ஏன் சிரிக்கிறீங்க?'

"என் பிசினஸ்ல இப்ப நான் மாசம் லட்சரூபா சம்பாதிக்கிறேன். அதை அஞ்சு லட்சம் ஆக்கத்தான் பிளான்ஸ்! நீ எதுக்கு சிரமப்படணும்? ஜாலியா, ஃப்ரீயா இருக்கலாம் ஆராதனா. ஏதோ டைம்பாஸ்க்காகத்தானே இதை நீ செஞ்சிட்டிருந்தே! உன்னை ராணி மாதிரி வெச்சுக்குவேன். கவலைப்படாதே!"

"டைம் ஆச்சு. புறப்படலாமா?"

“இன்னும் என் பிஸினெஸ் பத்தி நிறையப் பேச நினைச்சேன் ஆராதனா...”

“டைம் ஆச்சுங்க. வீட்ல எதிர்பார்ப்பாங்க...”

“ஓ.கே. அப்ப புறப்படலாம்! நைஸ் டாக்கிங் டு யூ!” டிஷ்யூ காகிதம் எடுத்து உதட்டில் ஒற்றிக்கொண்டான் விஷால்.

ஆராதனா சொல்லி முடித்ததும், விந்தியா முகமெல்லாம் சிரிப்பாக பூரித்துப் போய்ச் சொன்னாள். “நீ அதிர்ஷ்டக்காரிடி! அன்பான மாமனார், மாமியார், சொந்த வீடு, கார். இப்பவே மாசம் லட்ச ரூபாய் சம்பாரிக்கிற புருஷன். அஞ்சு லட்சம் சம்பாரிக்கப் போறதாவா சொன்னார்? உன்னைத் தங்கத்துலயும், வைரத்துலயும் குளிப்பாட்டுவார்டி!”

தலைகுனிந்திருந்த ஆராதனா நிமிர... அவள் கண்களில் கண்ணீர்த் துளிகள்!

“ஏய்? ஏண்டி அழறே? என்னாச்சுடி?”

“வேணாம்மா! எனக்கு இந்த இடம் வேணாம்மா! ப்ளீஸ்!” என்ற அவளை அதிர்ச்சியுடன் பார்த்தாள் அம்மா.

“பைத்தியமாடி நீ? இதைவிட பிரமாதமான இடம் உனக்கு அமையுமா? படிச்ச பையன்! சின்னக் குடும்பம்! சொந்த பிசினஸ்! இன்னும் என்ன வேணும் உனக்கு?”

“எனக்குன்னு ஒரு சுயகௌரவம் இருக்கும்மா! ஒரு தன்மானம் இருக்கும்மா. சுயமான திறமை, சிந்தனை, கனவு இதெல்லாம் இருக்கும்மா! அதைப் பத்தி எல்லாம் அவரு கவலைப்படவே இல்லம்மா! தன்னோட பிசினஸ், தன்னோட லட்சியம்னு மட்டும் பேசறாரும்மா! என் பிசினஸ் இண்ட்ரஸ்ட் அவருக்கு கேலியாப் படுதும்மா. அவர் செஞ்சா பிசினஸ்! நான் செஞ்சா அது டைம் பாஸா? அவரோட மெஷின்ல தேவைக்கு ஏத்த மாதிரி தயார் பண்ற ஒரு பொருளாதான்மா என்னைப் பார்க்கறார். அவர் வீட்டுக்கு நான் சப்போர்ட்டா இருக்கணும். அவருக்கு நான் சப்போர்ட்டா இருக்கணும்! எனக்குன்னு ஒரு அடையாளமும் இருக்கக் கூடாது! எல்லாத்தையும் துடைச்சுக் கழுவிட்டு, ஒரு புது கம்ப்யூட்டர் மாதிரி அங்க போகணும். அவருக்குத் தேவை

ஆராதனாவும் அலங்கார விளக்கும்!

ஒரு ஹோம் மேக்கர்! அதுக்கு நான் எம்.பி.ஏ. படிச்சிருக்கவே வேண்டியதில்லை. வீடு, கார், தங்கம், வைரம் இதுல இல்லம்மா சந்தோஷம். நம்ம சுயத்தை இழக்காம வாழறதுலதான் இருக்கு."

"என்னடி என்னென்னமோ பேசறே? படிச்ச திமிரா? அவனவன் பொண்டாட்டி வேலைக்குப் போய் சம்பாரிச்சிட்டு வரணும்னு எதிர்பார்க்கறப்ப உன்னை ராணி மாதிரி வெச்சுக்கறேன்னு அவரு சொல்றாரு! கசக்குதா?"

"ஐயோ! அம்மா! உனக்கு எப்படிப் புரியவைக்கிறதுன்னு எனக்குத் தெரியலை. ராணியா வாழ ஆசைப்படற ஏராளமான பொண்ணுங்க இருக்காங்க. அவங்க யாராச்சும் ராணியாகட்டும்! எனக்கு ராணியா வாழ ஆசை இல்லம்மா! போர்ல கலந்துக்கற சிப்பாய் வேலை போதும் எனக்கு!"

"அவர் பேசுனதுல என்ன தப்புன்ற?"

"எதுவுமே தப்பில்ல... தப்பான ஆள்கிட்ட பேசிட்டார். அவரோட எதிர்பார்ப்புக்கு நான் பொருத்தம் இல்லம்மா. என்னைக் கொஞ்சமாச்சும் மதிக்க வேணாமா? நீ ஏதோ பண்றியே... அதைப் பத்தி டீட்டெய்லா சொல்லுன்னு ஆர்வம் காட்டியிருக்கலாம். 'என் ஆபீஸ்ல உனக்கு ஒரு ரூம் ஒதுக்கறேன். அங்க வந்து நீ விரும்புறதைச் செய். உன் கிரியேட்டிவிட்டியும் படிப்பும் வேஸ்ட் ஆகக் கூடாது. நான் உனக்கு சப்போர்ட்டா இருக்கேன். நீ எனக்கு சப்போர்ட்டா இரு. உன் பிசினஸ், என் பிசினஸ்னு பிரிச்சுப் பார்க்க வேண்டியதில்லை. இனிமே ரெண்டுமே நம்ம பிசினஸ்! வீட்லயும் பொறுப்பெடுத்துக்கோ, எல்லாத்துக்கும் பிளான் பண்ணி டைம் ஒதுக்கலாம்!' -இப்படி அவர் பேசியிருந்தா... என்னை... என் உணர்வுகளை மதிக்கிறதா அர்த்தம்! அப்படிப் பேசலையே... அவங்க வீட்டு ஹால்ல அலங்காரத்துக்கு வாங்கி மாட்ற சாண்டிலியரா நான்?"

கேசவன் கைகளைப் பிசைந்தான்.

"தப்பு! நீயும் ஆசைப்பட்டியேன்னு ரெண்டு பேரையும் சந்திச்சிப் பேச அனுமதிச்சது தப்பு! கல்யாணம் ஆனப்பறம் இதெல்லாம் அட்ஜஸ்ட் ஆயிருக்கும். இப்ப ரொம்ப ஆராய்ச்சி பண்றே. இதெல்லாம் வேணாம்னு அப்பா சொன்னதைக் கேட்டிருக்கணும். வெள்ளிக்கிழமை லக்னப் பத்திரிகை எழுதறதா முடிவு

பண்ணியாச்சி. இப்ப வந்து நீ கட்சி பேசிட்டிருக்கே. எல்லாம் சரியாயிடும். நீ எதையும் யோசிக்காம பேசாம இரு! எங்களுக்குத் தெரியாதது உனக்குத் தெரிஞ்சிடுச்சா?" என்று அதட்டியவன், தன் அப்பாவிடம் திரும்பினான்.

"சொல்லுங்கப்பா... அவ பாட்டுக்கு என்னென்னமோ உளர்றா பாருங்க! சுயம்ங்கிறா! அடையாளம்ங்கிறா! ஏதாச்சும் அர்த்தத்தோட பேசறாளான்னு பாருங்க! எடுத்துச் சொல்லுங்கப்பா..." என்றான்.

அமைதியாக இருந்த விஸ்வநாதன், "கேசவா! அந்தப் பையனோட அப்பாகிட்ட முதல்ல பேசிடறேன்..." என்றவர் போனில் டயல் செய்து, "வணக்கம் சார்! ஆராதனாவோட தாத்தா பேசறேன். நாம பேசிக்கிட்டபடி இந்தக் கல்யாணத்தை நிச்சயம் பண்றதில எங்களுக்கு இஷ்டமில்லை சார். இதைப் பத்தி ரொம்ப டீட்டெய்லா பேசவும் விரும்பலை. நீங்க வேற இடம் பார்த்துக்கங்க. நாங்களும் வேற இடம் பாத்துக்கறோம். வைக்கிறேன்!" என்று வைத்தார்.

"என்ன மாமா இது? என்னாச்சு உங்களுக்கு? அவ ஏதோ புரியாத்தனமா பேசறான்னா நீங்களும்..." என்று பதறினாள் விந்தியா.

"இரும்மா! அவளா புரியாம பேசறா? நீங்க ரெண்டு பேரும்தான் புரியாமப் பேசறீங்க. அவ ரொம்பத் தெளிவா இருக்கா! நல்லவேளை... மனசுவிட்டுப் பேசிட்டு வரட்டும்னு நானும் அனுமதிச்சேன். இல்லன்னா அவ வாழ்க்கையே நாசமாயிருக்கும். ஜாதகப் பொருத்தம் எல்லாம் அப்பறம்டா கேசவா! மனசு பொருந்தணும்! இங்க அது பொருந்தலையே... ரெண்டு பேருக்கும் வேற வேற எதிர்பார்ப்புகள் இருக்கு! அது இப்பவே தெரிஞ்சது நல்லதுதானே! எங்க காலத்துல இப்படி எதுவும் வாய்ப்பு இல்லை. அம்பது வருஷம் சேர்ந்து வாழ்ந்த தம்பதிங்க கோடிக் கணக்குல இருக்காங்க. அதுல எத்தனை பேரு நிஜமா சந்தோஷமா வாழ்ந்தாங்கன்னு யாருக்குடா தெரியும்?" என்றவர் ஆராதனாவை அணைத்துக் கொண்டு, ஆறுதலாக அவள் தலையைத் தடவி, "இந்தியாவில் இப்ப பசங்களைவிட பொண்ணுங்கதான் அதிகமா இருக்காங்க. எப்படியும் உன் மனசுக்குப் பிடிச்ச பையன் அமைவான்மா. அடுத்த சம்பந்தம் பார்க்கிறப்ப ஒரு தடவை இல்ல... ரெண்டு தடவை வேணும்னாலும் பையனை தனியாச் சந்திச்சு மனசு விட்டுப் பேசிடு! தப்பே இல்லை!" என்ற தாத்தாவை நம்பிக்கையுடனும், நன்றியுடனும் பார்த்தாள் ஆராதனா.

8
ஹலோ நண்பா!

"ஹலோ... பிரசாத்...எப்படிடா இருக்கே?"

"பிரசாத்தா? ராங் நம்பருப்பா."

"ஸாரி பிரதர்... மன்னிச்சிக்கங்க."

"ஸாரின்னாலே புரியும். பிரதர்ன்னுட்டே. நானும் வெட்டியாத்தான் இருக்கேன். கொஞ்ச நேரம் பேசிட்டிருக்கலாமே. நீ சரக்கடிச்சிருக்கே. கரெக்ட்டா?"

"எப்படிக் கண்டுபிடிச்சிங்க பிரதர்?"

"அதான் குரலு டான்சாடுதே. நானும் சரக்கடிச்சினுதான் இருக்கேன்ப்பா. என்ன...கொஞ்சம் லோக்கலா கலீஜான பார்ல அடிச்சினுருக்கேன். நீ எப்படி... ஏ.சி பாரா?"

"ஏ.சி இருக்கு. ஆனா பார்ல இல்ல. வீட்லதான் இருக்கேன்."

"எந்த ஏரியா?"

"கே.கே நகர்ல சரவண பவன் பக்கத்துல அர்ஜுன் அபார்ட்மெண்ட்சுன்னு..."

"நான் பக்கத்துலதான் நெசப்பாக்கத்துல இருக்கேன். கல்யாணம் ஆய்டுச்சா?"

"ம். ஒரு பொண்ணு இருக்கா ஏழு வயசுல."

“நான் பெயிண்ட்டரு. நீ என்னா வேலை பாக்கறே?”

“வேலை... இருந்திச்சி. இப்ப இல்ல.”

“அச்சச்சோ... என்னாச்சி?”

“கம்பெனில ஆட்குறைப்பு.”

“பாவமே! வைஃப் வேலைக்கு...”

“ம்... போறா... போறா... பிரச்சனையே அதான். இப்ப அவ தந்தையுமானவள்! - நான் தாயுமானவன். புரியுதா? குடும்பத்துல ரொட்டி ஜெயிக்கிறதால திமிர் ஏறிப் போச்சி அவளுக்கு.”

“இருய்யா. என்னது? ரொட்டி ஜெயிக்கிறதா?”

“பிரெட் வின்னர்! தமிழ்ப்படுத்தினேன்.”

“இப்படில்லாம் படுத்தக்கூடாது. திமிரா என்னா பண்ணாங்க உன் திருமதி?”

“வேலைக்காரி திடீர்னு நின்னுட்டா. இவ ஆறு மணிக்கு ஆபீஸ் போனா நைட் எட்டு மணிக்குதான் வருவா. சமையல், துவையல் எல்லாம் நான்தான்.”

“சமையல்னா துவையல், கூட்டு, ரசம் எல்லாம்தான் இருக்கும், அதை ஏன் தனியா சொல்றே?”

“ஹலோ! நான் சொன்ன துவையல்... துணித் துவையல்! வாஷிங்!”

“ஓகோ! அப்ப பாத்திரம் கழுவல், வீடு கூட்டல் இதுவும் நீதானா?”

“கோலம் போடறது உள்பட!”

“சரி... வேற ஒரு வேலைக்காரி கிடைக்கிறவரைக்கும்தானே இதெல்லாம்?”

“இங்கதான் திமிர் மேட்டர் வருது. வேலைக்காரி அவளா நிக்கலை. இவதான் நிறுத்திருக்கா. இந்த ரகசியம் அப்பறம்தான் தெரியுது. சண்டாளி! சதிகாரி!”

“அதிகாரி வேற! சரி... நியாயம் கேட்டியா?”

“இப்ப உங்க சம்பளம் கட், அதனால் சிக்கன நடவடிக்கைன்றா!”

“அதுவும் நியாயம்தானே?”

"ஹேர் ஸ்ட்ரைட்டனிங், ஃபேஷியல், ப்ளீச்சிங், டையிங்னு மாசம் பியூட்டி பார்லர் பில் ரெண்டாயிரம் வருதுய்யா. அது நியாயமா?"

"கொஞ்சம் அநியாயமாதான் படுது. சரி, பியூட்டிக்கும் கக்கூஸ்ல போடற பிளீச்சிங் பவுடருக்கும் என்ன சம்மந்தம்?"

"இது வேறய்யா. கேட்டா... நான் பாக்கறது ஹோட்டல் ரிசப்ஷனிஸ்ட் வேலை, இதுக்கு இந்தச் செலவு அவசியம்னு சொல்றா."

"இப்ப இந்தப் பாய்ண்ட் நியாயமா இருக்கே.."

"என்ன நியாயம்? ரிசப்ஷனிஸ்ட் மூஞ்சைத்தானே பாப்பாங்க! எதுக்குடா டிசைன் டிசைனா இருபத்தெட்டு ஜோடி செருப்பு?"

"என்னைக் கேட்டா? இதுக்கு அவங்க பதில்?"

"டிரெஸ்சுக்கு மேட்ச்சா போடணுமாம். அப்பதான் அவளுக்கே ஒரு கான்ஃபிடென்ஸ் வருமாம். ஸோ... தினம் வாக்குவாதம்! சண்டை!"

"சண்டையோட கிளைமாக்ஸ் என்ன?"

"என் தீர்மானம். அவ வேலையை விடணும்!"

"என்னப்பா இது? உனக்கும் இப்ப வேலை இல்ல. அவங்களும் வேலையை விட்டுட்டா?"

"ஒண்ணும் குடிமூழ்கிடாது. நான் சேவ் பண்ணிருக்கேன்."

"நீ ஷேவ் பண்ணு... தாடி வையி... அதுக்கும் இதுக்கும் என்ன சம்மந்தம்?"

"அஞ்சி லட்சம் சேமிச்சி வெச்சிருக்கேன்னு சொன்னேன்..."

"அது தீர்ந்ததும்?"

"அதுக்கு முன்னாடி எனக்கு வேற வேலை கிடைச்சிடும்."

"கிடைக்கலைன்னா?"

"என் பொண்டாட்டி மாதிரியே கேக்கறே? கிடைச்சிடும்னு சொல்றேன்ல!"

"சரி... எனக்கென்ன? இந்தத் தீர்மானத்துக்கு என்ன பதில்?"

"முடியாதுன்னுட்டா! என்ன ஒரு அரக்கத்தனம் பாரு. வேற

வழியே தெரியாம நான் வீட்டைவிட்டு வெளிநடப்பு செஞ்சேன்.”

“ஃபிரண்டு வீட்டுக்குப் போய்ட்டே. கரெக்ட்டா ?”

“ஆமாம். ரெண்டு நாள் ஆனா என் கால்ல வந்து விழுவான்னு பாத்தா... பாவி! போலீஸ் ஸ்டேஷனுக்குப் போயி காணோம்னு புகார் கொடுத்துட்டாய்யா.”

“அடப் பாவமே! நீ ஸ்டேஷனுக்குப் போனியா?”

“வேற வழி? அந்த இன்ஸ்பெக்டர் காலண்டர்ல பிரிண்ட் பண்ணிருக்குமே... அந்த மெசேஜ் எல்லாம் சொல்லி ஒரு மணி நேரம் அட்வைஸ்!”

“ஸோ.. சமாதானமாகி வீட்டுக்குப் போய்ட்டே...”

“சமாதானமெல்லாம் ஆகலை. கொடுமைப்படுத்தறாருன்னு பெண்கள் காவல் நிலையத்துல புகார் கொடுக்க எவ்வளவு நேரமாகும்னு கேட்டாளாம்!”

“ஸோ.. பயந்து போய் வீட்டுக்குத் திரும்பிட்டே“

“எனக்கென்ன பயம்? குடும்ப மானம்னு ஒண்ணு இருக்கே!“

“சரிதான்.. அது கப்பல் ஏறிடக்கூடாதே!”

“பின்பாட்டா? நக்கல்? ஸ்டேஷனை மிதிக்க வெச்சிட்டான்னு கடுப்பு இருக்காதா எனக்கு?”

“கொஞ்சம் அசிங்கமா, அவமானமாகூட இருக்கும்.”

“செத்துடலாமான்னு தோணிச்சி.”

“நீ சாகலைன்றது நிச்சயம். ஏன்னா பேசிட்டிருக்கியே!”

“சிரிக்கிற மூட்ல நான் இல்ல.”

“ஆனா எனக்கு சிரிக்கிற மூடு வந்துருச்சிப்பா.”

“என் கதை உனக்கு காமெடியா இருக்கா?”

“கதை இல்ல... நீயே காமெடி பீஸா தெரியறே.”

“யோவ்! கடுப்பேத்தாதே!”

“நீதான்யா ஏத்தறே! இது என்ன பெரிய சோகம்னு கூப்பாடு

போடறே நீ? என் மேட்டர் தெரியுமா உனக்கு? இந்த நிமிசம் என் பிளான் என்ன தெரியுமா?"

"உன்னையே எனக்குத் தெரியாது. உன் பிளான் எப்படித் தெரியும்?"

"ஃபுல் டைட்டா குடிச்சிக்கினு இருக்கேன். கிருஷ்ணாயில் அஞ்சி லிட்டர் வாங்கி வெச்சிருக்கேன்."

"எந்த பார்ல கிருஷ்ணாயில் விக்கிறாங்க? அதைப்போயி எதுக்குக் குடிக்கிறே?"

"யோவ்! கிருஷ்ணாயில் ஒரு கேன்ல வாங்கி பைக்ல வெச்சிருக்கேன்"

"இப்படித் தெளிவா சொன்னாதான புரியும்."

"பன்னாடை! போதைல இருக்கறவன் எப்படிடா தெளிவா பேசுவான்?"

"என்ன நீ டா போட்டுப் பேசறே?"

"நீயும் பேசிக்கோ . என்ன இப்ப? என் குரலை கடைசியா கேக்கப் போற ஃபிரெண்டை டா போட்டுப் பேசக்கூடாதா?"

"கடைசியா கேக்கறவனா? இனிமே மௌன விரதமா?"

"போடா புண்ணாக்கு! சாவப் போறேன்டா! கிருஷ்ணாயில் எதுக்குன்னு நினைச்சே?"

"பஜ்ஜி வியாபாரம் பண்றதுக்குன்னு நினைச்சேன்"

"கிருஷ்ணாயில்லயா பஜ்ஜி சுடுவாங்க? கிருஷ்ணாயில்னா மண்ணெண்ணெய்!"

"ஓகோ! கிருஷ்ணா பிராண்ட் கடலெண்ணெய் ஒண்ணு இருக்கிறதால... நான் அப்படி நினைச்சேன். சரி... அது எதுக்கு? கரண்டு கட்டுதான் குறைஞ்சிடுச்சே."

"அவ்வளவு பெரிய முட்டாளாடா நீ? சாவப்போறேன்னு சொல்றேன். மண்ணெண்ணெய் வாங்கி வெச்சிருக்கேன்றேன். ரெண்டையும் கனெக்ட் பண்ணத் தெரியாதா உனக்கு?"

"புரிஞ்சிடுச்சி. மேல ஊத்திக்கிட்டு பத்த வெச்சுக்கப் போறியா? அடப்பாவி! நிஜமாவா?"

"சத்தியமா ! நாளைக்கு பேப்பர்ல நியூஸா வரும் பாரு!"

"ஏண்டா? எந்தக் கட்சித் தலைவனும் செத்ததா படிக்கலையே நான்."

"கட்சித் தலைவன் சாகலை. என் காதல் செத்துடுச்சி மாப்ளை."

"இதுக்கு யாராச்சும் உயிரைக் கொடுப்பானா? என்னை எடுத்துக்கோ. என் காதல் ஜெயிச்சிடுச்சி. ஆனா கல்யாணம் செத்துடுச்சி."

"அதெப்போ? சொல்லவே இல்லையே."

"டைவர்ஸ் நோட்டீஸ் கொரியர்ல அனுப்பிருக்கேன் அவளுக்கு"

"ஒரே வீட்ல இருக்கீங்க... எதுக்கு கொரியரு? கைல குடுக்கக் கூடாதா?"

"யோவ்! அவ இப்ப அம்மா வீட்டுக்குப் போய்ட்டாய்யா."

"அப்ப கொரியர்லதான் அனுப்பணும். பதில் வந்துடுச்சா?"

"வரும். வரணும். பரஸ்பரம் பிரிய சம்மதம்னு கையெழுத்துப் போட்டு அனுப்பச் சொல்லிருக்கேன்."

"கரெக்ட். அப்ப கல்யாணம் செத்துடுச்சின்னுதான் அர்த்தம்."

"சரி.. உன் காதல் எப்படி செத்துச்சி?"

"அது என்ன ஹார்ட் அட்டாக் வந்தா சாகும்? அந்தச் சண்டாளி துரோகம் செஞ்சிட்டா மச்சி. ஒரு குவாட்டர் சொல்லேன்."

"யார்ட்ட சொல்றது?"

"ஸாரிப்பா. மச்சின்னதும்... தன்னால் அப்படிச் சொல்லி வாய் பழகிடுச்சி. இரு, நிஜமாவே ஒரு குவாட்டர் சொல்லிடறேன். டேய் தம்பி..."

"ஆமாம்... சாகப்போறவனுக்கு எதுக்கு போதை?"

"நிதானத்துல இருந்தா மேல கெரசின் ஊத்தி நெருப்பு வெச்சிக்க முடியுமா?"

"எங்க போய் இதைச் செய்யப்போறே?"

"அவ கல்யாணம் பண்ணி குடித்தனம் பண்ணப் போயிருக்கா பாரு. அந்த வூட்டு வாசல்ல! அவ சாகறவரைக்கும் என்னை

மறக்கக் கூடாது பாரு! ஃபீலிங்ஸ்! லவ் ஃபீலிங்ஸ்! நாலு வருஷம் அப்படி லவ் பண்ணேன்டா அவளை!"

"எதுக்கு துரோகம் செஞ்சா?"

"காசு! பணம் ! துட்டு! மணி! மணி!"

"காரணம் சொல்லுன்னா பாடிட்டிருக்கே?"

"அதான்யா காரணம்! எனக்கு சொந்த வீடு இருக்கா? சொந்த பைக் இருக்கா? அவன்கிட்ட இருக்கு. கொஞ்சம் செவப்பா வேற இருந்தானா.. போய்ட்டா!"

"நாலு வருஷத்துல... எதாச்சும் கசாமுசா உண்டா ?"

"ஒரே ஒரு தடவை முத்தம்! அதுவும் அவ விரலுக்கு!"

"போய்யா லூசு! ஒரு தப்பு நடந்திருந்தா.. பிரிஞ்சி போயிருப்பாளா?"

"அடச்சீ! வாயைக் கழுவு! கல்யாணம் பண்ணி முறையா முதல் இரவுல தொடற கிக்கே வேற! ஏன்.. உனக்குத் தெரியாதா அந்தக் கிக்கு?"

"தெரியாது! எனக்கு முதல் இரவு முதல் இரவு இல்ல"

"அடப்பாவிப் பயலே!"

"ஏய்.. நான் பிளேபாய் இல்ல. அவளோடதான். லவ் பண்றப்பவே.."

"டேய்! இப்ப நீ பண்றே பாரு.. இதான்டா துரோகம்! வாங்கி வைச்சிருக்கிற கெரசினோட வந்து உன் தலைல கொட்டி பத்த வைக்கணும்டா"

"ஏய்! என்ன ரொம்பதான் பேசறே?"

"பின்னே என்னடா? பவித்ரமா லவ் பண்ண பொண்ணு கிடைக்கலையேன்னு சாவறதுக்கு துடிக்கிறேன்.. நீ லவ்வுல ஜெயிச்சி.. வாழ்ந்து.. குழந்தை பெத்து.. பைசா பொறாத மேட்டரை எல்லாம் பிரச்னை பண்ணி.. பிரியப் போறேன்னு ரைட் ராயலா சொல்றியே.. நீதான்டா காதலுக்கு பெரிய துரோகி! கல்யாணத்துக்கு முன்னாடி தன்னையே கொடுத்திருக்கா பாரு.. எவ்வளவு பெரிய நம்பிக்கை அது! எவ்வளவு பெரிய காதல் அது! அவளைக் கழட்டி விடறதுக்கு நோட்டீஸ் அனுப்பறியா நோட்டீசு?"

"டேய்! இது என் பர்சனல்!"

"கம்னாட்டி.... பர்சனல்னா பர்சுக்குள்ளயே வெச்சிக்க வேண்டியதுதானே? எதுக்கு இப்படி பப்ளிக்கா முன்னபின்ன தெரியாதவன்ட்ட சொன்னே?"

"நானும் போதையில இருக்கறதால உளறிட்டேன்."

"இத பாரு... உன் அட்ரஸ் சொல்லிட்டே. நெசமா நேர்ல வந்து உதைப்பேன். ஒழுங்கு மரியாதையா பொண்டாட்டிக்கு போன் போட்டு, 'மன்னிச்சுக்கோ, உடனே பொறப்பட்டு வா'ன்னு சொல்றே! டைவர்ஸ் பண்றானாம்... டைவர்ஸ்!"

"ஏய்! என்ன நீ மிரட்டறே? நீ சொன்னா நான் கேக்கணுமா?"

"அடங்கொன்னியா! ஏய்! சத்தியமா சொல்றேன். உன் பொண்டாட்டியை நீ மட்டும் டைவோர்ஸ் செஞ்சே... மவனே... உனக்கு சங்குதான்! சத்தியமா இந்த கெரசின் உனக்குதாண்டி! நீ பாட்டுக்கு டைவர்ஸ் பண்ணிட்டு வேற ஒருத்தியைக் கட்டிக்குவே. உன் பொண்டாட்டி எவனையாச்சும் கட்டிக்குவா. நீங்க பெத்திங்களே ஒண்ணு.. அது என்ன ரோட்ல பிச்சை எடுக்கறதா?"

"டேய்! லிமிட் தாண்டி பேசறேடா! சரியில்ல."

"என்ன சரியில்ல... இப்பதான் சரியா பேசறேன். எப்படியும் தற்கொலை பண்ணிக்கறதா இருந்தேன்ல... இந்த உசுரு நல்ல காரியம் செஞ்சிட்டு போகட்டும். உன்னைக் கொளுத்திட்டு தூக்குல தொங்கறேன். இது மத்தவனுக்கு ஒரு பாடமா இருக்கணும்டா... டேய்... வர்றேன்டா... நீ போனை வைடா... நான் இப்பவே வந்து உன்னைக் கொளுத்தறனா இல்லையான்னு பாரு!"

"ஏய்... ஏய்... இரு... ஏதோ... மப்புல உளறிட்டேன். டைவோர்ஸ்லாம் பண்ண மாட்டேன். நீயும் ஒழுங்கா வீடு போய்ச் சேரு!"

"அப்ப உடனே ஊருக்குப் போய் சமாதானப்படுத்தி உன் பொண்டாட்டியைக் கையோட கூட்டிட்டு வர்றே!"

"வர்றேன். பதிலுக்கு நீ எனக்கு ஒரு பிராமிஸ் பண்ணா!"

"என்னாது?"

"உன் லவ்வர் வீட்டு வாசல்ல போய் நீ கொளுத்திக்கக் கூடாது."

"வேற எங்க போய் கொளுத்திக்கச் சொல்றே?"

"அட! கொளுத்திக்கவே கூடாது! இதுக்கு நீ சம்மதிச்சா அதுக்கு நான் சம்மதிக்கிறேன்"

"நீயே இந்த பூமில உசுரோட இருக்கறப்போ... நான் எதுக்குடா சாகணும்? பயந்துட்டே! இல்ல? உசுரு மேல அவ்வளவு ஆசை! கரெக்ட்டா?"

"கரெக்ட்! என் உசுரு மேல இல்ல. நான் உசுரா நினைக்கிற என் பொண்ணைப் பத்தி, அவ எதிர்காலம் பத்தி யோசிக்கவே இல்ல. பொட்ல அறைஞ்ச மாதிரி கேட்ட பாரு ஒரு கேள்வி... போதையும் எறங்கிடுச்சி! ஆம்பளைங்கற மமதையும் இறங்கிடுச்சி!"

"இப்பதான்யா நீ மனுஷன். இனிமே நாம ஃபிரெண்ட்ஸ். என்ன?"

"சரி ஃபிரண்ட்ஸ்! உன் பேரு என்ன?"

"கணேசன். பாரு... நானும் கேக்கவே இல்ல... உன் பேரு?"

"விகாஸ். நாளைக்கு மீட் பண்ணுவமா?"

"கண்டிப்பா! ஒரே இடத்துல உக்காந்து சரக்கடிக்கிறோம். பார்ட்டி என்னது!"

"நோ! நோ! இது என் பார்ட்டி!"

"அப்ப சைடிஷ் செலவு என்னது!"

"ஆமாம்... கிருஷ்ணாயிலை என்ன பண்ணப் போறே?"

"அதான... என்ன பண்றது? டொனேஷன் பண்ணிடலாம், வுடு நண்பா."

பின்குறிப்பு: அபூர்வமாக மிக எப்போதாவது... குடி குடியைக் காக்கும்!

9
கனவில் கடவுள் வந்தாரா?

"ஹலோ.. நான்தான் பேசறேன்..."

என் முதுகுத் தண்டில் சிலிர்ப்போட்டம் நிகழ்த்தியது அவளின் குரல். ஏழா, இல்லை எட்டா? இல்லையில்லை... பதினொரு வருடங்கள் கழித்து! ஆனாலும் விநாடியின் பின்னத்தில் மூளை அடையாளம் காட்டியது.

அதெப்படி மறக்கும்? உள்ளங்கை ரேகை போல உள்ளத்தில் படிந்த ரேகை அல்லவா அந்தக் குரலும், குரலுக்குரியவளும்?

காதலா, துரோகமா? பட்டிமன்றக் கேள்வியாய் நினைவில் விஞ்சி நிற்பது எது? பாலில் விஷம் என்போமா? விஷத்தில் பால் என்போமா?

எல்லா காதலும் ஹால்மார்க் முத்திரை குத்திக்கொண்டு உத்தரவாதத்துடனா உயிர் வாழ்கிறது? விதி இருக்குமிடமெல்லாம் விதிவிலக்கும் இருந்து தொலைக்கிறதே...

எனக்கு மட்டும் ஏன் அப்படி என்கிற கேள்விக்குப் பதில் சொல்ல திரு அல்லது திருமதி கடவுளைத்தான் அழைத்தாக வேண்டும். ஆனால் அவர்கள் கோர்ட்டுக்கு வருவதில்லை.

சுவரில் கறுப்பு வெள்ளை காந்தி மட்டும் கேள்விகள், பதில்களுக்கு ஒரே மாதிரியாக சிரித்துக்கொண்டிருந்தார்.

"என்ன, மனசுவிட்டுப் பேசினீங்களா? என்ன முடிவு செஞ்சீங்க

கனவில் கடவுள் வந்தாரா?

ரெண்டு பேரும்?" என்ற பெண் நீதிபதியின் கேள்விக்கு, "சரியா வராதுங்க. விவாகரத்து கொடுத்துடுங்க" என்றாள்.

"அப்ப குழந்தை?"

"அவரே வளர்த்துக்கட்டும். எனக்கு வேணாம்."

"பெண் குழந்தைம்மா. ஆறு வயசு!"

"பரவால்லை யுவர் ஆனர். நான் பார்த்துக்கறேன். பொறந்ததுமே அம்மாவை இழந்த குழந்தைங்க இந்தப் பூமில வாழலையா?" என்றவன் நான்.

ஆனால் பெண்ணில்லாமல் குடும்பம் நடத்துவதும் பெண்ணை வளர்ப்பதும் சவாலாகத்தான் இருந்தது. நிறைய கற்க வேண்டியிருந்தது. பால் காய்ச்ச, பாத்திரம் கழுவ, காய்கறி நறுக்க, சமைக்க, பரிமாற, வீடு கூட்ட, துணி துவைக்க, துவைத்ததைக் காயப்போட, காய்ந்ததை மடித்து வைக்க, தலைக்குக் குளிப்பாட்ட, கூந்தலை உலர்த்த, பின்னலிட, உடுத்திவிட, வயிறு வலித்தால் விளக்கெண்ணெய் தேய்க்க என்று நிறைய...

விவாகரத்து என்பதை சரண்யாவுக்கு அந்த ஆறு வயதில் புரிய வைக்க விரும்பாமல் மேற்படிப்புக்காக வெளிநாடு சென்றிருப்பதாகச் சொல்லி வைத்ததால் விமானம் பார்க்கும் போதெல்லாம் 'இதுல அம்மா வருவாங்களா டாடி?' என்று கேட்டுக்கொண்டிருந்தாள்.

அன்று மொட்டை மாடியில் காற்றாடி விட்டுக்கொண்டிருந்தோம். அப்போது கேட்டாள்.

"உங்களுக்கும் அம்மாவுக்கும் என்ன டாடி சண்டை?"

"யாரும்மா சொன்னது?"

"பாட்டி. எதுக்குப் பிரிஞ்சிங்க? சொல்லுங்க."

உண்மையைச் சொல்வதா, பொய்யை அலங்கரித்து உண்மை மாதிரி சொல்வதா என்று திணறிப் போனேன். அம்மா என்றால் அவள் மனதில் என்ன மாதிரி பிம்பம் வர வேண்டும்? நல்லவிதமாகவா? வேறு விதமாகவா?

வயதுக்கு வந்துவிட்ட, நாலு விஷயம் தெரிந்துகொண்டுவிட்ட, பாலியல் வன்முறை பற்றி சூடாக விவாதிக்கிறவளிடம் பொய் சொல்ல வேண்டுமா?

"சொல்லுங்க டாடி. நீங்களும் அம்மாவும் காதலிச்சிதானே கல்யாணம் பண்ணிக்கிட்டிங்க? அப்பறம் எப்படி பிரச்சினை வரும்?"

"மறுபடியும் ஒரு காதல் வந்தா, வரும் சரண்யா."

"யாருக்கு? உங்களுக்கா? அம்மாவுக்கா?"

பொய் சொல்ல வாய்ப்பே தராத கேள்வி! எனக்கு என்று பொய் சொன்னால் என் மீதுள்ள பாசம் சிதறி விடும். ஆகவே உண்மை சொன்னேன்.

ரொம்ப நேரம் அமைதியாக இருந்தாள். பெருமூச்சு விட்டாள்.

"உங்களுக்குப் பதிலா இன்னொருத்தர். சரி . புரிஞ்சுக்க முடியுது. எனக்குப் பதிலா யாரு டாடி? என்னை ஏன் வேணாம்னு சொன்னாங்க?"

என்னிடம் பதில் இல்லை. அவளை சமாதானப்படுத்தும் சக்தி கொண்ட வார்த்தைகளும் இல்லை. என் தவிப்பை சரிசெய்யும் விதமாக அவளே, "பரவால்ல, விடுங்க. அதான் நீங்க ரெண்டு மடங்கா பாசத்தைக் கொட்றீங்களே" என்றாள்.

"அம்மாவை மறந்துட்டிங்களாப்பா?" என்றாள் திடீரென்று,

"அதெப்படிம்மா முடியும்?"

"மன்னிச்சிட்டிங்களா?"

"அப்ப முடியல. இப்ப முடியுது..."

"என்னால் இப்பக்கூட முடியலையே... அதெப்படி நம்ம பண்பாட்டை மீறலாம்?" "இப்ப ரகசியமா இந்த மீறல்கள் நடந்துகிட்டுத்தானே இருக்கு? ஆணும் சரி, பெண்ணும் சரி கோடு தாண்டிப் போய்ட்டு மறுபடி கோட்டுக்குள்ள வந்துடறாங்க. இந்த அசிங்கத்துக்கு முறையா கோட்டை அழிச்சிட்டுப் போயிட்டது பெட்டர் இல்லையா?"

"ஆனா வலிக்குதே!"

"விலகலுடன் நெருக்கம் காட்டினா வலிக்காதுன்னு சில ஞானிகள் சொல்றாங்க. டிட்டாச்ட் அட்டாச்மெண்ட்!"

"விலகல்னா விலகல்! நெருக்கம்னா நெருக்கம்! ரெண்டும் சேர்ந்து

எப்படி இருக்க முடியும்?"

"நிழலைப் பாரு. விலகியும் இருக்கு. நெருங்கியும் இருக்கு."

"உதாரணம் சரி. உறவுல எப்படி? நீங்க சொல்றது விக்கிறவனுக்கும் வாங்கறவனுக்கும் உள்ள தக்கையான உறவு மாதிரி இருக்கு. எவன் செத்தாலும் இன்னொருத்தன் அழ மாட்டான். குடும்பத்துல இந்த மாதிரி எப்படி இருக்க முடியும்?"

"பல குடும்பங்கள்ல இப்படித்தான் இருக்கும்மா. அறிவிக்கப்படாம இருக்கு. ஆத்மார்த்தமான பாசம் மியூசியம் பொருளாயிடுச்சி. விவாகரத்தும், முதியோர் இல்லமும் அதிகமானது வேற எதைக் காட்டுது?"

"அப்போ நீங்க எங்கிட்டகூட விலகலோடதான் நெருக்கம் காட்றீங்களா டாடி?"

"சேச்சே! என்னம்மா இது?"

"இல்லல்ல? முடியாதுல்ல? நிபந்தனை இல்லாத அன்பு இன்னிக்கும் இருக்கு. உங்களுக்கு என்மேல இருக்கற மாதிரி, எனக்கு உங்க மேல இருக்கற மாதிரி. அம்மா மேலயும் நீங்க அதே மாதிரியான அன்பு வெச்சிருக்கீங்க. அதனாலதான் மன்னிக்க முடிஞ்சது."

சரண்யா அறிவுப்பூர்வமாக அசத்தும்போதெல்லாம் பெருமிதப்பட்டிருக்கும் நான் அன்று உணர்வுபூர்வமாக தெளிவாகப் பேசியதில் வியந்துபோனேன்.

விபத்து நேர்ந்து உடலில் சேதாரமாகி ஊனமாவதைப் போல, அது திருமணப் பந்தத்தில் ஏற்பட்ட விபத்து! உறவில் ஏற்பட்ட ஊனம்! வலித்தாலும், துடித்தாலும் ஏற்றுக்கொண்டுதான் தீர வேண்டும். ஆரம்ப கால கோபங்கள் கரைந்துபோன பிறகு அவள் மேல் வைத்திருந்த காதல் மட்டும்தான் மனதில் மிதந்து கொண்டிருந்தது.

இன்னொரு நாள் சரண்யா படித்துக்கொண்டிருந்த புத்தகத்தில் விரல் அடையாளம் வைத்து மூடிக்கொண்டு கேட்டாள்..

"ஒருவேளை அவரு உங்களைவிட பெஸ்ட்டா டாடி?"

"யாரும்மா?"

"அம்மாவோட அவருதான்."

“தெரியாதும்மா.”

“ஏதாச்சும் ஒரு நியாயம் தேடறேன். நீங்க பார்த்ததில்லையா? பழகினதில்லையா?”

“பார்த்திருக்கேன். பழகினதில்ல.”

“அம்மா இப்ப எங்க இருக்காங்க?”

“தெரியாதும்மா.”

“தெரிஞ்சிக்கணும்னு தோணலையா?”

“தோணிருக்கு. முயற்சி பண்ணலை.”

“ஏன்?”

“எந்த வகையிலயும் தலையிட வேணாம்னு பட்டுச்சி.”

“சான்சே இல்ல. அவரு உங்களைவிட பெஸ்ட்டா இருக்க சான்சே இல்ல” என்றவள் அடையாளம் வைத்த பக்கத்தில் படிப்பதைத் தொடர்ந்தாள்.

“ஹலோ... நான்தான் பேசறேன்.”

அவளின் குரல் என்னை நினைவுகளிலிருந்து மீட்டது.

“நீங்கதானே பேசறீங்க?”

“ம்” என்றேன் எனக்கே கேட்காமல்.

“நல்லா இருக்கீங்களான்னு சம்பிரதாயமா கேக்கறது அபத்தம். தெரியும். எப்படி நல்லா இருக்க முடியும்? உங்க மனசை சாகடிச்சுட்டுதானே போனேன்?”

“இல்லல்ல... நாங்க நல்லாதான் இருக்கோம். எல்லா யுத்தங்களும் முதல் முப்பது நாட்களுக்குதான் பிரபலம்னு சொல்வாங்க. விதவைகள் தினம் அழறதில்லை. பழகிடும். ஆனா நான் கேக்கலாம். சொல்லு. நல்லா இருக்கியா?"

மௌனித்தது எதிர்முனை. விசும்பல் சத்தம். மூக்கு உறிஞ்சல்.

“சரண்யா என்ன படிக்கிறா?”

“ப்ளஸ் டூ.”

“பாக்கணும் மாதிரி இருக்கு.”

“என்ன திடீர்னு?”

“அட்ரஸ் சொல்லட்டுமா? அவளையும் கூட்டிக்கிட்டு வர முடியுமா?”

“அது...”

“ப்ளீஸ்...” என்று மீண்டும் விசும்பினாள்.

பள்ளியிலிருந்து சரண்யா வந்ததும் சொன்னேன்.

“என்னாச்சு? கனவுல கடவுள் வந்தாராமா? பாவமன்னிப்பா? எனக்குப் பாக்கணும்னு தோணலை. சொல்லப்போனா எனக்கு முகமே மறந்து போச்சி.”

“அழறா சரண்யா.”

“பல ராத்திரிகள்ல நீங்களும் அழுதிருக்கீங்க டாடி. ரகசியமா அழறதா நினைச்சுக்கிட்டு! நான் பாத்திருக்கேன். எனக்கு இஷ்டமில்ல. நீங்க போனா நான் தடுக்க மாட்டேன்.”

“எதுவும் பேச வேணாம். சும்மா அஞ்சே நிமிஷம் சரண்யா.”

“எதாச்சும் பேசிடுவேன்னுதான் வரலைன்றேன்.”

“என்ன இருந்தாலும் பெத்தவ இல்லையா?”

“அப்படில்லாம் எனக்கு எந்த செண்டிமெண்ட்டும் இல்ல. நீங்க சொல்றதுக்காக வேணா வர்றேன்.”

அந்தத் தெருமுனையில் பைக்கை நிறுத்தி பெட்டிக் கடையில் கதவு எண் சொல்லி விசாரித்தபோது அது தனியார் மருத்துவமனை என்று சொன்னார்கள்.

அங்கே வந்து வரவேற்பு மேஜையில் பெயர் சொல்ல, அறை எண் சொல்லி வழிகாட்டினார்கள்.

அறைக் கதவில் தட்டிவிட்டு நுழைந்தோம். கட்டிலில் இல்லாமல் ஜன்னல் அருகில் நாற்காலியில் அமர்ந்து வெளியே வேடிக்கை பார்த்துக் கொண்டிருந்தவள் திரும்பிப் பார்த்து எழுந்தாள். உடல் மெலிந்திருந்தது. முகம் பொலிவிழந்திருந்தது. அமரச் சொல்லி

சைகை செய்தாள். தளர்வாய் நடந்து வந்து கட்டிலில் அமர்ந்து கொண்டாள்.

"உடம்புக்கு என்ன?" என்றேன்.

அதற்குப் பதில் சொல்லாமல், "சரண்யா, என்னைப் பார்க்க மாட்டியா?" என்றாள். - சரண்யா எழுந்து ஜன்னலுக்கு சென்று வெளியே வாகன நெரிசலைப் பார்த்தாள்.

"கேசவன் எங்கே?" என்றேன்.

அவள் சரண்யாவைப் பார்த்தாள்.

"அவளுக்கு எல்லாம் தெரியும்" என்றேன்.

"நான் உங்களுக்கு செஞ்சதை அவர் எனக்கு செஞ்சார். ஏழு வருஷமாச்சி அவர் என்னைப் பிரிஞ்சி."

"டாடி, போலாம்" என்றாள் சரண்யா.

"இரும்மா. உன் உடம்புக்கு என்ன?"

"நான் சரண்யாவுக்கு செஞ்சதுக்கு இப்ப அனுபவிச்சிட்டிருக்கேன்."

"டாடி, நான் கீழ இருக்கேன். நீங்க பேசிட்டு வாங்க" என்ற சரண்யா விருட்டென்று வெளியே சென்றாள்.

கொஞ்ச நேரம் கழித்து அமைதியாக வெளியேறி வரவேற்பறைக்கு வந்த நான் அங்கிருந்த பிள்ளையாரைப் பார்த்து கும்பிட்டேன். காத்திருந்த சரண்யா என் அருகில் வந்தாள்.

"நல்லவேளை... சினிமா மாதிரி என்னை அம்மான்னு ஒரு தடவை கூப்புடுன்னு சொல்லல."

"சரண்யா, நிலைமை புரியலை உனக்கு. உயிருக்குப் போராடிக்கிட்டிருக்காம்மா அவ" என்றேன்.

"டாடி, இந்தியால ஒரு நாளைக்கு 62,389 பேர் சாவறாங்க. ஒரு முட்டாளை நினைச்சி இத்தனை நாளும் நீங்க அழுததெல்லாம் வேஸ்ட்டு. சரி, அப்படி என்ன பிரச்சினை?"

"கர்ப்பப் பையில கேன்சர். ஸ்டேஜ் ஃபோர். ரொம்பப் பரவிடுச்சாம்."

10
செட்டியார் கடை

மூக்கில் சரிந்த கண்ணாடியை ஏற்றி விட்டுக் கொண்ட செட்டியார், "உ.பருப்பு - அரை கிலோ, க.பருப்பு அரை கிலோ, வறுத்த கடலை - நூறு, பெருங்காயம் - ஒரு பாக்கெட், கோல்கேட் - இருநூறு கிராம்" என்று பட்டியல் பார்த்து வாசிக்க, கடையின் கௌண்ட்டரில் சிப்பந்தி பொருட்களைச் சரிபார்த்துக்கொண்டிருந்தான்.

கடையில் வெல்லத்தின் வாசனையும் செட்டியார் தலைக்குப் பின்னால் சுவரின் இடுக்கில் செருகப்பட்ட ஊதுபத்தி வாசனையும் இணைந்து புதுவாசனை நிரப்பின. காலண்டர் லட்சமியின் இரண்டு கரங்களிலிருந்தும் தங்கக் காசுகள் கொட்டின. ரோமன் எண்கள் கொண்ட பாரம்பரியக் கடிகாரத்தின்மேல் சிப்பி மார்க் சீயக்காய்த்தூளின் விளம்பர ஸ்டிக்கர் ஒட்டியிருந்தது.

எந்த உஜாலா சாமர்த்தியமும் செல்லுபடியாகாத, பழுப்பேறின கைவைத்த பனியன் அணிந்து, அதை வேட்டிக்குள் இன் செய்திருந்தார் செட்டியார். நெற்றியில் திரிசூர்ணம். வெற்றிலை மணக்கும் வாயோரக் கசிவைத் துடைத்த அடையாளங்களை ஏந்தியபடி தோளில் ஒரு துண்டு.

செட்டியாரின் பெயர் என்ன என்று அந்த ஊரில் யாருக்கும் தெரியாது. அவசியப்பட்டதில்லை.

'என்ன செட்டியாரே, சௌக்கியமா?' என்றுதான் விசாரிக்கிறார்கள்.

'செட்டியாரைக் கோயில்ல பார்த்தனே' என்றுதான் பேசிக்கொள்கிறார்கள்.

'தனலட்சுமி மளிகை' என்று கடையின் தலையில் கட்டியிருக்கும் நீல எனாமல் போர்டிலும் (ஸ்தாபிதம் : 1937) பில் புத்தகத்திலும் மட்டுமே பெயர் இருக்கிறது. மற்றபடி எல்லோருக்குமே அது 'செட்டியார் கடை'தான்.

சுழித்து ஓடும் காவிரி ஆறு, பறவைகளின் சரணாலயமாகிப்போன பெரிய கோபுரம் கொண்ட பெருமாள்கோயில், தேர்முட்டித் தெருவில் பல வருஷமாக ஓடாமல் உறைந்து நின்றுவிட்ட சிதிலமடைந்த தேர், வடக்கு மைதானத்தில் நடக்கும் வாரச்சந்தை - இதுபோல ஊரின் அடையாளங்களில் ஒன்றாகிப்போனது செட்டியார் கடை.

செட்டியார் கடையில் சரக்கு சுத்தம், நியாயவிலை, நல்ல உபசரிப்பு, கைராசி என்பதையெல்லாம்விட, மக்களுக்கு மற்றொரு சௌகரியமும் உண்டு.

கடைக்கு நேர் பின்னால்தான் செட்டியாரின் வீடு. அந்த வீட்டுக்கென்று தனியான வாசல் எதுவும் கிடையாது. கடைக்குள் வந்து உள்வழியாகப் போனால் வீடு. அதனால் கடை மூடிய பிறகு ஒரு அவசரம் என்று வந்து பெல் அடித்தாலும், செட்டியார் சிரித்த முகத்தோடு வந்து சரக்கு கொடுப்பார்.

"அப்பளக்கட்டு - ரெண்டு, பன்னீர், கல்கண்டு. அவ்வளவு தான்" என்று பென்சிலால் பட்டியலைச் சரிபார்த்து முடித்த செட்டியார், "எல்லாத்தையும் கூடையில போட்டு சைக்கிள்ல வெச்சு வாத்தியாரம்மா வீட்ல கொடுத்துட்டு உடனே வா" என்றார் சிப்பந்தியிடம்.

"அப்பா! ஒரு நிமிஷம் உள்ளே வந்துட்டுப் போங்களேன்!" வீட்டுக்குள்ளிருந்து அவர் மகன் செந்திலின் குரல் வந்தது.

சைக்கிள் கேரியரில் மளிகைசாமான் கொண்ட கூடையைக் கட்டத் துவங்கியவனிடம், "இருப்பா முருகா! உள்ளே போய்ட்டு வந்துடறேன். கடையைப் பார்த்துக்கோ" என்று கல்லாவைப் பூட்டி இழுத்துப் பார்த்துவிட்டு, உள்ளே சென்றார் செட்டியார்.

இங்க் போட்டு முடித்த பேனாவை சட்டையில் குத்திக்கொண்ட

செந்தில், "அப்பா, இப்படி வந்து நில்லுங்க. அம்மா, நீங்களும் வாங்க. இன்னிக்கு ப்ளஸ் டூ பரீட்சை ஆரம்பிக்குது. நான் நிறைய மார்க் வாங்கி பாஸ்பண்ணி இன்ஜினீயரிங் காலேஜ்ல எனக்குச் சுலபமா ஸீட் கிடைக்கணும்னு ஆசீர்வாதம் செய்யுங்க" என்றான்.

செந்திலின் அக்கா, சாமி மாடத்திலிருந்து அட் சதைகளை எடுத்து தன் அப்பா, அம்மாவிடம் கொடுத்தாள். பள்ளிக்குப் புறப்பட்டுக்கொண்டிருந்த செந்திலின் தங்கை அருகில் வந்து நின்றாள்.

செந்தில் கால்களில் விழ, மகராசனா வருவேப்பா! உன் ஆசைப்படியே பெரிய இன்ஜினீயரா வருவே" என்றாள் அம்மா. செட்டியார் எதுவும் பேசாமல் கண்கலங்க அட்சதைகளை மட்டும் போட்டு, அவன் தலையைத் தொட்டு, "எந்திரிப்பா" என்றுவிட்டு வேகமாக கடைக்கு வந்துவிட்டார்.

"என்னம்மா இது, அப்பா எதுவுமே சொல்லலை. என்மேல ஏதாச்சும் கோபமா இருக்காரா?" என்றான் ஏமாற்றமாக செந்தில்.

"சேச்சே... அதெல்லாம் எதுவும் இல்லை. அவரு உணர்ச்சிவசப்பட்டாருன்னா வார்த்தை வராது. 'நம்ம பரம்பரையிலேயே யாரும் காலேஜ் பக்கம் போனதில்லை, நீ போய் பெரிய படிப்பு படிச்சிட்டு வா'னு அவர்தானே அடிக்கடி சொல்வாரு? நம்ம புள்ளை இவ்வளவு மரியாதையா ஆசீர்வாதம் வாங்கிட்டு, பரீட்சை எழுதப் போறேன்னு சொல்றானேனு அவருக்கு சந்தோஷம்தான். நீ போய் நல்லா எழுதிட்டு வா. மாகாணத்திலயே முதபையனா வரணும். உன் போட்டோ பேப்பர்ல வரணும், வருமா?"

"கண்டிப்பா வரும்மா. அவ்வளவு கடுமையாதான் ராத்திரி, பகலா படிச்சேன். எக்கச்சக்கமா மார்க் வாங்கி மெரிட்ல ஸீட் வாங்கினாதான் உண்டு. நாம் எஃப்.சி. ஆச்சே. நான் வர்றேன்மா. வர்றேன்கா. தேவி, வர்றேன்."

எல்லோரிடமும் கைகுலுக்கல் பெற்று, அம்மா வைத்துவிட்ட விபூதி குங்குமத்துடன் கடை வழியாக வாசலுக்கு வந்து,"வர்றேன்ப்பா" என்றான்.

"பணம் எதுவும் வேணுமா?" என்றார் செட்டியார்.

பட்டுக்கோட்டை பிரபாகர் தேர்ந்தெடுத்த சிறுகதைகள்

“வேணாம்ப்பா.”

“இரு. இந்தா, வெச்சிக்க. தாகத்துக்கு ஏதாச்சும் குடிக்க ஆசைப்பட்டா பாக்கெட்ல பணம் இருக்க வேணாமா?”

அவர் கொடுத்த பத்து ரூபாயை வாங்கிக்கொண்டு தன் சைக்கிளை ஸ்டாண்ட் எடுத்து ஏறி மிதித்தான் செந்தில்.

ஆற்றில் குளித்து முடித்த செட்டியார், துவைத்த துணிகளை ஈரம் பிழிந்து தோளில் போட்டுக்கொண்டு தன் சைக்கிளை எடுத்தார்.

அப்போதுதான் வந்திறங்கின நடராசன் தன் சைக்கிளை நிறுத்தி, “என்ன செட்டியாரே, இன்னிக்குச் சீக்கிரம் குளிச்சு முடிச்சுப் புறப்பட்டுட்டீங்க?” என்றார்.

“சீக்கிரமே முழிச்சுட்டேன். அதான்...”

“பழனிச்சாமி கடை வாசல்ல ஒரே பசங்க கூட்டம் தான். பேப்பர் கட்டுக்காக நிக்கிறாங்க. ப்ளஸ் டூ ரிசல்ட் வருதாம். உங்க பையனைக்கூடப் பார்த்தேன்.”

“ஆமாம். நாலு மணிக்கே எந்திரிச்சுப் போய்ட்டான்.”

“பையனை மேற்கொண்டு என்ன படிக்க வைக்கப் போறீங்க?“

“பாஸ்பண்ணி சர்ட்டிபிகேட் வாங்கிட்டு வரட்டும்.”

“என்ன செட்டியாரே இப்படிச் சொல்றீங்க? நம்ம ஊர்ல உங்க பையன் பாஸ் பண்ணலைன்னா வேற யாரு பண்ணுவா? இன்ஜினீயருக்குப் படிக்க வைக்கப் போறதா கேள்விப்பட்டனே...”

“நானும் அப்படியெல்லாம் ஆசைப்பட்டேன். இப்ப, ‘படிச்சது போதும், கடையில உக்காந்து வியாபாரத்தைப் பாரு’னு சொல்லிடலாமானு யோசிக்கிறேன்.”

“ஏன் செட்டியாரே, நல்லா படிக்கிற புள்ளை... பெரிய படிப்புப் படிக்கட்டுமே. ஒரே பையன்தானே உங்களுக்கு.”

“அதான் யோசனையா இருக்கு. ரெண்டு மூணு பசங்க இருந்தா, ஒருத்தனைப் படிக்க வைக்கலாம். நான் பெத்த நாலுல மூணு பொண்ணாப் போச்சு. மன்னார்குடில கட்டிக் கொடுத்திருக்கேனே மூத்த பொண்ணு, அவளை காலேஜ்ல படிக்க வைக்கிறதா

செட்டியார் கடை

இருந்தேன். திடுதிப்புனு சொந்தத்திலேயே மாப்பிள்ளை அமைஞ்சு கல்யாணம் முடிவாகிடுச்சு. அடுத்தவளுக்கு பத்தாவதுக்கு மேல படிப்பே ஏறலை. ஜாதகம் எடுத்து தரகர்கிட்ட கொடுத்திருக்கேன். இவனும் கடைசிப் பொண்ணும்தான் படிப்புல ஆர்வமா இருக்காங்க. பொண்ணுங்க கல்யாணமாகிப் போய்டும். இவன் இன்ஜினீயராய்ட்டான்னா எனக்கப்புறம் கடையை எடுத்து நடத்தறது யாரு."

"என்ன செட்டியாரே, கடைக்காப் படிப்பு வர்ற புள்ளையைப் படிக்க வைக்காம, கல்லாவுல உக்கார வைக்கிறேன்னு சொல்றீங்களே....?"

"என்ன தப்பு நடராசன்? அறுபத்தோரு வருஷ ஸ்தாபனம். எங்கப்பா என்கிட்ட கடையை ஒப்படைச்சப்போ எனக்குப் பன்னிரண்டு வயசு! மளிகைக்கடை நடத்தறது என்ன கேவலமான தொழிலா? இந்தத் தொழில்தானே இத்தனை வருஷமா என் குடும்பத்துக்குச் சோறு போட்டிருக்கு? என் ரெண்டு தங்கச்சிங்க, ஒரு பொண்ணு ஆக மூணு பேருக்குக் கல்யாணம் பண்ணி வெச்சிருக்கேன். சாப்பாட்டுக்கு அரிசி வர்ற அளவுக்கு நிலம் வாங்கிப் போட்டிருக்கேன். வாடகை இடமா இருந்த கடையையும் வீட்டையும் கிரயம் செஞ்சிருக்கேன். என் கடை மேல அபிமானமா எவ்வளவு வாடிக்கைக்காரங்க இருக்காங்க. நல்ல லாபம் இருக்கிற தொழில்! இந்தத் தொழில் தொடர்றதுக்கு என்ன வழி?"

"நீங்க சொல்றது நியாயம்தான். தொழில்தான் நீங்க பார்த்துட்டிருக்கீங்களே...?"

"இப்ப பார்க்கறேன். இன்னும் எத்தனை வருஷம் பார்க்கமுடியும்? எனக்கு முடியாமப்போய் படுத்துட்டா? கடையை மூடிடறதா? அறுபத்தோரு வருஷக் கடையை மூடறதா? அது சரியா? காமதேனு மாதிரி இத்தனை வருஷமா வருமானம் கொடுத்துட்டிருக்கிற தொழில் சாமி!"

"உங்க பையன்கிட்ட சொல்லிட்டீங்களா செட்டியாரே?"

"அவன் மனசு கஷ்டப்படும்னு புரியுது. எப்படி எடுத்துச் சொல்றதுனுதான் தெரியலை. பார்ப்போம்" என்ற செட்டியார், யோசனையோடு சைக்கிளைத் தள்ளி நடந்தார்.

பட்டுக்கோட்டை பிரபாகர் தேர்ந்தெடுத்த சிறுகதைகள்

இரவு கடையை மூடிவிட்டு, கணக்கெழுதி முடித்து, கல்லாவிலிருந்து பணம் எடுத்து வந்து, வீட்டின் பீரோவுக்குள் வைத்துப் பூட்டினார் செட்டியார். கைகால்கள் கழுவிக் கொண்டு சாப்பிட உட்கார்ந்தார்.

வீடு அமைதியாக இருந்தது. வழக்கமாக ஓடிக்கொண்டிருக்கும் டி.வி., உறைபோட்டு அமைதி காத்தது. எதுவும் பேசாமல் சாதம் பரிமாறினாள் மனைவி.

"எங்கே குழந்தைங்க யாரையும் காணோம்? சாப்புட்டாங்களா?"

"ம்" என்ற அவள் குரலில் ஈரமிருந்தது.

"உன்னைத்தான் கேக்கறேன்."

"செந்தில் அழுதுட்டிருக்கான். அவனைச் சமாதானப் படுத்திட்டிருக்காங்க. ரெண்டாவது ரேங்க் எடுத்திருக் கேன்னு சர்ட்டிபிகேட் காட்டின பையன்கிட்ட, 'படிப்பை மூட்டைகட்டி வெச்சிட்டுக் கடைக்கு வா'னு சொன்னீங்களாமே?"

ரசம் போட்டு சாதத்தைப் பிசைந்த செட்டியார், "எனக்கு வயசு அம்பத்தேழு ஆகுது. எனக்கு நல்லது கெட்டது தெரியுமா தெரியாதா?" என்றார்.

"உங்க மனசுல இப்படி வெச்சுக்கிட்டு எதுக்கு அவனுக்கு ஆசை காட்டணும்?"

"அது விவரமில்லாத செஞ்ச தப்பு தான். ஒப்புக்கறேன். ஒரு மணி நேரத்துக்கு நியாயத்தை எடுத்துச் சொல்லிருக்கேன். உள்ளே இறங்கறதுக்கு ரெண்டு மூணு நாளாகும். நீயும் எடுத்துச் சொல்லு. புரிஞ்சுப்பான்."

"நல்ல மார்க் வாங்கிருக்காங்க."

"சந்தோஷம்தான். 'இன்ஜினீயராய்ட்டு என்ன செய்வே?'னு கேட்டேன். படிப்பு முடியறதுக்கு முந்தியே பெரிய கம்பெனில கூப்புட்டு வேலை தருவாங்களாம். பிரமாதமான சம்பளம் தருவாங்களாம். எப்படியும் அஞ்சு வருஷமாய்டும். நான் இப்பவே தொழில் தர்றேன்னு சொல்றேன். உன் திறமை எல்லாத்தையும் இந்தத் தொழில்ல காட்டேன். நான் ஒண்டியாளு. உதவிக்கு ஆள் இல்லாம ஒரு சின்ன வட்டத்தோட இந்த வியாபாரத்தைச் சுருக்கிட்டேன். நீ இதையே பெருசா டெவலப் செய்யேன்.

சம்பளத்துக்குக் கைகட்டி எதுக்கு வேலைபார்க்கணும்? மூணு பேருக்கு மாசம் நான் சம்பளம் தர்றேனே. நீ விருத்தி செஞ்சு முப்பது பேருக்கு வேலை கொடுக்கற மாதிரி செய்யேன்."

செட்டியார் உறுதியாகவும் அடுத்த அறைக்குள் முழங்கால்களைக் கட்டிக் கொண்டு, கண்களில் நீர் வழிய அமர்ந்திருந்த செந்திலின் காதுகளில் விழும்படியாகவும் சொன்னார்.

செந்திலுக்கு மேலும் அழுகை பொங்கியது. உதடுகளைக் கடித்துக் கட்டுப்படுத்திக் கொண்டான்.

அதிகாலையில் வாய் கொப்பளித்து விட்டு வந்த செட்டியார், உறங்கிக் கொண்டிருந்த செந்தில் அருகில் வந்து அவன் தோளை அசைத்து எழுப்பினார்.

"வாப்பா, ஆத்துக்குப்போய் குளிச்சுட்டு வரலாம்."

"இல்லை, நான் வரலை..."

"வா செந்தில், உன்கிட்ட கொஞ்சம் பேசணும்..." செட்டியார் சைக்கிள் மிதிக்க, பின்னால் அமைதியாகத் தலைகுனிந்து அமர்ந்திருந்தான் செந்தில்.

ரயில்வே லைனைத் தாண்டி ஆற்றங்கரை வரும்வரைக்கும் செட்டியார் எதுவும் பேசவில்லை.

கரைந்த வெளிச்சத்தில் பறவைகள் உலா புறப்பட்டிருந்தன. சுத்தமான காற்று வருடிக்கொடுத்தது. வயல்களில் பயிர்கள் சிணுங்கின.

"இப்படிக் கொஞ்ச தூரம் நடக்கலாம்."

அப்பாவுக்கு இடைவெளிவிட்டு, செந்தில் கைகட்டி நடந்தான்.

"நான் சொன்னதெல்லாம் யோசிச்சியா செந்தில்?"

"அப்பா, கம்ப்யூட்டர் இன்ஜினீயராகணும்னு மனசுல ஒரு லட்சியம் வெச்சுக்கிட்டுப் படிச்சேன். அதே கற்பனையில் வாழ்ந்துட்டிருக்கேன். திடீர்னு எல்லாத்தையும் அழிச்சுடுனு சொன்னா..." வார்த்தைகள் தொண்டையில் சிக்கின.

"கஷ்டம்தான். வேதனைதான். உன் அக்கா 'மெட்ராஸ்ல

இருக்கிற மாப்பிள்ளையா பாருங்கப்பா, எனக்கு மெட்ராஸ்ல வாழணும்னு ஆசையா இருக்கு'னு அடிக்கடி சொல்வா. கடைசில மன்னார்குடிதான் அமைஞ்சது. மனசைச் சமாதானப்படுத்திக்கலையா? ஒரு பெரிய இன்ஜினியராகத்தான் வரணுமா? ஒரு பெரிய வியாபாரியா வாயேன். நான் ரீடைய்ல் வியாபாரத்தோட நிறுத்திட்டேன். நீ ஹோல்சேல் செய்யேன். வசதியும் ஆர்வமும் சேர்ந்தா எதையாச்சும் தயாரிக்கக்கூடச் செய்யலாம். தொழில் செய்யறது மட்டமில்லைப்பா!"

"நான் மட்டம்னு சொல்லலை. எனக்கு இதில ஆரம்பத்திலேர்ந்தே ஆர்வம் இல்லையேப்பா. என் புத்தி படிப்புலதான் இருக்கு. கம்ப்யூட்டர் துறை ரொம்ப வேகமா வளருதுப்பா. அதில இன்ஜினீயராகி சொந்தமா ஸாஃப்ட்வேர் கண்டுபிடிக்கணும், நிறைய சாதிக்கணும்னு கனவுகண்டுகிட்டிருக்கேன்ப்பா."

கொஞ்ச நேரம் அமைதியாக நடந்த செட்டியார் "சரி, உண்மையைச் சொல்லித்தான் ஆகணும். இத பாருப்பா, நீ இன்ஜினீயரா வரணுங்கறதுதான் என் ஆசையும். ஆனா, இப்போ குடும்பத்துல சூழ்நிலை சரியில்லை கண்ணு. ஆறு மாசம் முன்னாடி சரக்கு கொள்முதலுக்காக திருச்சி போயிருந்தப்போ வெல்லம் மண்டில திடீர்னு நான் மயக்கம் போட்டு விழுந்துட்டேன்ப்பா. நாடாரு பதறிப் போயி, என்னை ஆஸ்பத்திரில சேர்த்தாரு. என்னென்னவோ டெஸ்ட் செஞ்சு பார்த்துட்டு எனக்கு வந்தது ஹார்ட் அட்டாக்குனு டாக்டர் சொன்னார். இதயத்துல மூணு, நாலு இடத்துல அடைப்பு இருக்குதாம். மறுபடி அட்டாக் வந்தா காப்பாத்தறது கஷ்டமாம். ஒய்வா இருக்கணும்னு சொல்லிட்டாரு. இந்த விஷயம் வீட்ல உங்கம்மாவுக்குக்கூடத் தெரியாதுப்பா. திடீர்னு எனக்கு ஏதாவது ஒண்ணு ஆயிட்டா, நம்ம குடும்பத்தை யாருப்பா கரையேத்தறது? இன்னும் ரெண்டு பேருக்குக் கல்யாணம் நடக்கணும். குடும்ப பாரத்தைச் சுமக்கறதுக்கு ஆம்பளைப் புள்ளை எனக்கு நீ ஒருத்தன்தானேப்பா இருக்கே? நான் என்ன செய்றது சொல்லு? உன்னைப் படிக்க அனுப்பிச்சிட்டு அப்புறம் நான் போய்ட்டா, பாதிப் படிப்புல நீ திரும்பிட வேண்டியிருக்குமேப்பா. இதெல்லாம் யோசிச்சுப் பார்த்துதான்..." என்றவர் மேலே பேச முடியாமல் துண்டை வாயில் பொத்திக் கொண்டார்.

அதிர்ச்சியில் உறைந்து போயிருந்த செந்தில் சுதாரித்துக் கொண்டு, "என்னை மன்னிச்சிடுங்கப்பா. உங்க உடம்பு நிலைமை புரியாம

நான் என்னைப் பத்தி மட்டும் யோசிச்சிட்டேன். சரிப்பா, நான் படிச்சது போதும். இன்னியிலேர்ந்தே கடைக்குப் பொறுப்பு எடுத்துக்கறேன். எங்களுக்காக உழைச்சிருக்கிற உங்களுக்கு ஓய்வு கொடுக்க வேண்டியது என் கடமை. இன்ஜினீயராகணுங்கற என் லட்சியத்துல நான் தோத்திருக்கலாம். சூழ்நிலை மாறும்போது, லட்சியத்தை மாத்தி அமைச்சிக்கிறதில தப்பில்லைப்பா. கடமைதான்ப்பா முக்கியம். உங்க உடம்பு தாம்ப்பா முக்கியம்" என்று அழத்துவங்கிய செந்திலை, தன் மார்போடு அணைத்துக்கொண்ட செட்டியாரின் விழிகளில் பெருமிதம் கண்ணீராக வழிந்தது.

"என் வாழக்கைல நான் சம்பாரிச்ச பெரிய சொத்து இப்படி ஒரு பொறுப்புணர்ந்த புள்ளையைப் பெத்ததுதாம்ப்பா" என்று அவன் முதுகில் ஆனந்தமாகத் தட்டிக் கொடுத்தார் செட்டியார்.

11
இறக்கப் பிறக்க வேண்டும்

எனதருமை குஞ்சுப் பையா!

அப்பா அழைக்கிறேன்.

கேட்கிறதா?

இது குரலின் அழைப்பு அல்ல. உணர்வின் அழைப்பு. அதனால் ஆயிரக்கணக்கான மைல்கள் தள்ளி நீ இருந்தாலும் உனக்குக் கேட்கும்.

காஷ்மீரப் பனிமலைகளின் அடிவாரத்தில் ஸ்ரீநகரிலிருந்து லடாக் வரை செல்லும் தேசிய நெடுஞ்சாலையில் கோனேமார்க் அருகில் பள்ளிக்கூடம் ஒன்று அவசரமாகக் காலி செய்யப்பட்டு, தற்காலிக இராணுவ மருத்துவமனை ஆக்கப்பட்டிருக்கிறது. அங்கிருந்துதான் இந்தக் கடிதத்தை எழுதுகிறேன் குஞ்சுப் பையா!

உட்கார்ந்து விளக்கமைத்து எழுதவில்லை. படுக்கையில் விழி மூடி எழுதுகிறேன். இது காகிதத்தில் எழுதுகோலால் எழுதும் கடிதம் அல்ல. மனதில் உணர்வால் எழுதும் கடிதம்.

சாரதாவும் நானும் சேர்ந்து உனக்குப் பலவிதமான பெயர்களை யோசித்துக்கொண்டிருந்தபோதுதான் யுத்தம் வந்து எனக்கு அழைப்பு வந்து நான் விடுமுறையை ரத்து செய்து புறப்பட்டேன்.

அதனால் உன் அம்மாவின் கர்ப்பப் பைக்குள் சிரசாசனம் செய்து கொண்டிருக்கும் ஒன்பது மாதச் சிசுவான உன்னைக் குஞ்சுப்

இறக்கப் பிறக்க வேண்டும்

பையா என்றுதான் அழைக்க வேண்டியிருக்கிறது.

நீ பையன்தான் என்று ஸ்கேனிங்கில் உன் பிறப்புறுப்பு பார்த்துச் சொல்லிவிட்டார்கள். அன்றைய தினம் உன் அம்மா அடிக்கடி பார்க்கும் காலண்டர் குழந்தைக்கு நானே மீசை வரைந்தேன்.

குஞ்சுப் பையா. இப்போது நாமிருவரும் விளிம்புகளில் இருக்கிறோம்.

நீ ஜனனத்தின் விளிம்பில்.

நான் மரணத்தின் விளிம்பில்.

உன் உதயத்திற்கு உத்தேசமாகத் தேதி குறித்துவிட்டார்கள்.

என் அஸ்தமனத்திற்கும் உத்தேசமாக நேரம் குறித்துவிட்டார்கள்.

இன்னும் ஆறு மணி நேரம் மட்டுமே என் உடம்பை வாடகைக்கு எடுத்த உயிர் தங்கியிருக்குமாம்.

நான் பேச முடியாமல் தவிக்கிறேன். தொண்டையில் கட்டுப் போட்டிருக்கிறார்கள். எழுதிக் காட்டவும் முடியாது. முந்தாநாள் என் இடது காலைத் தொடைக்கு அருகில் துண்டித்து எடுத்துக் கட்டுப் போட்டார்கள் அல்லவா? நேற்று என் வலது கையை மணிக்கட்டருகில் துண்டித்து விட்டார்கள். ஆனாலும் என் விழிகள் சுழல்கின்றன. மூளை விழித்திருக்கிறது. காதுகள் கேட்கின்றன. எல்லாம் புரிகின்றது.

மருத்துவர்கள் கூடி என் அருகில் நின்று என்னைக் காட்டி இந்தியில் பேசுகிறார்கள். எனக்கு இந்தி தெரியும். ஏராளமாக ரத்தம் வெளியேறிவிட்டதாம். ஒரு காலையும், கையில் ஒரு பகுதியையும் நீக்கியும் பிரயோஜனமில்லையாம். மற்றும் பல பாகங்களிலும் நிறைய பாதிப்புகள் ஏற்பட்டிருக்கிறதாம்.

ஆகவே இன்னும் ஆறு மணி நேரம்! குஞ்சுப் பையா, எனக்கு அழுகை வருகிறது.

உன் பிஞ்சு முகத்தைப் பார்க்காமலேயே நான் மடியப்போகிறேனே என்று யோசித்துப் பார்க்கிறேன்.

தாத்தா இராணுவத்தில் கர்னலாக இருந்ததால், அப்பா இராணுவத்தில் மேஜராக இருந்ததால், பள்ளிப் பருவத்திலேயே உன் அப்பாவுக்கு இராணுவம் என்றால் அத்தனை பிரியமடா கண்ணா...

97

ஒரு தீபாவளிக்கு அடம்பிடித்து கரும் பச்சையில் இராணுவச் சீருடை போல உடை தைத்துப் போட்டுக் கொண்டாராம் கண்ணா...

பொம்மைக் கடைக்குச் சென்றால் ரப்பர் குழந்தை, ஓடும் ரயில், துள்ளும் நாய், கரடி என்று ஆர்வப்படாமல் பொம்மைத் துப்பாக்கி கேட்டு வாங்கி வீட்டுக்கு வருகிற விருந்தினரையெல்லாம் சுட்டுத் தள்ளிவிடுவாராம் கண்ணா.

இராணுவத்தில் சேருவதற்காகவே தினமும் பள்ளி மைதானத்தில் ஓடி, நீரோடாத ஆற்று மணலில் ஓடி, பக்கத்துக் குன்றுகளில் பாதம் சிவக்க ஏறி, உடலைத் தயார் செய்வாராம் கண்ணா....

ஆசைப்பட்டபடியே இராணுவத்தில் ஜவானாகச் சேர்ந்து பயிற்சிகள் மேற்கொண்டு வீரனாக உருவான பிறகு உறவினர்களின் வற்புறுத்தலால் திருமணத்திற்குச் சம்மதித்து.... என்னைப் பெண் பார்க்க வந்தபோது தனியாகப் பேச வேண்டுமென்று சொன்னார். அப்போது,

"சாரதா! வெளிப்படையாகப் பேசறேன். மத்தப் பொண்டாட்டிகளுக்கும் இராணுவ வீரனோட பொண்டாட்டிக்கும் வித்தியாசம் இருக்கு. உன் கழுத்துல நான் கட்டற தாலிக்கு எந்த நிமிஷமும் ஆபத்து வரும். அப்படி ஒரு நாள் வர்றப்போ உன் கண்ல கவலைக் கண்ணீர் வரக்கூடாது. பெருமிதக் கண்ணீர்தான் வரணும். அந்த தைரியம் உன் மனசுல இருக்கா சாரதா?"

"இருக்கு. தேசத்துக்காக உயிரையே விடச் சம்மதிச்சுதான் நீங்க இராணுவத்திலே சேர்ந்திங்க. தேசத்துக்காக எப்ப வேணும்னாலும் பெருமையோட குங்குமத்தை விட நானும் தயாரா இருக்கேங்க."

"என் மனசுக்கேத்த மனைவி நீதான் சாரதா."

இப்படியெல்லாம் உரையாடினோம் கண்ணா...

பின்னொரு நாள் விடுமுறையில் வந்தபோது, என் மடிமது தலை வைத்துப் படுத்திருந்த போதும் பாரதச் சிந்தனையில்...

'சாரதா, ஏழு வருஷமாச்சு நான் இராணுவத்துல சேர்ந்து. தினம் தினம் எல்லையில் ரோந்து போயிட்டிருக்கேன். என் பயிற்சிக்கும் என் துடிப்புக்கும் தீனி கிடைக்கலை இன்னும். சிகரெட் நிறைய ஊதினதால வயித்து வலி வந்து போன மாசம் டாக்டர்கிட்ட

போனப்போ குடல்ல அல்சர்ன்னு சொன்னார். பகீர்னு ஆயிடுச்சு. உடனே சிகரெட்டை விட்டேன். பத்தியமா சாப்பிட்டேன். மூச்சுப் பயிற்சி செஞ்சேன். ஒழுங்கா மருந்து சாப்பிட்டேன். ஏன் தெரியுமா? உயிர் மேல உள்ள ஆசையால் இல்லை... என் மரணம் கௌரவமானதா இருக்கணும் சாரதா. அதுக்காக.

ஒரு இராணுவ வீரன் நோய் வந்து சாகறது கேவலம்!

போர் முனையில மார்ல குண்டு வாங்கிச் சாகணும். அதுதான் பெருமை. ஒரு - பத்து எதிரிகளையாவது அழிச்சுட்டுத்தான் சாகணும். அதுதான் அவனுக்குத் தரப்பட்ட பயிற்சிக்கு மரியாதை. அதான் தேசத்துக்கு அவன் செய்ற சரியான வணக்கம்.

என் மரணமும் அப்படித்தான் கம்பீரமா அமையணும் சாரதா! யுத்த களத்துல என் திறமை எல்லாம் காட்டணும். சாகசம் எல்லாம் செய்யணும். என் உடல்ல எத்தனை குண்டுகள் பாஞ்சாலும் உயிரைத் தேக்கி வெச்சி 'ஜெய்ஹிந்த்' சொல்லிட்டு சாகணும். கடைசி மூச்சு இந்தியக் காற்றுலேர்ந்துதான் சுவாசிக்கணும். என் காது கேட்கிற கடைசி ஓசை பீரங்கிகளோட குண்டு வெடிப்புச் சத்தமா இருக்கணும்!

என்று உன் அப்பா கம்பீரமாக முழங்கினார் கண்ணா..

இப்படியெல்லாம் என் சாரதா உன்னிடம் ஏராளம் சொல்வாள் குஞ்சுப் பையா!

எல்லாம் கேட்டுக் கொண்டிருந்து விட்டு அகலமாக உன் கண்களை விரித்து வைத்து நீ கேட்பாய்:

'அப்புறம் அப்பா எப்படி செத்துப் போனாரும்மா?'

இந்தக் கேள்விக்குப் பதில் சொல்ல முடியாமல் சாரதா தன் உதடுகளில் அழுகை பூசிக் கொள்ளப் போகிறாள் குஞ்சுப் பையா!

ஆறு மணி நேரத்தில் நான் இறக்கப் போகிறேன்.

இந்த நிமிஷம் என் கையையும், காலையும் பிய்த்துப் போட்டு விட்டார்கள். உடம்பு பூரா பேண்டேஜ் போட்டிருக்கிறார்கள்.

அதோ தூரத்தில் திராஸ் சிகரத்தில் பாகிஸ்தான் தீவிரவாதிகள் என்ற பெயரில் அனுப்பிய இராணுவத்தினர் மற்றும் கூலிப் படைக்கும் நமது இந்திய இராணுவத்திற்கும் யுத்தம் நிகழ்ந்து கொண்டிருக்கிறது.

யுத்த முனையில் குண்டடிபட்ட வீரர்களைக் குற்றுயிரோடு கொண்டுவந்து சேர்க்கிறார்கள். சிகிச்சையளிக்கிறார்கள்.

அவர்களைப் பார்க்கும்போது எனக்கு ஆதங்கம் பொங்குகிறது குஞ்சுப் பையா!

இதோ எனக்கு இடது புறக் கட்டிலில் தொடையில் பாய்ந்த குண்டை எடுத்து விட்டு படுக்க வைக்கப்பட்டிருக்கும் இராணுவ வீரன் மற்றொருவனிடம் சொல்லிக் கொண்டிருக்கிறான்.

தோலாலிங்கில் பாய்ண்ட் 4590 சிகரத்தில் இவன் தலைமையில் ஒன்பது பேர் முதல் பேட்சாகப் போய் அங்கிருந்த முகாமை அழிக்கையில் இவன் மட்டும் பதினெட்டுப் பேரைச் சுட்டு வீழ்த்தினானாம்.

எனக்குக் கைதட்ட வேண்டும் போலிருக்கிறது. அவனைக் கட்டியணைத்து முத்தமிட வேண்டும் போலிருக்கிறது.

எனக்கு வலதுபுறக் கட்டிலில் சிகிச்சை பெற்று வரும் வீரன் டைகர் குன்றில் பீரங்கி இயக்கி தான் புரிந்த சாதனைகளைச் சொல்லும்போது என் மனதால் அவனுக்கு மண்டியிடுகிறேன்.

இன்றைக்குக் காலையில் மத்திய மந்திரி ஒருவர் இந்த மருத்துவ முகாமிற்கு வந்து சிகிச்சை பெறும் வீரர்களுக்கு ஆறுதல் சொன்னார்.

அவரை ஒவ்வொரு கட்டிலாக அழைத்து வந்து, உயரதிகாரி, ‘இந்த வீரன் யார், என்ன செய்தான், எதனால் அடிபட்டான்,’ என்று விரிவாக அறிமுகப்படுத்திய போது, என்னிடம் வராமல் போனால் நல்லது என்று மனம் கெஞ்சியது தெரியுமா?

ஆனாலும் வந்தார்கள். அறிமுகம் செய்தார். விபரம் சொன்னார்.

“அடடா! பாவமே!” என்று உச்சுக் கொட்டினார் அமைச்சர்.

இந்த இரக்கப் பார்வை என்னைச் சாட்டையால் அடித்தது.

நான் என்ன செய்வேன், குஞ்சுப் பையா!

எத்தனை துடிப்புடன் தோள்தட்டிப் புறப்பட்டு வந்தேன். ரயில் நிலையத்தில் கண்ணீர் சிந்தின சாரதாவை எத்தனை கோபமாகக் கடிந்து கொண்டேன்.

போரில் கணவனை இழந்து அந்தக் கம்பீர நினைவுகளை மட்டும்

இறக்கப் பிறக்க வேண்டும்

சுமந்த உன் பாட்டி, என் தாய் எத்தனை நெஞ்சுரத்துடன் என் நெற்றியில் திலகமிட்டு வாழ்த்துச் சொன்னாள்!

'உன் தந்தையின் மரணம் நினைவிருக்கிறதா மகனே? பங்களாதேஷ் யுத்தத்தில் நாற்பத்து இரண்டு எதிரி நாட்டுச் சிப்பாய்களைக் கொன்று உளவு விமானத்தைச் சுட்டு வீர மரணம் கண்டார். அவரின் உடல் நம் வீட்டிற்கு வந்த தினம் ஊர் திருவிழா கூட்டம் கண்டது உனக்கு நினைவிருக்கிறதா? எத்தனை பெரிய வரிசையில் மக்கள் வந்து மாலை போட்டு மண்டியிட்டார்கள். பெருமிதத்தில் என் நெஞ்சடைத்தது மகனே. போய் வா! அப்பாவுக்குக் குறையாமல் சாகசம் செய்து வா! சாதித்துவிட்டு வா! உயிரோடு வந்தாலும் சரி, உடலாக வந்தாலும் சரி, எனக்குப் பெருமை சேர்க்கும் விதமாக சாதித்துவிட்டு வா.'

நரம்புகளின் உத்வேகம் ஊட்டிய வாழ்த்து அது குஞ்சுப் பையா!

அந்த உத்வேகத்தோடுதான் ஸ்ரீநகர் வந்தேன். பணியில் சேர்ந்தேன்.

திராஸ் நோக்கி இராணுவ டிரக்கில் தேசிய நெடுஞ்சாலையில் பயணம் செய்தேன். என்னோடு சேர்த்துப் பதினேழு பேர்.

சிகரம் நோக்கி மலைப் பயணம் அது. அபாயகரமான வளைவுகள் கொண்டது. அதிக அகலமில்லாத சாலை.

அதிகாலை நான்கு மணிக்கு எங்கள் டிரக் புறப்பட்டது. சாலையைக் கிட்டத்தட்ட மூடிவிட்ட பனிக் கம்பளம் மேல் தடதடத்து விரைந்தது டிரக்.

சாலையின் ஒரு பக்கம் மலை. மறுபக்கம் தடால் சரிவுகள். தூரத்தில் பனி உருகி ஓடும் சிற்றாறுகள்.

உணர்ச்சியூட்டும் தேசப் பாடலை நாங்கள் அனைவரும் பாடிக் கொண்டிருந்த அந்த நிமிடம் திடீரென்று டிரக் டிரைவர் பனியில் சரியாகப் பார்வை புரியாமல் டிரக்கைத் தப்பான அனுமானத்தில் திருப்ப... சரிவில் எங்கள் டிரக் பன்னிரண்டு முறை உருண்டு விழுந்ததாக இங்கே முகாமில் சொல்லித்தான் தெரியும்.

குஞ்சுப் பையா! என் வேதனை உனக்குப் புரிகிறதா?

எத்தனையோ சாதிக்கும் கனவுகளோடு சின்ன வயது முதல் காத்திருந்தேன். இராணுவத்தில் சேர்ந்தேன். எத்தனை பயிற்சிகள்! வீரனாக உருவானேன். என் தாய்த் திருநாட்டிற்கு நான் செலுத்த

பட்டுக்கோட்டை பிரபாகர் தேர்ந்தெடுத்த சிறுகதைகள்

வேண்டிய வீர மரியாதைக்குத் தயாரான போது, இப்படி ஒரு விபத்தில் சிக்கி... இதோ சில மணி நேரங்களில் மரணம்...

எனக்கு வெட்கமாக இருக்கிறது குஞ்சுப் பையா! இந்த மரணத்தை நான் வெறுக்கிறேன். இப்படி ஒரு மரணத்தையா நான் எதிர்பார்த்தேன்? ஒரு எதிரியைக்கூட சுடாமல்... ஒரு குண்டு கூட என் உடம்பைத் துளைக்காமல்... ச்சே!

இந்த அசிங்கமான மரணத்தை என்னால் தவிர்க்க முடியாது. ஆனால் குஞ்சுப் பையா! நான் கம்பீரமாக இறக்க மறுபடி பிறக்க வேண்டும். அடுத்த மரணமாவது என் விருப்பத்திற்கிணங்க வீர மரணமாக இருக்க வேண்டும்.

என் ஆத்மாவுக்கு உன் உடலில் இடம் கொடு குஞ்சுப் பையா! உன் மூலம்தான் என் விருப்பம் நிறைவேற வேண்டும். ஜெய் ஹிந்த்!

12
ஒரு ஸ்பூன் விஷம்!

பக்கத்துப் பயணியின் தலையைத் தன் தோளிலிருந்து மூன்றாம் முறையாக நிமிர்த்தி விட்டான் சிவராமன். ஆனாலும் அடுத்த நிமிடமே தலை சாய்ந்துவிட்டது. இடம் மாற்றிக் கொள்ளலாமா என்று பார்த்தால் பேருந்து முழுக்க நிரம்பி சிலர் நின்றுகொண்டுமிருந்தார்கள்.

அடுத்து நின்ற ஒரு கிராமத்தின் நிறுத்தத்தில் காதணி விழாவுக்காக நடப்பட்டிருந்த ஃப்ளெக்சில் கிட்டத்தட்ட ஐம்பது முகங்களும் பெயர்களும் மொய்த்தன. ஆட்டுக்குட்டியுடன் ஏற வந்தவனை நடத்துனர் தடுத்து, விசில் கொடுக்க... அவன் உதிர்த்த கெட்ட வார்த்தைகளைக் காற்று கரைத்துவிட்டது.

நீரில்லாத புதர் மண்டின வாய்க்கால், பனை மரங்கள், எலும்பு துருத்தின மாடுகள் புல் தேடும் வறண்ட சமவெளிகளைக் கடந்து சீரான குலுங்கல்களுடன் பயணித்த பேருந்தில் முன் சீட் பெண்மணியின் ஜிமிக்கியும், ஊதா நிறத்தில் கூந்தலில் இழை பிரித்துச் செருகியிருந்த டிசம்பர் பூச்சரமும் குலுங்கின.

டிவியில் குறுக்குக் கோடுகளுக்கு நடுவில் வடிவேல் கிணற்றைக் காணோமென்று காமெடி செய்ததை நின்றவர்கள் மறைத்து விடுவித்தார்கள். ஏதோ ஒரு கைபேசியிலிருந்து புன்னகை மன்னன் கமல் ரேவதியிடம் காதல் சொன்னதும் இளையராஜா நடத்திய இசை தர்பார் வெளிவர, அந்த ரசனை ஆசாமியின்

முகம் தேடினான். அந்த இசை நின்று, "அதான் கூப்புடாதேன்னு சொன்னேன்ல.. இன்னொரு தடவை கூப்புட்டே.... செருப்பால அடிப்பேன் நாயே!" என்று அதட்டல் மட்டுமே கேட்டது.

மீண்டும் ஜன்னலுக்கு வெளியே பார்த்தான். மதியின் சிரித்த முகம் பிரதானமாக முன்வந்து காட்சிகளை மறைத்தது.

அதென்னவோ அவன் சிரிக்கும்போது உதடுகள் இரண்டு பக்கமும் சரிசமமாக விரியாது. ஒரு பக்கம் அதிகம் இழுக்கும். ஆனால் அது அழகாய்த்தானிருக்கும். குளிரூட்டப்பட்ட அறையிலும் காற்று கலைப்பதுபோல சும்மா சும்மா தலையை விரல்களால் கோதிக்கொள்வான். எப்போதுமே இரண்டு குச்சிகளைக்கொண்டு கிழித்து விரல்களால் கூடாரம் அமைத்து சிகரெட்டைப் பற்ற வைப்பான். சைடில் திரும்பி புகைவிடுவதைப் பார்க்க ஸ்டைலாக இருக்கும். அறிமுகமில்லாத எவரிடமும் சுலபமாகப் பேசிவிடுவான்.

"சார்... ரோட்ல குழந்தைங்களோட நடக்கறப்போ அவங்களை பிளாட்ஃபார்ம் சைடுல நடக்கவிட்டு நீங்க ரோடு சைடுல நடக்கணும்."

கண் முன்னால் நிகழும் எந்தப் பிரச்சினைக்குள்ளும் சென்று விடுவான்.

"சம்திங் கேக்கறாரா? கொடுக்க வேண்டிய அவசியமே இல்லை. வண்டில லைசென்ஸ் இல்லைன்னா புகாரா பதிவு செஞ்சி வவுச்சர் வாங்கிக்கங்க. பதினஞ்சி நாள்ல கோர்ட்ல காட்டிட்டாப் போதும்."

அவசரத் தேவையென்று கடன் கேட்டால் பதிலுக்குக் கடன் வாங்கியாவது கொடுத்துவிட்டு உடனே மறந்துபோய்விடுவான்.

"டேய்... நான் உனக்கு மூவாயிரம் தரணும்..."

"ஆமால்ல? மெதுவாக் குடு. என்ன இப்போ..."

ரேவதியுடனான தன் காதல் வெற்றியையும்... ஆறே மாதத்தில் அதன் தோல்வியையும் ஒரே மாதிரியான மனநிலையோடுதான் சொன்னான்.

"பின்னாடி என்னென்ன பிரச்சினையெல்லாம் வரும்னு யோசிக்காம காதலிச்சிட்டோம். யோசிச்சப்போ எல்லாரோட நிம்மதிக்காகவும் பிரிஞ்சிட்டோம். ப்ராக்டிகலாப் பாரு... ஒரு உறவுக்காக ரெண்டு பக்கமும் பத்து உறவை உதறித் தள்றது சரியாப் படலை. அந்த ஒரு

உறவும் இப்போ உன்னதமாத் தெரியுது. நாளைக்கு அந்த உன்னதம் நிலைக்குமான்னு சொல்ல முடியாதே.. நாங்க இன்னும் பரஸ்பரம் அடையாளம் காட்டிக்காத வேற முகங்கள் வெளிப்படறப்போ உறவே சுமையா மாறிடலாம்."

வீட்டில் அப்பா ஜாதகப் பொருத்தம் பார்த்து வாட்ஸ் ஆப்பில் அனுப்பிய பெண்ணின் புகைப்படத்தைப் பார்த்தே, நேரில் பார்க்காமல் ஓகே சொல்லி அமுதாவைக் கல்யாணம் செய்துகொண்டான்.

அமுதாவின் ஊரான திண்டுக்கல்லில் நடந்த திருமணத்திற்கு இருபத்தெட்டு நண்பர்கள் போயிருந்தோம். எல்லோருக்கும் ரூம் போட்டு, போக வர வேன் நிறுத்தி, கேஸ் கேஸாக பீர் இறக்கி அப்படி கவனித்தான்.

"லவ் ஃபயிலியர் மேட்டர் அமுதாட்ட சொல்லப் போறியா மதி?"

"இல்ல...வெறும் காதலோட நின்னிருக்குமான்னு அவளுக்கு அநாவசியமா கற்பனை ஓடும். பாவம்டா. அவஸ்தைடா... தெரியறப்போ பார்த்துக்கலாம். தேடிப் பிடிச்சி மும்பாய் அட்ரஸ் வாங்கி ரேவதிக்கும் இன்விடேஷன் அனுப்பிச்சேன் ப்ரோ.. இப்போ மூணாம் மாசமாம். டிராவல் பண்றது ரிஸ்க்குன்னு வாழ்த்து மெசேஜ் அனுப்பிருக்கா... ஃபுல்ஸ்டாப்புக்குப் பக்கத்துல ஒரு ஆட்டீனோட."

அடுத்தடுத்த வருடங்களில் இரண்டு குழந்தைகள். பைக்கில் சிரமமாக இருக்கிறது என்று செகண்ட் ஹாண்டில் கார் வாங்கினான். வாடகை அதிகமாயிருக்கிறது என்று கொளத்தூர் அருகில் வங்கிக் கடனில் அதிக சுமையில்லாத ஈஎம்ஐ போட்டு சிங்கிள் பெட்ரூம் ஃபிளாட் வாங்கி கிரகப் பிரவேசத்தின்போது மாடு என்று சொல்லப்பட்ட கன்றுக்குட்டியை லிஃப்ட்டில் மூன்றாவது மாடிக்குக் கொண்டுவந்து ஹாலில் சாணம் போட வைத்தான். கழுத்திலும் இடுப்பிலுமாக குழந்தைகளை வைத்துக்கொண்டு எடுத்த புகைப்படத்தைப் பெரிதுப்படுத்தி சுவர் முழுக்க மாட்டியிருந்தான்.

"ஹரிணி ரைம்ஸ் சொல்ற அழகே தனிடா. எப்பப் பார்த்தாலும் டாக்டர் செட் வெச்சே விளையாடறா. பயமா இருக்குடா. தேவையில்லாம இந்த வயசுல பின்னாடி நடக்குமான்னு தெரியாத கனவுகளை விதைக்கிறது தப்போன்னு படுது. ஹரிஷ் ரொம்ப

சோனியா இருக்கான்டா. உசேன் போல்ட் மாதிரி ஓடணுமாம். விளம்பரம் பாத்து எல்லாப் பவுடரும் வாங்கிக்குடுத்துப் பார்த்துட்டோம். தேற மாட்டேங்கறான். ஆனுவல் லீவுல கேரளாவுக்குக் கூட்டிட்டிப் போய் மூலிகை வைத்தியம் குடுக்கப் போறேன்."

சதா குழந்தைகளைப் பற்றியே பேசுவான்.

நினைவுகளுக்கு நடுவில் சட்டென்று சில கேள்விகள் குறுக்கிட்டன. பெருகவாழ்ந்தானில் பூக்கடை இருக்குமா? இருந்தாலும் மாலை கிடைக்குமா? இல்லையென்றால் கட்டிக் கொடுப்பார்களா?

பாக்கெட்டிலிருந்து போனெடுத்து, "எங்கடா இருக்கே சூரி?" என்றான்.

"பஸ் எதுவும் கிடைக்கலை. அதனால டாக்சி பிடிச்சிட்டேன். இன்னும் அரை மணி நேரத்துல அங்க இருப்பேன். நீ?"

"மதுக்கூர் தாண்டிட்டேன். நீ மாலை எதுவும் வாங்கிருக்கியா?"

"இல்லையே..."

"நானும் மறந்துட்டேன். டாக்சிலதானே வர்றே... நடுவுல நிறுத்தி எனக்கும் சேர்த்து ரெண்டு மாலையா வாங்கிடு சூரி."

"சரி. மோகன் வர்றானா? தெரியுமா?"

"தெரியலை. நான் மெசேஜ் அனுப்பிச்சேன். பதில் இல்லை. மறக்காம மாலை வாங்கிட்டு வந்துடு."

நடத்துனர் அவனைப் பார்த்து, 'இதான் சார். இறங்குங்க' என்றதும் இறங்கினான். டீசல் புகை கக்கி பேருந்து கடந்து சென்றது. பக்கத்து ஊர் தியேட்டரில் விவேகம் என்று போஸ்ட்டர் ஒட்டி அதன் மீது 'குறைந்த கட்டணத்தில்' என்று குட்டி போஸ்ட்டரும் ஒட்டியிருந்தார்கள். சர்வக் கட்சிகளின் கொடிகளும் ஒரே இடத்தில் வெவ்வெறு உயரங்களில் பறந்தன. தள்ளுவண்டியில் பலாச்சுளை விற்றவனிடம், "ரிட்டயர்ட் போஸ்ட் மாஸ்டர் சோமசுந்தரம் வீடு..." என்று விசாரித்தான்.

"துக்கத்துக்கு வந்திங்களா? இன்னும் ஆஸ்பத்திரிலேர்ந்து பாடி வரலை." என்றவன் கைகளால் மேப் போட்டு வழி சொன்னான்.

"போவதா, சூரிக்காகக் காத்திருப்பதா என்று சிவராமன்

ஒரு ஸ்பூன் விஷம்!

முடிவெடுப்பதற்கு முன்பாக அருகில் காரின் ஹாரன் ஒலித்து... திரும்பிப் பார்த்தால் ஏறிக்கொள்ளச் சொல்லி சூரி கண்ணாடி இறக்கிச் சொன்னான். ஏறிக்கொண்டு டிரைவருக்கு வழி சொன்னான். பெரிய பாலிதீன் பைக்குள் இரண்டு ரோஜா மாலைகள் இருந்தன.

"நைட்டே ராக்ஃபோர்ட் பிடிக்கணும்டா நான். வெய்ட்டிங் லிஸ்ட்ல தான் இருக்கு. நீயும் நைட்டே புறப்படறேதானே?" என்றான் சூரி.

"பட்டுக்கோட்டையிலேர்ந்தே நிறைய பஸ் இருக்குதுன்னு சொல்றாங்க. ரொம்ப கஷ்டமா இருக்குடா சூரி."

"ஆமாம். நியூஸ் வந்ததும் நானும் ரொம்ப ஷாக்காயிட்டேன். ஒரே சென்னையில இருந்தாலும் நமக்குள்ளே மீட்டிங்ஸ் குறைஞ்சி போச்சி பாரு... அதனால அவன் ஆறு மாசமா ட்ரீட்மெண்ட்ல இருந்ததே தெரியாமப் போச்சி."

"எனக்கும் தெரியாது. தெரிஞ்சிருந்தா ஒரு தடவை ஹாஸ்பிட்டல்ல உயிரோடப் பார்த்திருக்கலாம். முந்தில்லாம் ஒவ்வொரு சனிக்கிழமையும் மீட் பண்ணிட்டிருந்தோம். அப்பறம் மாசம் ஒரு தடவைன்னு மாறி அதுவும் நின்னு போச்சி. எல்லாருக்கும் வேலை, டென்ஷன், சொந்தப் பிரச்சினைகள்... மதி ஏன் போனே பண்ணலைன்னு கேட்டுக்கிட்டேனே ஒழிய, நானும் கூப்புட்டுப் பேசாமப் போயிட்டேன்."

"இப்ப அவன் பிள்ளைங்க என்னடா படிக்கிறாங்க?"

"அஞ்சாவது, மூணாவதுன்னு நினைக்கிறேன்."

"அவன் வைஃபை நினைச்சா பாவம்டா. சென்னையில ரெண்டு சின்னக் குழந்தைங்களை வெச்சிக்கிட்டு எப்படி சமாளிக்கப் போறாங்க?

"திண்டுக்கல்லுக்குப் போயிடுவாங்கன்னு நினைக்கிறேன். அவன் உடம்புக் கு என்ன பிரச்சினைன்னு தெரியுமா சூரி? ஜிம்முக்கெல்லாம் போயிட்டிருந்தானே..."

"தெரியலைடா. ஏதோ பெரிய பிரச்சினை இருந்திருக்கு. அதை மறைச்சிட்டான்."

அவசரப் பந்தல் போடப்பட்டிருந்த தனி வீட்டின் வாசலில் பிளாஸ்டிக் நாற்காலிகள் கலைந்து கிடந்தன. சொர்க்க வாகனம்

பட்டுக்கோட்டை பிரபாகர் தேர்ந்தெடுத்த சிறுகதைகள்

- தொடர்புக்கு பாபு என்று போன் நம்பர் எழுதிய ஐஸ் பெட்டி கடமை செய்யக் காத்திருந்தது. பெண்கள் வட்டமாக அமர்ந்து ஒப்பாரி வைக்க... ஆண்களில் இருவர் பேப்பர் படித்தார்கள். நால்வர் செல்போன் நோண்டினார்கள். ஒரு பையன் காகிதக் கோப்பையில் விசாரித்து விசாரித்து காபி கொடுத்தான்.

வீட்டின் படிக்கட்டில் சரிந்து அமர்ந்திருந்த மதியின் அப்பா சோமசுந்தரம் அடையாளம் கண்டு இவர்களின் கைகளைப் பிடித்துக்கொண்டு விசும்பினார்.

“நாப்பத்தி ரெண்டு... சாகற வயசாப்பா? எனக்குக் கொள்ளி போட வேண்டியவன்.. அவனுக்கு என்னைக் கொள்ளி போட வெச்சிட்டானே.. ஆறு மாசமா நாலு ஆஸ்பத்திரில மாத்தி மாத்தி வைத்தியம் பாத்தோம். காடு வித்து லட்சம் லட்சமா செலவு செஞ்சும் புள்ளையைப் பொழைக்க வைக்க முடியலையே...

” உள்ளே போகச் சொல்லி கைகாட்டினார். வீட்டுக்குள் சுவரில் சாய்ந்து சித்திரம் போல நிலைத்த பார்வையுடன் முழங்கால்களைக் கட்டி அமர்ந்திருந்த அமுதாவும், அருகில் மழங்க விழித்தபடி ஒடுங்கியிருந்த இரண்டு குழந்தைகளும் நிமிர்ந்து பார்த்தார்கள்.

அருகில் சென்று அமைதியாக நின்ற இவர்களால் கொஞ்ச நேரம் எதுவும் பேச முடியவில்லை. என்ன பேசுவதென்றும் தோன்றவில்லை.

“அவனுக்கு முடியலைன்ற தகவலே தெரியாமப் போச்சு” என்றான் சூரி.

“யாருக்கும் சொல்ல வேணாம்னுட்டார்” என்றாள் அவளுக்கேக் கேட்காமல்.

“உயிர் பிரிஞ்சப்போ பக்கத்துல இருந்தீங்களா?“

“இல்ல.. மருந்து வாங்கப் போயிருந்தேன். நர்சுதான் ஓடிவந்து சொன்னா. மயக்கம் போட்டுட்டேன். எனக்கு குளுக்கோஸ் ஏத்தி அனுப்பி வெச்சிட்டு... ஷாக்கெல்லாம் கொடுத்து ட்ரை பண்ணாங்க.”

“என்ன பிரச்சினைங்க?”

“கல்லீரல் வீங்கிடுச்சின்னுதான் முதல்ல சொன்னாங்க. அப்பறம் ஒரு பகுதியை மட்டும் வெட்டியெடுக்கணும்னாங்க. அப்பறம் அதையே

மாத்தணும்னு சொன்னாங்க. பதிஞ்சி வெச்சோம். கிடைக்கலை. சிகரெட்டையும் தண்ணியையும் விட்டுத் தொலைங்கன்னு தலைப்பாடா அடிச்சிக்கிட்டேன். கேக்கவே இல்ல...'அவனவன் வீட்லயே வாங்கி வெச்சி தினம் மூணு வேளை குடிக்கிறான்.. நான் சும்மா ஜாலிக்காக வாரம் ஒரு தடவைதான் குடிக்கிறேன்.' அப்படின்னு என்னை சமாதானப்படுத்துவார். விஷத்தை மொத் தமா குடிச்சா என்ன? கொஞ்சம் கொஞ்சமா குடிச்சா என்ன? எல்லாம் ஒண்ணுதானே? ஊர் நியாயம் உலக நியாயமெல்லாம் பேசற மனுஷனுக்கு இந்த நியாயம் மட்டும் புரியாமப் போச்சே.. இதுங்களை எப்படிக் கரையேத்தப்போறேன்னு தெரியலையே..." குமுறி அழுதவளின் முகத்தைப் பார்க்கப் பிடிக்காமல் இருவரும் வெளியே வந்து ஓரமாக நின்றார்கள்.

தென்னை மட்டைகளை விரித்துப் பின்னி பாடை கட்டிக் கொண்டிருந்தார்கள். தப்படிப்பவர்கள் வைக்கோல் நெருப்பில் வார் பிடித்துக்கொண்டிருந்தார்கள். வைதீக காரியங்கள் செய்ய வந்த அய்யர் வெற்றிலை போட்டுக் குதப்பினார்.

ஆம்புலன்ஸ் வரும் சத்தம் கேட்டது.

"போயிடலாம்டா" என்றான் சிவராமன்.

"என்னாச்சிடா? அதோ வந்துடுச்சே... முகம் பார்க்காம எப்படிப் போறது?"

"அவன் முகம் பார்க்க தைரியம் இல்லடா. நீ வரலைன்னா இரு.. நான் போறேன்" என்று நடந்த சிவராமனை ஓட்ட நடையில் வந்து தோளைப் பிடித்து நிறுத்தி, "என்னடா ஆச்சி? இதுக்குத்தானே மெனெக்கெட்டு வந்தோம்?" என்றான் சூரி.

"அவன் செத்ததுல உனக்கும் எனக்கும் பங்கிருக்கு சூரி. அவன் வாரா வாரம் தண்ணியடிச்சது நம்மளோடதான். 'பொண்டாட்டி ரொம்ப திட்றாடா, இதை நிறுத்தித் தொலைக்கணும்டா' ன்னு பல தடவை அவன் சொல்லிருக்கான். 'அவனவன் வீட்லயே வாங்கி வெச்சி மூணு வேளையும் அடிக்கிறான். சும்மா ஜாலிக்காக வாரம் ஒரு தடவை அடிக்கிறதுல ஒண்ணும் ஆயிடாதுடா!' இதைச் சொன்னது நீயும் நானும்தாண்டா. ரொம்ப வலிக்குதுடா... நான் போறேன்."

பஸ்சில் திரும்பும்போது கைக்குட்டையால் வாய்பொத்தி அழுதான்

சிவராமன். சாலையின் நடுவில் ஒரே கூட்டமாக இருக்க... போலீசின் தலைகளும் தெரிய... பஸ் நின்றது.

முப்பது நாற்பது பெண்கள் போலீசின் தடுப்பையும் மீறி ஒரு டாஸ்மாக் கடையை அடித்து நொறுக்கிக்கொண்டிருந்தார்கள். பஸ்சில் வந்தவர்கள் அனைவரும் இறங்கி நிற்க... பல மைக்குகள் ஒரு ஆவேசப் பெண்ணின் முன்னால் நீட்டப்பட்டிருந்தன.

"ஒரு பக்கம் தாலிக்கு தங்கம் குடுத்துக்கிட்டு ஒரு பக்கம் எங்க தாலியெல்லாம் அறுத்துக்கிட்டு இருக்குதே... என்னய்யா அரசாங்கம் இது? படிச்சவன் படிக்காதவன் எல்லாரையும் இந்தப் போதை கவுத்துடுச்சேய்யா. பள்ளிக்கூடப் பசங்ககூட ஆரம்பிச்சிட்டாங்க." என்றாள் அவள். குனிந்து ஒரு பெரிய கல்லை எடுத்தான் சிவராமன்.

13
ரெண்டு இட்லி, ஒரு வடை

இவ்வளவு பெரிய கடற்கரையில் நான் ஒருவன் மட்டும்தான் ஒற்றை ஆசாமியாக வந்திருப்பதாகப் பட்டது. எந்தப் பக்கம் திரும்பிப் பார்த்தாலும் நண்பன், மனைவி, குழந்தை, காதலி என்று ஒவ்வொருவருக்கும் யாராவது துணைக்கு இருந்தார்கள். கிட்டத்தட்ட எல்லோருமே சிரித்துதான் பேசிக்கொண்டிருப்பதாகத் தெரிந்தது. யாருக்குமே எந்தப் பிரச்னையுமே கிடையாதோ என்று நினைக்க வைத்தது.

ஆனால், என் தோளில் மட்டும் தினமும் ஒன்றிரண்டு பிரச்னைகள் புதிதாகத் தொற்றிக் கொள்கின்றன!

"பாட்டு டீச்சர் கூட, 'இந்தச் சின்ன வயசிலேயே உனக்கு ரொம்ப நல்லா பாட வருதும்மா!'ன்னுதானே சொன்னாங்க. அப்புறம் ஏம்ப்பா என்னைப் பாட்டு கிளாஸ் போக வேணாம்னு சொல்றே?"

மாதவிக்கு உண்மையான பதிலைச் சொல்ல முடிகிறதா?

"நாலு நாள் கழிச்சு வர்ற சனிக்கிழமைதானே டாடி என் பர்த்டே.... இந்தத் தடவை எனக்கு டிரஸ் வேணாம், டாடி. பேட்டரில ஓடற கார் வாங்கிக் கொடு டாடி..."

கண்ணனுக்குச் சனிக்கிழமை ஏமாற்றத்தைத் தாங்கிக்கொள்ளும் பக்குவம் வருமா?

"வாடகை கேட்டு மூணு தடவை வந்துட்டாருங்க. நீங்க வீட்டுல

இருக்கிறதில்லை. நான்தான் பதில் சொல்ல வேண்டியிருக்கு. மூணாவது தடவை கொஞ்சம் மரியாதைக் குறைச்சலா பேசினாருங்க. வாசல்ல நின்னு பேசினார். சங்கடமா இருக்குங்க.... ஏதாச்சும் வழி பண்ணுங்க."

ராஜியிடம் மட்டும், "என்னைக் கடைத்தெருவுக்குப் போய் பிக்பாக்கெட் அடிச்சுட்டு வரச் சொல்றியா... இல்லை, நோட்டு அடிக்கச் சொல்றியா? அவ்வளவு சங்கடமா இருந்தா, ஒண்ணுக்கு நாலா எனக்கு மச்சினனுங்க இருக்கானுங்களே... போய்க் கேக்க வேண்டியதுதானே? மூணு மாசமா அல்லாடிக்கிட்டிருக்கோம்னு தெரியும்தானே. தங்கச்சி இருக்காளா, செத்தாளான்னு எவனாவது எட்டிப் பார்த்திருப்பானா?" என்று சாணை பிடித்த வார்த்தைகளாக எரிச்சலைக் கொட்ட முடிகிறது.

தனியார் கம்பெனியில் பலவீனமான யூனியன் அமைப்பில் நான் சேர்ந்து யூனியனில் பொறுப்பான இடத்தைப் பிடித்து நிர்வாகத்தை ஜென்ம வைரியைப் போல எதிர்த்து... அதை வன்மமாக வைத்திருந்து வேறு ஒரு சின்னத் தவறை ஊதி ஊதிப் பெரிதாக்கிப் பழிவாங்கும் செயலாக நிர்வாகம் என்னை டிஸ்மிஸ் செய்து விட்டது.

விளையாட்டுப்போல மூன்று மாதங்களாகிவிட்டன. மூன்று சம்பள கவர்கள் வாங்கவில்லை என்றால் எந்த நடுத்தர வர்க்கனும் நிலைகுலைந்துதான் போவான்.

நேற்று ராத்திரிதான் ராஜியிடம் என் வீக்னெஸை ஒப்புக் கொண்டு கீழ் ஸ்தாயியில் குரல் அடைக்க ரகசியமாகப் பேசுகிற சூழ்நிலை அமைந்தது. அதுவும் அவளுக்கு முதுகு காட்டிப் படுத்து, அவள் உறங்கிவிட்டாளேன்று நினைத்து நான் ஓசை வராமல் அழுது கொண்டிருந்ததை அவள் பார்த்து விட்டதால்!

"ஏங்க இவ்வளவு கஷ்டப்படறீங்க? எம்.டி. - யைப் பார்த்து மன்னிப்பு கேட்டு லெட்டர் எழுதிக் கொடுத்துட்டா பிரச்னை எல்லாம் தீர்ந்து போய்டும்னு உங்க ஃப்ரெண்ட் சொல்லிவிட்டுப் போனாரே."

"உனக்குத் தெரியாது ராஜி... ரெண்டு வாரத்துக்கு முன்னாடியே நான் அவரை வீட்டுல போய்ப் பார்த்துட்டேன். கால்ல மட்டும்தான் விழலை. அவர் இரக்கப்படறதா இல்லை. உங்கிட்ட சொன்னா

ரொம்ப அப்செட் ஆய்டுவேன்னுதான் சொல்லலை."

"அப்ப என்னதாங்க வழி?"

"புரியலை ராஜி... சத்தியமாப் புரியலை."

"வேற கம்பெனியில வேலை கிடைக்காதுங்களா?"

"இன்னிக்கு வேலை கிடைக்கிறது நாம நினைக்கிற மாதிரி அத்தனை சுலபம் இல்லை ராஜி. தெரிஞ்ச ஆள் ஒருத்தரோட பிரிண்டிங் பிரஸ்ல சூபர்வைசர் வேலை போட்டுத் தர்றேன்னு சொல்றார். ஐந்நூறுதான் சம்பளம்."

"பரவாயில்லைங்க... அட்ஜஸ்ட் பண்ணிக்கலாம். இன்னும் குறைச்ச வாடகைல சிறிய வீடாப் பார்த்துப் போயிடலாம்."

"முதல்ல இப்ப இருக்கிற கடன்களை அடைச்சாகணும் ராஜி. பால், மளிகைக் கடை, வாடகை, பேப்பர்காரன்... லாண்டரிக் கடையில்கூட பாக்கி இருக்கு, கணக்கு வெச்சிருக்கியா? மொத்தம் எவ்வளவு வேணும்?"

"மூவாயிரமாவது வேணுங்க."

"யாரு கொடுப்பாங்க சொல்லு? கையில் கொஞ்சம் காசு புரண்டப்ப சின்னச் சின்னதா நகை வாங்கிச் சேர்க்கலாங்கன்னு நீயும் எத்தனையோ தடவை சொன்னே. பின்னால பார்த்துக்கலாம்னு ஊட்டி, கொடைக்கானல்னு ஓடினோம். சினிமா, டிராமா, ஓட்டல்னு கரைச்சு விட்டாச்சு. நம் நிலைமை தெரிஞ்சாலும் ஒரு பயலும் உதவிக்கு வர மாட்டேங்கறாங்க."

ராஜி யோசித்தாள்.

"நீங்க உங்க ஃப்ரெண்ட் மூர்த்தியைப் போய்ப் பார்த்தா என்ன? அவர் இப்போ வசதியாத்தானே இருக்கார்?"

"அட! ஆமாம்... அது தோணவே இல்லை பாரு. ஆனா, அவன்கிட்டே போய் கேக்கறதுக்கு எனக்குச் சங்கடமா இருக்கு ராஜி."

"என்ன சங்கடம்? கடனாத்தானே கேக்கப் போறீங்க."

"அது சரிதான். நான் எந்தப் பிரச்னையும் இல்லாம நல்லா இருக்கிறதா அவன் என்னைப் பத்தி ஒரு இமேஜ் வெச்சிருக்கான்."

“இப்ப உள்ள நிலைமைக்கு இமேஜ் எல்லாம் பார்த்தா நடக்குமாங்க?”

“சரி... நாளைக்கு மூர்த்தியைப் போய்ப் பார்க்கறேன்,” என்று சொல்லிவிட்டேனே ஒழிய, அவனிடம் எப்படி ஆரம்பிப்பது, எப்படிக் கேட்பது என்கிற வசன ஒத்திகைக்காக ஒரு மணி நேரமாக நான் இந்தக் கடற்கரையில்...

எழுந்து கொண்டேன். மணல் தட்டி நடந்து சாலைக்கு வந்து பஸ் பிடித்து தேனாம்பேட்டையில் இறங்கினேன்.

நடந்து அவனுடைய தனி வீட்டின் வாசலுக்கு வந்து வாசலில் கார் நிற்பதைப் பார்த்ததும் திருப்தி. நல்ல வேளை... வீட்டில்தான் இருக்கிறான்.

பெல் அடிக்க, கையில் சீப்புடன் தலை வாரியபடியே கதவைத் திறந்த மூர்த்தி, ’மை குட்னெஸ், வாய்யா! வழி தெரிஞ்சுதா? உள்ளே வா! உக்காருப்பா,” என்றான் ஆர்வமாக.

வீட்டில் அவன் மட்டும் இருந்தது ஆறுதலாக இருந்தது.

“ஒன் மினிட்!” என்று சட்டை மாட்டிக் கொண்டு வந்தவன், தன் வீட்டை எனக்குச் சுற்றிக் காட்டினான்.

“வொய்ஃப் ஊர்ல இல்லைன்னு சொல்றே... சாப்பாட்டுக்கு என்ன பண்றே?” என்றேன் நான். எடுத்த எடுப்பில் என் கடன் பிச்சைக்கு வர இஷ்டமில்லை. அது நாகரிகமாகவும் படவில்லை.

“ஓட்டல்தான். டிபன் சாப்பிடத்தான் புறப்பட்டுட்டு இருந்தேன் வா. போகலாம். சேர்ந்து சாப்பிடலாம்.”

காரில் தன் பக்கத்தில் உட்காத்தி வைத்துக் கொண்டு, “போன வாரம் ஏ.ஸி. பண்ணேன். க்ளாஸை ஏத்தி விட்டுடு. கும்முன்னு இருக்கும். நீ எப்படி இருக்கே?” என்றான்.

“நல்லா இருக்கேன் மூர்த்தி...”

காரை ஓட்டியபடியே சிகரெட் பற்ற வைத்துக் கொண்டு எனக்கும் நீட்டினான். எடுத்துப் பற்ற வைத்துக் கொண்டேன்.

“கொஞ்சம் டல்லா தெரியறியே நீ?”

“காலையிலேர்ந்து அலைச்சல். வக்கீல் ஆபீஸுக்கு ரெண்டு தடவை போய்ட்டு வந்தேன்.”

“எதுக்கு வக்கீல் ஆபீஸ்? இடம் எதுவும் வாங்கறியா?”

“இல்லைப்பா. என் கம்பெனி மானேஜ்மெண்ட் மேல லேபர் கோர்ட்டுல கேஸ் போட்ருக்கேன்.”

“ஏன், என்னாச்சு?”

“ஒரு சின்ன ப்ராப்ளம். அதிகபட்சம் மெமோதான் கொடுக்கலாம். நான் யூனியன்ல தீவிரமா இருந்தேன். ரெண்டு தடவை பகைச்சுக்கிட்டேன். அதனால பழிவாங்கற மாதிரி டிஸ்மிஸ் பண்ணிட்டாங்க.”

“அப்ப கேஸ் போட வேண்டியதுதான். சாதாரணமா ஒரு வார்த்தை இடக்கா பேசினாலே வாதம் பண்ணித் தீர்த்துடற ஆள் நீ. டிஸ்மிஸ் பண்ணா சும்மா இருப்பியா?”

“மூணு மாசமா இழுத்தடிச்சிக்கிட்டிருக்கு.”

“கோர்ட்டுன்னு போய்ட்டாலே வருஷக் கணக்காகுதுப்பா. அதை விடு... ரமா ஞாபகமிருக்கா உனக்கு? கறுப்பழகின்னு பேர் வெச்சமே... அவ கல்யாணமாகி இப்போ மெட்ராஸ்லதான் இருக்கா. எக்ஸிபிஷன்ல பார்த்தேன். நம்பவே முடியலை. மினுமினுன்னு இப்போ எப்படி இருக்காங்கறே...”

என்னுடைய பிரச்னையின் தீவிரத்தை இவனுக்கு எப்படி உணர்த்துவது? ‘மூணு மாசமா சம்பளமில்லாம எப்படிடா சமாளிக்கிறே?’ என்று கேட்டால் பரவாயில்லை. இவன் இன்னொருவனின் மனைவியாகி விட்டவளைப் பற்றிப் பேச... நானும் சிரித்து வைக்க... சே! என்ன நிலைமை இது!

“என் பொண்ணு பாட்டு கிளாஸுக்குப் போய்க்கிட்டிருந்தா. வேணாம்மான்னு நிறுத்திட்டேன், மூர்த்தி!” என்றேன்.

“மூணாவதுதானே படிக்கிறதா சொன்னே? சரிதான். இப்பவே எதுக்குப் பாட்டும் டான்ஸும்? ஸ்கூலுக்குப் போய்ட்டு வந்ததும் அவங்களை இந்த வயசில எல்லாம் ஃப்ரீயா விட்டுடணும்ப்பா. தொல்லை பண்ணக் கூடாது,” என்று உபதேசம் செய்தான்.

ஒரு மீடியம் ஓட்டல் வாசலில் காரை நிறுத்தினான். “இங்கே டிபன் ரொம்ப நல்லா இருக்கும். வா,” என்றான்.

உள்ளே போய் எதிரெதிராக அமர்ந்தோம். நிறைய மேஜைகள்

காலியாக இருந்தன. வந்த சர்வரிடம் என்னைக் கேட்டுக் கொள்ளாமல், "ரெண்டு இட்லி, ஒரு வடை!" என்றான். "ரெண்டு பேருக்கும்!" என்றான் பிற்சேர்க்கையாக. நான் வெள்ளை மார்பிள் கல் மேல் இருந்த ஒற்றைத் துளித் தண்ணீரைக் கோடாக்கி முக்கோணமாக்கிக் கொண்டிருந்தேன்.

"என்ன யோசனை?"

"ஒண்ணுமில்லை. வீட்டுப் பிரச்னை."

"என்ன அப்படி?"

"பொருளாதாரம்தான்," என்றேன் சிரித்து.

"அடப் போய்யா! அது யாருக்குத்தான் இல்லை? நாட்டுக்கே இப்ப அதானே பெரிய பிரச்னை... எப்பவோ பார்க்கறோம். போரடிக்காதேப்பா. நீ எப்படி வாரத்துக்கு ரெண்டு தடவையா, இல்லை, மூணு தடவையா?"

"எது, ஷேவ் பண்ணிக்கிறதா?"

"கடிக்காதே மேன். நான் அதைக் கேக்கலை."

"மூணு மாசமாச்சு மூர்த்தி..."

"அடப் பாவி! ஏம்ப்பா, ஏதாச்சும் பிரச்னையா?"

ஏதாச்சும் பிரச்னையாவா? இவ்வளவு நேரம் நான் எப்படி யெப்படியோ சொல்லிக்கொண்டிருப்பதெல்லாம் என்ன?

"மனசு சந்தோஷமா இருந்தாத்தானே மூர்த்தி இன்ட்ரஸ்ட் வரும்?"

"நம்ம கதையே வேற. சந்தோஷமோ வருத்தமோ எப்படியிருந்தாலும் சரி... ஒரு நாள் விட்டு ஒரு நாள், தண்ணிப் பஞ்சத்தப்போ கார்ப்பரேஷன்ல வாட்டர் விடற மாதிரி" என்று சொல்லி ஓங்கிச் சிரித்தான்.

என்னால இணைந்து சிரிக்க முடியவில்லை.

"அப்புறம் உங்கிட்ட சொல்லணும்னு இருந்தேன். என் வொய்ஃப், குழந்தைங்க எல்லாம் வந்ததும் ஒரு நாள் காரெடுத்துக்கிட்டு வர்றேன். நம்ம ரெண்டு ஃபேமிலியும் சேர்ந்து முட்டுக்காடு, இல்லைன்னா மகாபலிபுரம் போய்ட்டு வர்றப்ப பிரார்த்தனா டிரைவ் இன்ல படம் பார்த்துட்டு வரலாம்."

ரெண்டு இட்லி, ஒரு வடை

"படம் பார்த்து மூணு மாசமாச்சு."

"என்னய்யா நீ... முழுகாம இருக்கிறதுக்கு சொல்ற மாதிரி எதுக்கெடுத்தாலும் மூணு மாசமாச்சு, மூணு மாசமாச்சுன்னே சொல்லிக்கிட்டு? உன் ஆபீஸ்ல எத்தனை லேடீஸ்?"

"இருபது பேருக்கு மேல இருக்கும்."

"கொடுத்து வெச்சவன்ப்பா . என் ஆபீஸ்ல எண்ணி நாலே நாலுதான். எதுவும் சகிக்காது. அதுல ஒண்ணு ரேகான்னு. செமகட்டை. ஸ்லீவ்லெஸ் போடுவா. லோ ஹிப் கட்டுவா, கூச்சமே இல்லாம என்கிட்ட செக்ஸ் ஜோக் சொல்லுவா... " என்று அவன் சிரித்து, என் மௌனம் பார்த்துச் சிரிப்பை நிறுத்தி, "ஆர் யு ஆல்ரைட்?" என்று நெற்றியில் தொட்டுப் பார்த்தான்.

"நல்லாத்தான் இருக்கேன்!" என்றேன்.

இட்லி, வடை வர... சாப்பிட்டோம்.

"நான்தான் கொடுப்பேன்!" என்று பில் எடுத்துக் கொண்டான். வாசலில் பத்து லாட்டரி சீட்டு வாங்கி பாக்கெட்டில் செருகிக் கொண்டான்.

"நான் இங்கே பக்கத்தில ஒருத்தரைப் பார்க்கணும். உன்னை எங்கே இறக்கிவிடட்டும்?" என்றான்.

"வேணாம், நான் பஸ் பிடிச்சுப் போய்டுவேன்."

"ரைட்டோ!" என்று கைகுலுக்கி, "என் வொய்ஃப் வந்ததும் அவசியம் நாம் எல்லோரும் சேர்ந்து வெளில போறோம். உன் வொய்ஃபை விசாரிச்சதா சொல்லு. இன்னொரு தம் அடிக்கிறியா?" என்று பாக்கெட்டை நீட்டினான்.

வேண்டாமென்று சொல்லிவிட்டு, பஸ் பிடித்து, வீடு வந்து, குழந்தைகள் எல்லாம் உறங்கிய பிறகு மெதுவாக ஆரம்பித்துச் சொன்னேன்.

"நீங்க வாய்விட்டுக் கேட்டிருக்க வேண்டியதுதானே?"

"என்ன ராஜி இது... எத்தனை விதமா சொல்லிட்டேன். அவனுக்குப் புரியலைன்னா நினைக்கிறே? எல்லாம் நடிப்பு ராஜி! சாகசம்! இந்த உலகத்திலே சொந்தம் மட்டும் இல்லை, ராஜி! நட்பும் போலியாத்தான் இருக்கு. யார்னாலேயும் எந்தப் பிரயோஜனமும்

இல்லை."

"சொந்தத்தால வேணும்னா லாபமில்லைன்னு சொல்லுங்க. நட்பால ஏதோ ஒரு லாபம் இருக்கத்தான் செய்யுதுங்க."

"என்ன?" என்றேன் புரியாமல்.

"ரெண்டு இட்லி, ஒரு வடை!" என்று சிரித்த அவள், "யார்கிட்டயும் போய்க் கேக்க வேணாங்க... மஞ்சள் துண்டைக் கட்டிக்கிட்டு தாலி எடுத்துத் தர்றேன். சமாளிச்சுக்கலாங்க. சுகமும் நிம்மதியும்தாங்க முக்கியம். ஆமா, மூணு மாசமா ஆச்சி?" என்று என் மார்பின் குறுக்கே கை போட்டாள்.

கண்ணாடி வளையலின் சத்தத்தில் நம்பிக்கை சொல்லும் ஒரு குடுகுடுப்பைச் சத்தம் ஒளிந்திருந்தது.

14
அவன் பெயர் கேகே

மெட்ரோ ரயில் வேலைகளுக்காகக் குதறியெடுக்கப்பட்டிருக்கும் அண்ணா சாலையில் வளைத்து வளைத்து அதிவேகத்தில் என் பைக்கைச் செலுத்திக்கொண்டிருந்தேன். நான் உடனடியாக கேகேயைப் பார்த்தாக வேண்டும். கேகே என்று நாங்கள் செல்லமாக அழைக்கும் கிருஷ்ணகுமார் ஒரு நாள் அலுவலகம் வரவில்லையென்றால் தேசிய துக்க தின விடுமுறையின்போதான தூர்தர்ஷன் மாதிரி இருக்கும்.

அன்று...

கான்ஃபரன்ஸ் ஹாலில் எங்கள் டீமின் ஆறு பேரையும் உட்கார வைத்து, சிலுவையில் அறைந்து கொண்டிருந்தான் பப்பாளி. அது பட்டப் பெயர். அந்தக் கெட்ட வார்த்தையைச் சொல்லவோ எழுதவோ இயலாதென்பதால் கூடிப் பேசித் தீர்மானித்த மாற்றுப் பெயர்.

"இரண்டு முறை கூடுதல் நேரம் தந்தும் முடிக்கவில்லை என்றால் எப்படி? கலிபோர்னியாவிலிருந்து காறித் துப்புகிறான். கண்காணிப்பு கேமரா வைப்பதை எதிர்த்தீர்கள். மன்னிக்கவும் அதை மீண்டும் கொண்டுவர வேண்டிய..." என்று ஆங்கிலத்தில் தாளித்தபோது கேகே, சந்துருவின் இடுப்பைக் கிள்ள, சந்துரு என் இடுப்பைக் கிள்ள... நாங்கள் ஒரே நேரத்தில் கொட்டாவி விட்டோம்.

பப்பாளி ஏற்கெனவே தக்காளி நிறம். இப்போது கனிந்த தக்காளியாகிவிட்ட முகத்துடன், "என்ன நாகரிகம் இது?"

“கொட்டாவி நம் கட்டுப்பாட்டில் இல்லை சுந்தரம். நிறுவனக் கோட்பாடுகளின்படி அது தடைசெய்யப்படவும் இல்லை” என்றான் கேகே.

“மூணு பேருக்கும் ஒரே நேரத்தில் வருமா?”

“ஆறு பேருக்கும்கூட வர சாத்தியம் உண்டு. தியேட்டரில் படம் போரடித்தால் நூறு பேருக்கும்கூட வரும். இடைவேளையில் மொத்த பேருக்கும் ஒரே நேரத்தில் யூரின் வருகிறதல்லவா? அதைப் போல.”

“கிருஷ்ணகுமார்! எல்லை மீறிய கொச்சையான பேச்சு!”

“யூரின் என்பது கொச்சையான வார்த்தையா? அதென்ன ஆபாசமா? எல்லா டாக்டரும் யூரின் டெஸ்ட் எடுக்கச் சொல்லி சைகையாலா சொல்கிறார்கள்?”

“இது அநாவசிய தர்க்கம்! நேர விரயம்! நீங்கள் போகலாம்.”

எங்கள் மென்பொருள் நிறுவனத்தில் யூனியன் துவங்க அனுமதி கிடைத்தால் நிச்சயமாக அவன்தான் தலைவர். எல்லோரும் குமுற... அவன்தான் கொட்டுவான். எல்லோரும் புலம்ப... அவன்தான் போட்டு உடைப்பான். கேகேக்கு பயம் என்பதே கிடையாது. நாசூக்கு, தயக்கம் எதற்கும் அர்த்தம் தெரியாது. டமால் டுமீல்தான்!

கேகேயைக் கைகுலுக்கி, கேண்டீனுக்குக் கடத்தி வந்து, “என்னடா கேகே... நீ பாட்டுக்கு அப்படிப் பேசிட்டே?” என்றேன்.

“பின்னே? நாம என்ன இங்க தாயம் ஆடிட்டிருக்கோமா? ஓம்போது கரக்‌ஷன் குடுத்தா, அதுக்கு ஆகவேண்டிய டைம் ஆகத்தானே செய்யும்? நடுவுல நானும் சுவாசிக்கணும்... சாப்புடணும்... தூங்கணும். ...ம் (இது நிச்சயமாக தடைசெய்யப்பட்ட வார்த்தை) அடுத்த மீட்டிங்ல ஆறு பேரும் ஒரே சமயத்துல டர்ர்ருன்னு...”

“சும்மா இருடா! எவால்யுவேஷன்னு ஒண்ணு இருக்கு.”

“என்ன... அதிகபட்சமா டெர்மினேட் பண்ணுவானா?”

“ஒருவேளை பண்ணிட்டா?”

“வீட்ல உட்கார்ந்து என் பொண்ணு, பொண்டாட்டியோட ஜாலியா சோட்டா பீம் பார்ப்பேன். சிஸ்டத்துல ஆங்கிரி பேர்ட்ஸ் விளையாடுவேன். எக்ஸ்பாக்ஸ்ல நூறு கேம்ஸ் வெச்சிருக்கேன். நீயும் வா... விளையாடலாம். வீட்டுக்குள்ளேயே இருக்கு மாப்ள உலகம்...”

"அதுக்கு வீடு வேணும்ல? ஈ.எம்.ஐ. ஒழுங்கா கிரெடிட் ஆகலைன்னா பேங்க்ல புடுங்கி ஏலத்துல விட்ருவான் கேகே. மறந்துடாத!"

"லைஃப்ல ஒரு செண்டிமீட்டர்கூட கீழே இறங்கக்கூடாதுன்னு நினைச்சாதானே பயப்படணும்? பேச்சலர்ஸ் டென்ல எட்டுப் பேரோட இருந்திருக்கேன். சௌகரியமா வாழறமா, சந்தோஷமா வாழறமான்னு பார்க்கணும். சுதந்திரமும், தன்மானமும் இல்லாம என்ன மாப்ள சந்தோஷம்? சுனாமி வந்த ஏரியால நீ இருந்திருந்தா....? இப்ப உசுரோடவே இருக்க மாட்டே. நாம நூறு தடவை பறக்கற ப்ளேன்ல ஒரு பிளேனு கடல்ல குதிச்சிருந்தா? ரோட்டைக் கிராஸ் பண்றப்ப தெரியாம கரண்ட் வயரை மிதிச்சவன் நானா இருந்தா?"

"என்னடா சொல்ல வர்றே?"

"உத்தரவாதம் இல்லாத வாழ்க்கை இது. எதுக்கு பயம்? யூ ஆல் ஆர் தை ஷிவரிங் ஃபெல்லோஸ் (அதாவது தொடை நடுங்கிகள்!)" என்று எழுந்துபோன கேகேயை நாங்கள் ஆச்சரியமாகப் பார்த்துக் கொண்டிருந்தோம்.

கேகே மாதிரி எதற்கும் பயப்படாமல் இருக்க வேண்டும் என்று நானும் பலமுறை நினைத்திருக்கிறேன். ஆனால் அந்த அலட்சியமும், தைரியமும் என் சுபாவத்தில் இல்லை. கேகேயின் தைரியமே தனி.

அன்று ....

மாதேஷின் கண்ணைப் பார்த்தே கண்டுபிடித்த கேகே,"டேய் படவா! யாரையோ நீ லவ் பண்றே, சரியா?"ன்றான்.

"எப்படி சார்?" என்று வியந்துபோனான் பயிற்சிக்கு வந்த மாதேஷ்,

"யாரு?"

"ஷாலினி சார். என் வீட்டுக்கு எதிர்ல சார். ஆறு வருஷம் சார்."

"கிரேட்! அப்படின்னா ஒரு தடவையாவது அபார்ஷனா யிருக்கணுமே...!"

"அய்யோ! சார்! நான் இன்னும் லவ்வைச் சொல்லவே இல்ல சார்."

"வாட்?" என்று உதட்டில் தொங்கிய சிகரெட்டைத் தவறவிட்டு,

நெருப்புத் துகள்கள் பேண்ட்டை பொத்தல் போடாமல் அவசரமாகத் தட்டிவிட்டான் கேகே.

“சரி. அவ உன்னை லவ் பண்றாளா?”

“சொன்னதில்ல சார். ஆனா தெரியும். நாங்க கண்ணால பேசிக்குவோம் சார்.”

“வாயில நல்லா வருது. எந்தக் காலத்துலடா இருக்கீங்க நீங்க? சரி... ஏண்டா இன்னும் சொல்லாம இருக்கே?”

“அவ அப்பாவை நினைச்சா பயமா இருக்கு.”

“ஏன்? மிலிட்டரி ஆபீசரா?”

“அதுல பாதி. போலீஸ் ஆபீஸர். டி.எஸ்.பி.! அவர் முகத்தைப் பார்த்தாலே குளிர் ஜுரம் வருது சார்.”

“ஓ! இப்ப என்ன, அவ கல்யாணம் பண்ணிக்கிட்டு கனடா போவா. நீ ‘காதல் வானில்’ அப்படின்னு ப்ளாக் ஸ்பாட் ஆரம்பிச்சி காலம் பூரா கவிதை எழுதப் போறியா? போங்கடா முதுகெலும்பு இல்லாத பசங்களா!” என்று நிஜமாகவே மாதேஷ் முதுகில் ஒரு குத்து விட்டுச் சென்றான் கேகே. எனக்கு வலித்தது.

ஞாயிறு அன்று வாய்க்கு நமைச்சல் எடுத்து வெங்காய பஜ்ஜி செய்ய மனைவியிடம் மனு போட்டு, ஒப்பந்தப்படி வெங்காயம் நறுக்கிக்கொண்டிருந்தபோது கேகே வந்தான். மிகமிக உடனே அவனுடன் புறப்படச் சொன்னான். கரைக்கப்பட்ட கடலை மாவை ஏக்கமாகப் பார்த்தபடி அவனுடன் சென்று பைக்கில் போகும்போது, “எங்க கேகே?” என்றேன்.

“மாதேஷ் இல்ல... அவன் கை நரம்பை வெட்டிக்கிட்டான். யூஸ்லெஸ் ஃபெல்லோ. டாக்டர்ஸ் போராடிக்கிட்டிருக்காங்க.”

“அய்யய்யோ...” என்று பதறினேன்.

பைக் மாதேஷ் இருந்த தெருவுக்குப் போக, “அவன் வீட்டுக்கே இன்னும் தெரியாதா?” என்றேன்.

“எல்லாரும் ஆஸ்பத்திரிலதான் இருக்காங்கடா முட்டாள்...”

“அப்புறம் எதுக்கு இங்க?”

பதில் சொல்லாமல் பைக்கை மாதேஷ் வீட்டின் வாசலில் நிறுத்தினான். மாதேஷ் வீட்டில் பூட்டு தொங்க, நான் அவன் ஐடியா புரியாமல் பார்க்க....

எதிரில் 'கதிரவன்' என்று தன் படிப்பு, பதவியுடன் போர்டு மாட்டி வைத்திருந்த டி.எஸ்.பி. வீட்டுக்குப் போய் கேகே பெல் அடிக்க... எனக்கு உதறியது.

"டேய்! போலீஸ்டா! என்னடா பண்ணப் போறே?"

"போலீஸ்னா? ஸோ வாட்?" என்றான்.

கதவு திறந்தது. 'ஷாலினி'யாகத்தான் இருக்க வேண்டும்.

"ஷாலினி?" என்றான்.

"யா?"

"அப்பா இருக்காரா?"

"யெஸ்!" என்றார் சோபாவில் புறப்படத் தயாராய் யூனிஃபார்மில் தற்சமயம் காபி ஆற்றிக்கொண்டிருந்த கதிரவன்.

"சார்....! ஐம் கேகே. இது ஷ்யாம். நாங்க 'டேஷ்' கம்பெனியில வொர்க் பண்றோம். எதிர்வீட்டு மாதேஷ் எங்க ஆஃபீஸ்தான். அவன் இப்ப கை நரம்பை கட் பண்ணிக்கிட்டு ஹாஸ்பிடல்ல உயிருக்குப் போராடிட்டு இருக்கான். சூசைட் அட்டெம்ப்ட்..."

"மை காட்! என்னாச்சு?" என்றார் காபி டம்ளரை வைத்து எழுந்து.

"தன் லவ் ஃபெயிலாயிடும்னு பயம்! லெட்டர் எழுதி வெச்சிருக்கான். படிக்கட்டுமா?" பாக்கெட்டிலிருந்து லெட்டர் எடுத்துப் படித்தான். "நான் நேசிக்கும் ஷாலினிக்கு திருமணத்திற்கு வரன் பார்க்கிறார்கள். எனக்கு காதலைச் சொல்லும் தைரியம் இல்லை . டி.எஸ்.பி. சாரின் கோபத்தை என் குடும்பம் தாங்காது. என் காதல் தோல்வியை என் இதயம் தாங்காது. உலகைவிட்டே போகிறேன். -இப்படிக்கு மாதேஷ். என்ன பதில் சொல்லப் போறீங்க? அவன் மட்டும் செத்தா உங்க மேலயும் உங்க பொண்ணு மேலயும் நான் கேஸ் போடுவேன் சார்..."

எனக்கு உடலின் அத்தனை சதுர மில்லிமீட்டரிலும் வியர்த்தது.

"வாட் நான்சென்ஸ்!" என்று கத்தினார் கதிரவன்! "அவன் முட்டாள்தனமா ஏதாச்சும் செஞ்சிக்கிட்டா அதுக்கு நாங்க எப்படி

ரெஸ்பான்சிபிள்? என்ன ஷாலினி... உண்மையா? நீ அவனை லவ் பண்றியா என்ன?"

கண்கலங்க அமைதியாக நின்றாள் ஷாலினி.

அவளருகில் வந்த கேகே, "நாங்க முப்பத்தெட்டுப் பேர் கொல வெறியோட இருக்கோம். நான் அவனை லவ் பண்ணலைன்னு சொன்னேன்னு வை. நாளைக்கு நீ ரோட்ல நடக்க முடியாது. தூக்கிட்டுப் போயி... வேணாம், தந்தி பேப்பர்ல நியூஸ் வர வெச்சிடாதே! நீ அழகோ... இல்லையோ... உன்னையும் அழகின்னுதான் எழுதுவாங்க. பரவால்லையா?"

நான் ஓடிவிடலாமா என்று யோசித்தேன்.

"டேய்! யார் வீட்டுக்கு வந்து என்னடா பேசறீங்க?"

"நீங்க சும்மா இருங்க சார்! ஏய், ஷாலினி! சொல்லு..."

"ஆமாம்ப்பா. நானும் அவரை லவ் பண்றேன். அவரு நல்லவருப்பா. ஹாஸ்பிடல் போய்ப் பார்க்கலாம்ப்பா" என்றாள் அழுகையுடன்.

"போதுமா சார்? நீங்க போலீஸ் அதிகாரி. அதனால ரெண்டு பேருக்கும் பயம்! இப்ப ஒரு உசிரு ஊசலாடுது! ஏன் சார் இப்படிப் பயமுறுத்தறீங்க எல்லாரையும்? 'போலீஸ் உங்கள் நண்பன்'னு தெருவுக்குத் தெரு போர்டு மாட்டி வெச்சிருக்கீங்க. அரசியல்வாதிக்கு மட்டும்தான் நண்பனா இருக்கீங்க. பப்ளிக் பார்வையில் நீங்க எப்பவுமே பூச்சாண்டி சார். பக்கத்து வீட்டுக் காரனுக்கு ஜுரம்னா போய்ப் பார்த்திருக்கீங்களா? எதிர் வீட்டுக் கொலுவுக்குப் போயிருக்கீங்களா? சூப்பர் ஸ்டார் சொன்ன மாதிரி... பழகுங்க சார்! நீங்க ஃப்ரெண்ட்லியா இருந்திருந்தா எங்க மாதேஷ் பயந்திருக்க மாட்டான். இப்படி ஒரு முடிவுக்கு வந்திருக்க மாட்டான்."

"ஸ்டாப் ஐ ஸே! நீ என்னடா எனக்கு அட்வைஸ் பண்றது? அந்தப் பையனை எனக்குத் தெரியும். வந்து கேட்டு நான் மறுத்தேனா? அவனா லூசு மாதிரி கையை அறுத்துக்கிட்டா நான் என்ன பண்றது?"

"கேட்டிருந்தா ஒத்துக்கிட்டிருப்பீங்களா?"

"மாட்டேன்தான். என்னைக் கன்வின்ஸ் பண்ணணும். போராடணும்... இப்படிக் கோழை மாதிரி செத்துப்போவேன்னு

முடிவெடுத்தா எப்படி? செலவுக்குப் பணம் எதுவும் வேணுமா? முதல்லே அதைச் சொல்லு இப்போ...” என்றார். -

“வேணாம். இதே மனசோட இருங்க. அவன் ஃபேமிலியோட திருப்பதி போயிருக்கான். வந்ததும் பொண்ணு கேக்கச் சொல்றேன். போராடச் சொல்றேன். கன்வின்ஸ் பண்றச் சொல்றேன். மறுத்தா... அவன் இப்படித்தான் செய்வான்னு உங்களுக்கு ஒரு டெமோ சீன் காமிச்சோம். பரவால்ல சார். நீங்க ஓரளவுக்கு ஃப்ரெண்ட்லி போலீஸ்தான். கைகுலுக்குங்க சார்... என்ன? என்மேல கேஸ் எதுவும் போடப்போறீங்களா?”

உற்றுப் பார்த்துக்கொண்டிருந்த கதிரவன் சட்டென்று சிரித்து கேகே கையைப் பிடித்துக் குலுக்கி, சும்மா ஒப்புக்குச் சப்பாணியாக வந்த என் கையையும் குலுக்கினபோதுதான் எனக்கு மூச்சு வந்தது.

அன்று...

ஆபீஸுக்கு ஜென்சி கழுத்து மூடிய ஜாக்கெட் அணிந்து வந்திருந்தாள்.

“எப்பவும் ஸ்லீவ்லெஸ்ல வர்ற ஜென்சியைப் பாரு. பாரதியார் மாதிரி டோட்டல் கழுத்தை மூடி.... சேவா சங்கத்துக்கு டொனேஷன் கேக்க வர்ற மாதிரி வந்திருக்கா...” என்று எதார்த்தமாக நான் சொல்லித் தொலைத்திருக்கக்கூடாது.

“அதானே?” என்றவன், “ஜென்சி, இங்க வா! வாட் ஹேபண்ட் டு யுவர் கிளாமர்? வொய் திஸ் அவ்வையார் ஜாக்கெட்?” என்று கேட்டே விட்டான்.

அவள் அறையலாம் அல்லது ஆங்கிலத்தில் திட்டலாமென்று நான் எதிர்பார்க்க... லொடக்கென்று அழுதுவிட்டாள் ஜென்சி. “கேகே கம் வித் மீ” என்று ஃபைல்ஸ் அறைக்கு அழைத்துச் சென்றாள். திரும்பி வந்த கேகேயின் கண்கள் மட்டமான ஹோட்டலில் பனீர் பட்டர் மசாலா சாப்பிட்டவன் விரல்கள் போலச் சிவந்திருந்தன.

“என்னடா?” என்றேன் புரியாமல்.

“நான் செம கடுப்புல இருக்கேன்டா. சூப்பர் டென்ஷன்ல இருக்கேன். இன்னிக்கு நீயும் நானும் சரக்கடிக்கிறோம்.”

பட்டுக்கோட்டை பிரபாகர் தேர்ந்தெடுத்த சிறுகதைகள்

"நீ கடுப்புல இருந்தா அதுக்கு நான் எதுக்கு...? சரி, சரி... அடிக்கிறோம்!"

அத்தனை ஆரோக்யமாய் இல்லாத, ஏதாவது பேச வேண்டுமென்றால் காது மடல் பிடித்து வாயை உள்ளே செலுத்திப் பேச வேண்டிய அளவிற்கு இரைச்சலாக இருந்த "ஜில்ல்ல்ல்ல்லுன்னு ரெண்டு பீர்" என்று கேகே கேட்க, அதில் ஒரு 'ல்' அளவு கூட இல்லாமல் பீர் தரப்பட்ட பாரில் நாங்கள் இருந்தோம்.

ஒரு மூலை மேஜையில் தன்னந்தனியாக வடமேற்குத் திசை பார்த்தபடி, சிகரெட் பிடித்தவனைக் காட்டி, "அவன்தான்டா. அவனை எனக்குத் தெரியும். என்னை அவனுக்குத் தெரியாது" என்றான் கேகே.

"ஒரு புஸ்தகத்துல திடீர்னு எழுபத்திரெண்டாம் பக்கத்துல ரெண்டு வரி படிச்ச மாதிரி இருக்கு. உனக்கு என்ன கடுப்பு? அவன் யாரு? ஜென்சி என்ன சொன்னா?"

"சொல்லல மாப்ள. காட்னா. நீ பாத்திருக்கணும். அழுதிருப்பே. கழுத்துல எட்டு இடத்துல சிகரெட்டால சுட்ருக்கான்டா. தினம் டார்ச்சராம். டைவர்ஸ் பண்ணித் தொலைன்னு சொன்னா, ரெண்டு குழந்தைங்களை நினைச்சா பயமா இருக்குங்கறா. வேளாங்கண்ணி மாதாவுக்குவேண்டியிருக்காளாம். திருந்திடுவான்றா."

"சரி... அதுக்கு?" என்றேன்.

"மாதாவுக்கு லட்சம் வேலைடா. நீயும் நானும் மாதாவோட டூட்டியைக் கொஞ்சம் கைல எடுத்துக்கணும் மாப்ள" என்றான். மீண்டும் பீர் சொன்னான்.

"நாம் புத்தி சொன்னா கேப்பானா? அதுவும் மப்புல இருக்கறப்ப?"

"புத்தி சொல்றது போன செஞ்சுரி மேட்டர்டா. அவனுக்கு | சிகரெட்டால சுட்டா எப்படி வலிக்கும்னு பாவம் தெரியல. அதான் பிரச்னை" என்ற கேகே, தன் சிகரெட்டைப் பற்ற வைத்தான்.

"டேய்! போலீஸ் இங்க வர்றதுக்கு நீ பிளான் போடறே. பேசாம போயிடலாம், வா" என்ற என் வார்த்தையைக் காதில் வாங்காமல் அவன், அவனை நோக்கிச் செல்ல, என்ஜினைத் தொடரும் ரயில் பெட்டி போல வேறு வழியில்லாமல் பின்னால் போனேன்.

அவன் பெயர் கேகே

“டேய்! 7878 உன் பைக்தான?” என்றான்.

“யெஸ்! வொய்?”

“குறுக்கால அடைச்சிக்கிட்டு நிப்பாட்டினா என் வண்டியை எப்படிடா எடுக்கறது? ங்கொய்யால வந்து நகத்துடா...”

“ஹலோ ! மரியாதை!”

அவன் எழுந்து பாருக்கு வெளியில் வந்து போதை தடுமாற்றத்துடன் தேடி, தன் பைக் அருகில் சென்றபோது அவன் கையைப் பின்புறமாக மடக்கிப் பிடித்து அவன் அலற அலற கழுத்தில் மூன்று முறை சிகரெட்டால் சுட்டான் கேகே.

ஒரு வாரம் கழித்து ஜென்சி கேகேயிடம் சொன்னாள். “பார்ல எவனோ வம்பிழுத்து சிகரெட்டால சுட்ருக்கான். நீயார்ட்டாவது சொன்னியான்னு குதிக்கிறார். ஆனா இப்பல்லாம் டார்ச்சர் இல்ல. ஏய்... நீயா அது?”

“சேச்சே! உன் புருஷனை நான் பார்த்ததே இல்லையே” என்றான் கேகே.

“அதான... பின்ன யாரு?”

அவள் போனதும், “ஆமாம் கேகே... அவனை உனக்கு எப்படித் தெரியும்?”

“என்னடா இதுக்கு சி.பி.ஐ. வேணுமா? ஜென்சியோட ஃபேஸ் புக்ல ஃபேமிலி போட்டோ போட்டு வெச்சிருக்காடா மாப்ள”

“அதுசரி. நீதான் செஞ்சேன்னு சொல்றதுக்கென்ன?”

“எல்லாப் புகழும் மாதாவுக்கே” என்று சிரித்தான் கேகே.

அந்த கேகேவைப் பார்க்கத்தான் இப்போது ஹாஸ்பிடலுக்கு விரைந்து லிஃப்ட்டில் மாடி ஏறிக் கொண்டிருக்கிறேன். அவன் வந்த பைக் விபத்துக்குள்ளாகி, ஹெட் இன்ஜுரி, கிரிட்டிகல் என்று தகவல் வந்த அதிர்ச்சியில் ஆடிப்போய் மொத்த அலுவலகமும் ஐ.சி.யு. வெளியே திரண்டிருந்தது.

“எட்டு யூனிட் ரத்தம் போட்ருக்காங்க. நாங்க பதினஞ்சி பேர் பதிலுக்குக் கொடுத்திருக்கோம். மாதா இருக்கா ஷ்யாம். தைரியமா

இரு...” என்றாள் ஜென்சி.

மாதேஷ், தன் மனைவி ஷாலினி சகிதம் விரல் நடுங்க நின்றிருந்தான். என்னை பால்கனிக்கு அழைத்துச் சென்று, “சார், கேகே சார் மட்டும் பொழைச்சி வரலை. இங்கேர்ந்து சத்தியமா குதிச்சிடுவேன்” என்றான் குழறலாய். ஆபரேஷன் முடிந்துவிட்டதாகவும் யாராவது ஒருவர் மட்டும் பாருங்கள் என்றும் சொல்லப்பட.... எல்லோரும் என்னைப் போகச்சொல்ல... மெதுவாகக் கதவு தள்ளி உள்ளே சென்றேன்.

கட்டுக்களுக்கும், கருவிகளுக்கும் நடுவில் பாதி விழிகள் திறந்திருக்க....

அனஸ்தீசியா மயக்கத்தினூடே என்னைப் பார்த்தான் கேகே.

ஒரு உற்சாகப் புயலை, எரிந்து முடிந்த குடிசை மாதிரி அலங்கோலமாய்ப் பார்த்ததில் நான் அழுதுவிட்டேன். ஓசையைக் கட்டுப்படுத்திக் கொண்டேன். அவன் கையைத் தொட்டேன்.

“கேகே. உன் வைஃபும் டாட்டரும் பெங்களூர்லேருந்து வந்துட்டிருக்காங்க. நீ அவுட் ஆஃப் டேஞ்சர்னு டாக்டர் சொன்னாரு. கவலைப்படாத நீ” என்றேன் குரல் கம்ம.

ஏதோ சன்னமாகச் சொன்னான். வாயருகில் காதை வைத்துக் கேட்டேன்.

“நீ பொய்தானே சொல்றே?”

“இல்லடா. நிஜம்.”

“கண்மணிக்கு உலகம் தெரியாது. எழிலரசிக்கு ஐ.ஏ.எஸ். ஆவணும்னு ஆசைடா. மாற்றுத் திறனாளிகளுக்காக ஒரு ட்ரஸ்ட் ஆரம்பிக்கணும்னு பிளான் வெச்சிருக்கேன். டேய்... எனக்கு... எனக்கு...”

“ஒண்ணும் இல்லடா. ஆபரேஷன் நல்லபடியாத்தான் முடிஞ்சிருக்கு. யூ வில் பீ பேக் கேகே.”

“நோ! எவ்வளவு ரத்தம்! டேய்... எனக்குப் பயமா இருக்குடா” என்றான் கேகே வாழ்க்கையில் முதல் முறையாக.

15

என் அருமை அரசாங்கமே...!

தமிழ்நாட்டில், தஞ்சாவூரில் வசித்த,

தற்சமயம் ஜெயிலில் வசிக்கிற எஸ். ரகுராமன் எழுதிக்கொண்டது.

வணக்கம்.

கொஞ்சம் அறிமுகம்!

முழுப்பெயர் - எஸ். ரகுராம வெங்கட கிருஷ்ணன்.

'எஸ்' என்றால் - சீனிவாச ராகவ... என்று நீளமாய்ப் போகும், விடுங்கள்.

வயது - 39.5

தொழில் - டாக்டர்! (தற்சமயம் - கம்பி எண்ணுதல்)

மனைவி - கொலை செய்யப்பட்டு விட்டாள்.

குழந்தைகள் - 1.முரளீதரன், (11) ஸ்ட்ரீட் கிரிக்கெட்டில் கேப்டன். 2. சுதாராணி (7) மிஷ்ஷாய் வாங்கி தலுவியா? என்று இன்னும் மழலை. 3. புஷ்பா (3) கம்பி மத்தாப்பாய்ச் சிரிப்பாள்.

சரி, அறிமுகம் போதும். எனதருமை அரசாங்கமே, இரண்டு கொலைகள் செய்த பயங்கரமான குற்றவாளி நான் என்பது உன் நீதித் துறையின் தீர்ப்பு.

என் செயலுக்காகத் தன் கைவசமுள்ள உச்சமான தண்டனையை

எனக்குத் தர முன்வந்துள்ளது அது. என் உயிர் என் உடலிலிருந்து பிரிக்கப்படுதல் வேண்டும்.

மரண தண்டனை!

எனது கருணை மனு திருமிகு ஜனாதிபதி அவர்களால் தள்ளுபடி செய்யப்பட்டு... என் தண்டனை உறுதி செய்யப்பட்டு விட்டது.

நான் செய்தது குற்றமா, இல்லையா என்ற வாதங்களுக்கு நான் வரவில்லை. நான் அந்தக் கொலைகளைச் செய்யவே இல்லை என்று மறுக்கவில்லை. நான் உன்னோடு பேச விரும்புவதெல்லாம் இந்தத் தண்டனையைப் பற்றித்தான்.

அதற்கு முன்.... கொஞ்சமாக அந்தக் கொலைகளைப் பற்றி...

அது - பிரமாதமாய்த் திட்டமிட்டு நடத்தப்பட்ட கொலைகளல்ல. உணர்ச்சி அலைகளின் உச்ச ஸ்தாயியில் என்னுள் அது இயங்கியது. பார்வை உணர்ச்சி தந்த, காட்சியின் தீவிரம் தாக்கிய, ரத்தத்தை ஒரு விநாடி தடுத்து நிறுத்திய, நரம்புகளை உசுப்பிவிட்ட.... அந்த நிமிட நேரத்தில்.

கற்ற கல்வி, சமுதாயம் கற்றுத் தந்த பண்பாடு, அரசு போட்டு வைத்த சட்ட வேலி... எல்லாவற்றையும் உதறித் தள்ள வைத்து... ஆத்திரம், அவமானம், ஆக்ரோஷம் என்கிற உணர்ச்சித் தொகுப்புகளின் வெடிப்பில் - இந்த ரகுராமன் ஒரு கருவி.

ஜானகியை நான் எந்த அளவு நேசித்தேன் தெரியுமா? நேசித்தேன் என்பதைவிடப் பூஜித்தேன் என்பதே சரி. மனம் கோணும்படி ஒரு வார்த்தை சொன்னதில்லை. ஒருதரம்கூட ‘வாடி’ என்று அழைத்ததாக நினைவில்லை அவளுக்கு நெயில் பாலிஷ் வாங்குவதற்காக டெல்லியில் நடந்த மகாநாட்டின் ஒரு செஷனைத் தலைவலி என்று கூறி நழுவி இரண்டரை மணி நேரம் அலைந்திருக்கிறேன். எனக்குக் குளிர் ஒத்துக்கொள்ளாது. ஐஸ் ஆகாது. ஆனாலும் வீட்டில் ஏ.சி. இருக்கிறது. ஃப்பிரிட்ஜ் இருக்கிறது. யாருக்காக? அவளுக்காக.

மூன்று குழந்தைகளுக்குப் பிறகும்கூட மனைவி என்கிற விஷயத்தில் நான் ஒரு வேடிக்கையான மனிதனாகவே நடந்திருக்கிறேன். ‘புதிய பறவை’ படம் பார்த்ததில்லை என்று ஒருதரம் சொன்னாள் என்பதற்காக, வீட்டில் ஸ்பெஷல் காட்சிக்கு ஏற்பாடு செய்திருக்கிறேன். அவளுக்குப் பிடிக்கவில்லை என்பதற்காக

என் அருமை அரசாங்கமே...!

மறுநாளே எனக்கு மிகவும் விருப்பமான சின்னக் குறுந்தாடியை வழித்தெறிந்திருக்கிறேன். ஒருமுறை சொன்ன நேரத்தில் வந்து வெளியே அழைத்துச் செல்ல வேண்டும் என்பதால், வழியில் ரிப்பேரான காரை விட்டு விட்டு அரை மைல் இரைக்க இரைக்க ஓடிவந்திருக்கிறேன். கிடார் மேல் ஒரு காதல் அவளுக்கு என்பதால் தனியாய் இவள் ஒருத்திக்கு மட்டும் கற்றுத் தர ஒரு மாஸ்டரை ஏற்பாடு செய்திருக்கிறேன்.

ஏன் - செய்தேன்? பளபளப்பான சின்னக் கண்களுக்காகவா? நோ. பூரிப்பு குறையாத அந்தக் கன்னங்களுக்காகவா? நோ. பட்டு இதழ்களுக்காகவா? நோ.

இவள் என்னவள்... என் மனைவி. எனக்கே எனக்கு, எனக்குச் சொந்தமானவள். வாரிசு தந்தவள். எனக்கு நிம்மதி, சந்தோஷம், இன்பம், ஆறுதல், நட்பு என்று அத்தனை உணர்வுகளையும் தருபவள், என் சொத்து இவள்.

இத்தனை அன்பு பொழிந்த எனக்கு அத்தனை அன்பையும் பதிலுக்கு எதிர்பார்க்க உரிமை உண்டு, இல்லையா? அந்த உரிமைக்கே வேலையில்லாமல் அவள் என்னைத் தினம் மேகத்தில் நடக்க விட்டாள். நிலாவின் பிறையில் சாய்ந்து இளைப்பாற வைத்தாள். நட்சத்திரக் கம்பளத்தில் புரள விட்டாள். ஒரு வாரத்திற்கு அப்புறம் வரப்போகிற மழைக்கு இப்போதே குடை எடுத்துக் கொடுப்பாள். பத்து நாட்களுக்கு முன்னே மண்டையில் லேசாய் இடித்துக் கொண்டதற்கு இன்றைக்கு மருந்து தடவுவாள்.

ஆனால்... ஆனால்...

அப்படிப்பட்ட அவள், பெங்களூர் சென்றுவிட்டுத் திரும்புவதாகச் சொன்ன தேதிக்கு முன்னாலேயே புறப்பட்டு வந்து, குழந்தைகள் ஹாலில் தூங்குவதைப் பார்த்துவிட்டுச் சப்தமில்லாமல் மாடி வந்து, சப்தமில்லாமல் கதவைத் தள்ளிய போது இருந்த அந்த நிலை கஜுராஹோ!

யாருடன்...?

கிடார் கற்றுத் தர வந்து வேறு - நரம்புகளை மீட்டிக்கொண்டிருந்த அந்த... அந்த... ஸாரி... அவன் பெயர் கூடச் சரியாய் நினைவில்லை... என்னவோ ஒரு குமார் என்று முடியும்.

அந்தக் காட்சி தந்த அதிர்ச்சியில், ஒரு நாற்காலியை இழுத்துப்

போட்டு, சிகரெட் ஒன்றை நிதானமாய்ப் புகைத்துக் கொண்டு, 'ஏன் இப்படி நடந்தது? என்ன குறைவைத்தேன் இவளிடம்? அவனிடம் புதியதாய் எதை நாடினாள்? அவளைப் பொறுத்தவரை இதில் ஏதும் நியாயம் இருக்கிறதா?' என்றெல்லாம் யோசிக்கத் தோன்றுமா? சொல்லுங்கள்.

நான் சினிமா பாத்திரம் இல்லை. சாதாரணன். கோபமும் ஆத்திரமும் கடிதம் போட்டுவிட்டு வருவதில்லை. கையில் கிடைத்த ஆயுதத்துடன் பாய்ந்து அடித்த ஒரே அடியில் அந்தப் பயல் படுக்கை பூரா சிவப்பானான். தாவியோடிய என் நிர்வாண - மூன்று நல்ல குழந்தைகளுக்குத் தாயான - என் அன்புக்குரிய மனைவியை எட்டிப் பிடித்தேன். படார் படார் என்று சுவரில் மோதினேன். மார்பில் பூட்ஸ் காலால் உதைத்தேன்.

ஓடினேன். என்வரைக்கும் அது இமாலயத் தப்பு. இந்த மாதிரி தப்புகளைச் சட்டம் தண்டிக்கச் சாட்சி வேண்டும். குப்பை, கூளம், துடப்பக்கட்டை எல்லாம் வேண்டும். சட்டம் தண்டிப்பதென்பது அவ்வளவு சுலபமில்லை என்பதால், நான் தண்டித்தேன் என்று என்னையே சமாதானப்படுத்திக் கொண்டு, என் குழந்தைகளை அண்ணன் வீட்டிற்கு அனுப்பிவிட்டுத் தலைமறைவானேன்.

ஆனால், சினிமாக்களில் மட்டும்தான் இந்தப் போலீஸ் மந்தமாகச் செயல்படுவார்கள் என்பதை மிகச் சில நாட்களில் விலங்கோடு என் முன்னே அவர்கள் வந்து நின்ற போது உணர்ந்தேன்.

அப்புறம்... கோர்ட்டில் நான் எதையும் மறைக்கவில்லை . எனக்கு வக்கீல் வைத்துக் கொள்ளவில்லை. தீர்ப்பு படிக்கப்பட்டது. சுப்ரீம் கோர்ட்டுக்கு அப்பீல். தீர்ப்பு உறுதி செய்யப்பட்டது. ஜனாதிபதிக்குக் கருணை மனு. மறுபடி தீர்ப்பு உறுதி செய்யப்பட்டது. வருகிற ஜூன் எட்டாம் தேதி என்று எனக்குத் தேதி நிச்சயித்திருக்கிறார்கள். இன்றைக்கென்ன தேதி? ஒன்றா, நான்கா?

எனதருமை அரசாங்கமே, இப்போது கொஞ்சம் பேசுவதற்கு விரும்புவது என் தண்டனை பற்றி...

நான் யார்? ஒரு சாதாரண விவசாயியைவிடக் கொஞ்சம் முக்கியத்துவம் வாய்ந்த சமுதாயத்தில் ஒரு பொறுப்பான மருத்துவ மனிதன். என்ன செய்தேன்? கொலைகள். வழக்கமாய்க் காலையில் இட்லி சாப்பிடுவது போலத் தினம் கொலைகள் செய்பவனா?

இல்லை. கொலை எனக்குப் புதிது. திட்டமிட்டுச் செய்தேனா? இல்லை. ஏன் செய்தேன்? உணர்வுகளின் ஆக்கிரமிப்பில். நான் மனநிலை சரியில்லாதவனா? இல்லை, எனக்கென்ன வயது? கிட்டத்தட்ட நாற்பது. நான் உடலை வைத்துக் கொண்டிருக்கும் விதத்தில் விபத்து கிபத்து இல்லாவிட்டால் சுமார் எத்தனை வருடம் வாழ்வேன்? அட்லீஸ்ட் எழுபது? சரி. அதுகூட வேண்டாம். அறுபத்தைந்து. மரண தண்டனை விதிக்கப்படாமல் ஒரு பத்து வருடம் கடுங்காவல் தண்டனையளித்தால்... வெளியில் வந்தும் மேலும் இந்தச் சமுதாயத்திற்குப் பயன்பட முடியுமா, முடியாதா? நிச்சயம் முடியும்.

ஒரு டாக்டரை உருவாக்க ஒரு லட்சம் ரூபாய்க்கு மேலாகிறது உன் அரசாங்கத்திற்கு. நானோ ஏற்கெனவே உருவாகி அனுபவ முத்திரைகள் சுமந்து ஆபரேஷன்களைச் சர்வ சகஜமாய்ச் செய்யப் பழகின கைகளுடன் இருக்கிறவன். எத்தனை எத்தனை அனுபவங்கள், ஆபரேஷன்கள் இந்த மருத்துவ வாழ்வில் எத்தனை நூறு உயிர்களைக் காப்பாற்றியிருக்கிறேன்! நான் காப்பாற்றின உயிர்களின் எண்ணிக்கையளவுக்குக் கொலைகள் செய்யவும் எனக்கு உரிமையிருக்கிறது என்று குதர்க்கமாய்ப் பேசவில்லை.

கொஞ்சம் சிந்தித்துப் பார். ஒரு மனிதன் உணர்ச்சி வேகத்தில் உடலிலிருந்து உயிரைப் பிரிக்கும் அந்தக் காரியத்தைச் செய்கிறான். இறைவனால் படைக்கப்பட்ட உயிரை அழிக்க இன்னொரு உயிருக்கு உரிமையில்லை. வாஸ்தவம். ஆயிரம் ஆயிரம் தடிதடியான சட்டப் புத்தகங்கள் புரட்டி, வக்கீல்கள் தொண்டைகட்டிக் கொள்ள கோர்ட்டுகளில் பேசி நியாயப்படுத்தி, இன்றைக்கு உன் நீதித் துறை செய்யப்போகிற காரியமும் அதேதானே?

என் கொலைக்குக் காரணமிருக்கிறது. உணர்ச்சிகளின் கொந்தளிப்பு. தண்டனை என்கிற பெயரில் செய்யப்படும் உன் கொலைக்கும் காரணமிருக்கிறது. கொலை செய்வது தவறு. ஆக, கொலை கொலைதானே!

சட்டங்கள் நமக்காக, நம் நல்வாழ்வுக்காக நாம் ஏற்படுத்தியவைதான். எத்தனையோ சட்டங்களை நம் சௌகரியத்திற்காக மாற்றியிருக்கிறோம். இதில் மட்டும் ஏன் இன்னும் பிடிவாதம்?

இன்றைக்கு என் மூன்று குழந்தைகளும் தாயை இழந்து நிற்கின்றன. ஒரு வாரம் கழித்துத் தந்தையையும் இழந்து நிற்கப்போகின்றன.

பட்டுக்கோட்டை பிரபாகர் தேர்ந்தெடுத்த சிறுகதைகள்

நான் நிறைவேற்ற நினைத்திருந்த அத்தனை லட்சியக் கனவுகளையும் நிறைவேற்றிவிடுமா உன் சட்டம்?

ஒருத்தியை டாக்டராக்க நினைத்திருந்தேன்; ஒருவனை இன்ஜினீயர் ஆக்க நினைத்திருந்தேன். ஒருத்தியைப் பெரிய நாட்டியக்காரியாக்கத் திட்டமிட்டிருந்தேன். நான் தண்டிக்கப்படாமலிருந்தால் இவற்றை நிறைவேற்றுவேன். அருமை அரசாங்கமே, இந்த அநாதைக் குழந்தைகளை நீ திரும்பிக்கூடப் பார்க்க மாட்டாய்.

நான் உழைத்து நான் கஷ்டப்பட்டு ஈட்டிய செல்வம் அனைத்தையும் கார்டியன் என்ற பெயரில் என் சொந்தக்காரன் சாப்பிடப் போகிறான். இதற்கு என்ன பதில்?

உன் நோக்கமெல்லாம் என் தண்டனையைப் பற்றித்தான். அதனால் ஏற்படும் சின்னச் சின்ன - பெரிய பெரிய விளைவுகள் - சிதைக்கப்படும் லட்சியங்கள் - புதைக்கப்படும் கனவுகள் - சிதறிப் போகும் பரம்பரைகள் - இவை எதைப் பற்றியும் கவலையில்லை.

நீ கொன்றாய் - உன்னைக் கொன்றாகி விட்டது. கணக்கு முடிந்தது என்பதோடு அடுத்த பிரச்னைக்குத் தாவி விடுவாய். நான்கூடத் திட்டமிடவில்லை. உன் சட்டத் துறை அழகாய்த் திட்டமிட்டு, இன்ன தேதி, இத்தனை மணிக்கு, இந்த இடத்தில், இவனால் இவனை இந்த மாதிரி கறுப்புத் துணி கொண்டு மூடி... என்று எத்தனை அழகாய்ச் செய்யப்படுகிறது இந்தக் கொலை!

இந்தக் கடிதம் என்னை விடுவிக்கச் சொல்லிக் கேட்டுக்கொள்ளும் வேண்டுகோள் அல்ல. என் போன்று அந்த நிமிட உணர்ச்சிக்காக அடிமையாகிப்போய் உன் மோசமான சட்டத்தால் எத்தனை பேர் உயிர் துறந்து போனார்கள், இனியும் போகப்போகிறார்கள் என்று எண்ணிப்பார்த்து... விரக்தியின் கதறல் இது.

நீ இதையெல்லாம் காதில் போட்டுக்கொள்ள வேண்டும் என்று அவசியமில்லை. எட்டாம் தேதி தண்டனை. ஒன்பதாம் தேதி வழக்கம்போல் விழி, காபி குடி, பேப்பர் படி. ஒரு மூலையில் அப்போது நான் செய்தியாகியிருப்பேன்.

இதை எழுதி முடிக்கும்வரை உயிருடன் இருந்த, ஏதோ கொஞ்சம் படித்துத் தொலைத்துவிட்டதால் சிந்திக்கத் தெரிந்த, அதனால் குமுறுகிற, ஒரு கொலைகாரன்.

- ரகுராமன் எஸ்.

16. இது அல்ல புரட்சி!

"போய் எடுத்துட்டு வாங்க... எக்ஸ்ரே பார்த்துட்டு அப்புறம் சொல்றேன்." எழுதின சீட்டைக் கிழித்துக் கொடுத்து விட்டு மேஜை மேல் இருந்த மணியை அடித்தார் டாக்டர் மணிமேகலை.

நாற்காலியின் அரைச் சுழலில் வாஷ்பேஸின். சுவரில் புஷ்டியான குழந்தைகள்... உயரமாய்த் தொங்கிய மனித உடலின் குறுக்குவெட்டு. பல்கலைக்கழகம் வழங்கிய சான்றிதழ். கறுப்பு அங்கியுடன் சுருட்டின பட்டம் வாங்கும் பால்ய மணிமேகலை. மேஜை மேல் 'விற்பனைக்கு இல்லை' முத்திரை குத்தின மருந்து சாம்பிள்கள். மாத காலண்டருக்குள் எலெக்ட்ரானிக் கடிகாரம். குப்பைத் தொட்டியில் ஸ்பிரிட்டில் நனைந்த பஞ்சுத் துண்டுகள்... பிரிந்த பாண்டேஜ்கள்.

பையன் கதவு திறந்து விட்டதும் வெளியேறிய பெரியவருக்கு வழிவிட்டு ஒதுங்கி, பிறகு உள்ளே வந்த அவள் சுரிதாரில் இருந்தாள். கூந்தலை நாகரிகமாகச் சேதப்படுத்தி, முகத்தை ப்ளீச் செய்திருந்தாள். நளினமாய் இருந்தாள். அவள் முகத்துக்கு வழிதவறி கம்பீரம் வந்திருந்தது. சுலபமாகப் புன்னகைத்தாள்.

"குட் ஈவினிங் டாக்டர். ஐ'ம் தீபா."

கைகுலுக்கிய பின் நாற்காலியைச் சத்தம் செய்யாமல் அருகில் போட்டுக்கொண்டு அமர்ந்தாள். தோளில் மாட்டியிருந்த பஞ்சு மிட்டாய் போன்ற கைப்பையைக் கண்ணாடி மேஜை மேல் வைத்தாள்.

“யெஸ்,” என்றார் டாக்டர் மணிமேகலை. தன்னைவிட அழகாக இளமையாக இருக்கும் அவளை அதிகம் ரசிக்க விரும்பாமல்... டாக்டரானாலும் பெண்.

அவள் கொஞ்சம் தயங்கினாள். சிரித்தாள்.

“சொல்லும்மா... எனக்கு வேலை இருக்கிறது.”

தீபா திரும்பி கதவைப் பார்த்துக் கொண்டாள். மீண்டும் புன்னகை. நிச்சயமாக அசடு இல்லை. என்னால் எதையும் தீர்க்க முடியும் என்கிற புன்னகை.

“ரொம்ப ஜாக்கிரதையாதான் இருந்தேன் டாக்டர். ஆனா...”

டாக்டர் அவசரமாக அவள் கழுத்தில் தேடினார். இருக்கவில்லை. புரிந்தது.

“எத்தனை நாளாச்சு?”

“பத்து பதினஞ்சு நாள்.”

“கரெக்ட்டா சொல்லணும். உன் டேட்ஸ் என்ன?”

“ஆறு, ஏழு, எட்டு."

டாக்டர் நாற்காலியில் கால்வட்டம் அடித்து சுவரில் முருகன் அருளும் காலண்டரில் இன்றைக்குத் தேதி இருபத்தைந்து என்பதைப் பார்த்துக்கொண்டு, “மை காட்! சரியா பதினேழு நாளாச்சு.”

“யெஸ் டாக்டர்.”

“என்ன பண்ணிக்கிட்டிருந்தே இத்தனை நாளா?”

“நானே சொந்தமா சில முயற்சிகள் செஞ்சு...”

“என்ன செஞ்சே?”

“பப்பாளிப் பழம்.”

“அப்புறம்?”

“ஒரு நாட்டு வைத்தியர் அஞ்சு ரூபாய்க்கு மூணு லேகிய உருண்டைகள் கொடுத்தார். தினம் காலையில வெறும் வயத்துல சாப்பிடச் சொன்னார்.”

இது அல்ல புரட்சி!

"என்ன எழவு லேகியம் அது?"

"கேட்டேனே. பேர் கேக்கக் கூடாதுன்னார். அப்புறம் லேகியம் வேலை செய்யாதாம். சரின்னு கேட்டுக்கலை. அப்படியும் வேலை செய்யலை டாக்டர்."

"கருமம்! என்ன காதலா?"

தீபா தன் விரல் நகங்களைப் பார்த்துப் புன்னகைத்தாள்.

"எத்தனை வருஷமா?"

"மூணு வருஷமா."

"என்ன படிக்கிறே?"

"டிகிரி செகண்ட் இயர்."

"இது தப்பில்லையா?"

"பெண்களுக்குக் கல்வி முக்கியம்னு ஒரு வட்டத் துணைச் செயலாளர் மேடையில் பேசினாக்கூட சொல்றாரு. நீங்க தப்புன்னு சொல்றீங்க."

"நான் கல்வியைக் கேக்கலை. கற்பைக் கேட்டேன்."

"நீங்க இப்போ வாதம் பண்ணப் போறீங்களா, இல்லை, வைத்தியம் பண்ணப் போறீங்களா? ரெண்டுக்கும் நான் ரெடி!"

டாக்டருக்கு ஷாக் அடித்தது. இவள் வேறு ஜாதி. இதுவரைக்கும் பொசுக்கென்று அழுபவளையும், உடனே காலைப் பிடிப்பவளையும்தான் பார்த்திருக்கிறார்.

"யார் அவன்?"

"ஆனந்த். என்னோட படிக்கிறான்."

"கல்யாணம் பண்ணிப்பானா?"

"நிச்சயமா... தலையில அடிச்சி சத்தியம் பண்ணிருக்கான்..."

"அப்போ வீட்ல சொல்லிட்டு பண்ணிக்க வேண்டியதுதானே. எதுக்கு அநாவசியமா கலைக்கணும்?"

"செருப்பால அடிப்பாங்க டாக்டர்."

"ஏன்?"

"படிப்பு முடியணும்."

"அந்தப் பொறுப்பு வேணாமா?"

"எப்பவும் ஜாக்கிரதைதான். அன்னிக்குன்னு பார்த்து பந்த்.. கடை எல்லாம் இல்லே."

"ரெகுலரா? உனக்கு வெட்கமா இல்லையா?"

"ஸ்ட்ராங் வார்ட்ஸ் டாக்டர்... நான் அலையலை. ஹி இஸ் மை மேன். அவன்கூட மட்டும்தான். தடயத்தை நம்ம பெண் இனத்துக்கு மட்டும் வெச்ச கடவுளுக்கு உருவம் இருந்தா, ஊர் இருந்தா... கேஸ் போடுவேன் டாக்டர்."

"அது சரி... நீ செய்ற பாவத்துக்குக் கடவுளை ஏன் குத்தம் சொல்றே?"

"பாவமா.. ஷிட்! தினம் ஒரு பிராஸ்டிட்யூட்கிட்ட போயிட்டு, பென்சிலின் குத்திக்கிட்டு, வரதட்சணை வாங்கிக்கிட்டு ஜோரா மாப்பிள்ளை ஊர்வலம் போய் வீடியோ கவரேஜோட கல்யாணம் பண்ணிக்கிறானுங்க. நான் என்ன செஞ்சுட்டேன்? ஒரு மஞ்சள் கயிறுதான் வித்தியாசம். அது என் கழுத்தில் தொங்கினா, 'இப்படி உனக்கு வெட்கமா இல்லையா?'ன்னு கேள்வி கேட்பீங்களா? இந்தியா முழுவதையும் சோப்பு போட்டுக் கழுவணும். சம்பிரதாய அழுக்கு நிறைய இருக்கு."

டாக்டர் மணிமேகலை, மார்பு விம்மப் பேசின அவளைக் கவலையுடன் பார்த்தார். இந்தப் பெண்ணுக்கு இப்படியெல்லாம் பேச எப்படி வந்தது துணிச்சல்?

தீபா தன் கைக்குட்டையின் எம்பிராய்டரி ரோஜாவைப் பரிசோதித்துக் கொண்டு அமைதியாக இருந்தாள்.

"வா, உன்னை எக்ஸாமின் பண்ணணும்." சோதனை முடிந்து வந்தமர்ந்தார்கள்.

"டாக்டர், இன்ஜெக்ஷன் போட்டா போதாதா?"

"ரிஸ்க்... 'டி அன்ட் சி' பண்ண ணும். நிஜத்தைச் சொல்லு. இதுக்கு முன்னாடி டெர்மினேட் பண்ணிக்கிட்டிருக்கியா?"

அவள் மிகவும் தயங்கி விட்டு, "ஒரே ஒரு தடவை!" என்றவள், "அந்த டாக்டர் இன்ஜெக்ஷன்தான் போட்டாரு."

"ஏன், அவர்கிட்டயே போகவேண்டியதுதானே?"

"அவர் ஊர் மாத்திப் போய்ட்டாரு. சரி, 'டி அன்ட் சி' பண்ணிக்கிறேன். எப்ப வரணும்?"

"லேட் பண்றது நல்லதில்லை. நாளைக்குக் காலையில காலி வயத்தோட வா."

"நீங்கதானே காலி பண்ணணும்!"

"எப்படிச் சிரிக்க முடியுது உன்னால?"

"என்ன செய்யணும்கறீங்க? அழுவணுமா...? தூக்கு மாட்டிக்கணுமா? டாக்டர், நீங்க படிச்சவர். ஏன் பள்ளத்திலேர்ந்து பார்க்கறீங்க? மேலே ஏறி வாங்க. எத்தனை விஷயத்தில் மாறியிருக்கீங்க... ! அந்த மூணு நாளும் வீட்டுக் கொல்லைப் பக்கம் உக்காந்திருக்கீங்களா... வெளியே வேலைக்கு வந்துடலையா? காத்து, கருப்பு அண்டாம வீட்டுக்குள்ளேயே முன்னேயெல்லாம் உக்கார வெச்சிருந்தீங்க. 'பெய்யெனப் பெய்யும் மழை'ன்னு எல்லாம் வாசுகி வாரிசுகளா இருந்தாங்க. இப்போ படிப்புக்கோ, இல்லை.. உத்தியோகத்துக்கோ, இல்லை.. அட்லீஸ்ட் கறிகாய் வாங்கறதுக்கோ வெளியே அனுப்பறது சகஜமாயிடுச்சுதானே. எப்ப வெளில வர்றாளோ, அப்போ அவ உலகத்தை இன்னும் அதிகமா சந்திச்சாகணும். உணர்வுக்குக் கொம்பு சீவ எவ்வளவு விஷயங்கள் நம்மைச் சுத்தியும் இருக்கு டாக்டர்? உடம்புக்கு வேணும்னா பர்தா போடலாம். மனசுக்கு...? டாக்டர்... 'வாங்கடா கூத்தடிக்கலாம்!'னு நான் யாரையும் கூப்பிடலை. நான் நேசிக்கிற, நான் கல்யாணம் பண்ணிக்கப்போற, எனக்கு உரிமையுள்ள நபரோடதானே..."

"இரு! இரும்மா... நீ செஞ்சது தப்பில்லைங்கறியா?"

"சரி, தப்புங்கிறதே அவங்கவங்க கண்ணோட்டத்துல மாறும் டாக்டர். நம்ம சமுதாயத்தோட மக்கிப்போன கோட்பாடுகளின்படி தப்புதான். ஆனா, நிச்சயமா கேவலமான காரியம்னு மட்டும் சொல்லாதீங்க. காலைல எத்தனை மணிக்கு வரணும்?"

"ஏழு மணிக்கு வா."

"எத்தனை நேரம் ஆகும்?"

"பத்து, பதினோரு மணிக்கெல்லாம் போயிடலாம். ஐந்நூறு ரூபா

பட்டுக்கோட்டை பிரபாகர் தேர்ந்தெடுத்த சிறுகதைகள்

செலவாகும்."

"தெரியும். எடுத்துட்டு வர்றேன்."

தன் பஞ்சு மிட்டாய் கைப்பையைத் தோளில் மாட்டிக் கொண்டு, "ஸீ யூ டாக்டர்!" என்று சொல்லிப் போன பிறகும், அவள் டாக்டர் மனதின் எதிரிலேயே இருந்தாள்.

மறுநாள் சொன்ன நேரத்திற்கு டாக்டரைச் சந்தித்த தீபா தலை கலைந்து படபடப்பாக இருந்தாள். முகம் கறுத்திருந்தது. மணிமேகலை புரியாமல் கேட்டார்:

"என்னம்மா ஆச்சு? ஏன் ஒரு மாதிரியா இருக்கே?"

உதட்டைப் பிதுக்கியவாறு தலை தூக்கி வெறித்துப் பார்த்த அவள் கண்களிலிருந்து இறங்கிய நீர் கன்னத்தைத் தாண்டியிருந்தது.

"ஆனந்த் செத்துப் போயிட்டான் டாக்டர்..."

மணிமேகலைக்குத் தூக்கி வாரிப் போட்டது.

இது என்ன கொடுமை...!

"யெஸ் டாக்டர்... நேத்து ராத்திரி பைக்ல வந்தப்போ ஒரு லாரி மோதி... மை காட்! பொட்டலமாதான் கட்டிக் கொடுத்தாங்க டாக்டர். அவன் முகத்தைக்கூட கடைசியா நான்..." அவள் உடல் குலுங்கியது. விம்மி அழத் துவங்கினாள்.

டாக்டர் எழுந்து வந்து அவள் தோளை ஆதரவாகத் தொட்டார்.

"ஐ'ம் ஸாரி.. இதை நான் சத்தியமா எதிர்பார்க்கலே.. சரி, நீ தைரியமா இருக்கணும். இந்தச் சமயத்திலே நான் இப்படிப் பேசறேனேன்னு தப்பா எடுத்துக்காதே. இந்த விபத்து நேற்றைய உன் வாதங்களை எல்லாம் அர்த்தமில்லாம செஞ்சுடுச்சி பார்த்தியா? சம்பிரதாயங்கள் சம்பந்தப்பட்ட பலபல சின்ன விஷயங்கள் பைத்தியக்காரத்தனமாகவே கூட இருக்கலாம். அதுக்காக ஒட்டு மொத்தமா சம்பிரதாயங்களையே தூக்கி எறிஞ்சுடக் கூடாது. அலட்சியமா எட்டி ஒதைச்சுத் தகர்க்க அது பீச்லே குழந்தைங்க கட்டற மணல் கோட்டை இல்லே... வருஷக்கணக்கா பெரியவங்க யோசிச்சு யோசிச்சுக் கட்டினது. பச்சையாவே சொல்றேன்... இப்ப உன் வயத்துல வளர்றது ஒரு இல்லெஜிடிமேட் சைல்டு. உனக்கு முறையா கல்யாணம் நடந்திருந்து ஒரே ஒரு ராத்திரி அவன்கூட

படுத்துட்டு மறுநாள் விபத்துலே அவன் போயிருந்தாகூட உன் வயத்துல இருக்கிற குழந்தை சட்டபூர்வமானது. பட்...” சொல்லி நிறுத்திப் பெருமூச்சு விட்டார் மணிமேகலை.

பிறகு அவள் கையை மென்மையாகப் பிடித்து, ”பெண்கள் செய்ய வேண்டிய புரட்சி இதுல இல்லேம்மா!” என்றார் அமைதியாக.

தலையசைத்த தீபா மௌனமாக விம்மினாள்.

“சரி, வா... உன் கருவைக் கலைச்சிடலாம்.”

தீபா நிமிர்ந்தாள். டாக்டரைத் தீர்க்கமாகப் பார்த்தாள். ‘நோ’ என்பதாக அவள் தலை தீர்மானமாக அசைந்தது.

“இல்லை டாக்டர். நான் கலைச்சுக்கப்போறதில்லை. என் காதலனோட நினைவா, அவரோட ஞாபகமா எங்க குழந்தையைப் பெத்துக்கத்தான் போறேன். நீங்கதான் பிரசவம் பார்க்கப் போறீங்க.’

பிரமிப்போடு அவளைப் பார்த்தார் மணிமேகலை.

“ஆமா டாக்டர்... தப்பு பண்ணிட்டதால அதுக்கு ஏதோ ஒரு தண்டனையா நான் இதைச் சொல்லலே. ஆனந்தை நான் உயிரா காதலிச்சேன். ஐ லவ்ட் ஹிம்... இந்தக் குழந்தையை ஒரு பரிசா, பொக்கிஷமா நான் காப்பாத்துவேன். என் குழந்தை நல்லபடியா வளர டானிக் எழுதிக் கொடுங்க டாக்டர்!” என்றாள் தீபா, கண்ணீரைத் துடைத்தபடி.

17
இந்தியர்கள் காதலிக்கிறார்கள்!

"யெஸ், கமின்!"

அந்த ஐந்து நட்சத்திர ஹோட்டலின் 517-வது அறையின் உள்ளே வந்து மெத்தென்ற கம்பளத்தை மிதித்தான் டேவிட் தங்கராசு.

அலன் பீட்டர் என்கிற அந்த வெள்ளைக்காரர், ஒரு அரை நிஜார் மட்டும் அணிந்து, வெற்று மார்புடன் கண்ணாடி முன்னால் மின்சார உதவியில் சவரம் செய்து கொண்டிருந்தார். ஜன்னலுக்கு வெளியே சமீபத்தில் சமுத்திரம்.

தேகம் மிகச் சிவப்பாய் இருக்க... உதடுகள் மட்டும் லேசாய்க் கறுத்திருந்தன. செம்பட்டை தட்டிப்போன கோரை முடி, முன் நெற்றிக்குப் படுதா அமைத்திருந்தது. பூனைக் கண்கள். காது மடல்களில் ரோமங்கள்.

"உட்காருங்கள் மிஸ்டர்..."

"ஐ'யாம் டேவிட் தங்கராசு. 'குட்-டே' பத்திரிகையில் உதவி ஆசிரியர்," என்று கைநீட்டிக் குலுக்கி விட்டு அமர்ந்தான். "ஒரு பிரபலமான ஆங்கில நாவலாசிரியரைச் சந்திப்பதில் எனக்கு நிறைய மகிழ்ச்சி."

"நன்றி! மிஸ்டர் டேவிட், என் வேலைகளைத் தொடர்ந்து கொண்டே நான் பேட்டியளிப்பதில் உங்களுக்கு மறுப்பு எதுவுமே இல்லையே... புகைக்கிறீர்களா?"

"யெஸ்! என்னிடம் சிகரெட் இருக்கிறது. உங்களை, உங்கள் வேலைகள் பாதிக்கப்படாமல் பேட்டி எடுக்கவே நானும் விரும்புகிறேன்," என்று தன் சிகரெட்டைக் கொளுத்திக் கொண்டு, டேப் ரிக்கார்டரை இருவருக்கும் நடுவில் ட்ரே மேல் வைத்து, "ஆரம்பிக்கலாமா?" என்றான் டேவிட்.

"ஒரு நிமிடம். உங்களுக்கு அருந்த ஏதாவது வரவழைக்கிறேன். பீர், விஸ்கி?"

"குளிர்பானம் போதும்."

பீட்டர் ஷேவிங்கைத் தொடர்ந்துகொண்டே இன்ட்டர்காம் எடுத்து, "ஒரு பாட்டில் பீர், ஒரு ஆரஞ்சு குளிர்பானம் தேவை" என்று வைத்துவிட்டு, "ம், கேளுங்கள்" என்றார். கடலலைகளின் சப்தம் மெலிதாகக் கேட்டுக்கொண்டிருந்தது.

டேவிட் டேப்ரிக்கார்டரை இயக்கிவிட்டு ஆரம்பித்தான்:

"நீங்கள் இதுவரை எழுதின நாவல்கள் எத்தனை மிஸ்டர் அலன்?"

"ஒன்பது."

"எழுதத் துவங்கி எத்தனை வருடங்களாயிற்று?"

"இருபத்தோரு வருடங்கள்."

"உங்கள் ஸ்கோர் மிகக் குறைவாக இருக்கிறதே...!"

"நான் எண்ணிக்கைக்காக எழுதுபவன் அல்ல. எனக்கு எழுத்தின் மூலம் ஏராளமான பணம் கிடைக்கிறது என்றாலும், எனக்கு அது தொழில் அல்ல. நான் தனியன். திருமணம் செய்து கொள்ளாதவன். என் தேவைகள் குறைவு. நான்கு செட் உடைகள், ஒரு சின்ன அறை, இரண்டு வேளை உணவு போதுமானது. என் நாவல்களுக்கு வரும் ராயல்டி தொகை அதிகம். வார்த்தைக்கு இவ்வளவு என்றுதான் கணக்கீடு அங்கே. இந்தத் தொகை என் பயணங்களுக்கும் ஆராய்ச்சிகளுக்கும் பெரிதும் உதவுகிறது. உங்கள் கேள்வியிலிருந்து திசை தப்பிப் போய்விட்டேன். ஒரு நாவல் எழுத நான் எடுத்துக் கொள்ளும் காலம் அதிகம். அதனால் தான் குறைவாக எழுதுகிறேன்."

"ஆனால், நிறைவாய் எழுதுகிறீர்கள்... அதிக காலம் எடுத்துக் கொள்வதற்கு என்ன காரணம்?"

"சரியான தகவல்களைத் தர வேண்டும் என்கிற எண்ணம்தான். ஜப்பான் நாட்டின் அருகேயுள்ள ஒரு தீவில் நடக்கும் சில வினோதமான சம்பவங்களை மையமாக வைத்து நாவல் எழுதினேன். 'He only Knows' என்று. இந்த நாவலுக்காக நான் எடுத்துக் கொண்ட நேரம் - மூன்று வருடங்கள். முதலில் அந்தத் தீவைப் பற்றி விவரங்கள் சேகரித்துப் படித்தேன். பிறகு மிகச் சிரமத்தின் பேரில் வேறு மாற்றுப் பெயரில் விசா பெற்று அந்தத் தீவுக்குச் சென்று என்னை அடையாளம் காட்டிக் கொள்ளாமல் ஆறு மாதங்கள் தங்கியிருந்தேன். திரும்பியபோது என் புத்தகத்துக்கான அத்தனை செய்திகளும் ஆதாரத்துடன் கிடைத்து விட்டன."

"உங்கள் சின்சியாரிட்டி எங்களைப் பிரமிக்க வைக்கிறது. இந்தியாவுக்கு எப்போது வந்தீர்கள்?"

"மூன்று மாதங்களாயிற்று."

"எங்கெங்கே சென்றீர்கள் இந்தியாவில்?"

"மத்திய அரசாங்கம் எனக்கு உதவியாளர்கள் அமைத்து நாடு முழுக்கச் சுற்றிப் பார்க்க ஏற்பாடு செய்திருந்தது. நான் அவற்றையெல்லாம் புறக்கணித்து விட்டேன். ஒரு விருந்தாளியாக வரவில்லை. ஒரு சுற்றுலாவாசியாக வந்திருக்கிறேன் என்று சொல்லி, எனது பயணத் திட்டங்களை நானே அமைத்துக் கொண்டேன். முக்கியமான நகரங்கள் தவிர, பலப் பல கிராமங்களுக்கும் சென்றேன். இறுதியாகச் சென்னை வந்திருக்கிறேன். நாளைக்கு பம்பாய் வழியாக நான் நியூயார்க் செல்கிறேன். இன்னொரு விஷயம் தெரியுமா? இந்த மூன்று மாத இந்தியச் சுற்றுப் பயணத்தில் நான் கொடுக்கும் முதலும் கடைசியுமான பேட்டி உங்கள் பத்திரிகைக்குத்தான்."

"மிகவும் நன்றி மிஸ்டர் பீட்டர்! எந்தப் பத்திரிகைக்கும் பேட்டி தரச் சம்மதிக்காத நீங்கள் எங்கள் பத்திரிகைக்கு மட்டும் சம்மதமளித்த காரணம்...?"

"இந்தப் பயணத்தில் பத்திரிகையாளர்களைத் தவிர்க்க நினைத்தேன். அதற்குக் காரணம் உண்டு. நான் போகும் ஊர்களில் எல்லாம் என் பிரைவசி கெட்டுவிடும். தவிர, பாதி நேரம் பேட்டி கொடுப்பதிலேயே போய்விடும். புறப்படும் முன்னர் ஒரே ஒரு பத்திரிகைக்கு விரிவான பேட்டி தரலாம் என்று தீர்மானித்தபோது,

இந்தியர்கள் காதலிக்கிறார்கள்!

உங்கள் ஆசிரியர் என்னைத் தொடர்பு கொண்டு அனுமதி கேட்டார், சம்மதித்தேன்."

'வேறு எந்தப் பத்திரிகைக்கும் தராத கௌரவத்தை எங்களுக்குக் கொடுத்தமைக்கு மறுபடியும் நன்றி தெரிவித்துக் கொள்கிறேன். மிஸ்டர் அலன், உங்கள் இந்த இந்தியப் பயணத்தின் நோக்கம்?"

பீட்டர் தன் ஷேவ் செய்த தாடையில் லோஷன் தடவிக் கொண்டே, "நான் இந்தியா வரும்போது இருந்த நோக்கம் இப்போது மாறிவிட்டது. இந்தியாவையும் அதன் கலாசாரங்களையும் மையமாக வைத்து ஒரு நாவல் எழுதத் திட்டமிட்டுத்தான் இங்கே வந்தேன்..."

முகத்தைத் தன் பூத்துவாலையால் துடைத்துக் கொண்டு வந்த அலன் பீட்டர், அருகில் அமர்ந்து, 'மிஸ்டர் டேவிட், தயவு செய்து கோபித்துக் கொள்ளாதீர்கள். இந்தியாவைப் பற்றி நான் சேகரித்துப் படித்த தகவல்கள் உன்னதமானவை, சிறப்பானவை. இந்தியாவின் பழைய வரலாற்றுப் பெருமைகளும் சாதனைகளும் பிரமிக்கத் தக்கவை. ஆனால், நேரில் உண்மை நிலையை, இன்றைய நிலையை நோக்கும்போது... எனக்கு அதிர்ச்சியைத் தந்தன நிறைய சம்பவங்கள். இந்தியாவைப் பற்றி வெளி உலகத்துக்கு இருக்கும் அறிமுகம் ஒரு பொய்ப் பூச்சு என்று உணர்கிறேன். இந்தியா வெளி உலகைப் பொறுத்தவரை அழகான சட்டை அணிந்திருக்கிறது. இங்கே வந்து சட்டையைக் கழற்றிப் பார்த்தால், பனியனில் ஆயிரம் பொத்தல்கள்..."

"குறுக்கிடுவதற்கு மன்னிக்க வேண்டும் மிஸ்டர் அலன். உங்கள் கணிப்பு மிகத் தவறானதாக நான் கருதுகிறேன்."

"இல்லை . மிஸ்டர் டேவிட். உங்கள் நாடு என்கிற அபிமானத்தில், அதன் குறைகள் உங்கள் கண்களுக்குப் படவில்லை. ஒரு அந்நியனான என்னால்தான் நடுநிலையில் விஷயங்களைப் பார்க்க முடியும், கணிக்க முடியும். அரைகுறையாகத் தெரிந்து கொண்டு, மேம்போக்காக எதையாவது சொல்வது எனக்குப் பிடிக்காது. எதைச் சொன்னாலும் தீர ஆலோசித்து, ஆதாரங்களோடுதான் சொல்வேன்," என்று எழுந்த அலன் பீட்டர், முழங்கால் வரை மறைக்கின்ற ஒரு பெரிய ஓவர் கோட் மட்டும் அணிந்து கொண்டு, "சன்பாத் எடுத்துக்கொண்டே பேசட்டுமா?" என்றார், ஜன்னல் வழியாகக் கடற்கரை அருகில் வரிசையாக இருந்த வண்ணக் குடைகளைப் பார்த்துக்கொண்டே.

பட்டுக்கோட்டை பிரபாகர் தேர்ந்தெடுத்த சிறுகதைகள்

"ஷ்யூர்...!" என்று டேப்பை அணைத்தான், எழுந்தான் டேவிட்.

அலன் பீட்டர் ஒரு சிறிய பிரீஃப்கேஸைக் கையில் - எடுத்துக் கொண்டார்.

"நான் சொன்னதற்கும், சொல்லப்போவதற்கும் ஏராளமான ஆதாரங்கள் இதில் வைத்திருக்கிறேன். ஐ வில் ஷோ யூ... நகல்கள் கூட இருக்கின்றன, தருகிறேன். நீங்கள் பத்திரிகையில் வெளியிட்டு, உங்கள் தேசப் பிரஜைகளுக்கு அவர்களின் தேசத்தைச் சரியாக அறிமுகப்படுத்துங்கள். போகலாமா?"

அலன், தன் பைப்பைப் பற்ற வைத்துக் கொண்டு, அறையைப் பூட்டிக்கொண்டு நடக்க, டேவிட் தொடர்ந்தான். லிஃப்டில் கீழே இறங்கி, ஹோட்டலின் உள் வழிகளில் நடந்து, கடற்கரையை நோக்கிச் சென்றார்கள்.

அலைகள் கட்சிப் பேரணி போல் திமுதிமுவென்று வந்து கொண்டிருக்க, வண்ண வண்ணப் பெரிய நிழற்குடைகளும் சாய்ந்து அமர... அலுமினிய நாற்காலிகளும் இருக்க... காற்றில் தண்ணீர் கரைந்திருந்தது.

அலன் ஒரு சாய்வு நாற்காலியில் அமர்ந்து கொண்டார். டேவிட் மற்றொரு நாற்காலியை அவருக்கு அருகில் இழுத்துப் போட்டுக் கொண்டு அமர்ந்து, "ம்... சொல்லுங்கள்," என்று டேப்பைப் போட்டுக் கொண்டான்.

அலன் கொஞ்சம் சிரித்து, "டேவிட், உங்கள் இந்தியர்கள் ஒன்றே ஒன்றை விட்டுவிட்டு மற்ற அனைத்தையும் காதலிக்கிறார்கள். நான் பார்த்த திரைப்படங்களில், பத்தில் ஒன்பதில் காதல் இருக்கிறது. படித்த கதைகளிலும் தப்பாமல் காதல் செய்கிறார்கள். இந்தக் காதல் பெண்களோடு நிற்கவில்லை. அதைவிடப் பணத்தை மிகவும் நேசிக்கிறார்கள். அதற்காகத் தேசத்தைக் காட்டிக் கொடுக்கத் துணிகிறார்கள். சுயநலம் அதிகமாகி, சுய காதல் நான் பார்க்கிறேன், நாட்டை மட்டும் காதலிப்பதில்லை. தேசத்தில் நாமும் ஒரு அங்கம் என்கிற உணர்வே மக்களுக்கில்லை. நம் தேசம் உயர வேண்டும் என்கிற பரந்த சிந்தனை பெரும்பாலோரிடம் கிடையாது. அதற்குக் காரணம், இங்கே மலிவான அரசியல் நிலவுகிறது. அரசியல்வாதிகள் திறமையின் அடிப்படையில் உருவாவதில்லை. தனி மனித வழிபாடு அதிகம். எங்கும் எதிலும் லஞ்சம். இந்த என் பயணத்தில், செலவுக்

இந்தியர்கள் காதலிக்கிறார்கள்!

கணக்கெழுதினால், விமானச் செலவைக் காட்டிலும், அங்கங்கே நான் தந்த லஞ்சம் அதிகமாய் வரும்.

"அப்புறம், பெண்களை மதிக்காத எந்த நாடும் உருப்படாது. இந்தியாவில் பெண்களின் நிலை, எனக்குப் பரிதாபமாகத்தான் படுகிறது! திருமணம் என்பது அநேக பெண்களுக்கு மகிழ்ச்சியான வாழ்க்கையைத் தரவில்லை. பெண்கள் எரிக்கப்படுகிறார்கள். கற்பழிக்கப்படுகிறார்கள். ஏமாற்றப்படுகிறார்கள். பெண்கள் தொடர்பான குற்றங்கள் அதிகம். பொதுவாய், தேசமெங்கும் வன்முறை வளர்ந்திருக்கிறது. பொதுச் சொத்துக்களை நாசமாக்கத் தயக்கமே இல்லை இங்கு. கிராமங்கள்வரைகூட இந்த வன்முறை பரவி இருக்கிறது. வேலை எதுவுமின்றி வீண் வம்புக்கு அலையும் ஆண்கள் அதிகம் இருக்கின்றனர்.

"கல்வித் தரம் மிகத் தாழ்ந்திருக்கிறது. ஒரு மாணவனுக்குத் தன் விருப்பப்படி கல்வியை அமைத்துக்கொள்ள வாய்ப்பு இல்லை இங்கே... படித்த இளைஞர்களுக்குப் பொருத்தமில்லாத வேலைகளே அமைகின்றன. லட்சக் கணக்கானோர் திரையரங்குகளில் பொழுதைப் போக்குகின்றனர். பொழுதுபோக்குக்கென்று உருவான சினிமா, மக்களை மிகவும் அடிமைப்படுத்துகிறது. உழைக்க வேண்டிய காலைப் பொழுதுகளில் கூட, காட்சிகள் நடத்தப்படுகின்றன. காவல் துறையும், நீதித் துறையும் சுதந்திரமாகச் செயல்படுவதில்லை. அவை அரசாங்கத்துக்குக் கட்டுப்பட்டு, - நேர்மையை மறப்பதால், ஏழைகளுக்கும் வலிமையற்றவர்களுக்கும் நியாயங்கள் கிடைப்பதில்லை."

அலன் பீட்டர் பேசுவதை நிறுத்தி, "இன்னும் எவ்வளவோ சொல்லலாம் இருங்கள். நான் சொன்ன ஒவ்வொரு வாக்கியத்துக்கும் ஆதாரமாக நானே எடுத்த புகைப்படங்கள், நானே சேகரித்த புள்ளி விவரங்கள், பல முக்கிய காகிதங்களின் நகல்களைப் பாருங்கள்..." என்று தனது பிரீஃப்கேஸைத் திறந்தார்.

ஒரு பெரிய பழுப்பு நிறக் கவரில் இருந்து ஒரு கற்றைப் புகைப்படங்களை வெளியில் எடுத்தார். "பாருங்கள், இந்தப் புகைப்படத்தை. பங்களூரில் நான் தங்கியிருந்த ஹோட்டலின் மாடியிலிருந்து எடுத்தேன். இந்த சைக்கிள் கடையைக் குண்டர்கள் அடித்து நொறுக்குவதைப் பாருங்கள்."

டேவிட் ஒவ்வொரு புகைப்படமாகப் பார்த்தான். தீயில் கருகியிருந்த

பட்டுக்கோட்டை பிரபாகர் தேர்ந்தெடுத்த சிறுகதைகள்

பெண்ணின் புகைப்படம் - ஒரு திரையரங்கத்தின் வாசலில் மோதிக் கொண்டு கூட்டம் இருக்கிற புகைப்படம் - ஓர் இளைஞன், ஹோட்டலின் மேஜையைத் துடைப்பது போன்ற புகைப்படம் - என்று நிறைய இருந்தன.

டேவிட் பார்க்கப் பார்க்க, அந்தப் புகைப்படம் எடுக்கப்பட்ட சூழ்நிலையை விவரித்துக் கொண்டே வந்தார் அலன் பீட்டர்.

"சொல்லுங்கள் மிஸ்டர் டேவிட். நான் சொன்னதில் என்ன தவறு? இந்தியாவின் பழைய சிறப்புக்களையே இன்னும் எத்தனை நாட்களுக்குப் பாடிக்கொண்டிருப்பீர்கள்? வறுமையை முற்றிலும் ஒழித்தீர்களா? இல்லை. ராக்கெட் விடுவதிலும், சந்திரனுக்குப் போவதிலும் விஞ்ஞான ரீதியாக முன்னேற்றம்தான். அடிமட்ட மக்களுக்கு என்ன பயன்? மெக்ஸிகோவில் நடக்கும் கால் பந்தாட்டத்தை, உங்கள் சாட்டிலைட் மூலமாக டி.வி-யில் காட்டுவது தொழில்நுட்ப வளர்ச்சி, பாராட்டுக்கள். பிளாட்பாரவாசிகளுக்கு என்ன செய்தீர்கள்? அமைதி விரும்பும் நாடு என்று பறைசாற்றிக் கொண்டு, உள்நாட்டில் துப்பாக்கிகள் சூடாக உமிழ்ந்து கொண்டிருப்பது அபத்தமில்லையா? ஒற்றுமையான நாடு என்பது எழுத்தளவில்தானா? இங்கே என்னடாவென்றால், ஒரு மாநிலம் தனியாய்ப் போகிறேன் என்கிறது. இன்னொரு மாநிலம் அண்டை மாநிலத்துக்குத் தண்ணீர் தர மறுக்கிறது. இன்னொரு மாநிலத்தில் மொழித் தகராறு. மொழிப் பிரச்னை என்பது ஒரு நாட்டின் அடிப்படையான பிரச்னை. சுதந்திரம் அடைந்து இத்தனை வருடங்களில் இந்த அடிப்படைப் பிரச்னை தீர்ந்திருக்க வேண்டாமா? வேண்டாம். நான் மேலே பேசவில்லை. உங்கள் நாட்டின் முரண்பாடுகள் எனக்கு எரிச்சலையும் கோபத்தையும் தருகின்றன."

"மிஸ்டர் அலன், உங்கள் சொந்தக் கருத்துக்களைச் சொன்னீர்கள். அதில் நிறைய தவறான தகவல்கள் இருக்கின்றன. சில விஷயங்களை மிகைப்படுத்திப் புரிந்துகொண்டிருக்கிறீர்கள்."

"வெயிட், நான் உங்களுடன் வாதம் செய்வதாய் இல்லை. என் கருத்துக்கள் உறுதியாய் இருக்கின்றன. ஆதாரங்களோடு இருக்கின்றன. உங்கள் வாதத்தால் அவற்றை மாற்ற இயலாது... அடுத்த கேள்வியைக் கேட்கலாம்..."

காஸெட் முடிந்திருக்க.... டேவிட் அதைத் திருப்பிப் போட்டுவிட்டுக் கேட்டான்:

இந்தியர்கள் காதலிக்கிறார்கள்!

"நீங்கள் இந்தியாவை மையமாக வைத்து நாவல் எழுதுவது நோக்கம் என்றீர்கள்... பிறகு, அந்த நோக்கம் மாறிவிட்டது என்றீர்கள். புதிய நோக்கம் என்ன?"

"*The True India*" என்ற தலைப்பில் பயணக் கட்டுரையாக என் புத்தகம் அமையப் போகிறது. உலகம் முழுவதுக்கும் இந்தியாவைச் சரியாக இனம் காட்டப் போகிறது இந்தப் புத்தகம். மிஸ்டர் டேவிட், இங்கே புத்தகங்கள் ஆயிரக் கணக்கில்தான் அச்சிடுகிறார்கள். ஆனால், என் புத்தகங்களை இரண்டு, மூன்று பதிப்பகங்கள் கூட்டாகச் சேர்ந்து கோடிக்கணக்கில் அச்சிடுகின்றன. என் சமீபத்திய புத்தகத்தின் விற்பனை என்ன தெரியுமா? இரண்டரைக் கோடி.."

"எங்கள் நாட்டைப் பற்றி இழிவாகப் புத்தகம் எழுதுவதில் என்ன லாபம் உங்களுக்கு?"

"உங்கள் கேள்வி தப்பு. நான் இழிவாக எழுதப்போவதில்லை. நான் கண்டறிந்த உண்மை நிலையை எழுதப் போகிறேன். உண்மைகள் இழிவாக இருப்பதற்கு நான் பொறுப்பல்ல. வெல். உங்களுக்கு மறுப்பு இல்லை என்றால் நான் சில நிமிடங்கள் கடலில் நீந்தி விட்டு வந்து பேட்டியைத் தொடர்கிறேனே...!"

"நிச்சயமாகக் காத்திருக்கிறேன்."

அலன் பீட்டர் தன் ஓவர் கோட்டைக் கழற்றி நாற்காலியின் முதுகில் போட்டுவிட்டு வெறும் ஜட்டியுடன் கடலுக்கு நடந்தார். டேவிட்டின் மனம் பதறியது.

'அலன், நீ சொன்ன குறைகள் யாவும் என் தேசத்தில் இருப்பது உண்மைதான். அதையெல்லாம் போக்கத் தனி மனிதனான என்னால் எதுவும் செய்ய இயலாது. ஆனால், உலகளவில் உன் புத்தகத்தில் அதன் மானம் வாங்கப்படுவதை விரும்பவில்லை. என் தேசத்துக்கு ஏதோ என்னால் ஆன தொண்டு...'

நகத்தைக் கடித்துக் கொண்டு சுற்றிலும் பார்த்தான். எல்லா குடைகளும் காலி. இதமான வெயில். குளிரான காற்று. அலன் கடலில் சுகமாய்க் குளிக்க...

டேவிட் எழுந்தான்.

பட்டுக்கோட்டை பிரபாகர் தேர்ந்தெடுத்த சிறுகதைகள்

அலன் பீட்டர் கரையிலிருந்து கடலை நோக்கிச் கொஞ்ச தூரம் நீந்தினவர் திடீரென்று தனது இரண்டு கால்களும் பிடித்து இழுக்கப்படுவதை உணர்ந்து திரும்பி, "ஏய் மிஸ்டர் டேவிட், வாட் ஆர் யு டூயிங்?" என்றவர் நீருக்குள் வேகமாக இழுக்கப்பட்டு... மூச்சுத் திணறி, முக்கி, திமிற...

டேவிட் பிடிவாதமாகத் தனது பிடியைத் தளர்த்தாது அலன் பீட்டரைத் தண்ணீர் குடிக்க வைத்து, மேலே எழ விடாமல் தடுத்து... தடுத்து... தடுத்து... ஆனால், கடைசியில் தன் எண்ணம் நிறைவேறாமல் டேவிட்தான் தோற்றான். நீரில் மீன் குட்டியாக இருந்தார் அலன் பீட்டர்.

இதற்குள் சத்தம் கேட்டு ஹோட்டலில் இருப்பவர்கள் கரையோரம் கூடிவிட, டேவிட் கொலை செய்ய முயற்சித்த குற்றவாளியாகக் கைதானான்.

ஒரு வருடம் கழித்துச் சிறையிலிருந்த டேவிட்டுக்கு, அலன் பீட்டரிடமிருந்து அவருடைய புதிய புத்தகம் The True India –வின் ஒரு பிரதி வந்திருந்தது.

அந்தப் புத்தகத்தை அலன் பீட்டர் டேவிட்டுக்குச் சமர்ப்பணம் செய்திருந்தார்.

இந்தியாவைப் பற்றித் தான் கண்டறிந்த கசப்பான உண்மைகளை... அதாவது, டேவிட்டிடம் தான் கூறிய அத்தனை விஷயங்களையும் தெளிவாகப் படங்களுடன் எழுதியிருந்தார் அவர். கடைசியில், தேசப் பற்றைப் பற்றிக் குறிப்பிடும்போது, தனக்கு டேவிட் என்பவரால் நேர இருந்த விபத்தையும் வர்ணித்து, 'உண்மையே என்றாலும் தன் தாய்நாட்டைப் பற்றிய குறைகள் வெளிநாட்டவர்களுக்குத் தெரியக்கூடாது - இந்தியாவைப் பற்றி இப்படி ஒரு Bad Image ஏற்பட்டு விடக்கூடாது என்று தடுப்பதற்காகக் கொலை செய்யக்கூடத் தயங்கமாட்டான் ஓர் இந்தியன்! இந்தியர்கள் தங்கள் நாட்டை அவ்வளவு காதலிக்கிறார்கள்! அவர்களுடைய உண்மையான தேசப்பற்றை இதில் புரிந்துகொண்டேன்' என்று புத்தகத்தை முடித்திருந்தார்.

18
மரம்

ஊரைச் சொன்னாலும் பேரைச் சொல்லக் கூடாது என்று பழைய தலைமுறையினர் சொல்லியிருக்கிறார்கள். ஒரு படி இன்னும் மேலே போய் நான் ஊரையே சொல்வதாய் இல்லை. வெறுமனே 'ஊர்' என்றே வைத்துக் கொள்வோம். ஊர் மிகப் பெரிதும் இல்லை. மிகச் சிறியதும் இல்லை - என் மனைவியின் கல்யாணப் புடவையின் ஜரிகையின் அகலம் போல. எட்டு, வருட இடைவெளியில் நான் இப்போது ஊருக்கு வந்திருக்கிறேன். டீக்கடையில் அமர்ந்து ஸ்ட்ராங்காய் ஒரு டீ சொல்லிவிட்டுக் காத்திருக்கும் நேரத்தில் பொழுதுபோகாமல் உங்களுடனே பேசிக்கொண்டிருக்கிறேன். டீக்கடை, டீ என்றதும் எனக்கு லுங்கி கட்டித் தலையில் முண்டாசு சுற்றிவிடப் போகிறீர்கள். வேண்டாம். சில வரிகள் சுய புராணம் சமர்ப்பித்து விடுவது நல்லது. தேவேந்திரன் என்று எனக்கு ஏன் பெயரிட்டாய் என்று விவரம் கேட்டுப்பார்த்தும், பதில் கிடைக்கவில்லை. நண்பர்கள் தேவா என்பார்கள். கல்யாணமாகி மூன்று குழந்தை பெற்ற கிழவி மாதிரி, இப்போது மாறிப்போன அபிராமி இருக்கிறாள், பாருங்கள். அவள் அப்போது தன் டீன் பருவத்தில் நீங்கள் நம்ப முடியாத ஒரு தோற்றத்தில் இருப்பாள். திங்கள் நான் என்றால், செவ்வாய் மது, புதன் ரகு, வியாழன் ரவி என்று கிழமைவாரியாகப் பங்கு போட்டு சைட் அடிப்போம். அந்த அபிராமி என்னைத் தேவ் என்றுதான் செல்லமாக அழைப்பாள். இளமைப் பருவத் திருவிளையாடல்கள்!

கதை பாதை மாறிப் போகிறது. ஊருக்கு வந்து விடலாம். இந்த ஊரில் ஒரு பெரிய சோப்பு கம்பெனி தன் ஏஜென்சி கிளை ஒன்றைத் திறந்து என்னை இங்கே வேலையில் போட்டது. மூன்று வருடங்கள் தங்கி வேலை பார்த்தேன். அதற்குப் பிறகு ஏஜென்சியை மூடிவிட்டார்கள். காரணம் நான் இல்லை. அந்த சோப்பைத் தேய்த்தால் உடம்பெல்லாம் அரிப்பு ஏற்பட்டுச் சொறிவதற்கு என்று தனியாகச் சம்பளத்திற்கு ஆள் வைத்துக் கொள்ள வேண்டியிருக்கிறது என்று பலபேர் புகார்கள் எழுதியதோடு, கேஸ் போடவா என்று வேறு மிரட்டி விட்டார்கள் என்று பின்னர் தெரிந்து கொண்டேன்.

இங்கே ராஜ வீதி என்றிருக்கிறது. பெயரில்தான் கம்பீரம். மற்றபடி அதைச் சிப்பாய் வீதி என்று கூடச் சொல்ல முடியாது. ஆனாலும் ஊருக்கு அதுதான் பரபரப்பான கடை வீதி. அதில் கிருஷ்ணா கபே என்று, ஒரு ஹோட்டல். முதலாளி கல்லாப் பெட்டியிலும் இருப்பார். எழுந்து வந்து சப்ளையும் செய்வார்.

கபேக்கு மாடியில் நான்கு அறைகள் இருந்தன. அதில் ஒன்றில் மாதம் ஒன்றுக்கு ரூபாய் ஐம்பத்து ஆறு வீதம் வாடகை கொடுத்துத் தங்கியிருந்தேன். ஆறு ரூபாய் கரண்ட்டுக்காக.

என் அறையில் இருந்து பார்க்க, ஜன்னல் வழியாகத் தெரிவது சாலையில் அந்தப் பக்கம் கிருஷ்ணா -கபேக்கு எதிரில் இருக்கும் அந்த மரம்.

அரச மரம். ஏராளமான கிளைகள். கம்பீரமான மரம். அந்த மரத்தைப் பார்க்கும்போதே ஒரு நம்பிக்கை நம் மனதில் ததும்பும். அரச மரத்தில் பறவைகள் தங்குவதால் அதன் நிறைய இலைகளில் வெற்றிலையில் சுண்ணாம்பு தடவியது போல வெள்ளை எச்சங்கள் இருக்கும். இரண்டு பேர்கள் சேர்ந்து முயன்றால்தான் கூட்டுறவு முறையில் அந்த மரத்தைக் கட்டிப் பிடிக்க முடியும். மரத்தில் ஆணியடித்து மூன்று போர்டுகள் மாட்டியிருக்கும். ஒன்று கேசவா டுட்டோரியல் காலேஜ். மற்றொன்று நிஜாம் டைலர்ஸ். மூன்றாவது, பிரபல ஜோதிடர் கனகசபையை வேங்கடா லாட்ஜில் 6 ஆம் நம்பர் அறையில் சந்திக்கச் சொல்லும். தேர்தல் நேரத்திலும், அமைச்சர்கள் ஊருக்கு வருகை புரியும் காலங்களிலும், பேனர் கட்ட மரம் மிக உதவும். எதிர்ப்புறம் விளக்குக் கம்பத்தில் கட்டி விட்டு மறு முனைகளை மரத்தில் ஏறி ஒரு கிளையில் இறுக்கப் பிடித்துக் கட்டுவார்கள்.

மரை கழன்றவன் என்றோ, சோம்பேறி என்றோ என்னை உங்கள் விருப்பப்படி சொல்லிக் கொள்வதைப் பற்றி எனக்குக் கவலையில்லை. ஏனென்றால் என் முழு நேரப் பொழுதுபோக்கு என்னவென்றால் ஜன்னல் அருகில் நாற்காலியைப் போட்டுக் கொண்டு, அந்த மரத்தை வேடிக்கை பார்த்தல்தான்.

அந்த மரத்தை நான் எல்லாக் காலங்களிலும் பார்த்திருக்கிறேன். எல்லா நேரங்களிலும் பார்த்திருக்கிறேன். காற்றடிக்கும்போது அதன் இலைகள் சிணுங்குவதில் ஒரு நளினம் இருக்கும். குறிப்பாக, காற்றடித்து ஓய்ந்த பிறகும், ஏதாவது ஒரு கிளையின் முனையில் ஒரே ஒரு இலை மட்டும் ஊஞ்சலாடுவது போலத் தலையசைத்துக் கொண்டிருப்பதைப் பார்ப்பதில் ஒரு முழு கவிதைத் தொகுப்பே படித்து முடித்த திருப்தி மனத்தில் ஏற்படும். மழை பெய்து முடித்ததும் நிதானமாக நீர் சொட்டும் அழகு தனி. அப்போது ஏதாவது ஒரு பறவை வந்து அமர்ந்து விட்டால், அந்த அசைவில் பன்னீர் தெளிப்பது போலக் கிளை அசைந்து தன்னை உதறிக் கொள்ளும்.

காலையில் கண் விழித்ததும் அந்த மரத்தைப் பார்த்தேயாக வேண்டும் என்று ஒரு வழக்கமே கொண்டிருந்தேன். இனம் புரியாமல் எனக்கு அந்த மரத்தின் மேல் ஒரு ஒட்டுதல். என் நண்பர்கள் என்னைப் பார்க்க வரும்போது மரத்தைக் காட்டி ஏதாவது சொல்வேன். ஒரு பயலாவது ரசனையோடு கேட்க வேண்டுமே. என்ன ஆச்சு உனக்கு என்று கிண்டல் செய்வார்கள்.

நான் அதையெல்லாம் பொருட்படுத்துவதில்லை. என்ன தெரியும் இவர்களுக்கு? இயற்கை தந்த சீதனம் - மரம் இல்லையேல் மனிதன் இல்லை. மனிதனின் ஆயுளைவிடப் பல மடங்கு கெட்டி இந்த மரங்களுக்கு.

இப்படியாகத் தினங்கள் உருண்டு கொண்டிருந்தபோது ஒரு நாள்... மரத்திற்கு அருகில் இருந்த எப்போதும் தூங்கி வழியும் அலுமினியப் பாத்திரங்களை விற்ற கடையும், பொரிகடலை வறுத்து விற்ற கடையும் காலி செய்யப்பட்டன. கிருஷ்ணா கபேயில் காபி குடித்து விட்டு விவரம் கேட்டபோது முதலாளி கிருஷ்ணன் அந்தப் பழமையான 'சேதி தெரியாத உனக்கு?' என்கிற டயலாக்கில் செய்தியைத் துவக்கினான்.

பெரிய டவுனில் இருந்து ஏற்கெனவே தமிழ்நாட்டில் மூன்று இடங்களில் வெற்றிகரமாக ஜவுளிக் கடை நடத்திக் கொண்டிருக்கும் ஈஸ்வரன் என்கிற பெரிய மனிதன் இங்கே மாடி போட்டுக் கட்டிடம் கட்டுகிறானாம். முழுக்க ஏ.சி. செய்யப்போறானாம். 'ஈஸ்வர் டெக்ஸ்டைல்ஸ்' விரைவில் அந்த இடத்தில் பளபளக்கப் போகிறதாம். ஊரில் ஏற்கெனவே உள்ள ஏழெட்டுச் சிறிய ஜவுளிக் கடைகளை எல்லாம் ஓரே வருஷத்தில் ஜீரணம் செய்யப் போகிறதாம்.

நான் சந்தோஷமாகச் சொன்னேன்.

"கிருஷ்ணா, நம்ம ஊர்ல இந்த மாதிரி நாலு கடைகள் வந்தா ஊரே டெவலப் ஆகும். சுத்துப்பட்டு கிராமத்திலேர்ந்து இங்கே ஜனப் புழக்கம் வரும். எல்லாத் தொழிலும் இம்ப்ரூவ் ஆகும். குறிப்பா நம்ம ராஜ வீதி களை கட்டும். ஜோரா வரட்டும்."

வந்தது. ஒரு குழந்தை பிறக்கத் தேவையான மாதங்களில் ஈஸ்வர் டெக்ஸ்டைல்ஸ் உருவானது. ராஜ வீதியில் முதல் இரண்டு மாடிக் கட்டிடம். முகப்பில் பெரிய பெரிய கண்ணாடிகளுக்குப் பின் பொம்மைகளை நிறுத்தினார்கள். போர்டில் எவர்சில்வர் தகடு கட் லெட்டர்சில் அடித்து, அதற்கு மேல் நான்கு மெர்க்குரி ஏக விளக்குகள் போட்டு அமர்க்களம், ஸ்பெஷல் தோசை அளவுக்குப் பெரிய அழைப்பிதழாக ஊரெல்லாம் விநியோகித்துத் திறந்தார்கள்.

கொஞ்சம் மார்க்கெட் டல்லான நடிகை மைதா மூட்டைக்குள் விழுந்து புரண்டு வந்தவளைப் போல வந்து ரிப்பன் வெட்டி விட்டு அவளே கைதட்டினாள்.

அந்தக் கடை ஆரம்பித்துச் சில தினங்களில் எனக்கு அதைப் பிடிக்காமல் போனது. காரணம் - மரத்தின் அழகு கெட்டுப் போய்விட்டதாகப்பட்டது. முன்பு மரம் உயரமாக இருந்தது. பாத்திரக் கடையும் பொரிக் கடையும் தாழ்வாக இருந்ததில் மரம் நிமிர்ந்து நின்றது போலிருந்தது. இப்போது பின்னணியில் மரத்தை விட உயரமான கட்டிடம் வந்து விட்டதால், அதன் ஆடம்பர விளக்குகளில் வெளிச்சங்களில் மரம் சற்று டல்லடித்தது.

இதற்கு யார் என்ன செய்ய முடியும்?

கட்டிடம் கட்டுவது அவரவர் உரிமை.

அன்றைக்குக் கிருஷ்ணா கபேயில் பஞ்சாயத்து போர்டு ஆபீசில் வேலை பார்க்கிற பியூன் மசால் வடை பார்சல் வாங்கிப் போக வந்திருந்தான். எனக்கு அறிமுகமானவன். அதனால் சிரித்தான். பக்கத்தில் வந்தான்.

“காதைக் கொண்டாங்க” என்றான்.

“எனக்கு வேணுமே!” என்றேன்.

“ஒரு சேதி சொல்லணும்ப்பா” என்று குனிந்து, “நம்ம பஞ்சாயத்து போர்டு பிரசிடெண்டுக்கு ஆயிரம் ரூபா லஞ்சம் கொடுத்திருக்காரு ஈஸ்வர் டெக்ஸ்டைல்ஸ் முதலாளி!” என்றான்.

“எதுக்கு?”

“எதிர் சைடில இருக்கிற அரச மரம் அவரோட கடையோட பார்வையை சுத்தமா மறைச்சிக்கிட்டு நிக்கிதில்லே. அதனால கட்டிடத்தோட அழகு கெட்டுப்போகுதாம். மரம் இல்லைன்னா கடை இன்னும் பளிச்சுன்னு தெரியுமாம். வியாபாரம் இன்னும் அதிகமா நடக்குமாம். அதுக்காக மரம் ரொம்ப வயசாகிப் பட்டுப்போய் எந்த நேரமும் விழுந்துடும்கிற மாதிரி இருக்கிறதா என்ஜீனியரை வச்சி ரிப்போர்ட் எழுதச் சொல்லி போர்டு ஆளுங்களை விட்டு வெட்டப் போறாங்க. இந்த ஏற்பாட்டுக்குத்தான் லஞ்சம்.”

நான் கொதித்துப்போனேன். தனி நபராய்ப் புறப்பட்டு நேராய் பிரசிடெண்ட் பஞ்சாட்சரம் வீட்டுக்குப் போனேன். பட்சாட்சரத்துக்கு இரண்டு மனைவிகள். இரண்டு குடும்பத்திலும் சேர்ந்து மொத்தமாக ஒன்றரை டஜன் உருப்படிகள் தேறும். எந்த நிமிடமும் நழுவி விழுந்து விடும் போலத்தான் வேட்டியைக் கட்டுவார். வேட்டியைச் சரியாகக் கட்டிக் கொள்வதற்கு நேரமே இருந்திருக்காது என்று நினைத்துக் கொள்வேன்.

பிரசிடெண்ட் என்னை அன்போடு உபசரித்து, கசக்கக் காப்பி கொடுத்து, “என்ன விஷயம்?” என்றார் பவ்யமாய். பவ்யத்திற்கு இன்னொரு காரணம் உண்டு. அவரின் வயதுக்கு வந்த நான்கு பெண்களில் எவளையாவது எனக்குத் தரலாம் என்று கனவு காண்பதாக பியூன் இன்னொரு சமயம் சொல்லியிருந்தான். சைட் அடிக்கக்கூட லாயக்கில்லாத பெண்கள். கடைசி முனைவரை பின்னிக் குஞ்சம் வைத்துக் கொண்டு, அரை இஞ்ச்சுக்குப் பவுடர்

அடித்திருப்பார்கள். கூரை விழுவதாக இருந்தால் நான்கு பேரையும் தூண்களாக நிறுத்தலாம். திடுதிடுப்பென்று கிளைக் கதைக்குச் செல்வதைத் தவிர்க்க முடியவில்லை.

"பிரசிடெண்ட் சார், ஜவுளிக் கடை ஈஸ்வரன் கிட்டே வாங்கின ஆயிரம் ரூபாயைத் திருப்பிக் கொடுத்திடுங்க. மரத்தை வெட்டச் செய்திருக்கிற ஏற்பாட்டை நிறுத்துங்க. இல்லைன்னா நான் என்ன செய்வேன்னு சொல்லிடறேன். முதல்ல லஞ்ச ஊழல் தடுப்பு அதிகாரியை வரவழைப்பேன். நீங்க லஞ்சம் வாங்கினதை என்னால் நிரூபிக்க முடியும். சாட்சி இருக்கு. அடுத்து... பிராணி வதையைத் தடுக்க சங்கம் இருக்கிற மாதிரி இயற்கையைப் பாதுகாக்கிறதுக்காகவும் அமைப்புகள் இருக்கு. அங்க தகவல் சொன்னா வந்து உண்டு இல்லைன்னு ஆக்கிடுவாங்க. போலீஸ் கேஸ் கூடப் போட முடியும். என்ன சொல்றீங்க?"

பஞ்சாட்சரம் தொடைநடுங்கி மட்டுமல்ல. சர்வ நாடியும் நடுங்கி!

"தேவா. நான் பிள்ளைகுட்டிக்காரன்ப்பா. ஏதோ செலவுக்கு ஆசைப்பட்டுக் கைநீட்டிட்டேன். என்னை வில்லங்கத்தில் இழுத்து விட்டுடாதே. பணத்தை உன்கிட்டே தர்றேன். நீயே கொண்டு போய் அந்த ஈஸ்வரன்கிட்டே கொடுத்துடு."

நான் வெற்றிப் பெருமிதத்துடன் சவடாலாய்ச் சென்று ஈஸ்வரனைப் பார்த்து அவர் மேஜையில் - ஸ்டைலாகப் பணத்தை விசிறினேன்.

"மரம்தானே? கேக்க ஆள் இருக்க மாட்டான்னு நினைச்சியா? ஒரே நாள்ல இந்த மரத்தைச் சாய்ச்சிடலாம்யா. கோடி ரூபா தர்றேன். ஒரே நாள்ல இந்த மரத்தை ஏற்படுத்த முடியுமா? உருக்குலைக்கிறது ரொம்ப சுலபம். உருவாக்குகிறதுதான் சிரமம். எத்தனை வருஷத்து மரம் தெரியுமா? இதே மாதிரி சொந்த லாபத்துக்காகக் காடுகள்ல மரங்களையெல்லாம் சரமாரியா வெட்டினதாலத்தான்யா போதுமான மழையே பெய்ய மாட்டேன்குது. உன் கடையில் ஏ.சி. கொடுக்கிற குளிர்ச்சியைவிட, இந்த மரம் கொடுக்கிற குளிர்ச்சிதான் ஆரோக்கியமானது. உன் கடை வந்ததாலே மரத்தோட அழகுதான் கெட்டுடுச்சேயொழிய, அதால உன் கடை அழகு கெடலை. ஜாக்கிரதை. இனிமே இந்த மாதிரி முயற்சியிலே ஈடுபடாதே. இது பிரசிடெண்ட்டுக்கு நீ கொடுத்த லஞ்சப் பணம். உன்கிட்டயே திருப்பிக் கொடுக்கச் சொன்னார்."

ஈஸ்வரனின் முகம் போன போக்கை நீங்கள் பார்த்திருக்க வேண்டுமே.

அடுத்த வாரத்தில்தான் தெரிந்து கொண்டேன். அந்த ஈஸ்வரன் ஒரு சரியான விஷமன் என்று. எப்படி என்றால்...

ராஜ வீதியில் ஏழரை மணிக்கெல்லாம் மயான அமைதி வந்து விடும். ஒரு சைக்கிளைப் பார்க்க முடியாது. எட்டு மணிக்கு எல்லாக் கடைகளும் மூடிவிடுவார்கள். ஒன்பது மணிக்கு நாய்களைத் தவிர வேறு நடமாட்டமே இருக்காது.

அன்றைக்கு கிருஷ்ணா கபேயில் உருளைக் கிழங்கு நன்றாயிருந்ததேயென்று மூன்று செட் பூரி சாப்பிட்டதன் விளைவு - அஜீரணம். வயிற்றில் கடமுடா. அந்தக் கடமுடா என்னை உறக்கத்தில் இருந்து எழுப்பினபோது மணி பார்த்தால் ஒன்றே கால்.

"டங்! டங்" என்று சத்தம் கேட்டு, என்ன சத்தம், எங்கேயிருந்து என்று ஜன்னல் வழியாகப் பார்த்தால், அரச மரத்துக்குப் பக்கத்தில் இருந்த தெரு விளக்கு எரியவில்லை. கீழே இருட்டு மசமசப்பில் இரண்டு டார்ச் வெளிச்சங்கள் மரத்தின் மீது தத்திக் கொண்டிருக்க, கடப்பாரையால் மரத்தின் அடிப்பாகத்தில் தரையைத் தோண்டிக் கொண்டிருந்தனர் இரண்டு பேர்.

நான் உடனே செருப்பு மாட்டிக் கொண்டு பெரியதாக ஒரு குச்சி எடுத்துக் கொண்டு, கிருஷ்ணா கபேயில் உறங்கின சப்ளையர்கள் மூன்று பேரை எழுப்பிக்கொண்டு, யுத்தத்திற்குப் புறப்பட்டேன்.

"டே... ய்! எவன்டா மரத்தை வெட்டறது?" கத்திக்கொண்டே எங்கள் படை பாய்ச்சலாக வந்ததில், டார்ச் லைட்டுகளை வீசி விட்டு இரண்டு பேர் ஓடிவிட்டார்கள். ஓர் ஆசாமி வசமாகச் சிக்கிக் கொண்டான்.

"படவா ராஸ்கல், என்ன காரியம்டா செய்றீங்க?"

"அய்யோ! என்னை விட்டுடுங்க. நாங்க கூலிக்கு வேலை பார்க்கிறவங்க. மரத்தைச் சுத்தித் தோண்டி வேர்ல ஆசிட் ஊத்தச் சொன்னாரு இந்த ஜவுளிக் கடை முதலாளி. கொஞ்ச நாள்ல மரம் பட்டுப் போய் விழுந்துடும். அதனால, எங்களுக்கு அறுநூறு ரூபா கூலி பேசினாரு.

“பாவிகளா! பணம் கொடுத்தா கொலையும் செய்வீங்களாடா? இதுவும் ஒரு கொலைதான்யா. வாடா என்னோட...”

அவனை இழுத்துக் கொண்டு நேராய் போலீஸ் ஸ்டேஷன். உறங்கின ஏட்டை எழுப்பிப் புகார் எழுதிக் கொடுத்தேன். மறுநாள் ஈஸ்வரன் கைது செய்யப்பட்டார். அரை மணி நேரத்தில் வந்து விட்டார். பணத்திற்கு முன்பாக வழக்காவது, தண்டனையாவது... ஈஸ்வரன் அந்த வழக்கை ஒன்றுமில்லாமல் செய்து விட்டார்.

மரத்தைக் காப்பாற்றிவிட்ட சந்தோஷம் எனக்கு இருந்தாலும், ஈஸ்வரனைத் தண்டித்தேயாக வேண்டும் ஏதாவதொரு வகையில் என்று எனக்குள் ஒரு வெறி.

நான், கிருஷ்ணா கபே கிருஷ்ணன், இன்னும் உங்களுக்கு அறிமுகப்படுத்தாத நான்கு பேர் கூடிச் சதித் திட்டம் தயாரித்தோம். அதை மறுநாளே செயல்படுத்தத் துவங்கினோம்.

கிருஷ்ணா கபே கிருஷ்ணன், எதிரே ஜவுளிக்கடையில் ஜவுளி வாங்கிக் கொண்டு வந்த விளம்பரப் பையுடன் டிபன் சாப்பிட இங்கே வருபவர்களைப் பார்த்து,

“தங்கச்சிக்குக் கல்யாணம்னு ஜவுளி எடுத்தீங்களா?” என்று ஆரம்பிப்பான்.

“ஆமாம்.”

“என்னை ஒரு வார்த்தை கேக்கக் கூடாது? சரி, விடுங்க. எடுத்துட்டிங்க. இனிமே அதைப் பத்திப் பேசக் கூடாது.”

அவன் கலங்கிப் போய், “என்ன, என்ன?” என்று துருவ, இவன் உடனே அண்டர்டோனில், “கடை ஷோவா இருக்கு. ஏராள வெரைட்டி இருக்கு. ஆனா ராசி இல்லாத கடையா அமைஞ்சு போச்சுதே. எல்லாம் உங்களை மாதிரி வாங்கிட்டு வர்றவங்க சொல்றதுதான். உதாரணத்துக்கு இவரை எடுத்துக்குங்க” என்று என்னைக் காட்டுவான்.

நான் ஆரம்பிப்பேன். ‘கிருஷ்ணா, அவர் மனசு வேதனைப்படும். ஆனாலும் சொல்லிடலாம். சார், என் நண்பனோட அக்காவுக்குக் கல்யாண ஜவுளி வாங்க நான்தான் வற்புறுத்தி இந்தக் கடைக்கு அழைச்சுட்டு வந்தேன். இவன் ஜவுளி வாங்கிட்டுப் போறான். நிச்சயமான மாப்பிள்ளை பைக் ஆக்ஸிடெண்ட்ல காலின்னு

தந்தி வருது. சரி, அதை விடுங்க. நம்ம முத்துக் கோனார் இல்லே, அவரு அறுபதாம் கல்யாணத்துக்கு இங்கேதான் ஜவுளி எடுத்தாரு. பண்ணிக்க முடிஞ்சுதா? முதல் நாள் மண்டையைப் போட்டுட்டாரு. திடகாத்திரமா இருந்த மனுஷன். தெரியாமலா ராசின்னு ஒண்ணு உண்டுன்னு பெரியவங்க சொன்னாங்க?”

எங்கள் பிளான் சரியாக ஒர்க்-அவுட் ஆனது. ஊர் இரண்டும் கெட்டான் என்று ஏற்கெனவே சொல்லியிருக்கிறேன். சாலையில் சாக்பீஸில் பிள்ளையார் படம் வரைந்து வைத்தாலும் நின்று தோப்புக்கரணம் போட்டு விட்டுச் செல்லும் மக்கள். ‘ராசியில்லாத கடை’ என்கிற எங்கள் பிரசாரத்துக்கு வெற்றி கிடைத்தது.

ஈஸ்வரன் மூன்றே மாதத்தில் ஈ ஓட்ட ஆரம்பித்து, நான்காவது மாதம் கடையைக் காலி செய்து கொண்டு போய்விட்டார்.

ஊரில் இறங்கினதும் இவ்வளவும் எனக்கு நினைவுக்கு வர, டீக்குக் காசு கொடுத்து விட்டு, மெடிக்கல் ரெப்ரசென்டேடிவ்வான நான் என் கிட்டைத் தூக்கிக்கொண்டு முதல் காரியமாக ராஜ வீதிக்கு நடந்தேன்.

அரச மரம் இன்னும் கிளைகள் விட்டிருந்தது. அதில் விளம்பர போர்டுகள் இன்னும் இரண்டு சேர்ந்திருந்தன. ஜெராக்ஸ் எடுக்க அணுகவும். ‘சசி தையல் பயிற்சிப் பள்ளி.’ கிருஷ்ணா கபேயில் கிருஷ்ணன் மூன்று சுற்றுப் பருத்து, என்னை உடனே அடையாளம் புரிந்து, “தேவா சார், உக்காருங்க” என்றான்.

ஈஸ்வர் டெக்ஸ்டைல்ஸ் இருந்த பெரிய கட்டிடத்தில் சிமெண்ட் ஸ்டாக்கிஸ்ட் ஒருவன் கோடவ்னாக உபயோகிக்கிறான் என்றான் கிருஷ்ணன்.

“தேவா சார், நீங்க இல்லைன்னா இந்த மரம் இங்கே இருந்திருக்காது.”

பெருமிதத்துடன் நான் அந்த மரத்தைப் பார்த்தேன். காற்றில் அதன் இலைகள் படபடத்துக் கொண்டது என்னைப் பார்த்துக் குதூகலமாகக் கையசைப்பது போலிருந்தது.

19
தழும்பு

ஸ்வேதாவுக்கு முன்னதாக வினோத் சாப்பிட்டு முடித்து விட்டு டைம் டேபிள் பார்த்து புத்தகங்களை அடுக்கியபடி, “அம்மாவை இன்னிக்கு டிஸ்சார்ஜ் பண்றாங்களாப்பா?” என்றான்.

காய்ச்சின பாலை பிளாஸ்க்கில் ஊற்றிக்கொண்டு இருந்த சுந்தரம், “ஆமாம். ஸ்வேதா, உனக்கு ரிக்‌ஷா வந்துடும். சீக்கிரம் புறப்படு” என்றான்.

“டாடி, எனக்கு லன்ச்சுக்கு ரெண்டு சப்பாத்தி போதும்...” என்ற ஸ்வேதா இரண்டு கைகளாலும் டம்ளர் பிடித்துத் தண்ணீர் குடித்தாள்.

“இன்னிக்கு நீ ஆபீஸ் போகலையாப்பா?” - கேட்டான் வினோத்.

“ஆமாம்... லீவு போட்டிருக்கேன்...”

வினோத்தின் பேக்கைத் தூக்கி சைக்கிளின் கேரியரில் வைத்து க்ளிப் போட்டு, “நிதானமா போ...” என்று முதுகில் தட்ட, அவன் புறப்பட்டுப் போனதும் வந்த ரிக்‌ஷாவில் ஸ்வேதாவை உட்காரவைத்து, முத்தமிட்டு டாட்டா காட்டி உள்ளே வந்தபோது, காலில் இடறிய மடிப்புக் கலையாத ஆங்கில தினசரியை எடுத்து மேஜை மேல் வைத்தான்.

ஜன்னலருகில் இருந்த அந்தக் கால மர நாற்காலியில் அமர்ந்து மெதுவாக சாய்ந்துகொண்டான்.

பிரம்பு பின்னல் போட்ட சாய்வு நாற்காலி. கைவைக்கும் கட்டைகளுக்கு அடியில் ஒளிந்திருக்கும் கட்டைகளை விசிறி மாதிரி விரித்து நீட்டி கால்களைப் போட்டுக்கொள்ளலாம். சுந்தரத்தின் அப்பா கடைசி நாள் வரைக்கும் உபயோகித்த நாற்காலி,

ரிட்டயரான பிறகு சதா அதில் உட்கார்ந்துகொண்டு ஜன்னல் வெளிச்சத்தில் பேப்பர் படித்துக்கொண்டிருந்தார்.

ஒருமுறை சுந்தரத்தின் மனைவி கமலா வார இதழ் வாசித்துக் கொண்டிருந்தாள். அது வழக்கமாக வீட்டில் வாங்காத இதழ். அப்பா ஏதென்று விசாரித்தார்.

"பக்கத்து வீட்ல ஊருக்குப் போயிருக்காங்க - பேப்பர்காரன் போட்டதை எடுத்து வெச்சிருக்கேன்."

"எடுத்து வெச்சிருக்கச் சொன்னாங்களா... இல்லை, படிச்சுக்கச் சொன்னாங்களா? நமக்கு உரிமை இல்லாத பொருளை அனுமதி இல்லாம உபயோகிக்கறது அசிங்கம்! அநாகரிகம்!"

அப்பாவுக்கு முகம் சிவக்க, கமலாவுக்கு முகம் சுருங்கி விட்டது. 'ஆனாலும், இது ரொம்ப ஓவர்' என்று இரவில் படுக்கையறையில் கம்மின குரலில் முனங்க, சுந்தரம் அவளைச் சமாதானப்படுத்த நேரமானது.

அப்பா ஒரு நாள் வீடு முழுக்க எதை என்று யார் கேட்டும் சொல்லாமல் பரபரப்பாகத் தேடிக் கொண்டிருந்தார். களைத்துப் போய் ஏமாற்றத்துடன் சுருண்டு அன்று முழுக்க காபிகூடச் சாப்பிடாமல் இருந்தார்.

இன்னொரு நாள்தான் சொன்னார், "மந்தைவெளி வீட்லேர்ந்து இந்த வீட்டுக்கு மாறி வந்தப்போ எப்படியோ மிஸ் பண்ணிட்டேன். எவ்வளவு வருஷம் பத்திரமா வெச்சிருந்தேன். ச்சே! மகாத்மா காந்திகிட்ட வாங்கின கையெழுத்துப்பா. அப்ப கைக்கு ஒரு சினிமா நோட்டிஸ்தான் கிடைச்சது. ஆனாலும், சிரிச்சுக்கிட்டே போட்டுக் கொடுத்தார்."

நெட்டிமாலைக்கு நடுவில் ஸ்டூடியோ புன்னகையுடன் இருந்த அப்பாவைப் பார்த்தான் சுந்தரம்.

மயானத்தில் எரித்துவிட்டுப் புறப்படும்போது வெட்டியானுக்குப் பணம் கொடுத்துவிட்டு அப்பாவின் நண்பர் வேதகிரி, சுந்தரத்தின்

கையைப் பிடித்துக்கொண்டு குரலடைக்கச் சொன்னது நினைவுக்கு வந்தது.

“நாணயஸ்தன்டா உங்கப்பன்! பொய் பிடிக்காது! புரளி பிடிக்காது! கடன் பிடிக்காது! ஒரு வெத்தலை, சீவல்கூடப் போடமாட்டான். ‘கல்யாணம் பண்ணாம இருந்திருந்தா சபர்மதி ஆசிரமத்துக்குப் போயிருப்பேன்னு நொந்துக்காதடா! அவன் வாழ்க்கையை உனக்குப் பாடமா வெச்சுட்டுப் போயிருக்கான். யோசிச்சு யோசிச்சுப் படிச்சுக்கோ.”

அதிகாலையில் எழுந்து, குழந்தைகள் உறங்கிக்கொண்டிருந்தபோது அப்பா படத்துக்கு முன்பாக நின்று அழுதது போல இப்போதும் ஒரு முறை அழத்தோன்றியது சுந்தரத்துக்கு.

சுவர் கடிகாரம் கண்ணில்பட பதைத்து எழுந்தான். ஜன்னல் கதவுகளை மூடினான். ஒரு கதவிடுக்கில் நசுங்கத் தோதாய் வயிற்றை விடைத்துக்கொண்டிருந்த பல்லியை அருகில் தட்டி வெளியேற்றிவிட்டு மூடினான்.

கூடையை எடுத்துக் கொண்டு, ஸ்கூட்டர் சாவி தேடியபோது குடையை மடக்கிக்கொண்டு உள்ளே வந்தார் வேதகிரி.

“புறப்பட்டுருப்பியோன்னு நினைச்சேன். நல்லவேளை... இன்னிக்குத்தானே டிஸ்சார்ஜ்ன்னு சொன்னே? நானும் வர்றேண்டா.”

“உங்களுக்கு எதுக்கு சார் சிரமம்?”

“ஆமாம். நான்தான் தோள்ல சுமந்துகிட்டு வரப்போறேன்! ஆட்டோல ஏத்தி விட்டுட்டு பின்னாடியே ஸ்கூட்டர்ல வரப்போறே. உனக்குப் பின்னால உக்காந்துட்டு வரப்போறேன். இதுல என்னடா சிரமம்? ஒத்தாசை இல்லைன்னாலும் ஒரு துணை. வா போலாம்.”

வீட்டைப் பூட்டியதும் வேதகிரி தன் பங்குக்கு இழுத்துப் பார்த்துவிட்டு, கூடையை வாங்கி மடியில் வைத்துக்கொண்டு ஸ்கூட்டரில் ஒரே பக்கமாக கால்களைத் தொங்கபோட்டபடி உட்கார்ந்துகொண்டார்.

ஆஸ்பத்திரியில் கமலா முதுகுக்குத் தலையணை கொடுத்துச் சாய்ந்திருந்தாள். ரொம்ப நாளைக்குப் பிறகு தலைக்கு எண்ணெய் வைத்துப் பின்னியிருந்தாள். தோள்பட்டையில் எலும்புகள்

துருத்த, ஜாக்கெட் நெகிழ்ந்திருந்தது. உதடுகள் வெளிறி, உலர்ந்து, தோலுரிந்திருந்தன.

சுந்தரத்துக்குப் பின்னால் வேதகிரியைப் பார்த்ததும் முகப் பிரகாசத்தை மட்டுப்படுத்திக் கொண்டு, "பசங்க ஸ்கூலுக்குப் போயிட்டாங்களா?" என்றாள், வேறு கேட்க இது சந்தர்ப்ப மில்லை என்பதால்.

"ம்... அனுப்பி வெச்சிட்டுத்தான் வர்றேன். சப்பாத்தி கொண்டாந்திருக்கேன்... சாப்பிடறியா?"

"பசி இல்லைங்க. வாயெல்லாம் கசக்குது. அப்புறம் சாப்பிடறேன்."

"அவ அப்படித்தான் சொல்வா. காலைல அரை டம்ளர் ஹார்லிக்ஸ் குடிச்சதோட சரி. நீங்க கொண்டாங்க மாப்பிள்ளை." கூடையை வாங்கிக்கொண்டார் சுந்தரத்தின் மாமியார்.

வேதகிரி கட்டிலில் மாட்டியிருந்த பேடை கண்ணாடி பிரித்து மாட்டிக்கொண்டு பார்த்து, "என்ன சொல்றான் டாக்டர்" என்றார்.

"ராகுகாலம் போனதும் டிஸ்சார்ஜ் பண்றேன்னார்."

"அதெல்லாம்கூட பார்க்கறாங்களா?"

வெள்ளையாக நர்ஸ் வந்து தெர்மாமீட்டர் செருகிவிட்டு உள் கையில் நேரம் பார்த்துக் கொண்டாள்.

"பில் செட்டில் பண்ணிட்டு வந்துடுங்க. அரை மணி நேரத்துல டாக்டர் வந்துடுவார். பார்த்துட்டுப் புறப்படலாம். யாருக்கும் டிப்ஸ் கொடுக்காதீங்க. டாக்டர் கோவிச்சுப்பார்."

வரவேற்பு மேஜையில் பிரிண்ட்டரில் கிழித்து பில் கொடுத்தார்கள். வேதகிரி அதை வரிவரியாக விளக்கம் கேட்டார். "ரிட்டன் செஞ்ச மெடிசின்ஸ் தொகை கழிச்சிருக்கானா பாரு சுந்தரம்" என்றார்.

ராகுவின் விலகலுக்காகவும் டாக்டரின் வருகைக்காகவும் பிளாஸ்டிக் நாற்காலிகளில் காத்திருந்தபோது வேதகிரி அந்த ஆஸ்பத்திரிக்கு வருகை தரும் ஸ்பெஷலிஸ்ட்டுகளின் சுவர் பட்டியலைப் படித்துப் பார்த்துவிட்டு தலையை ஆட்டிக் கொண்டார்.

"எத்தனை வியாதிங்கடா! காத்து, தண்ணி, காய்கறி எல்லாமே கெட்டுப்போயிடுச்சு. ஏன்? கெடுத்து வெச்சிருக்கோம்! அடிப்படையில மனுஷ மனமே கெட்டுப்போயிடுச்சு... எங்க

காலத்துல ஏதுப்பா சி. டி. ஸ்கேனு? நாடியைப் பிடிச்சே சகலமும் சொல்வான். பத்துக்கு ஒம்போது பிரசவம் வீட்லதானே நடந்துச்சு. எந்தக் கெட்டபழக்கமும் இல்லாத வீட்டுப் பொம்பளைங்க முப்பது வயசுல, நாற்பது வயசுல ஆபரேஷன்னு படுக்கறாங் கன்னா... சமூகமே அழுகிப்போச்சுன்னுதானே அர்த்தம்! குஜராத்ல லட்சம் பேர் எப்படிச் செத்தான்னு சொல்லு?"

"பூகம்பம்!"

"புடலங்கா! பாப்புலேஷன் தாண்டா காரணம். அம்பது கிலோ ஏத்த வேண்டிய கட்டைவண்டியில ஐந்நூறு கிலோ ஏத்தினா வண்டி முறியாம என்ன செய்யும்? சுமை தாங்காம பூமி இயற்கையா சோம்பல் முறிக்குது. அதைச் சமாளிக்கிற வக்கில் லாத, கையாலாகாத்தனத்தை மறைச்சுக்கிட்டு கடவுளைச் சபிச்சிக்கிட்டிருக்கோம்."

"பெரும்பாலான மனுஷ மனசு கெட்டுப்போச்சுன்றது வாஸ்தவம்தான் சார். ஏதாச்சும் ஒரு சந்தர்ப்பத்துல தடுமாறிப் போற இந்த மனசை என்ன செய்றது சொல்லுங்க. பலவீனமா இருக்கே சார்" என்றான் சுந்தரம்.

"பலப்படுத்தணும்டா. அப்துல் கலாம் அட்டகாசமா சொல்லியிருக்கார். இந்த ஜெனரேஷனை ஊழல்லேர்ந்து காப்பாத்தவே முடியாது, அடுத்த ஜெனரேஷனைக் காப்பாத்தறது மூணு பேர் கைல இருக்குன்னு சொல்லியிருக்கார். யாரந்த மூணு பேர்? அம்மா! அப்பா! வாத்தியார்! உனக்கு அமைஞ்ச அப்பா மாதிரி உன் பிள்ளைக்கு நீ இருப்பே! வார்த்தையா சொல்றதை விட வாழ்ந்து காட்றதுதான் சரியான வழி!"

பெருமூச்சுவிட்ட சுந்தரம் 'வெல்கம்' சொன்ன வாசல் மிதியடியின் அபத்த வரவேற்பைப் பார்த்துக் கொண்டிருந்தான்.

"இப்பல்லாம் அஞ்சு டிஜிட்டுக்குக் குறைஞ்சு இந்த மாதிரி ஆஸ்பத்திரிங்கள்ல வைத்தியம் பார்க்கறதேயில்லை. திடீர்னு பாரு உனக்கு முப்பதாயிரம் செலவு... மெடிக்கல் க்ளைம் பாலிஸி எதாச்சும் எடுத்து வெச்சிருந்தியா?"

"முட்டாள் மாதிரி என் பேர்ல மட்டும் கொஞ்சம் எடுத்திருந்தேன் சார்."

"பாங்க், போஸ்ட் ஆபீஸ்னு போட்டு வெச்சிருந்ததையெல்லாம் சுரண்டி எடுத்திருப்பே, பலூன் விக்கிறவன் என்னடா செஞ்சிருப்பான்? விதின்னு சொல்லி சாகவிட்டிருப்பான்."

"அவங்களுக்கெல்லாம் இவ்வளவு செலவு வைக்கிற வியாதி எல்லாம் வர்றதில்லையோ?"

"நீதான் கண்டே! போடா! போய் தர்மாஸ்பத்திரில பாரு. உள்ளே போறதுக்கே காசு. கஞ்சி குடிக்கிறதுக்கும் இல்லாம, அதோட காரணமும் தெரிஞ்சுக்காமன்னு பாரதி சொன்ன மாதிரி ஒரு எழவும் புரிஞ்சுக்காம போஸ்டர் ஒட்டி, தோரணம் கட்டி, கைதட்டிக்கிட்டிருக்கானுங்கடா!"

சுந்தரம் ஆமோதிப்பாகத் தலையசைத்தான்.

"சரி, நீ ஏண்டா உம்முன்னு இருக்கே...? அதான் எல்லாம் சரிபண்ணி வீட்டுக்குப் போலாம்னுட்டாங்களே..."

"ஒண்ணுமில்லையே சார்."

டாக்டர் வந்ததும் சுந்தரத்தை அழைக்க, வேதகிரியும் உள்ளே போனார். எல்லாம் அமைதியாகக் கேட்டுக்கொண்டு கடைசியாக, "இவ்வளவு பில் செய்வது நியாயம்தானா?" என்று ஆங்கிலத்தில் பிடிக்க.... டாக்டர் கர்ச்சீப் உபயோகித்தார். சுந்தரம் மன்னிப்பு கேட்டு வேதகிரியைக் கையைப் பிடித்து கூட்டிவர வேண்டியதாயிற்று.

ஆனாலும், டிப்ஸ் கொடுத்துவிட்டுத்தான் புறப்பட முடிந்தது. ஆட்டோக்காரரிடம் 'சரியான மீட்டர்தானா?' என்று சண்டை போட்டார் வேதகிரி.

வீட்டுக்கு வந்ததும் அத்தை பூஜை மாடத்தின் கதவுகள் திறந்து விளக்கேற்றி, குங்குமம் எடுத்து கமலாவுக்கு வைத்தார்.

"எல்லா மருந்தும் வாங்கிடாதே... பாதி வாங்கு... போதும்" என்று சொல்லிவிட்டு வேதகிரி போனார்.

அத்தை துவைக்க எடுத்துக்கொண்டு பின்பக்கம் போனதும் படுக்கையிலிருந்த கமலா, சுந்தரத்தைப் பக்கத்தில் அழைத்து உட்காரச் சொன்னாள்.

"திடீர்னு நிறைய செலவு வெச்சிட்டேனாங்க?"

"அசடு மாதிரி பேசாதே கமலா. தவமிருந்து வரமா வயத்தில

கட்டி வாங்கிக்கிட்டியா நீ? கேக்கறதைப் பாரு!"

"ஸ்கூட்டரை வித்துட்டு பைக் வாங்கணும்னு சொல்லிட்டிருந்தீங்க."

"அதென்ன அத்தியாவசியமா? விடு!"

"வெக்கேஷனுக்குப் பசங்களைக் கூட்டிட்டு பெங்களூர், மைசூர் டூர் போலாம்னு ரூட் மேப் எல்லாம் வாங்கி வெச்சிருந்தீங்க."

"அந்த ஊரை எல்லாம் நாளைக்கே யாராச்சும் கொள்ளை யடிச்சுட்டுப் போகப் போறாங்களா என்ன?"

"ஆஸ்பத்திரி பில்லு எவ்வளவுங்க?"

"அதெல்லாம் எதுக்கு உனக்கு? சமாளிச்சாச்சு... நீ பேசாம கொஞ்ச நேரம் தூங்கும்மா."

"நீங்க ஏன் ஒருமாதிரியா இருக்கீங்க? ரெண்டு நாள் முன்னாடி ஆஸ்பத்திரிக்கு வந்தப்போகூட கலகலப்பா இருந்தீங்க. ஆமா, மோதிரம் எங்கே?"

"லூசா இருந்திச்சுன்னு கழட்டி வெச்சிருக்கேன். உனக்கு மருந்தெல்லாம் வாங்கணும். போயிட்டு வந்துடறேன்."

சுந்தரம் ஹாலைக் கடந்தபோது, போட்டோவில் அப்பாவிடம் புன்னகை இல்லாதது போல இருந்தது.

வேதகிரி மறந்துவிட்டுப் போயிருந்த குடையை எடுத்துக் கொண்டு மாலையில் சுந்தரம் அவர் வீட்டுக்குப் போனபோது, டார்ச்லைட்டில் பேட்டரி மாற்றிக்கொண்டிருந்தார்.

"காலனில வீட்டுக்கொருத்தர் ராத்திரில சுத்தி வரணும். இன்னிக்கு என் டர்ன். இங்க திருடறதுக்குப் பித்தளை அண்டாவை விட்டா பிரமாதமா எதுவும் இல்லை. நீ டீ சாப்பிடறியா?"

"சிரமமில்லைன்னா சாப்பிடறேன் சார்."

"என்னய்யா சிரமம் இதுல?" அவரே சென்று போட்டு வந்து கொடுத்து, "உன் வீட்லேர்ந்து நேரா டெபாசிட்டர்ஸ் அசோஸி யேஷன் மீட்டிங்குக்குப் போயிட்டு வந்தேன். முப்பது பர்சென்ட்தான் தேறும்னு சொல்றானுங்க. அதுவும் எப்பன்னு தெரியலை. எனக்கு வேணும்... உன்னை மாதிரி பொறுப்பா இல்லாம அதிக வட்டிக்கு ஆசைப்பட்டது என் முட்டாள்தனம். நானே அள்ளிக் கொண்டு

போய்க் கொட்டிட்டு இப்ப காலி கஜானாவுக்குக் காவல் போறேன். பாரு, சிரிப்பா இல்லையா?" என்றார். "கொஞ்சம் சிரியேன்."

"முடியலை சார்" என்று அழுதுவிட்டான் சுந்தரம்.

பதறிப்போன வேதகிரி, "என்னடா ஆச்சு? எல்லாம் சரியாயிச்சுன்னு டாக்டர் சொன்னானே... எனக்குத் தெரியாம ஏதாச்சும் குண்டு போட்டுட்டானா?" என்றார்.

"இல்லை சார். அதெல்லாம் இல்லை."

"வேறென்னடா? ஏண்டாப்பா இப்படித் தேம்புறே? சேமிச்சதெல்லாம் செலவாயிடுச்சேன்னு வருத்தப்படறியா?"

"சேமிச்சிருந்தாதானே சார்?"

"அடப் பாவி! அங்க, இங்க போட்டு வெச்சிருக்கோம்னு உன் பொண்டாட்டி சொன்னாளேடா!"

"போட்டதுதான் அவளுக்குத் தெரியும். எடுத்தது தெரியாது. பையனுக்கு சைக்கிள், அத்தைக்கு காசி பயணம், தீபாவளிக்குப் பட்டுப்புடவைன்னு அப்பப்ப நியாயமா தெரிஞ்ச செலவுகளுக்காக எடுத்துட்டேன் சார்."

"பாவமே! அப்புறம் இந்தச் செலவை எப்படிடா சமாளிச்சே?"

"என் மோதிரம், பழைய செயின் எல்லாம் வித்தது போகவும் பத்தாயிரம் தேவைப்பட்டது சார். உங்க நிலைமை எனக்குத் தெரியும். நெருக்கமான வேற ரெண்டு பேர்கிட்ட கேட்டுப் பார்த்தேன். வாய்ப்பில்லைன்னு சொல்லிட்டாங்க."

"அப்புறம்?" -

"என்னை ரொம்ப மரியாதையா நினைச்சிட்டிருக்கீங்க. உங்ககிட்ட மறைக்கிறதுக்கு மனசு வரலை சர். என்ன பண்றதுன்னு புரியாம ஆபீஸ்ல லஞ்சம் வாங்கிட்டேன் சார்." -

"என்னது? நீயா?"

ஸ்தம்பித்துப்போய் உட்கார்ந்துவிட்டார் வேதகிரி.

"ஒரு காண்ட்ராக்டர் அவன் பில்லை முதல்ல பாஸ் பண்ணச் சொல்லி ஒரு மாசமா தொந்தரவு செஞ்சான். பணம் தர்றேன்னு சொன்னவனை எச்சரிச்சு அனுப்பிச்ச நானே நேத்துக்

கூப்பிட்டு...”சுந்தரம் மேலும் அழுதான்.

“பாசமா, நேர்மையான்னு குழம்பிப்போய் மனசாட்சியை வித்துட்டேன் சார். பதினாலு வருஷமா காப்பாத்தின நாணயத்தைக் காத்துல பறக்க விட்டுட்டேன் சார். என் அப்பா போட்டோவைக்கூட நேரா பார்க்க முடியலை சார். நேத்து ராத்திரி தூங்கலை. காலைல அப்பாகிட்ட ‘இனிமே ஜென்மத்துக்கும் இதைச் செய்யமாட்டேன்னு சத்தியம் செஞ்சு அழுதேன் சார். ஆனாலும், தாங்க முடியலை சார். மலத்தை மிதிச்ச மாதிரி இருக்கு சார் மனசு!”

குலுங்கி அழுத அவனை இப்போது பரிவோடு பார்த்தார் வேதகிரி.

“கண்ணைத் துடைச்சுக்கடா. உன்னைப் பார்த்தா பெருமையா இருக்கு...”

“அசிங்கப்பட்டு நிக்கிறேன். ஏன் சார் நோகடிக்கிறீங்க?”

“இல்லைடா... இது உனக்கு மட்டுமே தெரிஞ்ச ரகசியம். உள்ளேயே புதைச்சிருக்கலாம். உணர்ந்து அழறியே, நீ சுத்தமாயிட்டேடா... இதாண்டா அவேர்னெஸ்! இந்த உறுத்தல்தான் உன் மனசுக்கு வாட்ச்மேன். இனி ஆயுசுக்கும் தப்பு செய்யமாட்டே!”

“ஒரு தடவை செஞ்சுட்டனே சார்!”

“தப்பே செய்யாம நல்லவனா வாழ்றவனுக்கு தப்பு செய்ய சந்தர்ப்பம் அமையாம இருந்திருக்கலாம். தப்பு செஞ்சு உணர்றவன் ரொம்ப நல்லவன்டா பைத்தியக்காரா! பக்குவப்பட்டவன் மட்டும் ஞானி இல்லை .... பட்டுத் தெளியறவனும் ஞானிதான். அடிபட்டவன் தழும்பைப் பார்க்கறப்பல்லாம் ரொம்ப எச்சரிக்கையா இருப்பான். உன் மனசுல விழுந்திருக்கிறது அசிங்கம் இல்லைடா... தழும்பு!” -

வேதகிரி அவன் முதுகை ஆறுதலாகத் தடவிக்கொடுத்தபோது சுந்தரத்துக்குக் கொஞ்சம் நிம்மதியாக இருந்தது. திரும்பும்போது மணிபர்ஸ் எடுத்துப் பார்த்தபோது, அப்பாவின் போட்டோவில் புன்னகை இருந்தது!

20
அன்புள்ள தம்பிக்கு அக்கா எழுதியது...

ஸ்கூட்டரை நிறுத்திக் கழுத்தில் பூட்டி, அலுவலகப் பெட்டியுடன் இரண்டாவது மாடியிலிருந்த என் ஃப்ளாட்டுக்கு வந்தபோது வாசலில் நின்று, ஆப்பிள் பேரம் பேசிக்கொண்டிருந்தாள் அனிதா.

“என்ன லேட்.”

“யூனியன் மீட்டிங் இருக்குனு சொல்லிட்டுத்தானே போனேன்...”

ஷூ கழற்றியபடி படுக்கையறைக்கு வந்து பாடிக்கொண்டிருந்த சிஸ்டத்தை அணைத்தேன்.

உடை மாற்றி, முகம் கழுவி வந்தபோது ஆப்பிள்களை ஃப்ரிட்ஜில் வைத்தபடி, “யூனியன் மீட்டிங் இருக்கிறதா சொன்னீங்களா, என்ன?” என்றாள்.

“சொன்னதா ஞாபகம்... இல்லை, மறந்திருப்பேன். முதல்ல காபி கொடேன். தலை வலிக்குது...”

மேஜையில் வைக்கப்பட்டிருந்த தபால் கவரில் சரஸ்வதியின் கையெழுத்தைப் பார்த்துக் கையில் எடுத்தேன்.

“அதை அப்புறமா படிங்க...” என்றாள் சமையலறையிலிருந்து.

“ஏன்?”

தலைவலி அதிகமாயிடும் வழக்கத்தைவிட அதிகமான புலம்பல்...”

“நீ அக்கா, தங்கச்சியோட பொறந்திருக்கணும் அனிதா...”

"நல்லவேளையா பொறக்கலை..." என்று காபியோடு வந்தவள்,
"இந்தத் தடவை நீங்க பஞ்சாயத்துப் பண்றதுக்குப் போகவேணாம்..."

"நான் முதல்ல படிச்சுடறேனே..."

"போன தடவை தலையிட்டு, உங்க மச்சான்கிட்ட 'இது எங்க குடும்ப விஷயம்'னு வாங்கிக் கட்டிக்கிட்டது ஞாபகமிருந்தா சரி...' நான் காபி பருகியபடி கடிதத்தைப் படித்தேன்.

'அன்புள்ள தம்பிக்கு, அக்கா எழுதியது.

நீயும் அனிதாவும் நலமா?

பெங்களூருக்கு வந்து மனம்விட்டு நிறைய பேசவேண்டும் ரவி. ஆனால், இவரிடம் என்ன சொல்லிப் புறப்படுவது? குழந்தைகளை விட்டுவிட்டுத் திடீரெனப் புறப்படுவதும் சாத்தியமில்லாத விஷயம். அதனால்தான் இந்த விரிவான கடிதம்.

ரவி, தப்பு செய்த எத்தனையோ பேர் சிறைச்சாலையில் கைதிகளாக இருக்கிறார்கள். தண்டனைக் கைதிகள்! நானும் ஒரு கைதிதான். குடும்பக் கைதி. நான் செய்த ஒரே தப்பு - திருமணம் செய்து கொண்டதுதான்.

ஒரு மனிதனின் வாழ்க்கையில் ஏதாவது ஒரு நோக்கம் வேண்டாமா? இவரின் நோக்கம்தான் என்ன? மனைவியின் மனதைப் புண்படுத்துவதை ஒரு நோக்கமாகச் சொல்ல முடியுமா?

திருமணத்துக்குப் பிறகு வரிசையாக எத்தனை அதிர்ச்சிகள் எனக்குக் கொடுத்திருக்கிறார் என்பது உனக்கே தெரியும். மருந்து நிறுவனத்தில் உதவி மானேஜர் என்றார். பிறகுதான் தெரிந்தது, விற்பனைப் பிரதிநிதி என்று. ஒன்பதாயிரம் சம்பளம் என்றார். உண்மையில் நான்காயிரம். எம்.எஸ்.ஸி. என்றார். இரண்டு பேப்பர்கள் பாக்கி. எந்தக் கெட்ட பழக்கமும் கிடையாது என்றார். பிறகு, வீட்டின் எந்த மேஜையைத் திறந்தாலும் சிகரெட்டுகள்!

ஒரு நாள் துர்வாசனையாக வந்தார். மூக்கைச் சுளித்தேன். 'ஆபீஸ்ல பார்ட்டி. எப்பவாவது கம்பெனிக்காகக் குடிப்பேன். அதான் நாகரிகம்' என்றார். எந்த ஆபீஸில் தவறாமல் ஒவ்வொரு ஞாயிறும் பார்ட்டி நடக்கும் ரவி?

ஒவ்வொரு தவறுக்கும் அது என்னால அறியப்படும்போது 'ஸாரி' சொல்வதே அலுத்துப் போய், 'நான் அப்படித்தாண்டி! என் இஷ்டப்படிதான் நடந்துப்பேன். உனக்குப் பிடிக்கலைன்னா, குழந்தைகளையும் கூட்டிக் கிட்டு எங்கேயாவது போயிடு!' என்று ஆரம்பித்தார்.

எங்கேயாவது போய்விட எனக்கும் ஆசைதான். ஆனால், எங்கே என்பது மட்டும் புரியாமல் என் ரோஷத்தைக் கண்ணீரால் கழுவிக் கொண்டிருந்தேன்.

போன வருஷம் அவர் அலுவலக நண்பரிடம் பத்தாயிரம் கடன் வாங்கிய தகவல் எனக்குப் புதிய அதிர்ச்சியாக இருந்தது.

நான்காயிரம் சம்பளத்தில் வீட்டுக்குக் கொடுப்பது பாதிதான். மீதியை ஊதியும் ஊற்றியும் கரைக்கிறார் என்பது தெரியும். கடனுக்கு என்ன வேலை?

கவலைப்பட்டுக் கலங்கிப் போய் உனக்கு எழுதி, நீ வந்து தயவாக விசாரித்ததில் அவருக்குத் தன்மானம் உடைப்பெடுத்து ருத்ரதாண்டவமாடி, உன்னை அவமானப்படுத்தி அனுப்பிய பிறகுதான் என்னிடம் வாயால் பேசுவதை நிறுத்திக் கையால் பேசத் துவங்கினார்.

'நான் இன்னிக்கு ஆபீஸுக்கு வந்திருக்கேனானு போன் பண்ணி விசாரிச்சியாமே?' - பளார்! 'இனிமே இந்த மாதிரி துப்பறியற வேலையில இறங்கினே, தொலைச்சுடுவேன்!' - பளார்! 'என்னடி முறைக்கிறே?' - பளார்!

இப்போதெல்லாம் அவரிடம் அடிக்கடி நான் வைக்கிற வேண்டுகோள் இதுதான்! "தயவு செஞ்சு குழந்தைகளுக்கு முன்னால என்னை அடிக்காதீங்க..."

என் அவமானம் அல்ல பிரச்சினை... அவர்கள் என்னை அணைத்துக்கொண்டு அழுவதைப் பார்க்கச் சகிக்கவில்லை. அவர்களின் பிஞ்சு மனங்களில் இல்லறம் பற்றி மோசமான கருத்துக்கள் பதிவாவதை நான் விரும்பவில்லை.

இன்னும் பத்து வருடங்கள் கழித்துத் திருமண வயதில் இரண்டு பெண்கள் என் வீட்டில் இருப்பார்கள் என்பதை நினைத்துப் பார்க்கவே பயமாக இருக்கிறது ரவி.

அவர்களின் எதிர்காலம் பற்றி எந்தத் திட்டமும் இல்லை. வாடகை வீடு. சேமிப்பு என்பதே கிடையாது. தெரிந்தும் தெரியாமலும் கடன். என் திருமணத்தில் போட்ட நகைகளில் விற்றதும் அடகு வைத்ததும் போக, பத்துப் பவுன்தான் மிச்சமிருக்கிறது.

திருமணம் செய்து வைப்பது என்ன சின்ன விஷயமா....? சரி, திருமணத்தை விடு. அவர்கள் சொந்தக் கால்களில் நிற்கும்படியாக நல்ல படிப்பு படிக்க வைப்பதற்காவது நிறைய பணம் வேண்டாமா? ஒரு பொறுப்பு உணர வேண்டாமா? எத்தனை காலம்தான், தான் தன் சுகம் என்றே இருப்பார் இவர்?

நான் அவரிடம் பேசிப் பேசி ஓய்ந்துவிட்டேன். வார்த்தைகளுக்குப் பதில் என் உடம்பில் தழும்புகள்தான் பதிலாகக் கிடைக்கின்றன. உடம்பில் பலம் குறைந்து விட்டது. மனதில் குறைய ஆரம்பித்திருக்கிறது.

உனக்குத் தெரியாத, நானே சமீபத்தில்தான் தெரிந்து கொண்ட மற்றொரு புதிய அதிர்ச்சி பற்றி இப்போது சொல்கிறேன்.

இரண்டு, மூன்று வருடங்களாக இவரை கம்பெனியில் டூர் அனுப்புவதில்லை. அலுவலகத்திலேயேதான் வேலை. ஆனால், ஆறு மாதமாக 'கம்பெனி டூர்' என்று சொல்லி மாதத்தில் பாதி நாள் கேரளாவுக்குச் சென்று வந்து கொண்டிருக்கிறார்.

போன வாரம் மார்க்கெட்டில் அவர் நண்பரைச் சந்தித்தபோது, 'கேரளாவுல எங்க கம்பெனிக்கு வியாபாரமே கிடையாதே...' என்றார். அப்படியென்றால், பொய் சொல்லிவிட்டு இவர் எங்கே போகிறார்?

நீ என்ன யூகிக்கிறாயோ, அதைத்தான் நானும் யூகித்தேன்.

'அந்த' விஷயத்திலும் இவர் மோசம்தான் என்பதைச் சில வருடங்கள் முன்பே ஒரு தடயம் மூலம் அறிந்தேன். அவர் வெளியூர் சென்று வந்த பெட்டியில் பாண்ட் மடிப்புக்குள் கருத்தடை சாதனம்!

இதைப் பற்றி ஏன் முன்பே என்னிடம் தெரிவிக்கவில்லை என்று நீ கேட்க நினைக்கலாம். எத்தனைதான் சொல்லிக் கேவலப்படுவது ரவி? குடும்ப ரகசியம் என்று ஒன்றாவது இருக்கட்டுமே என்று நினைத்தேன். இப்போது அதையும் வெளிப்படுத்த வேண்டிய நிர்ப்பந்தம்.

அன்புள்ள தம்பிக்கு அக்கா எழுதியது...

ரகசியமாகச் செய்திகள் சேகரித்ததில், அவள் பெயர் ராஜாத்தி. அண்ணா நகரில் வீடு எடுத்து அவளை வைத்துக் கொண்டிருக்கிறார். போரடிக்கும்போது என் வீட்டுக்கு வந்து போகிறார். இந்த ஏமாளியை நம்பவைக்கத்தான் கேரளா டூர் என்று நாடகம்.

அவரிடம் இதுபற்றி எதுவும் கேட்கவில்லை. கேட்கத் துணிவில்லாமல் இல்லை. கேட்கப் பிடிக்கவில்லை. கேட்பதே கூட அவரை மதிப்பதாகப்படுகிறது. இனி, அவரை மதிப்பதாக இல்லை. எனவே கேட்கவில்லை.

ரவி, நீ புறப்பட்டு இங்கே வர முடியுமா? அவரிடம் பேசிச் சமாதானம் செய்து வைக்க உன்னை அழைக்கவில்லை. ஒரு வக்கீலைப் பார்த்துப் பேசி, விவாகரத்துக்கு ஏற்பாடு செய்து கொடு. என்னையும் குழந்தைகளையும் உன்னோடு பெங்களூருக்கு அழைத்துச் செல். சில தினங்கள் மட்டும் தங்க அனுமதி கொடு. எனக்கு ஒரு வாடகை குடிசை பார்த்துக் கொடு. ஒரு தையல் மெஷின் வாங்குமளவுக்கு என்னிடம் வசதி இருக்கிறது. குழந்தைகளின் எதிர்காலம் என்கிற லட்சியத் துடிப்பு இருக்கிறது. தன்மானமும் வைராக்கியமும் மிச்சமிருக்கிறது.

எங்களுக்கு விடுதலை வாங்கித் தரப்போகிற உன் வருகைக்காகக் காத்திருக்கிறேன்.

இப்படிக்கு உன் அக்கா, சரஸ்வதி.'

தொண்டை அடைத்துக் கொண்டது. கட்டிலில் சாய்ந்து அமர்ந்தேன். இமைகளின் விளிம்பு மீறிக் கன்னங்களில் இறங்கிய கண்ணீர் வரிகள்.

என் சொந்த சகோதரி. என் அம்மாவுக்குப் பிறகு மாற்று அம்மா! தினம் தலைசீவி, பவுடர் அடித்துப் பள்ளிக்கு அனுப்பியவள். எனக்குப் பாடம் சொல்லிக் கொடுத்தவள். கதைகள் சொல்லித் தூங்க வைத்தவள்.

எத்தனை ஆயிரம் குடம் தண்ணீர் ஊற்றியிருப்பாள் துளசிமாடத்துக்கு! பூச்சரம் தொடுத்து சாமிக்குப் போட்டு, ஓசை வராமல் முணுமுணுத்தபோதெல்லாம் தனக்காக எதுவும் வேண்டிக் கொள்ளவே இல்லையா?

"என்ன, போகப் போறீங்களா?" என்றாள் அனிதா.

"போகாம... அவளுக்கு வேற யாரு இருக்கா? விவாகரத்துங்கற வார்த்தையை எழுதறதுக்கு முன்னால எவ்வளவு யோசிச்சிருப்பா? எவ்வளவு கண்ணீர் விட்டிருப்பா?"

"சரி, உங்க மச்சான் ஒப்புக்கணுமே!"

"ஒப்புக்கிட்டா முறையா கோர்ட் மூலமா விடுதலை..."

"இல்லேன்னா?"

"அப்பவும் விடுதலைதான். கோர்ட் மூலமா இல்லை, ஒரு கொலை மூலமா!"

"என்ன பேச்சு இது?"

"பின்னே என்ன அனிதா? மனுஷனா அவன்? ஒரு நாள்கூட அவ சுகப்பட்டதில்லை. ஒரு வக்கிர புத்திக்காரனைக் கல்யாணம் செய்து கிட்டதுக்காக, வாழ்க்கை பூரா அவதிப்படணுமா? பெட்டில நாலு நாளைக்குத் தேவையான டிரஸ் எடுத்து வை. மெட்ராஸ்ல என் வக்கீல் ஃப்ரெண்ட் கோபாலகிருஷ்ணனோட போன் நம்பரை டைரியில் பார்த்து எழுது!" என்று பரபரத்தேன் நான்.

காலையில் ஆபீஸுக்குப் போய் லீவு சொல்லி விட்டு, அடுத்த மேஜையில் ஒப்படைத்து விட்டு ரயில்வே ஸ்டேஷன் செல்ல ஆட்டோவுடன் வந்தபோது, அபார்ட்மெண்ட் வாசலிலேயே காத்திருந்தாள் அனிதா.

"முதல்ல ஆட்டோவை கட் பண்ணி அனுப்பிடுங்க. நீங்க ஊருக்கு போக வேண்டியதில்லை..."

"ஏன், அக்கா இங்கே வந்துட்டாளா?"

"இல்லை... காலைத் தபால்ல இன்னொரு லெட்டர்..."

நாற்காலியில் அமர்ந்து கடிதத்தை எடுத்தேன்.

"அன்புள்ள தம்பிக்கு, அக்கா எழுதியது...

என் நேற்றைய கடிதம் பார்த்ததும் மிகவும் கலங்கிப்போயிருப்பாய். அந்தக் கடிதத்தை அலட்சியப்படுத்திவிடு. நீ இங்கே வரவேண்டாம்.

மிகவும் நொந்துபோன மனநிலையில் உணர்ச்சிவசப்பட்டு ஏதேதோ எழுதிவிட்டேன்.

யோசித்துப் பார்த்ததில் இதற்குமேல் ஒரு பெரிய அதிர்ச்சியை அவரால் எனக்குக் கொடுக்க முடியாது என்று தோன்றுகிறது. உறைந்துபோன மனதில் இனி வலியும் ஏற்பட வாய்ப்பில்லை.

பதினைந்து வருடமாகப் பழகிப்போன ஒரு சோக வாழ்க்கையைத் திடீரென்று உதறுவதா? அதுதான் பழகிவிட்டதே! இனி என்ன பயம்? கடப்பாரை விழுங்கியவளுக்கு ஆணிகள் என்ன பிரமாதம்? மிச்ச வாழ்க்கையையும் இப்படியே ஓட்டிவிடலாம் என்று படுகிறது.

இந்தச் சூழ்நிலையிலிருந்து பார்க்கும்போது, விடுதலை என்பது சொர்க்கமாகத் தோன்றலாம். ஆனால், அது கானல்நீரைக் குடிக்கும் முயற்சியாகத்தான் தோன்றுகிறது.

வாழ்க்கை அத்தனை சுலபமா என்ன? அதுவும் இரண்டு பெண் குழந்தைகளுடன்? நிச்சயம் போராட்டமாகத்தான் இருக்கும். களம் மாறியிருக்கும். எதிரிகள் மாறியிருப்பார்கள். பலம் தெரியாத எதிரிகளுடன் போராடுவதைவிட, பலவீனம் தெரிந்த ஒரே ஒரு எதிரியிடம் இணக்கமாகப் போவதே சிறந்ததாகப்படுகிறது.

இதில் தன்மானத்தைக் குழிதோண்டிப் புதைக்க வேண்டும். சில சௌகரியங்கள் இருக்கும்போது புதைத்துவிட்டுப் போகிறேனே...

இப்படிக்கு, சந்தோஷமான வாழ்க்கையை உணராத, ஆனால், எப்போதும் அதைப் பற்றியே சிந்திக்கிற,

உன் செத்துப்போன (மனதளவில்) அக்கா, சரஸ்வதி.

பின்குறிப்பு: என் கடிதங்கள் மூலம் உன் மனதை அலைக்கழித்திருந்தால் என்னை மன்னித்துவிடு ரவி...

கடிதத்தைக் கசக்கி எறிந்தேன் கோபமாக.

“ஏன் கோபப்படறீங்க? உங்களுக்கு அலைச்சல் மிச்சம்...” என்றாள் அனிதா.

“அர்த்தமில்லாமல் பேசாதே! சில பேருக்குச் சிந்தனையில் இருக்கிற தெளிவும் தைரியமும் செயல்னு வர்றப்ப இருக்கிறதில்லை! சிகரெட் மாதிரி, விஸ்கி மாதிரி சோகம்கூட ஒருவகை போதைதான்! எப்பவும் தனக்குத்தானே இரக்கப்பட்டுக்கறதுல ஒரு திருப்தி. சோகத்துல ஒரு அடிக்ஷன். தன் கோழைத்தனத்தை, இயலாமையை வார்த்தைகளால் பூசி மறைச்சிருக்கா! அவளுக்கு எகனாமிகல்

சர்வைவல்தான் முக்கியம். அதுக்காகத் தன்மானம் உட்பட எல்லாத்தையும் அவன் காலடியில் கிடத்தத் தயாரா இருக்கா!"

மூச்சிரைக்கக் கத்தினேன். என்னைக் கவலையோடு பார்த்த அனிதாவைப் பார்த்துக் கொண்டிருந்தேன்.

"என்னங்க?"

"பாவம் அனிதா, அவதான் என்ன செய்வா?" என்றேன். கோபமும் சில சமயம் கண்ணீராக வெளிப்படும் என்பதை உணர்ந்தேன்.

21
உனக்கு நினைவிருக்கிறதா கிருஷ்ணா?

சென்ட்ரல் ரயில்வே ஸ்டேஷன். யாரையும் ஒரு இடத்தில் நிற்கவிடாமல் இடித்துத் தள்ளிக்கொண்டு பரபரப்பாய் நடந்து கொண்டிருந்தார்கள்.

நீலகிரி எக்ஸ்பிரஸ் புறப்பட இன்னும் ஐந்து நிமிடங்கள் இருந்தன.

வழியனுப்ப வந்திருந்த என்னிடம் சகல இரைச்சல்களையும் மீறி கிருஷ்ணன், “ரெண்டாவது யூனிட்ல கட்டிங் மெஷின்ல கரகரன்னு சத்தம் வருது. சேவியரைக் கூப்பிட்டு நாளைக்கே அதைப் பார்த்துடச் சொல்லு கோபி. திடீர்னு பேரிங் போயிடுச்சின்னு மெஷினை நிறுத்தி வெச்சுட்டு வந்து சொல்லுவானுங்க. அவங்களுக்கு என்ன வந்திச்சு?” என்றான்.

“நான் பார்த்துக்கறேன் கிருஷ்ணா. நீ நிம்மதியா போயிட்டு வா. டிஸ்கவுண்ட் பேசறப்ப ஏமாந்துடாதே. எத்திராஜ் கம்பெனில ஏழு பர்சண்ட்டுக்குச் சம்மதிச்சவனுங்கதான். ஆனா நம்மகிட்ட அஞ்சில பிடிவாதம் பிடிப்பாங்க. நீ பன்னிரண்டு பர்சண்ட்ல ஆரம்பி. பத்துல வந்து நில்லு.” என்றேன்.

“பெரிய ஆர்டர். நல்ல பணவசதி இருக்குடா. ஒம்போது பர்சண்ட்டுன்னாலும் ஆர்டரை மிஸ் பண்ணிடாம அக்ரிமெண்ட்ல கையெழுத்துப் போட்டுட்டு வந்துடலாம்னு நினைக்கிறேன். என்ன சொல்றே?”

“மேட்டர் வெளில வந்துட்டா அப்புறம் சேட்டும் அதே ஒம்போதுதான் கேப்பான். சரி, பார்த்துக்கோ. அங்கே சூழ்நிலையை

அனுசரிச்சுப் பேசு. ரொம்ப இழுத்துப் பிடிச்சாங்கன்னா என் பார்ட்னரைக் கேட்டுட்டுத்தான் முடிவு செய்யணும்னு பாவலா காமி. எப்படியும் பேச்சை முறிச்சிடாம டீலிங்கை முடிச்சிட்டு வந்துடு."

"மாணிக்கத்தைக் கூப்புட்டு நீ பேசிடறியா? டெம்பரரி லேபருக்கு சப்போர்ட் பண்ணிக்கிட்டு ரொம்பதான் நம்மளைச் சதாய்ச்சிட்டிருக்கான்."

"அவங்க நல்லதுக்காகன்னு யோசிச்சி யூனியன் ஆரம்பிக்க விட்டது தப்போன்னு தோணுது. போன வருஷமும் நாம் ஒண்ணும் போனஸ் கம்மியா கொடுத்துடலை."

"மாணிக்கத்தை வெளிலேருந்து தூண்டிவிடறவன் முத்துசாமிதான். காண்ட்ராக்ட் விஷயத்தில் ஆரம்பிச்சது நமக்கும், அவனுக்கும் லடாய். அவனுக்குச் சரியா ஒரு ஆப்பு வைக்கணும்டா."

"கோயம்புத்தூர்ல அப்படியே நம்ம பழைய டீலர் ஹரிலாலைப் பார்த்துட்டு வர்றியா?"

"அவனோட நீதான் டீல் பண்ணணும். எனக்கு இந்தி புரியாது. சும்மா பொம்மை மாதிரி எல்லாத்துக்கும் தலையாட்டிக்கிட்டிருப்பேன். அவன் இந்தில பேசியே என்னைக் கவுத்துடுவான்."

"சரி, விடு. அது அப்புறம் பார்த்துக்கலாம். சிக்னல் போட்டாச்சு. ஏறிக்கோ கிருஷ்ணா."

கிருஷ்ணன் ஏறிக்கொண்டு ஆனால் உள்ளே செல்லாமல், படியருகிலேயே நின்றுகொண்டு, "கோபி, சொல்ல மறந்துட்டேன். எலெக்ட்ரிசிடி போர்டுக்கு டெபாசிட் கட்டியிருந்தோமில்ல, அதில பதினேழாயிரம் ரீஃபண்ட் ஆகியிருக்கு. என் ரெண்டாவது டிராயர்ல வெச்சிருக்கேன். செக்கை எடுத்து கலெக்ஷன்ல போட்ரு" என்றான்.

ரயில் நகரத் துவங்க, "பரவாயில்லயே. இவ்வளவு சீக்கிரம் வந்துடுச்சி?" என்றேன் கூடவே நடந்தபடி.

"கம்ப்யூட்டர் ட்ரையல் பேலன்ஸ்ல ஒரு ப்ராப்ளம் இருக்கு. ஸாஃப்ட்வேர் இன்ஜினீயருக்கு போன் பண்ணிருக்கேன்."

"தெரியும். எங்கிட்ட பேசிட்டான். நாளைக்கு வர்றேன்னிருக்கான். நான் பார்த்துக்கறேன். நீ உள்ளே போ கிருஷ்ணா."

கையசைத்துவிட்டு வடிந்த ஜனத்திரளுடன் கலந்து வாசலுக்கு வந்து நிறுத்தியிருந்த என் காரில் அமர்ந்து கொண்டு பெருமூச்சு விட்டேன். ஒரு சிகரெட்டைப் பற்ற வைத்து நிதானமாகப் புகைத்தேன்.

கொஞ்ச நாளாகவே கிருஷ்ணனிடம் ஒரு விஷயம் பேச வேண்டும், பேச வேண்டும் என்று நினைத்துத் தள்ளிப் போய்க் கொண்டிருக்கிறது. சரியான சந்தர்ப்பம் அமைவதில்லை. அவசரமாகப் பேச இது பிஸினஸ் இல்லை. நிதானமாக அசை போட்டுப் பேச வேண்டும். அதற்கு அவகாசம் இல்லை.

ஒரு கடிதமாக எழுதினால் என்ன?

நினைத்ததுமே சிரிப்பு வந்தது. தினசரி சொந்த கம்பெனியின் ஆபீஸில் ஒரே அறையில் பக்கத்துப் பக்கத்து நாற்காலிகளில் அமர்ந்து பத்து மணி நேரம், பன்னிரண்டு மணி நேரம் பேசிக்கொண்டிருக்கும் ஒருவருக்குக் கடிதம் எழுதுவதா?

ஆனால், நேரில் பேசுவதைவிட கடிதம் கொஞ்சம் சௌகரிய சாதனமாகவே பட்டது. வீட்டுக்குப் போனால் எழுத நேரம் அமையாமல் போகலாமென்பதால் பின்சீட்டிலிருந்த சூட்கேஸை எடுத்துத் திறந்து ஆபீஸ் லெட்டர் பேடை எடுத்தேன். எழுத ஆரம்பித்தேன்.

'டியர் டியர் கிருஷ்ணா...

'என்னடா இது இவனிடமிருந்து லெட்டர்?' என்று உன் புருவம் உயர்வதை என்னால கற்பனை செய்ய முடிகிறது கிருஷ்ணா.

நமது அவசர நிமிடங்களில் பேச முடியாமல் போவதால்தான் இந்தக் கடிதம். பரபரப்பான சென்ட்ரல் ஸ்டேஷன் வாசலில், உன்னை ரயிலேற்றிவிட்ட கையோடு காரில் உட்கார்ந்து இதை எழுதுகிறேன்.

நம் நிறுவனத்தின் வளர்ச்சியையும், இன்றைய நிலையையும், எதிர்கால பிரம்மாண்டமான திட்டங்களையும் நினைத்துப் பார்த்து எத்தனையோ முறை நான் பிரமித்துப் போயிருக்கிறேன் கிருஷ்ணா.

நாம்தான் இதைச் சாதித்தோமா என்று மலைப்பாக இருக்கிறது. இது கனவில்லையே என்று அசட்டுத்தனமான சந்தேகம்கூட உண்டு.

பட்டுக்கோட்டை பிரபாகர் தேர்ந்தெடுத்த சிறுகதைகள்

ஆளுக்கொரு பங்களா. இரண்டு கார்கள். வீட்டில் ஒவ்வொரு குளிரூட்டப்பட்ட அறையிலும் டெலிவிஷன். கையை நீட்டுகிற இடத்திலெல்லாம் டெலிபோன்கள். என்ன ஒரு வளர்ச்சி! நம் கற்பனையையும் தாண்டிய வளர்ச்சி.

உனக்கு நினைவிருக்கிறதா கிருஷ்ணா?

தேனாம்பேட்டை அருகில் ஒரு சந்தில் நாற்றமடிக்கும் மாத வாடகை அறை ஒன்றில் தங்கியிருந்து ஆளுக்கொரு ஃபைலைத் தூக்கிக்கொண்டு வேலை, வேலை என்று அலைந்த அந்தக் கறுப்பு தினங்கள்?

எத்தனை முயற்சிகள்! எத்தனை ஏமாற்றங்கள்! நான் சோர்ந்து போனபோதெல்லாம் நீ எனக்கு ஆறுதல் சொல்ல, நீ சோர்ந்து போனபோதெல்லாம் நான் உனக்கு ஆறுதல் சொல்ல... வாய்விட்டு அழுத அந்த ஈர நாட்கள்?

உற்சாகத்திலோ, தன்னம்பிக்கையிலோ நாம் சளைத்தவர்களில்லை. ஒரு பக்கம் வேலை கிடைக்கவில்லையே என்ற ஏக்கமிருந்தாலும். - வாழ்க்கையை எப்படியெல்லாம் ரசித்து அனுபவித்திருக்கிறோம்?

கடற்கரை மணலில் தலைக்கடியில் கைகளைச் செருகிப் படுத்து நட்சத்திரங்களைப் பார்த்தபடி வாய் ஓயாமல் எவ்வளவு பேசியிருக்கிறோம்! அதை எல்லாம் எழுதி வைப்பதென்றால் எத்தனை வால்யூம் எழுதலாம்!

கவிதை என்று பேச ஆரம்பித்தால் நீ ரசித்தது, நான் ரசித்தது, உன் கருத்து, என் கருத்து என்று கீழ்வானம் சிவக்கும்வரைகூடப் பேசியிருக்கிறோம். இப்படி எதைப்பற்றியும்.

சின்ன வயது அனுபவங்களில் அநேகமாக நம்மிரண்டு பேருக்கும் நடுவில் எந்தச் சின்ன ரகசியமுமே பாக்கி இல்லை.

மீசை புதிதாக முளைத்த பருவத்தின் தடுமாற்றத்தில் கல்யாணச் சத்திரத்தில் சங்கீதாவை என்ன செய்தேன் என்று நானும், டூருக்குப் போனபோது ரயிலில் அத்தனைபேரும் தூங்கியதும் அந்தத் தமிழரசியை என்ன செய்தாய் என்று நீயும்.

இதுபோல இன்னும், இன்னும்... நல்லது, கெட்டது, பார்த்தது, பதிந்தது, கசடு, குப்பை என்று எல்லாவற்றையும் கொட்டிக் கவிழ்த்திருக்கிறோம்.

உனக்கு நினைவிருக்கிறதா கிருஷ்ணா?

ஒரு சினிமாவுக்குப் போய்விட்டு வந்தால் அவ்வளவு தான் அந்தப் படத்தின் டைரக்டர்கூட அந்த அளவுக்குத் தன் கதையை அலசியிருக்க மாட்டான். அப்படி விவாதித்திருக்கிறோம்.

எனக்குத் திடீரென்று காய்ச்சல் வந்து படுத்ததற்கு நீ மொட்டை போடுவதாக வேண்டிக்கொண்டு, அப்புறம் நான் எவ்வளவு வற்புறுத்தியும் கேட்காமல் மொட்டை போட்டுக்கொண்டு வந்து என்னை நெகிழ்ச்சியில் அழ வைத்தாயே, மறக்க முடியுமா அதை?

உன்மேல் ஆட்டோக்காரன் மோதி நீ ஆஸ்பத்திரியில் அட்மிட் ஆனபோது, நீ எத்தனை சொல்லியும் உன் ஊருக்குத் தகவல் தெரியப்படுத்தாமல் நானே அருகில் இருந்து பார்த்துக்கொள்ள... டிஸ்சார்ஜ் ஆனதும் என் விரலில் தேடி, 'எங்கடா உன் மோதிரம்?' என்றாய். நான் விற்றுவிட்டதைச் சொன்னதற்குப் பளார் என்று அறைந்தாயே, இப்போதுகூட வலிக்கிறது கிருஷ்ணா.

"உங்கம்மா கடைசி கடைசியா உனக்குப் போட்ட மோதிரம். அதைப் போய் வித்துட்டியேடா முட்டாள்!" என்று நீ கத்தியதும்...

"பின்னாடி சம்பாதிச்சு வாங்கிட்டாப் போகுது" என்று நான் சமாதானப்படுத்தியதும் நேற்று போலத்தான் இருக்கிறது.

பதினைந்து வருடங்கள் எவ்வளவு சீக்கிரம் ஓடிவிட்டன?

இரண்டு பேருக்குமே வேலை கிடைக்காமல் விரக்தியின் எல்லையில் ஒரு நாள் சும்மா ஒரு பேச்சுக்காக, ஒரு கற்பனைச் சுகத்துக்காக, "டேய், பெரிய இண்டஸ்ட்ரி ஒண்ணு ஆரம்பிச்சு ஆயிரம் பேருக்கு நாம் வேலை தரணும்டா" என்றேன் நான்.

"ஏண்டா, நம்மால ஒரு இண்டஸ்ட்ரி ஆரம்பிக்க முடியாதா?" என்றாய் நீ.

அன்றைக்குத்தான் நமக்குள் அந்த நெருப்புப் பொறி வந்து விழுந்தது. கவிதை, சினிமா, பெண்கள் என்று பேசிக்கொண்டிருந்த நாம் தொழில் பற்றிப் பேசத் துவங்கினோம்.

என்ன தொழில் துவங்கலாம், எப்படித் துவங்குவது, வங்கிக்கடன் வாங்குவதெப்படி என்று ஒவ்வொன்றாக விசாரிக்கத் துவங்கினோம். ஆலோசனை நிறுவனங்களுக்குச் சென்று கேட்டோம். அரசு அலுவலகங்களுக்கு அலைந்தோம்.

இரும்பு வாங்கி உருக்கி இரும்புக் கம்பிகளாக்கி விற்பது என்கிற

தொழில் யோசனை உதயமாயிற்று. அதைப் பற்றியே சிந்தித்தோம். பேசினோம். கனவு கண்டோம். கவலை கொண்டோம்.

என் பக்கமும் உன் பக்கமுமாகத் திரட்ட முடிந்த இரண்டு லட்சத்தையும், வங்கிக் கடனையும் கொண்டு சின்னதாக 'கோபிகிருஷ்ணா இண்டஸ்ட்ரீஸ்' உருவானது. எத்தனை நெளிவு, சுளிவுகள் கற்றோம்? எத்தனை உழைத்தோம்? இன்று...

நான்கு யூனிட்டுகள். மூன்று ஷிஃப்ட்டுகள். இருநூற்றெண்பது தொழிலாளர்கள், இந்தக் கட்டடத்தில் உபயோகப்படுத்தப் பட்டிருப்பது 'கோபி கிருஷ்ணா ஸ்டீல் ராடுகள்' என்று வளரும் கட்டடங்களில் நம் போர்டுகள் தொங்குகின்றன. இனி வரப்போகும் திட்டங்கள் எத்தனை, எத்தனை!

இது மகத்தான முன்னேற்றம்! திட்டமிட்ட வளர்ச்சி! லட்சியத்தின் வெறி! முயற்சியின் அறுவடை! உழைப்பின் கூலி!

பெருமிதத்திலேயே இதயம் அடைத்துக் கொள்ளும் போலிருக்கிறது கிருஷ்ணா. கொட்டுகிற பணத்தில் மூச்சு முட்டுகிறது. சந்தோஷம்கூடத் திகட்டுமா என்ன? எனக்குத் திகட்டுகிறதே...

கொஞ்ச நாட்களாகவே என் மனதில் நிம்மதி இல்லை கிருஷ்ணா. தூக்கத்திலிருந்து திடீர் திடீரென்று விழித்துக்கொள்கிறேன். வெறித்துக்கொண்டு யோசித்துக்கொண்டிருக்கிறேன்.

இன்று நமக்கு ஒரு நாளைக்கு நாற்பத்தெட்டு மணி நேரம் தேவைப்படுகிறது. என் மனைவியின் சொந்த அண்ணன் மகளின் திருமணத்திற்குப் போக முடியவில்லை. உன் மச்சினனின் கிரகப்பிரவேசத்தின்போது நீ டெல்லியில் இருந்தாய்.

என் குழந்தைகள் என்ன படித்துக்கொண்டிருக்கிறார்கள் என்பதே திடீரென்று மறந்துபோய்விடுகிறது. யாராவது சட்டென்று கேட்டால் வழிய வேண்டியுள்ளது.

என் மகளுக்குப் பரதநாட்டிய அரங்கேற்றம் நடக்கப்போகிறது. ஆனால், அவள் எப்போது அதைக் கற்றாள் என்றே தெரியவில்லை.

போன வாரம் என் மனைவி 'முதுகில் வலிக்கிறது' என்றாள். 'அயோடெக்ஸ் தடவேன்' என்றேன். ஒரு வருஷமாக வலிக்கிறதாம். பல தடவை என்னிடம் சொல்லிவிட்டாளாம். அதெப்படி எனக்கே தெரியாமல் என்னிடம் சொன்னாள் என்றுதான் புரியவில்லை.

உனக்கு நினைவிருக்கிறதா கிருஷ்ணா?

'நான் ஒரு பிஸியான தொழிலதிபன்' என்று புரிந்துகொண்டு எல்லாவற்றையும் அட்ஜஸ்ட் செய்து கொள்கிறார்கள். இதையெல்லாம் விடு!

சில வருடங்களாக நீயும் நானும் எதிரெதிரே உட்கார்ந்து வியாபாரம் இல்லாமல் வேறு ஏதாவது பேசியிருக்கிறோமா என்று திடீரென்று யோசித்துப் பார்த்தபோது திடுக்கென்றது கிருஷ்ணா.

'கோபிகிருஷ்ணா இண்டஸ்ட்ரி'யின் பார்ட்னர்கள்தான் சில வருடங்களாகப் பேசிக்கொண்டிருக்கிறார்கள். கோபியும் கிருஷ்ணாவும் பேசிக்கொண்டு பல வருடங்கள் ஆயிற்று என்கிற உண்மை இப்போது உறைக்கிறது. உட்கார்ந்து யோசித்துப் பார்த்தால் நீயும் நெருப்பு சுட்டதுபோல உணர்வாய்.

எனக்குக் கவலையாக இருக்கிறது கிருஷ்ணா. பணம், அந்தஸ்து என்று எதையெதையோ துரத்திக்கொண்டிருக்கும் மும்முரத்தில் நமக்கே தெரியாமல் நம் நட்பைப் பலி கொடுத்துவிட்டோமா கிருஷ்ணா?

இரண்டு வெற்றிகரமான தொழிலதிபர்களை உருவாக்கும் தீவிரத்தில், இரண்டு நல்ல நண்பர்களைக் கொன்று புதைத்துவிட்டோமா கிருஷ்ணா?

ஏக்கமாக இருக்கிறதடா, கடற்கரைக்குப் போய்ப் படுத்துக்கொண்டு, நட்சத்திரங்களைப் பார்த்துக்கொண்டு வியாபாரம் தவிர மற்ற எல்லாவற்றையும் விடிய விடிய நாம் இனி பேசப்போவதே இல்லையா கிருஷ்ணா?

என் அவஸ்தை உனக்குப் புரிகிறதா? உன்னாலும் இதேபோல உணர முடிகிறதா? உனக்குள்ளும் இதே புழுக்கம் இருக்கிறதா?

இதை எல்லாம் எப்படி நெருப்பு பிடித்து எரியும் நம் அவசர நிமிடங்களில் பேச முடியும்? அதனால்தான் இந்தக் கடிதம். எழுதும்போது எனக்கு தொண்டை அடைக்கிறது. படிக்கும் போது உனக்கும் அப்படித்தான் இருக்கும் என்று நினைக்கிறேன்.

என்ன செய்யலாம் கிருஷ்ணா?

உன்,
கோபி.

எழுதி முடித்து கவரில் போட்டு வைத்துக்கொண்டு வீட்டுக்குப் புறப்பட்டேன்.

இரண்டு தினங்கள் கழித்து கோயம்புத்தூர் டீலிங்கை வெற்றிகரமாக முடித்துக்கொண்டு, "கில்லாடிடா நீ" என்றேன்.

ஒரு புது இண்டஸ்ட்ரியின் லைசென்ஸ் விஷயமாக மறுநாளே அவன் டெல்லிக்குப் பறக்க வேண்டியிருக்க... விமான நிலையத்தில் அவனை வழியனுப்பும்போது சொன்னேன். "கிருஷ்ணா, உன் பெட்டில ஒரு லெட்டர் வெச்சிருக்கேன். ஃபிளைட்ல எடுத்து நிதானமா படிச்சிப்பாரு."

"லெட்டரா... யார் எழுதினது?"

"நான்தான் கிருஷ்ணா."

"யாருக்கு எழுதினது?"

"உனக்குத்தான் கிருஷ்ணா."

"என்னடா சொல்றே?" என்று வியந்தவனைக் கைகுலுக்கி அனுப்பி வைத்தேன்.

ராத்திரி டெல்லியிலிருந்து போன் செய்த கிருஷ்ணா, "கோபி... கோபி" என்றான். அதற்கு மேல் பேச முடியாமல் விசும்பி, "சொல்டா. எல்லாத்தையும் மூடிடலாமா?" என்றான்.

"உளறாதேடா அசடு! எவ்வளவு லோன்ஸ் கமிட் பண்ணிருக்கோம். எத்தனை புது ப்ராஜெக்ட்ஸ் காத்துக்கிட்டிருக்கு. எத்தனை பேர் நம்மை நம்பியிருக்காங்க. புலி வாலைப் பிடிச்சிருக்கோம் கிருஷ்ணா. பாதி சவாரில எப்படி இறங்கறது? நாளைக்கு முதல்ல நீ பண்டாரியைப் போய்ப் பாரு. அப்புறமா செக்ரெட்டேரியட் போ. செலவைப் பத்திக் கவலை இல்லை. லைசென்ஸோட வா" என்றேன்.

22
பழகியாச்சு!

ஸ்ரீரங்கம் பெருமாளைச் சேவித்து விட்டு உச்சிப்பிள்ளையாரைப் பார்க்க வந்தபோது மணி காலை பத்தரையாகிவிட்டது.

ராஜகோபுரத்திற்கு முன்பாக குழந்தைகளை நிறுத்தி வைத்து, முழு கோபுரமும் புகைப்படத்திற்குள் வர வேண்டும் என்று, பட்டுப் புடவையைப் பற்றிக்கூட கவலைப்படாமல் கிட்டத்தட்ட தவழ்ந்து... எப்படியெல்லாமோ பிரயத்தனப்பட்டு, தன் முயற்சியைக் கைவிட்டாள் சாவித்திரி. "சரியான டப்பா கேமரா!" என்றாள் கையாலாகாமல்.

பையனுக்கு வாட்ச் மாதிரி கையில் கட்டிவிட வந்த மிட்டாய்க்காரனைத் துரத்த அந்தப் பிச்சுபிச்சு மிட்டாய் வாட்ச்சை வாங்கித் தராததில் கோபம் வந்து அந்த செகண்டிலிருந்து என்னை யூதர்களைப் பார்க்கும் ஹிட்லரைப் போலத்தான் பார்த்தான் பையன்.

பெண்ணுக்கோ சரப்பட்டாசு மாதிரி வரிசையாக கேள்விகள் இருந்தன. சொல்கிற பதில்களை காதில் வாங்கிக் கொள்கிறாளோ, இல்லையோ அடுத்தடுத்த கேள்வி கேட்டாக வேண்டும்.

'கோயில்ல சாமி இருக்கார். சரி, எதுக்கு டாடி கோபுரம் கட்டிருக்காங்க?'

'... அந்தக் குரங்கை அவன் அப்படி அடிக்கிறானே, அது பாய்ஞ்சி கடிச்சிடாதா?'

'அய்யோ... இதென்ன இந்த சிலைல யாருமே டிரெஸ் போடலை? ஷேம்! ஷேம்!', 'எதுக்கு டாடி பாய்ஸ்சுக்குத் தனியா, கேர்ள்சுக்கு தனியா பாத்ரூம் கட்டியிருக்காங்க?'

சில கேள்விகளுக்கு அவளுக்கு விஷயம் தெரிய வேண்டும் என்று ஆர்வமாக விளக்கமாக பதில் சொல்ல வேண்டும். சில கேள்விகளுக்கு நமக்குப் பதில் தெரியாதென்பதை வெளிப்படுத்திவிடாத ஒரு சமாதான பதில் சொல்ல வேண்டும். சில பதில் சொல்ல முடியாத கேள்விகளுக்கு (உதாரணம்! கடைசிக் கேள்வி) புன்னகைத்து வைக்க வேண்டும். அல்லது சீக்கீரம் நட. இல்லைன்னா கோயிலை மூடிடுவாங்க' என்று அவசியமில்லாமல் விரட்ட வேண்டும்.

புவனியின் லேட்டஸ்ட் கேள்வி!

"ஏன் டாடி, பொதுவாக மலைமேல முருகன் தானே இருப்பாரு? இங்கே மட்டும் ஏன் பிள்ளையார் இருக்காரு?"

எனக்கு ஸ்தல புராணம் தெரியாதென்பதால் படு நேர்மையாக, "தெரியவில்லையம்மா" என்றேன்.

"இதே திருச்சிலதானே காலேஜ் படிச்சீங்க? பல தடவை இங்கே வந்திருக்கிறதா சொல்றீங்க. இது தெரியாதா?" என்றாள் சாவித்திரி. வெயிலுக்காக என்றாலும் பட்டுப்புடவை அணிந்த ஒருத்தி ரோபான் குளிர்கண்ணாடி மாட்டியிருப்பது கம்பீரமாகத்தான் தெரிந்தது.

"அதோ தெரியுது பாரு உசரமா ஒரு சர்ச்சு. அதான் நான் படிச்ச ஜோசப் காலேஜ்" என்றேன் பையனிடம்.

ராகுலுக்கு அதில் சுவாரசியம் எதுவும் ஏற்பட வில்லை. மிட்டாய் வாட்ச்சுக்கு பதிலாக ஒரு மினி பைனாகுலர்ஸ் என்கிற பேரத்தில் கொஞ்சம் சமாதானமாகி சிரித்தான்.

நேதாஜி சுபாஷ் சந்திரபோஸ் சாலையில் மக்கள் - மக்கள் - மக்களுக்கு நடுவில் நீந்தி எங்கே.... யோ நிறுத்தி வைத்த காருக்கு வருவதற்குள் சாவித்திரி இரண்டு பேரை 'பாஸ்டர்ட்' என்று திட்டிவிட்டாள்.

தெப்பக்குளத்தில் பச்சைத் தண்ணீர் அசையாமல் இருந்தது. அதன் எல்லா விளிம்புகளிலும் மாதுளம் பழம், சுடச்சுட பஜ்ஜி, ஒட்டு மீசை, உள்பாவாடை, பிளாஸ்டிக் பூ, 'ராத்திரி சுந்தரி' புத்தகம்,

வறுத்த கடலை என்று பில் இல்லாத, சேல்ஸ் டாக்ஸ் இல்லாத ஆயிரம் வியாபாரம்.

இளநீர் ப்ளஸ் ஐஸ்க்ரீமுக்கு (ரூ 22.50) பிறகும் "ஐம் டயர்ட் விக்னேஷ். மெட்ராசுக்குத் திரும்பிடலாமா?" என்றாள் சாவித்திரி.

"நல்லா இருக்கே கதை, மெட்ராஸ்ல கல்யாணம் செஞ்ச மறுநாளே பாம்பேக்கு ரிட்டன் டிக்கெட் எடுக்கறேன்னுதானே நான் சொன்னேன். குழந்தைகளுக்கு வெக்கேஷனா இருக்குறதால மூணு நாள் கழிச்சு எடுங்க. ஒரு காரெடுத்துக்கிட்டு தமிழ்நாடு பூரா குழந்தைங்களுக்கு சுத்திக் காட்டலாம்னு சொன்னது யாரு?"

"நான்தான் சொன்னேன். தப்பு! தப்பு! கன்னத்துல போட்டுக்கவா? சித்திரை வெயில் இப்படி ஆளை உருக்கி எடுத்துடும்னு நான் எதிர்பார்க்கலைப்பா. குழந்தைகளைப் பாருங்க. அதுக்குள்ள ஒரு சுத்து கறுத்துட்டாங்க."

"இவ்வளவு தூரம் வந்துட்டு இவங்களுக்கு தஞ்சாவூர் பெரிய கோயில் கட்டாம போறது அநியாயம் சாவி! தே மஸ்ட் ஹேவ் சம் மெமரபிள் மொமெண்ட்ஸ்."

மெட்ராசில் சகலை வீட்டுக் கல்யாணம் முடிந்ததும் வாடகைக் கார் ஏற்பாடு செய்யச் சொல்ல, சகலை வெகுண்டெழுந்து என்னோட எஸ்டீம் எடுத்துட்டுப் போங்க விக்னேஷ். மேப் தர்றேன். யு நோ டிரைவிங். அப்புறம் என்ன?" என்று பெட்ரோலையும் எங்களையும் காரில் நிரப்பி டாட்டா காட்டி விட்டார்.

கார் இப்போது தஞ்சாவூர் நோக்கி வழுக்கிக்கொண்டிருக்க, பையன் வாக்மெனில் 'ஓ ப்யாரி, பான் பூரி, பம்பாய்க்காரி' என்று சேர்ந்து பாடியபடி கேட்டுக் கொண்டிருந்தான்.

காருக்குள் வேற்று ஆசாமி இல்லாததால் சாவித்திரி முந்தானைக் கவலையின்றி சௌகரியமாக உறங்க... புவனி மட்டும் முன் சீட்டில் உட்கார்ந்து மரத்தில் ஏன் நம்பர் போட்டிருக்கிறது என்றும் தூரத்தில் தெரியும் கானல் நீரைப் பற்றியும் கேட்டுக் கொண்டு வந்தாள்.

எனக்கோ கல்லூரியின் சர்ச்சைப் பார்த்ததில் இருந்து இருபது வருடங்களுக்கு முந்தைய பசுமை நினைவுகளின் ஸ்லைடுகள் உள்ளே நகர்ந்துகொண்டிருந்தன.

சூர்யாதான் உடனே ஞாபகத்திற்கு வந்தான். அவனை ஆகாயத்தில்

பட்டுக்கோட்டை பிரபாகர் தேர்ந்தெடுத்த சிறுகதைகள்

இருந்து நூல் ஏணியில் இறங்கி வந்த அவதாரப் பையன் என்றும், ரொம்ப உற்றுப் பார்த்தால் அவன் தலைக்குப் பின்னால் ஹாரா என்கிற உள்வட்டம் தெரியும் என்றும் ஒரு கும்பல் கிண்டலடித்தாலும் எனக்கு அவனைப் பிடிக்கும்.

கிண்டலுக்கு உள்ளானதன் காரணம் சூர்யா காலேஜ் இளைஞனுக்கு உரிய சேஷ்டைகள் எதுவும் இல்லாமல் இருந்ததுதான். பேச்சுப் போட்டிகளில் முதல் பரிசுக்கான கப்பை அவனுக்கு என்று ஒதுக்கி வைத்துவிட்டு மற்ற பரிசுகளுக்குதான் போட்டி நடக்கும்.

பயங்கர மூளை. கந்தக நெடியடிக்கும் அவன் எழுதும் கவிதை வரிகளில். காலேஜ் மேகசினுக்கு சூர்யாதான் எடிட்டர். நானே பொழுதுபோக்காய் வடிவமைத்த பேட்டரியில் ஓடும் குட்டிக் காரைப் பற்றி கட்டுரை எழுத எனக்கு வாய்ப்பு தந்தபோதுதான் அவனோடு நட்பு ஆரம்பம்.

“பி.எஸ்.ஸி. மேத்ஸ் முடிச்சுட்டு நீ மெட்ராஸ் எம்.ஐ.டி.ல எப்படியாச்சும் சேர்ந்து ஆட்டோமொபைல் என்ஜினியரிங் முடிச்சுடு விக்னேஷ். உன் மெக்கானிக்கல் மூளைக்கு எங்கயோ போய்டுவே. ஒரு எதிர்கால ஃபோர்டு என் கண்ல தெரியறார்” என்று எனக்குள் கனவு விதைத்தது அவன்தான்.

“நீ?” என்றேன்.

“நான் ஒரு பெரிய ஜர்னலிஸ்ட்டாய்டுவேன். ஒரு அட்டகாசமான பத்திரிகைக்கு ஆசிரியரா இருந்து தூள்கிளப்பறதா உத்தேசம்.”

சூர்யா சொன்னபடியே ஜெயித்து விட்டான் என்று பம்பாயில் நான் அறிந்து கொண்டபோது ஆனந்தப்பட்டேன்.

இப்போதும் ‘தீப்பந்தம்’ வார இதழை மட்டும் விடாமல் வாங்கிப் படித்துக் கொண்டிருக்கிறேன், இவன் அதன் ஆசிரியர் என்பதால்.

என்ன ஒரு பவர்ஃபுல் எழுத்து! கட்டுரை, பேட்டி, கேள்வி பதில், தலையங்கம் என்று எதிலும் சொன்னபடியே தூள்கிளப்பிக் கொண்டிருக்கிறான்.

“தீப்பந்தம் சூர்யா இருக்கானே, அவனும் நானும் ஒரே காலேஜ்ல ஒண்ணா படிச்சோம்” என்று பம்பாயில் புதிதாக அறிமுகமாகிற எவரிடமும் நான் சொல்லத் தவறுவதில்லை.

ஆனால் காலேஜ் வாழ்க்கைக்குப் பிறகு அவனோடு கடிதம் மூலமாக தொடர்பு கொள்ள வேண்டும் என்று எனக்குத் தோன்றியதே இல்லை.

'இப்போது பத்திரிக்கை உலகில் ஒரு வி.ஐ.பி.யாக இருக்கும் அவன் கடிதத்தை அலட்சியப்படுத்தி விட்டால்?' என்கிற பயத்தை விடவும், 'நினைத்தபடி வந்துவிட்ட அவனுடன் நினைத்தபடி வராத நான் மீண்டும் தொடர்பு வைத்துக் கொள்ள தகுதியானவன்தானா?' என்று ஒரு சின்ன காம்ப்ளெக்ஸ்.

டிகிரி முடித்ததும் வேலைக்குப் போக வேண்டிய கட்டாயம். வீட்டின் சூழ்நிலை. அப்படி. ஆட்டோமொபை லாவது! என்ஜினியரிங்காவது! *WITH REF. TO YOUR ADVT dt. ...* ' என்று விண்ண ப்பிக்க துவங்கி பம்பாயில் ஒரு தனியார் நிறுவனத்தில் கிளார்க்காக சேர்ந்து இன்றைக்கு அக்கவுன்டண்ட். பல வகையான மோட்டார்களை பழைய கடைகளில் வாங்கி வீட்டில் அதை நோண்டிக் கொண்டிருந்ததையும் சாவித்திரி வந்து கிண்டல் செய்து நிறுத்தி விட்டாள். எல்லாம் எடைக்குப் போட்டு பிளாஸ்டிக் லாண்டிரி பாஸ்கெட் வாங்கி விட்டோம்.

"டாடி!" ஒரு விரலைக் காட்டிய ராகுலுக்காக காரை ஓரங்கட்டினேன். அவனோடு நானும் சேர்ந்து கொண்டேன். தண்ணீர் குடித்துவிட்டு மீண்டும் ஸ்டார்ட் செய்த போது எஸ்டீம் எதிர்ப்பு காட்டியது. என் செல்லம்ல, என் கண்ணுல்ல' என்று எவ்வளவு கெஞ்சியும் கிளம்புவதாக இல்லை.

தெரிந்த யுத்திகள் எல்லாம் பயன்படுத்தியும் அது அடம்பிடிக்க... கொட்டாவிக்கு நடுவில், "நான் அப்பவே சொன்னேன் திரும்பிடலாம்னு" என்றாள் சாவித்திரி.

"அப்பக்கூட ரிப்பேராகறதுன்னா மெட்ராஸ் ரூட்ல ரிப்பேராகி நிக்கும், கமான். அதோ பாரு. அந்தக் குடிசை வாசல்ல பொம்பளைங்க கடலை உடைச்சிட்டிருக்காங்க. உங்களை அங்க விட்டுட்டு பக்கத்தூருக்கு நான் மட்டும் போய் மெக்கானிக்கை கூட்டிட்டு வர்றேன்."

அந்த கடலைப் பெண்கள் கயிற்றுக் கட்டில் எடுத்துப் போட்டு, நான்காவது கிலோ மீட்டரில் வல்லம் என்கிற ஊர் என்றும் அங்கே மெக்கானிக் இருப்பான் என்றும் தகவல் சொல்லி "நீங்க போய்ட்டு

வாங்க சார். நாங்க பத்திரமா பார்த்துக்கறோம்" என்றார்கள்.

சாவித்திரி தும்மல் போடப் போகிறவளைப் போல முகத்தை வைத்துக் கொண்டு முனையில் உட்கார்ந்தாள். குழந்தைகள் அவர்களோடு சேர்ந்து கடலை உடைக்க... நான் சாலைக்கு வந்து கடந்த காரில் லிஃப்ட் கேட்டேன். மூன்றாவது புண்ணியவான்தான் ஒப்புக் கொண்டார்.

"இதாங்க வல்லம்" என்று என்னை இறக்கிவிட்ட பிறகுதான் ஞாபக அடுக்கில் தேடி ஒரு விஷயம் எடுத்தது மூளை.

அட! அந்த சூர்யாவுக்குச் சொந்த ஊர் வல்லம்தானே? இங்கிருந்துதானே தினம் பஸ்சில் திருச்சிக்கு வந்து போவான்? வல்லத்தில் அவன் அப்பா மளிகைக் கடைதானே வைத்திருந்தார்? என்னமோ... நல்ல பெயராச்சே யெஸ்! கணேசா மளிகை ஸ்டோர்ஸ்!

இப்போது அந்தக் கடைக்குப் போய் சூர்யாவின் அப்பாவைச் சந்தித்தால் என்ன? சென்னைக்குத் திரும்பி அங்கிருந்து பம்பாய் புறப்படுவதற்கு முன்பு சந்தித்தால் என்ன? அதற்கு இவரிடம் அவன் வீட்டு விலாசம் வாங்கினால் என்ன?

பாதையோரமாய் ஈயை விரட்டியபடி பலாச்சுளை விற்றவன் கணேசா மளிகை ஸ்டோர்சுக்கு ஒரு பாலகனுக்கும் புரியும்படி வழி சொன்னான்.

கணேசா மளிகை ஸ்டோர்சில் அழுக்கு வேட்டி, பனியனுடன், அந்த ஆசாமி என்னை முகம் பார்க்க அவகாசமில்லாமல், "பாட்டி, இந்தா கடலைப் பருப்பு. காசு எடு. உனக்கென்னப்பா? பூண்டா? எவ்வளவு வேணும்?" என்று பிசியாக இருந்தான்.

கூட்டம் ஓயக் காத்திருந்து உற்றுப் பார்த்ததில் திடுக்கிட்டேன். வழுக்கை, தொப்பை எல்லாம் விழுந்து, கன்னம் உப்பி... ஆனால் இவன் சூர்யா மாதிரி இல்லை?

"உங்களுக்கு என்ன சார் வேணும்?"

"சூ... சூர்யா..."

"நான்தான். அட! நீ விக்னேஷ் இல்லை?"

சின்ன பலகை உயர்த்தி என்னைக் கடைக்குள் அனுமதித்து உற்சாகமாகி. என் உடை காரணமாக கட்டி யணைக்கத் தயங்கி

கையை மட்டும் குலுக்கி, டேய்! நன்னாரி சர்பத் வாங்கிட்டு வா" என்று பையனை விரட்டி... அரிசி மூட்டை மேல் நியூஸ் பேப்பரை போட்டு என்னை உட்காரவைத்து...

நான் இருபது வருட கதைச் சுருக்கம் சொல்லி இன்னும் பிரமிப்பு கலையாமல், "அதெப்படி, கடையும் நடத்திக்கிட்டு பத்திரிக்கையும் பார்த்துக்கறே? மெட்ராஸ்லேர்ந்து வந்து வந்து போவியா?" என்றேன்.

"பத்திரிகையா? என்ன சொல்றே?" என்றான்.

அந்த சூர்யா இவன் கிடையாதாம். படிப்பு முடிந்த கையோடு மெட்ராசில் ஒரு பத்திரிகையில் உதவி ஆசிரியர் வேலை கிடைத்து இவன் புறப்பட இருந்த சமயம் அப்பாவுக்கு பராலிசிஸ் வந்து படுத்து விட்டாராம். கல்யாணத்திற்கு இரண்டு தங்கைகளாம். ஒரே வருமானம் இந்தக் கடையாம். கனவுகளைப் பத்தடி ஆழத்திற்குக் குழிதோண்டிப் புதைத்துவிட்டு, சட்டையைக் கழற்றி ஆணியில் மாட்டி கல்லாவில் உட்கார்ந்துவிட்டானாம்.

"கவிதையா? அப்பல்லாம் எழுதிட்டிருந்தேன். இப்ப இல்ல?" என்றான்.

"நல்லவேளை என் பொண்டாட்டி இப்ப இல்லை. உன்னைப் பத்தி அவ மனசுல ஏத்தி வைச்சிருக்கிற இமேஜ் வேற" என்றேன்.

"என்னடா பண்ணச் சொல்றே? புதுசா ஒரு கார்ப்பரேட்டர் கண்டுபிடிக்கப்போறேன்னு சொன்ன நீயும் கால்குலேட்டர்ல கணக்குப் போட்டுட்டு இருக்கே. என்னோட பலமே வேற. உன்னோட பலமே வேற. அதற்குப் பொருத்தமா ஏதாச்சும் பண்ணிட்டிருக்கமா?"

சூர்யாவே ஒரு மெக்கானிக்கை ஏற்பாடு செய்து அனுப்பினான். தஞ்சாவூரிலிருந்து திரும்பும்போது குடும்பத்தோடு சாப்பிடக் கூப்பிட்டான். புறப்பட்டபோது "உனக்கில்லைப்பா" என்று பிஸ்கெட் பாக்கெட் கொடுத்தான்.

தஞ்சாவூரில் கோயில் பார்த்ததும் ராகுல் வற்புறுத்த அங்கே நடந்த சர்க்கசுக்குப் போனோம்.

யானை வந்து ரிங் மாஸ்டரின் உத்தரவுக்குக் கட்டுப்பட்டு இரண்டு கால்களில் நடந்து காட்டியபோது புவனி கேட்டாள்:

"ஏன் டாடி, யானை ரொம்ப பலம் வாய்ந்த மிருகம் ஆச்சே. காட்ல பெரிய பெரிய மரம் எல்லாம் தூக்குமே, அதெப்படி இந்த மாதிரி கட்டுப்பட்டு வித்தை பண்ணுது?"

வட்டமாக விரித்துப் பிடித்த விசிறியால் விசிறிக்கொண்டே சாவித்திரி, கேக்கறால்ல, சொல்லுங்களேன்" என்றாள்.

"பழக்கிட்டாங்க" என்றேன்.

23
டிசம்பர் பூ டீச்சர்

விமான நிலையத்தின் லவுன்ச்சில் காத்திருப்பது ஒரு சுவாரசியம் கலந்த அவஸ்தை. சுவாரசியம் என்பது நம்மைச் சுற்றிலும் பார்க்க முடிகிற காட்சிகளால் கிடைக்கும். அவஸ்தை என்பது நம்மை அடையாளம் கண்டுகொண்டு வந்து பேசுகிற நபர்களால் கிடைக்கும்.

டெல்லிக்கான ஏர்பஸ் இரண்டு மணி நேரம் தாமதம் என்று அறிவிக்கப்பட்டதால் நான் காத்திருந்த சமயத்தில் எனக்கு இரண்டாவது வகைதான் கிடைத்துக்கொண்டிருந்தது - அவரால்.

“சார், உங்க கவிதைகள்னா. எனக்கு ரொம்ப உசுரு. கணையாழில ’தீ மிதித்தவள்’னு ஒரு கவிதை எழுதியிருந்தீங்களே, இன்னும் நெஞ்சுல நிக்கிது!” என்றார் தன் ஜிப்பாவின் நெஞ்சில் இருந்த தங்க பட்டனை நிமிண்டியபடி அவர்.

“சார், அது நான் இல்லை.”

“விளையாடறீங்களா? உங்க பேர்தானே போட்டிருந்தது?”

“அதை எழுதினது மணி கிருஷ்ணசாமி. என் பேர் கிருஷ்ண மணி. நான் கிருஷ்ணமணிங்கற பேரைத் தவிர வேற எதிலயும் எழுதறதில்லை” என்றேன் முடிந்த அளவு மகா பணிவாக.

“போகட்டும். நீங்க லஸ்ல கேஸட் கடை வெச்சிருக்கீங்க இல்லையா? அங்கோர்ந்து பதினைஞ்சாவது நம்ம மச்சானோட மளிகை மண்டி.

எனக்கும் மண்டி பிஸ்னெஸ்தான். ஹோல்சேல். உங்களுக்கு கேஸட் வியாபாரம் எப்படி இருக்கு?"

"நான் வச்சிருக்கிறது கேஸட் கடை இல்லை சார். ஆடியோ ரெக்கார்டிங் ஸ்டுடியோ. என் ஸ்டுடியோல ரெக்கார்டிங் செய்யலாம். நானே கேஸட்ஸ் வெளியிடறேன்."

"புரியுது சார், கேஸட் கொண்டாந்து கொடுத்து டி.எம்.எஸ். பாட்டா பதிவு பண்ணித் தாங்க, சுசிலா பாட்டா பதிவு பண்ணித் தாங்கன்னு கேப்பாங்க. ஒரு நாளைக்கு எவ்வளவு கல்லா கட்டுவீங்க?"

எனக்கு டிக்கெட்டை கேன்ஸல் செய்துவிட்டு ஓடிவிடுகிற உத்வேகம் ஏற்பட்டது. எழுந்து கொண்டேன். பாத்ரூம் சிக்னலை விரலால் காட்டி நகர்ந்தேன்.

"டேய் கிருஷ்ணமணி!" என்று என் தோளில் உரிமையாக விழுந்த கைக்குச் சொந்தமான முகத்தைப் பார்த்ததும் தீக்குச்சியில் இருந்து தீக்குச்சிக்குப் போல உடனே அந்த உற்சாகம் என்னையும் பற்றிக் கொண்டது.

"டேய் தங்கராஜு! நீதானா? எத்தனை வருஷமாச்சு உன்னைப் பார்த்து? எங்கடா இருக்கே? என்ன பண்றே?"

தங்கராஜுவை சூட், கோட்டில் பார்க்க முதலில் எனக்குச் சிரிப்புதான் வந்தது. காதோரம் அந்த தேமல் மட்டும் மாறாமல் அப்படியே இருந்தது. தங்க பிரேமில் கண்ணாடி, அரை வட்டமாய் துருத்தல் தொந்தி, மேல்நோக்கிய மீசை முனைகள் என்று கொஞ்சம் பழைய தங்கராஜு தொலைந்துபோயிருந்தான். அதே தகரக் குரல்.

அருகில் இருந்த நாற்காலிகளில் அமர்ந்தோம். என் கைகளைப் பிடித்தபடி வாஞ்சையுடன் பேசினான்.

என் குடும்பம் பற்றி விசாரித்தான். அடிக்கடி என் பெயரைப் பத்திரிகைகளில் பார்த்துக் கொண்டிருப்பதாகச் சொன்னான். சொந்த வீடு கட்டிவிட்டேனா என்று அக்கறையாகக் கேட்டான்.

அவன் தற்சமயம் *'FLY OVER SKY'* என்று ஃபேன்சியாக ஸ்கிரீன் பிரிண்டிங் லெட்டர் ஹெட்டும் விசிட்டிங் கார்டும் அடித்து வைத்துக் கொண்டு திருவல்லிக்கேணியின் ஒரு மூத்திர சந்தில் டிராவல்ஸ் ஆபிஸ் வைத்திருக்கிறானாம். பாஸ்போர்ட், விசா

எடுத்துக் கொடுப்பது கடைசி பட்சமாம். துபாய்க்கும், சிங்கப்பூருக்கும் ஒப்பந்த அடிப்படையில் ஆட்களை ஏற்றுமதி செய்வதே பிரதான தொழிலாம். பணம் நான்கு பாக்கெட்டுகளிலும் வழிகிறதாம்.

கேட்க சந்தோஷமாக இருந்தது. ஏனென்றால் தங்கராஜுவைப் பொதுவாக நான் இந்த மாதிரி நான்கு வருடம், மூன்று வருடம் என்று பெரிய இடைவெளி விட்டு யதேச்சையாகச் சந்தித்துக் கொள்வதுதான் வழக்கம். ஒவ்வொரு தடவையும் தன் முயற்சிகளில் ஏற்பட்ட தோல்விகளையே சொல்லிக்கொண்டிருப்பான். -

ஒரு தடவை ஷேர் மார்க்கெட்டில் பணம் போட்டு நொந்து போய் உட்கார்ந்திருப்பதாகச் சொன்னான். ஒரு தடவை கூரியர் சர்வீஸ் நடத்தி சரியாக வொர்க் அவுட் ஆகவில்லை என்றான். ஒரு தடவை பழம் ஹோல்சேல் செய்து படுத்துவிட்டதாக அழுதான்.

இந்த தடவைதான் வெற்றிச் செய்தியைச் சொல்கிறான். அதனால் அவன் கையை அழுத்தமாகக் குலுக்கி, "கீப் இட் அப்! புத்திசாலித்தனமா சம்பாரிக்கிறதை இன்வெஸ்ட் பண்ணி வெச்சுக்கோ," என்றேன்.

"அதெல்லாம் விடுடா. ஊருக்குப் போயிருந்தேன், போன வாரம். நாலாவது பிரசவத்துக்கு அம்மா வீட்டுக்கு வந்திருந்தா. இப்பப் பார்த்தாலும் வெண்ணெய்ல செஞ்ச பொம்மை மாதிரி அப்படியே இருக்காடா. என்னால நம்பவே முடியலை. மூணு பிள்ளை பெத்தவள்னு அவளே சொன்னாதான் தெரியும். அசந்து போய்ட்டேன்."

அவன் யாரைப் பற்றிச் சொல்கிறான் என்று எனக்குத் தெரியும். ஒவ்வொரு சந்திப்பின் போதும் இந்தப் பேச்சை எடுக்காமல் விட மாட்டான் தங்கராஜு.

"டேய்... டேய்!" என்றேன் செல்லமான கண்டிப்பாக.

"புரியுதுடா, பாடம் சொல்லிக் கொடுத்த டீச்சர்! குரு! அதிலயும் கல்யாணம் ஆனவங்க. வரம்பு மீறிப் பேசக் கூடாதுதான். ஆனா மனசுல அலையற நினைப்பு நம்ம கட்டுப்பாட்டிலயா இருக்கு? அதுக்கு ஏதாச்சும் வெவஸ்தை இருக்கா சொல்லு? இதை என் பொண்டாட்டிகிட்டயா பேச முடியும்? உன்கிட்டதானே பேச முடியும்?"

பட்டுக்கோட்டை பிரபாகர் தேர்ந்தெடுத்த சிறுகதைகள்

கேட்டுவிட்டு அவன் முகத்தைப் பரிதாபமாக வைத்துக் கொண்டதும் எனக்குச் சிரிப்பு வந்துவிட்டது. கூடவே டிசம்பர் பூ டீச்சரின் நினைவுகளும்.

ஆமாம். பள்ளிக்கூடத்தில் ஏழாம் வகுப்பிற்குத் தமிழ்ப் பாடம் எடுத்த எலிசபெத் டீச்சரை நாங்கள் டிசம்பர் பூ டீச்சர் என்றுதான் அழைப்போம்.

அந்த டீச்சரின் வீட்டுத் தோட்டத்தில் நிறைய டிசம்பர் பூச்செடிகள் உண்டு. எக்கசக்கமாகப் பூக்கும். அதனால ஒரு தடவை டீச்சர் வகுப்பில், “உங்க வீட்ல உங்க அம்மாகிட்ட கேளுங்க. யாருக்காச்சும் டிசம்பர் பூ வேணும்னா பை எடுத்துக்கிட்டு காலைல எங்க வீட்டுக்கு வாங்க. நூறு பூ அம்பது பைசா. எவ்வளவு பூ வேணுமோ அதுக்குக் கணக்குப் பண்ணி காசு வாங்கிட்டு வந்துடுங்க,” என்று அறிவிப்பு செய்ததில் இருந்து டிசம்பர் பூ டீச்சர் ஆகிவிட்டார்.

எலிசெபத் டீச்சர் மற்ற டீச்சர்களைப் போல கொண்டையிட்டு, குடை பிடித்து, கண்ணாடி அணிந்து, மாமூல் லட்சணங்களோடு வருவதில்லை. நீளமான பின்னலை லூசாகப் பின்னி எப்போதும் முன்புறமாகப் போட்டுக்கொண்டு, மொடமொட வென்ற காட்டன் சேலை கட்டி, தலைநிறையப் பூ வைத்து, கண்ணுக்கு மையிட்டு, லேசாக லிப்ஸ்டிக் போட்டு, பெண் பார்க்க யாரோ வரப் போகிறது போல ஒரு தூக்கல் அலங்காரத்துடன்தான் எப்போதும் வருவார். ‘வருவார்’ என்பது டீச்சரை வயசாக்கிக் காட்டுவதால் ‘வருவாள்’ என்றே திருத்தம் செய்து கொள்வோம்.

டீன் ஏஜ் விடலைப் பருவம் காரணமாக எங்கள் வகுப்பின் பையன்கள் நிறையப் பேர் அவளைப் பார்க்கும் போது மடக் மடக்கென்று எச்சில் விழுங்கியிருக்கிறோம். டீச்சர் போர்டில் திரும்பி எழுதும் போது ஒரு பயல் என்றால் ஒரு பயல் போர்டைப் பார்ப்பதில்லை. சைடு போசில் எழுத்துக்குத் தகுந்தபடி கைஅசைய, அங்கங்கு அசைய, மில்லி மீட்டர் மில்லி மீட்டராக நகரும் முந்தானை முனை அபாயக் கட்டத்தை அடையும் சமயம் டீச்சரின் கை நிதானமாக இழுத்துவிட்டுக்கொள்ள... மீண்டும் மடக் மடக்!

நான், இந்தத் தங்கராஜு, சேது, சீனிவாசன் இந்த நான்கு பேரும் ஒரு டீம். ஃபுட்பால் கிரவுண்டில் பள்ளி முடிந்ததும் உட்கார்ந்து முதல் நாள் கனவில் டிசம்பர் பூ டீச்சர் வந்து என்ன செய்தாள்

என்று அக்கம் பக்கம் பார்த்துக்கொண்டு ரகசியக் குரல்களில் பேசிக்கொள்வோம்.

தங்கராஜுவின் கனவில்தான் டீச்சர் பல தடவை வந்திருக்கிறாள். உதட்டை ஒரு தடவை நாக்கால் தடவிக் கொண்டுதான் சொல்ல ஆரம்பிப்பான்.

“நேத்து கனவுல என்னாச்சுன்னா... ச்சீ! போங்கடா! எனக்குச் சொல்றதுக்கு வெக்கமா இருக்கு.”

“டேய் டேய், சொல்டா, ப்ளீஸ்!” என்று நாங்கள் கெஞ்சு கெஞ்சென்று கெஞ்சிய பிறகு, தூரத்தில் வருகிற பி.டி. மாஸ்டர் கடந்துபோகும்வரை காத்திருந்து சொல்வான்:

“டீச்சர் வீட்டுக்கு நான் போறேன். “டீச்சர்!”ன்னு கூப்புடறேன். ‘யாரு?’ன்னு அவங்க பாத்ரூம்லேர்ந்து கேக்கறாங்க. ‘நான்தான் தங்கராஜு!’ ன்னு சொல்றேன். ‘கொடில தொங்கற துண்டை எடுத்துக் கொடு!’ன்னு சொல்றாங்க. சரின்னு நான் துண்டெடுத்துக்கிட்டு பாத்ரூம் கிட்ட போறேன். டீச்சர் கதவைத் திறந்து கையை மட்டும் நீட்டறாங்க. நான் துண்டை நீட்டறேன். டீச்சர் துண்டை வாங்காம என் கையைப் பிடிச்சி உள்ளே இழுத்துக்கறாங்க!’

இதற்குள் கேட்டுக்கொண்டிருந்த அத்தனை பேருக்கும் நூற்று நாலு டிகிரியில் ஜுரம் வந்து, ‘அப்புறம்?’ என்கிற வார்த்தையை நடுங்கியபடிதான் கேட்போம்.

“ச்சே! அந்தச் சமயம் பார்த்து எனக்குக் கனவு கலைஞ்சி தொலைச்சிடுச்சி!” என்று இப்போது வருகிற ஒரு பக்கச் சிறுகதை போலதான் ஒவ்வொரு தடவையும் முடிப்பான்.

என் வீட்டில் அம்மா இல்லை. அப்பாவும் நாலாவது படிக்கும் தங்கையும்தான். அதனால் டிசம்பர் பூ தேவையில்லை . ஆனால், தங்கராஜு, சேது, சீனிவாசன் இவர்கள் வீடுகளில் டிசம்பர் பூவுக்குத் தேவையிருந்தது.

அதனால் காலையில் ஆறரை மணிக்கெல்லாம் பையைத் தூக்கிக் கொண்டு என்.சி.சி.பேரடுக்குப் போவதுபோல புறப்பட்டு விடுவார்கள். எனக்குப் பூ தேவையில்லை என்றாலும் டீச்சரைத் தரிசிப்பதற்காக அவர்களோடு நானும் சேர்ந்து கொள்வேன்.

அதிகாலையில் தூங்கி எழுந்த முகத்தோடு, அலங்காரமில்லாமல்

டீச்சரைப் பார்ப்பதில் எனக்குக் கொஞ்சம் ஏமாற்றமாகத்தான் இருக்கும். எல்லா கவர்ச்சியும் அலங்காரத்தால்தானோ என்று தோன்றும். சொன்னால் மற்ற மூன்று பேரும் ஒத்துக்கொள்ளவே மாட்டார்கள். சில சமயம் சண்டைக்கே வந்து விடுவார்கள்.

நாங்கள் பூ வாங்கப் போகிற சமயம் டீச்சர் வீட்டின் முன்புறப் படிகளில் அமர்ந்து காபி சாப்பிட்டபடி பேப்பர் படித்துக் கொண்டிருப்பாள். செடியில் இருந்து பூக்களை நாங்கள்தான் பறிக்க வேண்டும். மொத்தப் பூக்களையும் பறித்துக்கொண்டு வந்து டீச்சர் முன்பாகக் கொட்டியதும், டீச்சர் இரண்டு இரண்டு பூவாக எண்ணி அவரவருக்குத் தேவையானதை விற்பனை செய்துவிட்டு, மீதியை வீட்டுக்குள் எடுத்துச் செல்வாள்.

இரண்டு பூ பறித்துவிட்டு இரண்டு நிமிஷம் மேற்பார்வைக்காக உட்கார்ந்திருக்கும் டீச்சரை சைட் அடிப்போம். பேப்பரில் இருந்து தலைநிமிரும்போது அதி சிரத்தையாக எங்கள் கவனம் பூப்பறிப்பதில் இருக்கும்.

இதில் டீச்சர் பூக்களை எண்ணிக் கொடுப்பதுதான் முக்கியமான கட்டம். தரையில் கொட்டப்படும் பூக்களை டீச்சர் குந்தி அமர்ந்து, குனிந்து இரண்டிரண்டாகத் தள்ள, அப்போது கிடைக்கும் காட்சியைப் பார்க்கத் தோதான இடத்தில் யார் நின்று கொள்வது - என்று எங்களுக்குள் போட்டியே இருக்கும்.

தங்கராஜுவுக்குத் தன் கனவில் கண்ட காட்சி வாழ்வில் நிஜமாக ஒரு தடவையாவது நடந்து விடாதா என்று நப்பாசை, சீனிவாசனோ டீச்சர் கையிலிருந்து நழுவும் சாக்பீசைப் பாய்ந்து எடுத்துக் கொடுக்கும் போது விரல் தன் மேல் லேசாகப் பட்டாலே கண்கள் செருகிப்போய்விடுவான். சேது ரகசியமாக என்னிடம், “இந்த ரெண்டு பசங்களும் டூப் விடறாங்கடா. சும்மா பேச்சோட சரி. நீ வேணும்னா பாரு. ஒரு நாள் இல்லைன்னா ஒரு நாள் டிசம்பர் பூ டீச்சரை நான் கட்டிப் பிடிச்சி முத்தம் கொடுத்துடலைன்னா என் பேர் சேது இல்லை.”

எனக்குத் திக்கென்றாகிவிட்டது. அவன் சொன்னதைத் தங்கராஜு, சீனிவாசனிடம் உடனே சொல்லிவிட்டேன்.

“நல்ல ஐடியாதான். ஆனா உதை வாங்காம எப்படிச் செய்யறது?” என்றான் தங்கராஜு.

“விபரீதமாயிடும்டா. நினைப்போட இருந்தோம். இதே மாதிரியே இருந்திடுவோம். விவகாரம் செஞ்சா முதுகுத் தோல் உரிஞ்சிடும். டீச்சர் ஹெட் மாஸ்டர்கிட்ட சொன்னா டி.சி. கிழிஞ்சிடும்!” என்று பதறினேன் நான்.

அன்றைக்குப் பள்ளி முடிந்ததும் வீட்டுக்குப் போய் முகம் கழுவிக் கொண்டு எங்கள் நான்கு பேரை மட்டும் தன் வீட்டுக்கு வரச் சொல்லியிருந்தாள் டீச்சர். கழுத்தெல்லாம் பவுடர் போட்டுக் கொண்டு போனோம்.

மறுநாள் கிறிஸ்துமஸ் என்பதால் வீட்டில் அழகான குடில் கட்டப் போவதாகவும், அதற்கு உதவ வேண்டும் என்றும் சொன்னாள் டீச்சர். உற்சாகமாகச் சம்மதித்தோம். இரவு மணி ஏழைத் தாண்டியிருக்கும்.

சவுக்கு மரக் கிளை வெட்டிக் கொண்டு வந்தோம். டீச்சர் எழுதிக் கொடுத்த லிஸ்ட்படி வர்ணக் காகிதங்கள், அலங்காரக் காகிதங்கள் எல்லாம் கடைக்குச் சென்று வாங்கி வந்தோம். டீச்சர் எங்களுக்கெல்லாம் பிஸ்கட்டும், டீயும் கொடுத்தாள். டீச்சர் கத்தரிக்கோலுடன் உட்கார்ந்து வர்ணக் காகிதங்களைப் பூ மாதிரி டிசைன்களில் வெட்டத் துவங்க, நாங்கள் சுற்றி அமர்ந்து எடுத்துக் கொடுத்துக் கொண்டிருந்தோம்.

அந்தச் சமயம் திடீரென்று கரண்ட் கட் ஆகியது. முழு இருட்டு.

“யாரும் எழுந்திரிக்காதீங்க. எதிலயாச்சும் தடுக்கிட்டு விழுந்துடுவீங்க. நான் மட்டும் போய் கேண்டில் எடுத்துட்டு வர்றேன்,” என்று சொல்லி எழுந்த டீச்சர் திடீரென்று, “ஏய்! யார்றா அது ராஸ்கல்!” என்று கத்தினாள்.

அடுத்த விநாடி கரண்ட் வந்து விட்டது. முகம் சிவந்துபோயிருந்த எலிசபெத் டீச்சர் - எங்களைப் பார்த்து,“மரியாதையா சொல்லுங்க. யார்றா? யார்றா என்னைக் கட்டிப் பிடிச்சது?” என்று கத்த, நான் படு பவ்யமாக அமர்ந்திருந்த சேதுவைத்தான் பார்த்தேன்.

ஆனால் சேது பிரேயரில் நிற்பதுபோல கைகளைக் கட்டிக் கொண்டு எச்சில் விழுங்கி பயப்பார்வை பார்த்தான். தங்கராஜு விழிகள் விரியப் பார்த்துக்கொண்டிருந்தான். யாரும் எதுவும் பேசவில்லை.

“எந்திரிங்கடா அமுக்குனிப் பசங்களா! உங்களை எல்லாம்

சின்னப் பசங்கன்னு நினைச்சா திமிர் வேலையா பண்றீங்க? எந்திரிச்சிப் போங்கடா! இனிமே இந்த வீட்டுப் பக்கம் வந்தீங்க, முதுகு பழுத்துடும். ஓடுங்கடா!” என்று நான்கு பேர் முதுகிலும் மொத்தி அனுப்பினாள்.

மறுநாள் நான் தங்கராஜுவிடம் சொன்னேன். ‘சேது சொன்ன மாதிரியே செஞ்சுட்டான் பாரு. அவன் செஞ்ச காரியத்தால எல்லாரையும் தப்பா நினைச்சுட்டாங்க. நிச்சயமா ஹெட் மாஸ்டர்கிட்ட சொல்லப் போறாங்க. நாலு பேரையுமே பள்ளிக் கூடத்தை விட்டு நிறுத்தப் போறாரு பாரு!”

தங்கராஜு நமுட்டுச் சிரிப்பு சிரித்துவிட்டுச் சொன்னான். “முட்டாள்! நேத்து இருட்ல டீச்சரைக் கட்டிப் பிடிச்சி முத்தம் கொடுத்துட்டு உடனே பவ்யமா உக்காந்துகிட்டது சேது இல்லைடா.”

“பின்னே?”

“யார்கிட்டயும் செத்தாலும் சொல்ல மாட்டேன்னு சத்தியம் பண்ணு!” என்று என் கையை எடுத்துத் தன் தலை மேல் வைத்துக் கொண்டான். நான் சத்தியம் செய்ததும், “நான்தான் அப்படி செஞ்சேன். ஐடியா கொடுத்தது சேது. செயல்படுத்தினது ஐயா!” என்றான்.

“டேய்! நீ செஞ்சது நியாயமா தங்கராஜு? இப்ப எல்லாரும் மாட்டிக்கிட்டமே!”

“புலம்பாதே! எதாச்சும் விபரீதமாயிட்டா அப்போ ஹெட் மாஸ்டர் கிட்ட இவங்க மூணு பேரும் தப்பு செய்யலைன்னு உண்மையைச் சொல்லி நான் மட்டும் தண்டனை வாங்கிக்கறேன், போதுமா?” என்றான் தங்கராஜு.

ஆனால் டீச்சர் வெளியில் சொன்னால் தனக்குத்தான் கேவலம் என்று இந்த விவகாரத்தை வெளியில் சொல்லவே இல்லை. ஆனாலும் அந்தச் சம்பவத்துக்குப் பிறகு கிளாசிலும் சரி, வெளியிலும் சரி, நாங்கள் யாரும் டீச்சரை நேருக்கு நேர் பார்ப்பதே இல்லை.

என் தோளைத் தொட்டு அசைத்தான் தங்கராஜு. “என்னப்பா கிருஷ்ணமணி, டீச்சர் கால நினைவுகளுக்குப் போய்ட்டியா?”

“ஆமாம்” என்றேன்.

"போன மாசம் சேதுவைப் பார்த்தேன் பம்பாய்ல. அவன் கிட்டயும் டீச்சர் மேட்டர் பேசினேன். இப்பகூட கேக்கறான், யார்டா டீச்சருக்கு அன்னைக்கு முத்தம் கொடுத்ததுன்னு. நான் உன்கிட்ட தவிர வேற யார்கிட்டயும் இதுவரைக்கும் உண்மையைச் சொல்லவே இல்லையே. 'படவா! நீயே கொடுத்துட்டு நீயே கேள்வி கேக்கறியா?'ன்னு அவனை திருப்பிக் கேட்டு மடக்கிட்டேன்! போன வாரம் ஊர்ல டிசம்பர் பூ டீச்சரைப் பார்த்தேன்னு சொன்னனே, அப்ப சட்டுன்னு அந்த இருட்டு முத்தம்தான் ஞாபகம் வந்துச்சி. இப்ப நினைச்சாலும் எனக்கு ஆச்சரியமா இருக்குப்பா. சின்ன விஷயமா அது? விளைவு எதையும் யோசிக்காம எப்படித்தான் அந்த மாதிரி திடீர்னு நான் நடந்துக்கிட்டேனோ! ஆனா என்னதான் சொல்லு... வாழ்க்கைல அந்த முதல் முத்தத்தை மறக்க முடியுமா? எப்ப நினைச்சாலும் குற்ற உணர்ச்சியோட சேர்த்து ஒரு சுகம் கிடைக்கிறதுதான் நிஜம்!" என்றான் தங்கராஜு.

என் விமானத்திற்கான அழைப்பு வர, கைகுலுக்கி விடைபெற்று விமானம் ஏறி அமர்ந்த நான் எனக்குள்ளே சிரித்துக்கொண்டேன்.

தங்கராஜு உருவத்தில்தான் மாறியிருக்கிறான். குணத்தில் மாறவே இல்லை. சின்ன வயதில், விடலைப் பருவத்தில் நடந்த அந்தச் சம்பவத்தில் நான் அவனை ஹீரோவாக நினைக்க வேண்டும் என்பதற்காகத் தான் செய்யாததைச் செய்ததாகப் பொய் சொன்னான் என்றால், வளர்ந்து இத்தனை வருடம் ஆகியும் பிடிவாதமாக அந்தப் பொய்யைச் சாமர்த்தியமாகத் தொடர்கிறானே...

உண்மையைச் சொல்லி அவனுடைய கற்பனைச் சுகத்தை நான் அன்றைக்கும் கலைக்க விரும்பவில்லை. இன்றைக்கும் விரும்பவில்லை.

24
இந்தியனாய் இரு!
இந்தியாவை வாங்கு!

திருவள்ளுவர் நின்றார். அணைந்து கொண்டார்.

இறங்கியதும், விசாரித்து...

விசாரித்ததும், நடந்து...

நடந்ததும், அடைந்து...

அடைந்ததும், நுழைந்து...

ஓர் ஏக்கர் சைஸ் லெட்ஜரில் விலாசமெழுதி, கையெழுத்திட்டு, பையன் சூட்கேசோடு முன்னே செல்ல, தொடர்ந்து... அறைக்கு வந்து உடை மாற்றி, ஒரு காப்பி வரவழைத்து, டபரா, டம்ளரை வைத்துவிட்டுக் கேட்டேன்.

"இந்த ஊர்ல பார்க்க வேண்டிய இடங்கள் இருக்கா?"

"இருக்கு சார். தாமிரபரணி ஆறு. இன்னிக்குப் பூரா பார்த்துக்கிட்டே இருக்கலாம்."

"நாளைக்கு முடியாதா? வத்திடுமா?" சின்னப் பையன். டவுசர் பையன். புரியவில்லை.

"சரி, சொல்லு, அப்புறம்?"

"இங்கேர்ந்து முப்பத்து மூணு மைல்ல திருச்செந்தூர். இங்கேர்ந்து

முப்பத்து மூணு மைல்ல குற்றாலம். இங்க அடிக்கிற காத்தை வச்சே குற்றாலத்தில் சீஸன் எப்படின்னு சொல்லிடலாம்."

"உள்ளூர்ல என்ன இருக்கு வேறே?"

"நெல்லையப்பர் கோயில். உங்களுக்குச் சாமி பிடிக்குமில்லையா?"

"எனக்குச் சாமியை... உன்கிட்டே எதுக்கு? கோயில்களைப் பார்க்கிறது பிடிக்கும். பழைய கலைஞர்களின் உழைப்புகளைப் பார்க்கலாம். எங்கே இருக்கு கோயில்? ஆண் சாமியா?"

"அம்மன் சன்னதியும் உண்டு சார். டவுன் பஸ் இருக்கு. கோயில் வாசல்லேயே ஸ்டாப்பிங் இருக்கு."

"சரி, போய்க்கிறேன்."

கோயிலின் முகப்பில் அத்தனை பரபரப்பு இல்லை. க்ளிப் வைத்து, க்ளிப் வைத்துப் படபடக்க விடப்பட்ட லாட்டரிச் சீட்டுகள். அருகில் ஆள் கை மைக்கில் 'நாளை குலுக்கல்-பூடான்- அஞ்சு லட்சம்...'

செருப்பை விலக்கி விட்டு 72 என்கிற தகர வில்லை வாங்கிப் பாக்கெட்டில் வைத்துக் கொண்டு உள்ளே நுழைந்தேன்.

"சார், அர்ச்சனைத் தட்டு..."

நிராகரித்து நடந்தேன்.

சிலர் கல்தூண்களைத் தட்டி ஓசை எழுப்பிக் கொண்டிருக்க... நானும் நெருங்கிப் போய்ப் பார்க்க... அப்போதுதான் இந்தக் கதையின் - நாயகனான அவன் வந்து சேர்ந்தான்.

கொஞ்சம் முயன்றால் நெருப்புக்குச்சியை ஒடிப்பதுபோல் அவனை ஒடித்துப்போட்டுவிடலாம். வேஷ்டியை மடக்கிக் கட்டியிருந்தான். காட்டன் சட்டையைக் கசடறத் துவைத்துச் சுருக்கம் சுருக்கமாய் இருக்க அணிந்திருந்தான். கழுத்தைச் சுற்றிச் சிகப்பு ஈரிழைத் துண்டு போட்டிருந்தான்.

"எக்ஸ்க்யூஸ் மி சார்!" என்றான்.

"என்ன?" என்றேன்.

"இந்தத் தூண்கள்ல சப்த ஸ்வரங்கள் வரும் சார். தட்டிப் பாருங்களேன். இதே மாதிரி மதுரையிலும் சுசீந்திரத்திலும் உண்டு.

இந்தக் கோயிலின் மூலை முடுக்கு எல்லாம் எனக்குத் தெரியும். என் கூட வாங்க ஸார், ஒவ்வொரு இடத்தைப் பத்தியும் விளக்கமாச் சொல்றேன்."

"வேணாம், நானே பார்த்துக்கறேன்."

"எவ்வளவோ செலவு பண்றீங்க. நான் இனாமாக் கேக்கலை. எல்லா இடமும் காட்டறேன். ஏதோ நீங்க பிரியப் படறதைப் பார்த்துக் கொடுங்க. ரெண்டு நாளா பொழைப்புக்கு வழி இல்லை ... வாங்க, அடுத்த மண்டபத்துக்குப் போகலாம்."

போனேன் அவன் பின்னால்.

"திருநெல்வேலின்னு ஏன் பேர் வந்தது தெரியுமோ? அதோ பாருங்க, அந்தப் படத்திலே இருக்கிற பண்டிதர் தினம் நெல்லைக் காயப் போட்டு, அரைச்சி, சமைச்சி, நெல்லையப்பருக்குப் படைச்சிட்டு அப்புறம்தான் வீட்டுக்குப் போவார். ஒரு நாள் நெல் காய்ஞ்சுக்கிட்டு இருக்கிறப்போ பெரிய மழை வருது. பண்டிதர் வீட்ல இல்லை. ஆனா பகவான் என்ன செஞ்சார் பாருங்க, அந்த நெல் காய்ற இடம் மட்டும் மேடாகி, அதன் மேலே மட்டும் ஒரு துளிகூட மழை விழாம நெல்லுக்கு வேலி அமைச்சுட்டார். அதனாலதான் திருநெல்வேலின்னு பேர் வந்திச்சி..."

"ஓகோ!" என்றேன்.

என் கவனம் எல்லாம் இவனைப் பற்றியே இருந்தது. ஆள் நொண்டி இல்லை, மொடம் இல்லை. ஏதாவது வேலை பார்த்துப் பிழைக்கக் கூடாதா? இதில் என்ன வருமானம் வந்துவிடப் போகிறது?

"உங்களுக்கு வேறே வேலை எதுவும் கிடையாதா?"

"நான் வேலையிலே இருந்தா இங்கே ஏன் வர்றேன்? இந்தியாவையே விலைக்கு வாங்கிடுவேன். வாங்க போகலாம். இதுதான் அப்பர் சன்னதி."

இந்தியாவை யாரும் விற்க முடியாதே என்று எனக்குக் கவலையாய் வந்தது. ஒரு ஏழு வயசுப் பெண் ஓடி வந்தாள், என் எண்ணத்தைக் கலைத்து.

அவள் மூச்சிரைக்க ஓடி வந்திருந்தாள். புஸ் புஸ் என இரைத்துவிட்டு அவனிடம், "அப்பா, அப்பா..." என்றாள்.

“என்ன, அம்மா அனுப்பிச்சாளா?” என்றேன்.

“ஒரு ரூபாயாவது வாங்கிட்டு வரச் சொன்னாங்க.”

“இல்லைடி எங்கிட்டே. போ, கொஞ்ச நேரம் கழிச்சுக் கொண்டாறேன். நீங்க வாங்க சார்.”

ஆனால் அது போகவில்லை. கூடவே வந்தது.

“சிவலிங்கத்தைப் பார்த்தீங்களா? உச்சந் தலையிலே ஒரு வெட்டு தெரியுதா?”

“ஆமாம், தெரியுது.”

“இதுக்கும் ஒரு கதை இருக்கு. இந்த நெல்லையப்பர் தோன்றின கதையே இது...”

“அப்பா!” என்றாள்.

“நீ போ, நான் கொண்டார்றேன்னு சொல்றேனில்லே?”

“இருந்தாக் கொடுத்தனுப்பேம்ப்பா.”

“இல்லியே... இந்தா பார்வதி, நீ போ வீட்டுக்கு.”

போகாமல் தயங்கி நின்றாள்.

பிராகாரத்தில் நடந்தோம்.

“கேளுங்க சார். அரசனுக்குப் பால் எடுத்துக்கிட்டு வர்றப்போ மூங்கில் காட்டு வழியா வர்றார். யார்னு கேளுங்க ஸார்.”

“யார்?”

“அதோ அந்தப் படத்திலே இருக்கிறவர். இந்தக் கதையை அப்படியே படமா வரைஞ்சி வச்சிருக்காங்க. வர்றப்போ வழியிலே கால் தடுக்கிப் பானை கீழே விழுந்து உடைஞ்சுபோய்டுது. அரசன்கிட்டே போய்ச் சொல்ல, அந்த மூங்கில் காட்டையே வெட்டச் சொல்லி விட்டார் அவரு. அப்படி பால் ஊத்திப்போன இடத்திலே வெட்டினப்போ தரையிலேருந்து ரத்தமா வருது. தோண்டிப் பார்த்தா சிவலிங்கம். உடனே அதே லிங்கத்தை வச்சிக் கோயில் கட்டினான் அரசன். கோடாலினால வெட்டுப்பட்டதுதான் லிங்கத்திலே நாம பார்த்தது.”

பொதுவாய் எனக்கு இந்தக் கதைகள் எல்லாம் பிடிக்காது. என்

பட்டுக்கோட்டை பிரபாகர் தேர்ந்தெடுத்த சிறுகதைகள்

கவனம் என்னவோ இவனைப் பற்றியே இருந்தது.

"ஏம்பா, இதிலே என்ன வருமானம் வந்திடும் உனக்கு? ஒழுங்கா வேறே வேலை ஏதாச்சும் பார்க்கக் கூடாதா?"

"நான் நல்லா வாழ்ந்தவன் சார். எனக்கு டைம் சரியில்லே. இன்னும் ஒரு மாசத்திலே ஏழரை நாட்டுச் சனி என்னை விட்டுப் போகுது, அதுக்கப்புறம் எல்லாம் சரியாயிடும்."

"இதெல்லாம் என்ன நம்பிக்கை? நாம உழைக்காம எப்படி முன்னேற முடியும்?"

"முடியும்!"

"எப்படி, திருடியா?"

"சே! திடீர்னு ஒரு புதையல் கிடைக்கலாம். அதிர்ஷ்டம் வேணும் சார். அதிர்ஷ்டம் இருந்தா முன்னேறிடலாம். சனி என்னை விட்டுப் போனதும் என் அதிர்ஷ்டத்தைப் பாருங்க. ஜோசியம் பார்த்திருக்கேனில்லே நானு."

ஒரு மணி நேரமாயிற்று, எல்லா இடங்களையும் நிதானமாய்ப் பார்த்து, அவன் விளக்கங்களைக் கேட்டுக்கொண்டு வாசலுக்கு வர–

நான் பர்ஸை எடுத்தேன். பணத்தை எடுப்பதற்கு முன்–

"உன் பேரென்ன?"

"முத்தையா."

"என்ன படிச்சிருக்கே?"

"எஸ்ஸெஸ்ஸி."

"எத்தனை குழந்தைங்க?"

"மூணு."

"எப்படிக் குடும்பம் ஓடுது... இப்படித்தானா?"

"அப்படி இப்படித்தான். என்னங்க செய்யறது? நல்லா வாழ்ந்தவன்தாங்க நான். இப்போ அவ கொண்டாந்த ஒவ்வொரு பாத்திரமும் வித்துக்கிட்டிருக்கோம். எல்லாம் காலம்ங்க. டயம் சரியில்லாதப்போ என்ன முயற்சி பண்ணியும் ஒண்ணும் ஆகாதுங்க.

அடுத்த மாசத்திலே எனக்கு வழி பொறந்துடுங்க."

இது தேறாத கேஸ் எனச் சபித்து இரண்டு ரூபாய் நோட்டை எடுத்து நீட்டினேன். "தாங்க்ஸ் சார்!" என்றான் நிறையச் சிரித்து.

"அப்பா!" என்றாள் சிறுமி.

"என்ன பணம்தானே? இதோ பார்த்தியா? நீ போ. நான் பின்னாடியே வர்றேன்." சிறுமி ஓடினாள் வேகமாய்.

நான் செருப்பை டோக்கன் கொடுத்து வாங்கி அணிந்து வெளி வருகையில் அந்த முத்தையா அந்த லாட்டரிச் சீட்டுக் கடையில்...

"சீரியலுக்கு ஒண்ணு கொடுப்பா. AJ, AH அடுத்த மாசம் எட்டாம் தேதிதானே குலுக்கல்? விழுமா?"

"நிச்சயமா உங்களுக்குத்தான் பத்து லட்சம்."

"விழட்டும். இந்தியாவையே விலைக்கு வாங்கிடறேன். எவ்வளவு ரெண்டு ரூபாயா? இந்தா!" என்று வாங்கிப் பையில் வைத்துக் கொண்டு, உள்ளே நுழைந்த ஒரு கும்பலிடம் நெருங்கி, "வாங்க சார், இந்தக் கோயில் ஃபுல்லாத் தெரியும் எனக்கு. விளக்கம் சொல்றேன். ஏதோ உங்களுக்குப் பிரியமானதைக் கொடுங்க..." என்றான்.

நான் பஸ்ஸுக்காகக் காத்திருக்கையில், மறுபடியும் அந்தச் சின்னப் பெண் அப்பாவைத் தேடி ஓடிவந்து கொண்டிருந்தாள்.

25
நேர்மையே, நீ இன்னும் சாகவில்லை...!

திருச்சி பாலக்கரை பஸ் ஸ்டாப்பில், பத்துப் பலாப்பழங்களுக்கு நடுவே ஒரு நெல்லிக்காய் போல, பளபளக்கும் மனிதர் கூட்டத்தின் நடுவே அழுக்குத் திட்டாய் நான் நின்று கொண்டிருந்தேன்.

இரண்டு மாதம் கண்ட தாடி, எண்ணெய் மறந்த தலை, படு ஆழத்தில் கண்கள், எப்போதோ துவைத்த சட்டை, செழிப்பாய் இருந்தபோது தைத்த பேண்ட், ஒருகாலத்தில் கறுப்பாய் இருந்த ஷூ- இது நான்.

நான் ஏழை; என் குடும்பத்தின் ஒரே சொத்து இந்த ஏழ்மைதான். மண் குடிசையில், மங்கிய விளக்கில், மண வாழ்க்கை புரிந்ததில் மகன்கள் இரண்டு, மகள்கள் இரண்டு.

கூலி வேலையில் ஜாலி வாழ்க்கை எப்படி முடியும்? தினம் தினம் பிரச்னைகள். ஒரே ஒரு பிரச்னை தீர்ந்து விட்டால் மற்றப் பிரச்னைகள் பறந்து விடும். அது வயிற்றுப் பிரச்னை.

மிகச் சிந்தித்து, மிக யோசித்து நான் அந்த முடிவுக்கு வந்தேன். அதாவது, நான் திருடப் போகிறேன்.

என்னைப் பொறுத்தவரை 'திருட்டு' என்ற சொல்லையே நான் வெறுக்கிறேன். அவனிடம் உள்ளது, என்னிடம் இல்லை . நான் கேட்டால் அவன் தர மாட்டான். அதனால் கேட்காமல் எடுக்கப் போகிறேன். இதனால் அவன் குடிமூழ்கிவிடாது; என் குடி வாழும். இதில் தவறென்ன?

'ராம்ஜி நகர்' செல்லும் பஸ் ஒன்று வந்து நின்றது. அத்தனை பேரும் அடித்துக்கொண்டு ஏற, நானும் ஏறினேன். அமர இடமில்லை; நின்றேன். என்னை நானே திடப்படுத்திக்கொண்டேன். வாழ்க்கையில் இப்போது முதல் முதலாகத் திருடப்போகிறேன்.

"முன்னாடி நகரு, முன்னாடி நகரு..." நகர்ந்தேன்.

கண்களை இடுக்கி ஆராய்ந்தேன். எனக்கு முன்னால் அந்த ஜிப்பாக்காரர், ரொம்ப சுவாரசியமாக சீட்டில் அமர்ந்திருப்பவர் பிடித்திருந்த பேப்பரை ஓசியாகப் படித்துக்கொண்டிருந்தார். ஊதிப்போன அவர் பர்ஸ் கொஞ்சமாகத் தலையை நீட்டிக் கொண்டிருந்தது.

எனக்கு வியர்த்தது. மெதுவாக அவரை அருகில் நெருங்கி அவர் ஜிப்பாவின் மீது மற்றவர் பார்வை விழாமல் வாகாக நின்று கொண்டேன். பின், மெதுவாக இரு விரல்களால் கொஞ்சம் கொஞ்சமாகப் பர்ஸை மேலே தள்ளினேன்.

"ஆனாலும் பூட்டோவைத் தூக்கிலே போட்டிருக்கக் கூடாது!" என்றார் அவர்.

நான் மறுபடியும் பேண்ட் பாக்கெட்டைத் தொட்டுப் பார்த்துக் கொண்டு அடுத்து நின்ற 'ஜங்ஷன்' ஸ்டாப்பில் வேகமாக இறங்கினேன். பஸ் சென்றது. நிம்மதிப் பெருமூச்சுவிட்டேன்.

"நீ செஞ்சது ரொம்ப தப்பு!" என்றது ஒரு மனம்.

"சரிதான் போடா!" என்றது மற்றொரு மனம்.

நான் வேகமாக நடந்து ஒரு ஹோட்டலுக்குள் நுழைந்து, கைஅலம்பும் இடத்தில் பர்ஸைப் பிரித்தேன்.

என் கண்ணின் பாப்பா விரிந்தது. இருபதுக்கும் மேற்பட்ட நூறு ரூபாய் நோட்டுகள். அப்புறம் நிறையச் சில்லறை நோட்டுகள்.

மேஜை முன் அமர்ந்து வயிறு 'போதும் போதும்!' என்று கெஞ்சும்வரை சாப்பிட்டுவிட்டு வெளியில் வந்தேன்.

முதல் வேட்டையிலேயே எனக்கு இவ்வளவு அதிர்ஷ்டமா? பீடா வாங்கிச் சாப்பிட்டேன்.

எதிர்ச் சாரியில் பதினைந்தடி உயரத்தில் ஒரு கதாநாயகி கவர்ச்சியாகச் சிரித்தாள்.

சினிமா!

பார்த்து எத்தனை நாளாகிறது?

இன்று அவளையும் அழைத்துக்கொண்டு, குழந்தைகளையும் கூட்டிக்கொண்டு சென்றாலென்ன? முதலில் ரிசர்வ் செய்ய வேண்டும்.

தியேட்டரைப் பார்த்தேன். கலையரங்கம். அருகில்தான். நடந்தேன்.

மறுபடியும் என் உள்ளத்தின் மூலையில் அந்த ஈனக்குரல் *'தப்பு! தப்பு! நீ செஞ்சது தப்பு!'* என்றது.

'தப்போ, சரியோ... செய்தாச்சு! இனி வருத்தப்படறதிலே அர்த்தமில்லை... நாட்ல எவன் யோக்யனா இருக்கான்? லஞ்சம் இல்லையா? ஊழல் இல்லையா? எது நடக்கலே? நான் என்ன திட்டம் போட்டு பாங்க்கையா கொள்ளையடிச்சேன்? ஏதோ என்னோட தேவைக்காகக் கொஞ்சம் எடுத்தேன்!' என்று அதே உள்ளம் நியாயவாதம் பேசியது.

ஸ்டேட் பஸ் ஸ்டாண்ட் அருகே வந்தபோது, ஒரு கூட்டம் என்னைக் கவர்ந்தது. பாதையோரத்தில் பத்துப் பதினைந்து பேர் கும்பலாக நின்று எதையோ எட்டிப் பார்த்துக் கொண்டிருந்தனர்.

மனிதனுக்கே உரிய ஆர்வத்தில் நானும் நின்று எட்டிப் பார்த்தேன். ஒரு வற்றலான, வயதான அம்மாள் மயக்கமாகக் கிடந்தாள். எலும்பு தெரியும் உடம்பு! பசியைப் பறைசாற்றும் பரிதாப முகம்!

"பாவம் சார்! நடந்து வந்துகிட்டே இருந்தாங்க. திடீர்னு மயக்கம் போட்டு விழுந்துட்டாங்க..."

"ஒண்ணுமில்லை... பசி மயக்கம்..."

"தள்ளிப் போங்க சார்! காத்தை விடுங்க..."

எல்லோரும் பேசிக்கொண்டுதான் இருந்தார்கள். யாரும் உருப்படியாய்ச் செயல்படுவதாய் இல்லை. எனக்குப் பதைத்தது. என் இனம். என்னைப் போன்ற ஓர் ஏழை! நான் உதவ வேண்டும்.

"பக்கத்து ஹோட்டல்ல காபி ஏதாச்சும் வாங்கிக் கொடுங்க சார்!" என்றார் ஒருவர்.

இந்த உருப்படியான யோசனையைச் சொன்னது யாரென்று

திரும்பிப் பார்த்தேன். அவர் அதற்குள் பத்தடி சென்று விட்டார். சரிதான். காபி வாங்கத்தான் போகிறார் என்று நினைத்தேன். அவர் 'ஸ்ரீரங்கம்' டவுன் பஸ்ஸில் ஓடிச்சென்று ஏறினார். ஹூம்... அவருக்கு எவ்வளவோ வேலைகள்.

கூட்டத்தைப் பார்த்தேன். பாதி கலைந்து விட்டது. அந்த நோஞ்சான் பிறவி இன்னும் அந்தப் பாதையோர மண்ணில் மயக்கத்தில் கிடந்தது.

நான் அருகிலிருந்த ஒரு டீக்கடைக்கு ஓடி, பன்னும் காபியும் தண்ணீரும் வாங்கிக்கொண்டு ஓடிவந்தேன்.

"கொண்டாங்க சீக்கிரம். அன்ன நடை நடக்கறீங்களே!" என்றார் ஒரு மீசைக்கார ஆசாமி, என்னவோ அவர் காசு போட்டு வாங்கியதைப் போல.

தண்ணீரை முகத்தில் தெளித்தேன். விழித்தாள். கண்களால் நன்றி சொன்னாள். பன்னும் காபியும் சாப்பிட்ட பின் கொஞ்சம் தெம்பு வந்தது.

இப்போது என்னைத் தவிர வேறு யாருமில்லை.

"ஏம்மா, துணையில்லாம ஏன் வீட்டை விட்டு வெளியே வந்தீங்க?" என்றேன்.

இதைக் கேட்டு ஜோக்குக்குச் சிரிப்பது போல் சிரித்தாள். பின் சொன்னாள், "வீடு ஏதப்பா எனக்கு. இங்கே இந்த பிளாட்பாரம்தான் வீடு."

"உங்களை வச்சிக் காப்பத்த..." என்றேன்.

"என் மவன் இருக்காம்ப்பா. பதினாலு வயசிலே என் மகன் இருக்கான். கட்டட வேலைக்குப் போவான். ரெண்டு நாளா பேஞ்ச மழையினாலே அவனுக்கு வேலை இல்லை. இன்னிக்கு எப்படியாச்சும் சம்பாரிச்சுட்டு வர்றேன்னு சொல்லிட்டு காலையிலே போனவன்தான். ரெண்டு நாளா ஒண்ணுமே சாப்படாதது இந்தப் பாழும் உடம்புக்குத் தாங்கலே, நீ யாரோ... நல்லா இருக்கணும்ப்பா..." என்று கும்பிடு போட்டாள்.

அதற்கு மேல் அங்கு நின்று கொண்டு என்ன செய்வது என்று புரியவில்லை. மேலே நடந்தேன்.

பஸ் ஸ்டாண்ட் அருகே வந்த போது பின்னால் யாரோ "சார், சார்!" என்று அழைத்தார்கள்.

என்னை 'சார்' போட்டு அழைக்க யாருமில்லே. ஆதலால் மேலே நடந்தேன். மறுபடியும் "சார்!" என்றதால் நின்று திரும்பிப் பார்த்தேன்.

ஒரு சிறுவன். அவன் கையில் ஒரு பிரஷ். கண்களில் கெஞ்சல்.

"என்னப்பா?"

"சார், ஷூவுக்கு பாலிஷ் போடட்டுங்களா?"

நான் ஷூவைப் பார்த்தேன். தேவையா?

"இல்லை, வேணாம்ப்பா...!"

"சார்! தயவு செஞ்சு போட்டுக்கங்க சார். எங்கம்மா பசியிலே துடிக்கறாங்க. இதுவரைக்கும் ஒரு பைசா கூட தேறலே சார்...!"

டக்கென்று நான் புரிந்து கொண்டேன். அவன் யாரென்று. என் உள்ளம் கசிந்தது. இந்தச் சின்ன வயதில் இவ்வளவு பெரிய பொறுப்பா? இரண்டு ரூபாய் எடுத்துக் கொடுத்தேன்.

"போ... போய் உங்கம்மாவுக்குச் சாப்பாடு வாங்கிக் கொடு."

"வேண்டாம் சார். பாலீஷ் போட்டுக்கங்க. அப்புறம் வாங்கிக்கறேன்."

"பரவாயில்லை. நான் கலையரங்கம் போகணும். நேரமாச்சு. இந்தா."

"இல்லை சார். அப்படி வாங்கினா அது பிச்சை. வேலை செஞ்சிட்டு வாங்கிக்கறேன். அதுதான் நியாயம்!" என்றான்.

வயதுக்கு மீறிய அவன் பேச்சு என்னைத் தாக்கியது. பாலீஷ் போட்ட பின்னரே பணத்தைப் பெற்றுக் கொண்டான்.

'அப்படி வாங்கினா அது பிச்சை...'

'அப்படி வாங்கினா அது பிச்சை...'

அவன் என் உள்ளத்தில் மிக உயர்ந்தான்.

ஆனால், நான் செய்திருக்கும் செயல்...?

குழப்பமான சிந்தனையோடு நடந்தேன். வழியில் ஒரு பழைய நண்பனைச் சந்தித்து, பின் விடுபட்டு, நான் தியேட்டரை அடைந்த

போது 'ரிசர்வேஷன் முடிந்தது' என்ற போர்டு தெரிந்தது.

திரும்பி நடக்க எத்தனித்தபோது... உள் பகுதியில் முன்பு பார்த்த முகமொன்று தெரிந்தது. கூர்ந்து பார்த்தேன்.

அங்கே...

அந்தப் பையன்... என்னிடம் பணம் வாங்கிய அதே பையன்.

எனக்கு ஒன்றுமே புரியவில்லை. எவ்வளவு சுலபமாக நான் ஏமாற்றப்பட்டு விட்டேன்! சில நிமிடங்கள் முன்வரை அவனைப் பற்றி எவ்வளவு உயர்வான மதிப்பு வைத்திருந்தேன்! அம்மாவின் பசியைக் காரணம் காட்டி, காசு சம்பாதித்து, சினிமாவுக்கு வந்து விட்டானே... ராஸ்கல்!

என் மன வேகத்தோடு போட்டி போட்டுக் கொண்டு கால்கள் நடக்க, அடுத்த ஐந்தாவது நிமிடத்தில் அந்தப் பையனின் தாய் இருந்த இடத்தில் இருந்தேன்.

அவள் என்னைக் கண்டதும் அழத் தொடங்கினாள். “காலையிலேயே போனவன், இன்னும் என் மவனைக் காணலையப்பா...”

நான் வெடித்தேன். “நீங்க புலம்பறீங்க. அவன் என்னடான்னா சம்பாரிச்ச காசுலே சினிமா பார்த்துக்கிட்டிருக்கான்!” என்றேன்.

“இல்லேப்பா... என் மவன் தங்கமான புள்ளையாச்சே!”

அந்தத் தாய்க்குத்தான் தன் மகன் மீது எத்தனை நம்பிக்கை!

திடீரென்று பின்னால், “சார்! சார்!”

திரும்பினேன். மூச்சிரைக்க ஓடிவந்தான், அந்தச் சிறுவன். அதே சிறுவன். எனக்குக் குழம்பியது. இவன் எப்படி இங்கு வந்தான்? ஏன் தியேட்டருக்குச் சென்றான்?

“சார்! உங்களைத் தியேட்டர்லே எங்கெல்லாமோ தேடினேன். கண்டுபிடிக்க முடியலே...”

என்னைத் தேடினானா?

“ஏன் தேடினே?”

“உங்க பர்ஸைப் போட்டுட்டுப் போய்ட்டீங்களே...!” என்று 'அந்த பர்ஸை' நீட்டினான்.

எனக்குச் ‘சுரீர்’ என்றது. அவனுக்கு இரண்டு ரூபாய் கொடுத்து விட்டு பாக்கெட்டில் வைக்கும்போது தவறவிட்டிருக்கிறேன்.

“சார், நான் பயந்தே போய்ட்டேன். பர்ஸைத் தொறந்து பார்த்தா... அம்மாடி....! எவ்வளவு பணம்! நீங்க எதுக்காகக் கொண்டாந்தீங்களோ... நீங்க கலையரங்கம் போறதாச் சொன்னீங்களா, அதான் ஓடிப்போய்ப் பார்த்தேன். நல்லவேளை உங்களைக் கண்டுபிடிச்சிட்டேன். இல்லாட்டி.... பாவம் நீங்க எவ்வளவு கஷ்டப்பட்டிருப்பீங்க?”

அவன் பேசப் பேச என்னைச் சாட்டையால் அடித்த மாதிரி இருந்தது. அந்தப் பதினாலு வயதுச் சிறுவனுக்கு இருக்கும் நேர்மை உள்ளம் முப்பத்து நாலு வயசுக் கழுதை எனக்கில்லையே...!

அவன் நினைத்திருந்தால் அந்தப் பணத்தை எடுத்துக் கொண்டிருக்கலாம். அவன் நேர்மை... அவன் செயல்...அவன் பேச்சு... என்னை வெகுவாகப் பாதித்தது.

“தம்பி!” என்று அவனை அணைத்துக்கொண்டேன். என் கண்களில் சில துளிகள் திரண்டன. நடுங்கும் கரத்தினால் பர்ஸைப் பெற்றுக் கொண்டேன்.

அடுத்த அரை மணியில் நான் பாலக்கரை போலீஸ் ஸ்டேஷனுக்குள் நுழைந்தேன்.

அங்கு அந்த ஜிப்பாக்காரர் அமர்ந்திருந்தார்.

நான் பர்ஸை இன்ஸ்பெக்டரிடம் தந்தேன்.

“சார், பஸ் ஸ்டாப்பில் கிடந்தது,” என்றேன்.

அந்தப் பெரியவர் பர்ஸைப் பார்த்த பின் முகம் மலர்ந்தார். என் கைகளைப் பிடித்துக் கொண்டார். மிக உணர்ச்சிவசப்பட்டு நா தழுதழுக்கப் பேசினார்.

“தம்பி! நீ நல்லா இருக்கணும் தம்பி. இது என் கம்பெனி பணம். ஒரு பார்ட்டிகிட்டே வசூல் பண்ணின பணம். இது கிடைக்கலேன்னா என்னை வேலையை விட்டே நிப்பாட்டிருப்பாங்க. என் குடும்பமே திண்டாடியிருக்கும்.”

நான் வெளியில் வந்தேன்.

சத்தியமாய்... சத்தியமாய் நான் இனித் திருடப்போவதில்லை.

நேர்மையே, நீ இன்னும் சாகவில்லை...!

உழைப்பின் ஊதியம் குறைவே ஆனாலும், அது தரும் நிறைவு போதும்.

தூரத்தில் ஓர் அரசியல்வாதி மேடை போட்டு முழங்கிக் கொண்டிருந்தார். "நமது நாட்டில் நீதி அழிந்துவிட்டது; நேர்மை செத்து விட்டது."

"இல்லை... இல்லை... நேர்மை சாகவில்லை. இன்னும் அது சில பேரிடம் ஒட்டிக்கொண்டுதான் இருக்கிறது!" என்று அவரை நோக்கிக் கத்தினேன்.

அது அவர் காதில் விழவில்லை; விழவே விழாது.

26
தோழியாய்...

வாஷிங்மெஷின் துவைத்து முடித்த துணிகளை இப்போது அலசத் துவங்கியதால் அதன் குரல் மாறியிருந்தது.

தோசையை மடக்கி எடுத்து வந்த ரத்னா தட்டில் இருந்த தோசையை அனு இன்னும் சாப்பிட்டு முடிக்காததைப் பார்த்து, "ஏய்... எங்கடி யோசனை?" என்றாள்.

"எனக்குப் போதும்மா..."

"என்ன போதும்? ரெண்டு தோசைதான் சாப்புடுவியா?"

"போதும்னா விடேன்..."

"எப்பவும் நாலு சாப்புட மாட்டியா? ஏன், பசி இல்லையா?"

பதில் சொல்லாமல் அனு எழுந்து கைகழுவி வர... எதிரே நின்றாள் ரத்னா.

"என்னாச்சு உனக்கு? ஒரு வாரமாவே நீ சரியா சாப்பிடறதில்லை. ஈவினிங் காலேஜ்லேர்ந்து சீக்கிரம் வா, டாக்டர்ட்ட போகலாம்."

"என் உடம்புக்கு ஒண்ணுமில்லம்மா. வழியை விடறியா? பஸ் வந்துடும்."

அனு தன் கல்லூரி பேகை தோளில் மாட்டிக்கொண்டு, ரத்னா நீட்டிய டிஃபன் பாக்சை வாங்கிக்கொண்டு ஓட்ட நடையில் விரைந்தாள்.

தோழியாய்...

"போய்ட்டு வர்றேன்னு சொல்லிட்டுப் போகமாட்டியா?"

"போய்ட்டு வர்றேன்" என்று திரும்பாமல் சொன்னபடியே வெளியேறி நடந்த அனுவைக் கவலையோடு பார்த்தபடி நின்றாள் ரத்னா.

ஏதோ பிரச்சினை! எதையோ மறைக்கிறாள்! கேட்டால் ஒன்றுமே இல்லை - என்று மழுப்புகிறாள். என்னவாக இருக்கும்? எப்படித் தெரிந்துகொள்வது?

ஒலித்த போனை எடுத்தாள்.

"நான்தான் பேசறேன். அவ புறப்பட்டுட்டாளா?"

"இப்பத்தான் புறப்பட்டாங்க..."

"நீ சாப்ட்டியா?"

"இனிமேதாங்க. ஏங்க..."

"சொல்லு..."

"எப்ப வர்றிங்க?"

"இப்ப லீவு எதுவும் இல்லையேம்மா. தீபாவளிக்குத்தான் வர முடியும். ஏன்?"

"அனுவுக்கு இந்த வருஷம் படிப்பு முடிஞ்சதும் ஜாதகம் எடுத்துடலாங்க..."

"என்ன பேசறே? அவ டிகிரி முடிச்சுட்டு பி.ஜி. பண்ணப்போறா. அப்புறம் எம்.ஃபில்., பி.ஹெச்டின்னு பிளான்ஸ் வெச்சிருக்கா. தெரியுமில்ல?"

"அவளுக்கென்ன? ஆயிரம் சொல்வா. கல்யாணம் பண்ணிக்கிட்டு என்ன வேணாலும் படிக்கட்டும். நீங்க பெங்களூர்ல உக்காந்துகிட்டு ஈஸியா சொல்லிடறீங்க. அவளை வெச்சுக்கிட்டு நான் படறபாடு எனக்குத்தான் தெரியும். எப்ப என்ன குண்டைத் தூக்கிப் போடுவான்னு பயமா இருக்குங்க..."

"சீரியல்ஸ் பார்த்து கெட்டுப்போய்ட்டே. எனக்கு அனுவை உன்னைவிட நல்லாத் தெரியும். அவ ரொம்ப மெச்சூர்ட். நீயா எதாச்சும் கற்பனை பண்ணிக்காத..."

“சரி, தீபாவளிக்கு முன்னாடி ஒரு வீக் எண்ட் வந்துட்டுப் போங்களேன். எங்களுக்கு மூஞ்சே மறந்துடும் போலருக்கு. இங்க அனு காலேஜ் போய்ட்டா திரும்பி வர்ற வரைக்கும் ஒரு வேலையும் இல்லாம தூங்கித் தூங்கி வெயிட் போட்டுட்டிருக்கேன்.”

எதிர்முனையில் பிரசன்னா நகைச்சுவை போல சிரித்து முடித்து, “ரொம்ப போரடிச்சா கரெஸ்பான்டென்ஸ்ல எதாச்சும் கோர்ஸ் படின்னு சொன்னேனே...”

“படிக்கிற வயசெல்லாம் தாண்டியாச்சுங்க.”

“அனுகிட்ட கம்ப்யூட்டர் கத்துக்கோன்னு சொன்னனே...”

“அனுகிட்டதானே? அவளுக்குப் பொறுமையே கிடையாது. அவ அளவுக்கு என்னால ஃபாஸ்ட்டா செய்ய முடியுமா? இதான் சாக்குன்னு அதட்றா...”

“டி.வி.ல நல்ல ப்ரோக்ராம்ஸ் எவ்வளவு வருது!”

“எவ்வளவு நல்ல ப்ரோக்ராமும் அரை மணி நேரத்துக்கு மேல தனியா பாக்க முடியாதுங்க.”

“என்னை என்னதாம்மா பண்ணச் சொல்றே?”

“டிரான்ஸ்ஃபருக்கு தீவிரமா முயற்சி பண்ணுங்கன்னு சொல்றேன்.”

“ஓகே. ஓகே. காலைல கம்பெனிக்காகக் கொஞ்சமாச்சும் உழைக்கட்டுமா?”

“வெச்சுடுன்னு சொல்ல வேண்டியதுதானே?”

போனை வைத்துவிட்டு வாஷிங்மெஷின் திறந்து துணிகளை அள்ளி பக்கெட்டில் போட்டுக் கொண்டு மொட்டை மாடிக்கு வந்து கொடியில் போட்டு 3 கிளிப் வைத்த ரத்னாவுக்கு அனு பற்றி தான் அனாவசியமாகக் கவலைப்படுகிறோமோ என்று கேள்வி வந்தது.

கொஞ்ச நாட்களாக அவள் அறையில் இரவில் அதிக நேரம் விளக்கு எரிகிறது. காலையில் கேட்டால் காலேஜ் அசைன்மென்ட் என்கிறாள். காலேஜில் இருந்து வந்ததும் கம்ப்யூட்டரில் உட்கார்ந்து விடுகிறாள். கேட்டால் ஆர்குட் என்கிறாள். ஃபேஸ் புக் என்கிறாள். யு ட்யூப் என்கிறாள். ப்ளாக்ஸ் என்கிறாள். என்ன எழவு புரிகிறது?

அன்று அவள் குளித்துக்கொண்டிருக்கும்போது ஒலித்த அவள் மொபைல் போனில் *'K Calling'* என்று பெயர் தெரிய, எடுத்து காதில் வைத்தால், "ஹாய் அனு, ஈவினிங் மீட் பண்ணலாமா?" என்கிறான் அந்த கே.

"நான் அனுவோட அம்மா பேசறேன். நீ யாருப்பா?"

"ஸாரி ஆன்ட்டி . நான் அனுன்னு நினைச்சி..."

"அது சரி... நீ யாரு?"

"கேஷவ் ஆன்ட்டி! அனுவோட ஃபிரெண்டு. நான் அப்புறம் பேசிக்கறேன்."

குளித்து விட்டு வந்த அனுவிடம் எப்படி ஃபிரெண்ட் என்று கேட்டதற்கு சரியாக பதில் சொல்லாமல், 'உன்னை யார் எடுக்கச் சொன்னது' என்று சத்தம் போடுகிறாள். எது கேட்டாலும் முகம் பார்த்துப் பொறுப்பாக பதில் சொல்வதில்லை. சொன்னாலும் எடக்கு மடக்கான பதில்கள். வாக்குவாதங்கள்.

"தலைக்கு எண்ணெய் வெச்சி ஒரு வாரம் ஆச்சி! சிக்காயிடப் போகுது அனு."

"அதெல்லாம் ஒண்ணும் ஆகாது. விடும்மா."

"இன்னிக்கு நீ எண்ணெய் வெச்சி தலை சீவறே!"

"உத்தரவெல்லாம் போடாதம்மா. டைமில்லை..."

"என் வார்த்தையை மதிக்க மாட்டியா?"

"சின்ன விஷயத்தை பிரச்சனை பண்றேம்மா நீ. சும்மா என் வாயைப் பிடுங்காதே..."

அன்றைக்கு வழக்கத்தை விட தாமதமாக வந்ததற்குக் காரணம் கேட்டால், "லைப்ரரில கொஞ்சம் நோட்ஸ் எடுக்க வேண்டிருந்திச்சி" என்றாள்.

"போன் பண்ணி சொல்லக் கூடாதா?"

"மறந்துட்டேன்ம்மா..."

"அம்மான்னு ஒருத்தி வயித்துல நெருப்பை கட்டிக்கிட்டு வீட்ல உக்காந்திருப்பான்ற நினைப்பு இருக்காடி உனக்கு?"

“சினிமா டயலாக் எல்லாம் பேசி அறுக்காதம்மா. அதென்ன வயத்துல நெருப்பு? நான் என்ன சின்னக் குழந்தையா? கமர்கட் குடுத்து என்னைத் தூக்கிட்டுப் போயிடுவாங்களா? இடியாட்டிக்!”

“நீ சின்னக் குழந்தை இல்ல அனு. அதான் பயம்.”

“கம் ஸ்ட்ரைட்! என்ன உன் பயம்?”

“வயசுப் பொண்ணுடி நீ...”

“தாங்கலை. ஸோ?”

“உனக்கு நல்லது கெட்டது தெரியாது.”

”ஓகோ! உனக்குத் தெரியுமா?”

“விதண்டாவாதம் பண்றதே உனக்கு வழக்கமாப் போச்சிடி! பெத்தவளாச்சேன்னு கொஞ்சம்கூட மரியாதையே இல்ல...”

“புல்ஷிட்! வாட் டு யூ மீன்? தினம் நான் கால்ல விழுந்து கும்புட்டுட்டுப் போகணுமா? கைகட்டி நிக்கணுமா? நான் என்ன செஞ்சா உன்மேல மரியாதை வெச்சிருக்கறதா அர்த்தம்?”

“முதல்ல இப்படி வார்த்தைக்கு வார்த்தை பேசறதை நிறுத்து!”

“நீ முதல்ல ட்வென்ட்டி ஃபோர் அவர்சும் எனக்கு அட்வைஸ் பண்றதை நிறுத்து! ரொம்ப படுத்தறேம்மா நீ!”

இப்படியெல்லாம் முகத்துக்கு நேராக வெடுக் வெடுக்கென்று பேசுகிறவள் இல்லை அனு. கொஞ்ச நாட்களாகத்தான். என்ன பிரச்சினை என்றும் நேராகச் சொல்லித் தொலைக்க மாட்டேன் என்கிறாள். எப்படித்தான் தெரிந்துகொள்வது?

★★★

வியர்வைக் கசகசப்பில் கண் விழித்தபோது.... மின்விசிறி நின்றிருந்தது. மின்சாரம் போயிருப்பதை உணர்ந்து எழுந்து டார்ச் அடித்து மணி பார்த்தாள் ரத்னா. மணி 2.10.

ஜன்னலின் கதவுகளை இன்னும் விரியத் திறந்து வைத்து, தண்ணீர் குடித்து மீண்டும் படுக்கச் சென்ற போது மின்விசிறி சுழலத் துவங்கியது.

ஓர் உந்துதலில் அனுவின் அறைக்கு வந்து, சின்னத் தயக்கத்திற்குப் பிறகு ஓசையில்லாமல் கைப்பிடி அழுத்திக் கதவைத் திறந்தாள்.

அனுவின் முதுகு மெலிதாக குலுங்குவதைப் பார்த்து திடுக்கிட்டாள். சன்னமான விசும்பல் ஒலியும் வந்தது. பதறி டியூப்லைட்டைப் போட.... அதிர்ந்துபோய் எழுந்த அனு அவசரமாக விழிகளைத் துடைத்துக் கொண்டாள்.

“அனு, என்னடி இது? அர்த்த ராத்திரில் இப்படி அழுதுட்டிருக்கே?”

“அது... நத்திங். ஒரு கெட்ட கனவும்மா. நீ போய்ப் படு.”

அருகில் வந்து கட்டிலில் அமர்ந்தாள் ரத்னா.

“இதபாரு. நீ பொய் சொல்றே அனு. உனக்கு என்னடி பிரச்சினை? எதா இருந்தாலும் சொல்லு. நான் கோபிச்சுக்கலை.”

“ஒண்ணும் இல்லைன்னு சொல்றேன்லம்மா...”

“இல்லடி. நான் நம்ப மாட்டேன். எனக்குப் பதறுது. உங்கப்பாட்ட எதுவும் சொல்லலை. தைரியமா சொல்லு. எதாச்சும் லவ்வுல மாட்டிட்டிருக்கியா? பரவால்ல... சொல்லுடி!”

“அய்யோ ! அம்மா..... அதெல்லாம் ஒண்ணுமில்ல. ஆறு மாசம் முன்னாடி கதிர் எங்கிட்ட லவ் ப்ரபோஸ் பண்ணான். ‘என் மனசுல கேரியர் பிளான்ஸ் நிறைய இருக்கு. லவ் பண்ற மனநிலைல நான் இல்ல, ஸாரிப்பா’ன்னு தெளிவா சொன்னவம்மா நான்!”

“காலேஜ்ல புரொஃபசர்ஸ் எதாச்சும் திட்டிட்டாங்களா?”

“சேச்சே!”

“பின்னே என்ன பிரச்சினை? எவனாச்சும் உன்னை போட்டோ எடுத்து வெச்சிக்கிட்டு பிளாக்மெயில் எதுவும் பண்றானா?”

“ரொம்ப கற்பனை பண்றே!”

“ஒண்ணுதான் பாக்கி. அதையும் கேட்டுடறேன். இப்பதான் ஃபாஷன், அது இதுன்னு சொல்லிக்கிட்டு வரைமுறை இல்லாம பழகறீங்களே... எதாச்சும் தப்பாயிடுச்சா? வயித்துல எதாச்சும் வாங்கித் தொலைச்சுட்டியாடி? சொல்லித் தொலை! ரகசியமா சரி பண்ணித் தொலைச்சிடலாம். பேசுடி!”

அம்மாவையே உற்றுப் பார்த்தாள் அனு.

பட்டுக்கோட்டை பிரபாகர் தேர்ந்தெடுத்த சிறுகதைகள்

"ச்சீ! இவ்வளவுதானா நீ என்னைப் புரிஞ்சி வெச்சிருக்கறது? எப்படில்லாம் கேக்கறே! என்னை அசிங்கப்படுத்தாம போய்ப் படு, போ!"

அனு படுத்துக்கொண்டு திரும்பிவிட... ரத்னா சமாதானமாகாமல் மேற்கொண்டு எப்படிக் கேட்பதென்றும் தெரியாமல் எழுந்தாள்.

கோயில் வாசலில் ஆட்டோ வந்து நின்றதும் ரத்னா இறங்கிக் கொண்டு, "இறங்கு. இங்கேயே நில்லு. அர்ச்சனைத் தட்டு வாங்கிட்டு வந்துடறேன்" என்று அனுவிடம் சொல்லிவிட்டுச் சென்றாள்.

இருவரும் உள்ளே நடந்தபோது, "எதாச்சும் சத்தியம், கித்தியம் பண்ணச் சொல்லப் போறியாம்மா?" என்றாள் அனு.

"பேசாம வாடி!"

சன்னிதியில் அர்ச்சனைத் தட்டைத் தந்து, "அனு, ரேவதி நட்சத்திரம்" என்றாள் ரத்னா. கண் மூடி பிரார்த்தித்தாள். டியூப் லைட் உபயம் செய்தவரின் பெயரைப் படித்துக்கொண்டிருந்த அனுவை இடித்து, "தீபாராதனைடி" என்றாள். இவளே விபூதி, குங்குமம் வைத்து விட்டு அவள் கையால் உண்டியலில் நூறு ரூபாய் போடச் செய்தாள்.

பிராகாரத்தில் ஒரு மண்டப நிழலில் சௌகரியமாக அமர்ந்ததும், "அனு... இந்தக் கோயிலை விட்டு வெளில போறவரைக்கும் நான் உன் அம்மா இல்ல. என்னை உன் நெருக்கமான தோழின்னு நினைச்சுக்கோ... மனசு திறந்து பேசு. நீ என்ன சொன்னாலும் உன்னை வெறுத்துட மாட்டேன்! நான் சரியாத் தூங்கி பல நாளாச்சுடி!" என்றாள் ரத்னா.

"நானும்தாம்மா" என்று தூரத்து கோபுரத்தைப் பார்த்தாள் அனு.

"ஏண்டி ராஜாத்தி? என்னடி பிரச்சினை?"

"நீதாம்மா! நீதான் பிரச்சினை."

"அப்பா பக்கத்தில் இல்லாததால ரெண்டு மடங்கு பொறுப்புடி.

அதனால அப்பப்ப திட்டறேன், கோவிச்சுக்கறேன். இது தப்பா?”

“இல்லம்மா. இதெல்லாம் அதிகமான அக்கறைன்னு புரிஞ்சுக்க முடியாத அசடு இல்லம்மா உன் பொண்ணு. பாசம் இருக்கிற இடத்துலதான் அக்கறை வரும்.”

“பின்னே என்ன?”

“நீ சொன்னதையே சொல்றேன். இப்ப பேசறது உன் பொண்ணுன்னு நினைக்காதேம்மா. உன் தோழின்னு நினைச்சுக்கோ. மனம் திறந்து பேசு! நீ என்ன சொன்னாலும் நான் உன்னை வெறுத்துட மாட்டேன்மா...”

“என்ன அனு, என்னடி கேக்கறே?” என்றாள் ரத்னா புரியாமல். “நம்ம குடும்பம் அழகான குடும்பம்மா. நமக்காகத்தான் அப்பா அங்க தனியா உழைச்சுட்டிருக்கார். அப்பா ரொம்ப நல்லவரும்மா. ஹி லவ்ஸ் யு ஸோ மச்! அப்படி இருக்கறப்ப...”

மேற்கொண்டு பேச முடியாமல் அனுவுக்குத் தொண்டை அடைத்தது.

“எனக்கு எதுவும் புரியல அனு” என்றாள் ரத்னா.

“போன மாசம் ஒரு நாள் எனக்கு அரை நாளோட காலேஜ் முடிஞ்சிடுச்சிம்மா. நான் வீட்டுக்கு வந்தப்ப வாசல்ல நம்ம ஹவுஸ் ஓனரோட கார் நின்னுட்டிருந்திச்சி. வெளில அவரோட செருப்பு இருந்திச்சி. கதவு சாத்திருந்திச்சி.”

“அடிப்பாவி! என்னடி பேசறே?”

“நான் முடிச்சிடறேன். வாடகை வாங்க வந்தாருன்னா, அதிகபட்சம் ரெண்டு நிமிஷம்தான் அவர் இருப்பாரு. நான் சங்கடப்பட்டு பக்கத்துல ஒரு ஷாப்பிங் மால்ல சுத்திட்டு ஒரு மணி நேரம் கழிச்சு வந்தப்பவும் கார் நின்னுச்சி!”

“போதும்! நிறுத்துடி! அசிங்கம் பிடிச்சவளே! இதை மனசுல வெச்சிக்கிட்டுத்தான் எங்கிட்ட ஒரு மாதிரியா நடந்துகிட்டிருக்கியா நீ? அன்னிக்கே மனசுவிட்டுக் கேட்டிருந்தா விபரத்தைச் சொல்லித் தொலைச்சிருப்பேனேடி! அன்னிக்கு வாடகை வாங்க வந்த மனுஷனுக்கு திடீர்னு ஹை பி. பி. வந்துருச்சி. தலை சுத்துதுன்னாரு. ஹால்லயே சோபால படுத்துட்டாரு. கொஞ்ச நேரம் தூங்கிட்டு

காபி சாப்ட்டுட்டு புறப்பட்டுப் போய்ட்டாரு! அதைப் போயி... ச்சீ! படுபாவி! பெத்த அம்மாவையே சந்தேகப்பட்டுட்டியேடி!"

ரத்னா அழத் துவங்கினாள்.

"ஸாரிம்மா. என்னை மன்னிச்சிடும்மா. நான்தான் லூசு மாதிரி ஏதேதோ கற்பனை பண்ணித் தொலைச்சுட்டேன். ஏம்மா... நான் கர்ப்பமா இருக்கனான்னு நீ சந்தேகப்படலையா? அந்த மாதிரி தானேம்மா? மனசுல வெச்சுக்காம கேட்டதாலதானே இப்ப உண்மை புரிஞ்சது! ப்ளீஸ்ம்மா..."

"போடி! என்னதான் கேக்கறதுன்னு ஒரு வரைமுறையே இல்லையா?"

"இப்ப என் மனசு கிளியராய்டுச்சி. பாரம் இறங்கிடுச்சி. நம்ம அம்மாவா இப்படின்னு நினைச்சி புழுங்கி தினம் அழுதிட்டிருந்தேன்மா. உன்னை சந்தேகப்பட்டதுக்கு அந்த மன உளைச்சலே பெரிய பனிஷ்மெண்ட்தான். வாம்மா, போலாம். இனிமே உன் மனசு நோகற மாதிரி நடந்துக்க மாட்டேன். பேச மாட்டேன். என் செல்ல மம்மி இல்ல..."

ரத்னா கன்னத்தில் முத்தமிட்டாள் அனு.

இருவரும் எழுந்து கோயிலுக்கு வெளியே நடக்கத் துவங்க... திரும்பி ஒருமுறை கோபுரம் பார்த்தாள் அனு.

"என் சந்தேகத்திற்கு இதைத் தவிரவும் வேறு ஒரு சம்பவம் காரணம் என்பதை என்னால் வெளிப்படையாகச் சொல்ல முடியாது. அம்மா சொன்ன விளக்கத்தை நான் நம்பிவிட்டதாகத்தான் நடித்தாக வேண்டும். அம்மா மனதை சுத்தம் செய்ய வேண்டியது கடவுளே, உன் பொறுப்பு! நான் தவறு செய்தால் மன்னிக்கத் தயாராய் இருக்கிற என் அம்மாவை நானும் மன்னிப்பதுதானே முறை? எதற்காகவும் என் அம்மாவை என்னால் வெறுக்க முடியாது. ஏன் என்றால் இவள் என் அம்மா" என்று நினைத்தபடி நடந்தாள்.

★★★

தோழியாய்...

மறுநாள் கணவனுக்கு போன் செய்தாள் ரத்னா.

"என்னங்க... புதுசா கம்ப்யூட்டர் கிளாசும், எம்பிராய்டரி கிளாசும் சேர்ந்திருக்கேன். அனுவோட கல்யாணத்தப் பத்தி நான் இனிமே பேச மாட்டேன். அவ தெளிவாத்தான் இருக்கா. குழப்பம் எல்லாம் எனக்குத்தான். சீக்கிரம் டிரான்ஸ்ஃபருக்கு ஏற்பாடு பண்ணுங்க. வெச்சிடறேன்..."

பேசி முடித்துவிட்டு தன் மொபைல் போனில் ஒரு எண்ணைத் தேர்வு செய்து அதை டெலிட் செய்தாள்.

27
அந்த மூன்று நாட்கள்

இடைவேளைக்கு இரண்டு நிமிடங்களுக்கு முன்பே எழுந்து விற்பனை ஸ்டாலுக்கு வந்து விட்டேன். அந்தப் படத்தை நான் பார்ப்பது ஐந்தாவது தடவையா இல்லை ஆறாவது தடவையா என்று கணக்குப் போட்டபடியே நின்றபோது, அனைவரும் வெளியே வரத் தொடங்கினர்.

ஜஸ்ட் எ மினிட். என்னைப் பற்றிச் சில வார்த்தைகள். எனக்கு வயது இருபத்துமூன்று. முகம் அழகாக இருக்காது. அதற்காக அசிங்கமாகவும் இருக்காது. நான் வீட்டை விட்டு ஓடி வந்தவன். இரண்டு மணி நேரம்தான் ஆயிற்று. இனி வீட்டிற்கே செல்வதில்லையென்பது எனது தற்போதைய தீர்மானம்.

நான் இரண்டே இரண்டு வருடமாக அன்எம்ப்ளாய்ட், அப்ளிகேஷன் எழுதி எழுதியே ஒரு டஜன் இங்க் பாட்டில் காலி. வேலை கிடைத்தபாடில்லை.

அதற்காக... சொந்தப் பிள்ளையென்றுகூடப் பார்க்காமல் 'தண்டச்சோறு', 'தீவட்டி தடியன்' அது இதுன்னு திட்டினா கோபம் வராதா? ஒரு நல்ல பொசிஷனுக்கு வரும் வரையில் அந்த வீட்டுப் பக்கமே தலைகாட்டுவதில்லை என்று வந்து விட்டேன்.

"ஹாய் சுரேஷ்" - என் தோளில் ஒரு கை விழுந்தது. திரும்பிப் பார்த்தேன்.

ஒரு சோடாப்புட்டிக் கண்ணாடி. ஒட்டடைக்குச்சிக்கு சட்டை போட்டுவிட்டதுபோல் உடல். தலையில் கறுப்பு ஹெல்மெட் வைத்தது மாதிரி வழித்துச் சீவியிருந்தான். 'ப' வைத் தலைகீழாகப் போட்டது போன்ற மீசை. இருந்த கொஞ்ச நஞ்ச மூளையைப் போட்டுக் கசக்கினேன், யார் இவன்;

"ஹலோ, வந்து..." - திணறினேன் அசட்டுப் புன்முறுவ லுடன். "என்னடா முழிக்கிறே? என்னைத் தெரியலையா? அப்பா எல்லாம் சௌக்கியமா?"

"டா" போட்டுப் பேசறானே? ஒருவேளை ஸ்கூல்ல ஒண்ணா படிச்சவனா? எனக்குத்தான் ஞாபகமறதி ஜாஸ்தி ஆச்சே! நீ யாருன்னு அசத்துப் பிசத்துக் கேள்வியைக் கேட்கக் கூடாது என்று நினைத்துக் கொண்டேன்.

"ம். - . சௌக்கியமா இருக்காங்க. நீ எப்படி, நல்லா இருக்கியா?" - ஒப்புக்கோசரம் கேட்டேன்.

"நேத்துக்கூட உன்னை எங்கேயோ பார்த்தேனே... கூப்புடணும்னுகூட நெனச்சேன். ம். எங்கே பார்த்தேன்?" - தலையைச் சொறிந்தான் அவன்.

சத்தியமாச் சொல்கிறேன், அவன் பெயர்கூட எனக்கு ஞாபகமில்லை.

"ம்... அடையாறுல பாத்திருப்பே. அங்கேதானே எங்க வீடு இருக்கு."

சீக்கிரம் படம் ஆரம்பித்தால் தேவலாம்.

"கரெக்ட். ஆமா, இன்னும் அந்தப் பழைய வீட்லத்தான் இருக்கீங்களா?"

பழைய வீடா? எதைச் சொல்றான்?

"இல்லை, இல்லை. இப்ப மாத்திட்டோம். ஃபிலிம் இன்ஸ்டிடியூட் இருக்குதில்லே, அதுக்கு நேரே போனா வரிசையா மூணு சந்து வரும். அதுல மூணாவது சந்திலே நுழைஞ்சி நாலாவது வீட்ல விசாரிச்சா தெரியும்."

"நாலாவது வீடா? அது யாரோடது?"

"அதான் எங்களோடது."

சே...! இவ்வளவு நேரம் இண்டர்வெல் யார் விடச் சொன்னார்கள்.

"சரி, ஒரு நாளைக்கு வர்றேன். இந்தப் படத்தை நான் இதுக்கு முந்தியே பத்து தடவை பாத்துட்டேன். ஸோ நான் வீட்டுக்குப் போறேன்."

அப்பாடா! ஒழிஞ்சான்.

"என்ன முழிக்கிறே? நீயும் என்னோட வர்றே."

"நானா? நான்... வந்து... இன்னொரு நாள் வர்றேனே..."

"நோ, நோ. இந்த பாபு அதுவரைக்கும் வெயிட் பண்ண மாட்டான். நீ இப்பவே எங்க வீட்டுக்கு வந்தாகணும். அப்புறமா உன்னை நானே உங்க வீட்ல டிராப் பண்றேன்."

ரெண்டு விஷயம் புரியுது. இவன் பேரு பாபு. இவன்கிட்டே காரோ, ஸ்கூட்டரோ ஏதோ ஒண்ணு இருக்குது. அது சரி, இது என்ன வம்பாப் போச்சு? இவன் யாருன்னே எனக்குத் தெரியாதே...

"அது... வந்து... மிஸ்டர் பாபு, யூ ஆர் மிஸ்டேக்கன். எனக்கு உன்னை..."

"ரொம்பப் பிடிக்கும். ஆனா இன்னொரு நாள் வர்றேன் - இதுதானே நீ சொல்லப்போறே? முடியவே முடியாது. இந்தத் தடவை உன்னை விடப்போறதில்லை. ஒன் மினிட் வெயிட் பண்ணு. போய் ஸ்கூட்டரை எடுத்துக்கிட்டு வர்றேன்" - சென்றான்.

அவன் வர்றவரைக்கும் நான் அங்கேயே நின்னாத்தானே அவனோட போகணும்? வேகவேகமாக தியேட்டரை விட்டு வெளியில் வந்தேன்.

ஒருவழியா தப்பிச்சாச்சு. சரியான செமி.

"ம்... ம்... ஏறிக்கோ!" - மறுபடியும் அவனே - வித் ஸ்கூட்டர். அட சனியனே! இவ்வளவு சீக்கிரம் எப்படி வெளியில் வந்தான்?

போய்த்தான் பார்ப்போமே... ஏறிக் கொண்டேன்.

பத்து நிமிடப் பிரயாணத்துக்குப் பின் திருவல்லிக்கேணி வழியாக ஸ்கூட்டர் உருண்டு கொண்டிருந்தபோது நிறுத்தினான்.

"ம்... உள்ளே வா." - என்னைத் தாண்டி ஒரு வீட்டின் அருகே சென்று பஸ்ஸரை அழுத்தினான் அவன்.

கதவு திறக்கப்பட்டது. திறந்தது ஒரு நைஸ் நைன்டீன். பார்வையின் பயணம் பாதி உடலைக் கடக்குமுன் அவள் அந்த ஹாலைக் கடந்து விட்டாள். சே! இதிலும் துரதிர்ஷ்டமா? பட், ஒன் மொமெண்ட்டில் இந்த அழகு முகத்தை என் இதயம் எக்ஸ் - ரே எடுத்தாகி விட்டது.

சோபாவில் அமரச் சொல்லி சைகை காட்டினான் பாபு. செய்தேன்.

அவன் ஓர் அறைக்குள் நுழைந்தான். இப்போது ஹாலில் யாருமில்லை. வாசலைப் பார்த்தேன். கதவு திறந்தேயிருந்தது. இங்கிருந்து ஒன்பது, பின் காம்பவுண்ட் கேட்டிற்குப் பன்னிரண்டு ஆக இருபது அடிகளில் ரோட்டிற்கு வந்து விடலாம். ஓடிவிட்டால் என்ன? அவசர அவசரமாக எழுந்தேன்.

“பரவாயில்லை தம்பி! உக்காருங்க.” லொக்கு... லொக்கு...

புது அறிமுகம். யாரிந்த பிளாக் அண்ட் ஒயிட் தலை? நான் என்ன இவருக்காகவா எழுந்தேன்?

கிழவருக்குரிய சகல லட்சணமும் இருந்தன. “நீங்க யாருன்னு...”

“எல்லாம் சொல்றேன். மொதல்ல... லொக்கு... உக்காருங்க.” - உள்ளே திரும்பி, “அம்மா, அம்மா! தம்பிக்கு... லொக்கு... காபி கொண்டு வாம்மா.”

இப்போது லுங்கி, பனியனோடு பாபு ‘ஹால் பிரவேசம்’. “அப்பா, பாத்தீங்களா சுரேஷைக் கண்டுபிடிச்சிட்டேன்.”

கண்டுபிடிச்சானா? அப்படின்னா நான் என்ன காணாமப் போனவனா?

“டேய் பாபு, நீ... நீ... - லொக்கு... உள்ளே போ.”

“ஏன்? நான் இங்கத்தான் என் சுரேஷ்கூடத்தான் இருப்பேன்.” - என்ன இது பாபு அசடாட்டம்,

அம்மாஞ்சியாட்டம் நெளியறான்?

“சொன்னாக் கேளு. உன் பிரண்டுதான் உன்னோட மூணு நாள்... லொக்கு... இருக்கப்போறானே. நீ உள்ளே போ.”

வாட்? நான் இங்கே மூணு நாள் இருக்கப் போறேனா? என் கைகள் பரபரத்தன - என் தலைமுடியைப் பிய்த்துக்கொள்ள வேண்டுமென்று.

ஒரு வழியாக பாபு 'அவுட்' அந்த அழகி 'இன்' வித் காபி. "உங்களுக்கு ஒண்ணுமே புரியலை இல்லே?" - புன்சிரிப்புடன் கிழவர்.

என்ன கேள்வி இது? ஹிட்ச்காக்கோட படத்தை கனெக்ஷன் இல்லாம பிட் பிட்டா பாக்குற மாதிரி இருக்கு. இதை இந்தக் கிழவர்கிட்டே எப்படிச் சொல்றது? சொன்னாத்தான் புரியுமா?

"காபி சாப்பிடுங்க!" - நீட்டியது வளைக்கரம். ஸ்வீட் வாய்ஸ்! கப்பைக் கையில் வாங்கிக் கொண்டு, "உங்களை நான் எங்கேயோ பார்த்திருக்கேனே!" - நான் ரெடிமேடாக வைத்திருக்கும் கேள்வி.

"நிச்சயமா பார்த்திருக்க முடியாது. நாங்க மெட்ராஸ் வந்தே பதினைஞ்சு நாள்தான் ஆகுது. ஒரு நாள் கூட வெளியிலே போனதில்லை."

"ஹி... ஹி... நான் வெளியூர்ல பாத்த மாதிரி..."

அவளும் சோபாவில் (எதிர் சோபாவில்) அமர்ந்தாள். கிழவர் என்னவோ கதை சொல்வது போல நான் காபி குடித்து முடிப்பதற்காகக் காத்திருந்தார்.

நான் முடித்தேன். அவர் ஆரம்பித்தார்:

"பாபு என்னோட ஒரே பையன். அவனுக்கு மெண்ட்டல் டிஸ்ஆர்டர். (இதை நீங்க சொல்லித்தான் நான் தெரிஞ்சுக்கணுமா?) இது ஏன் வந்தது? எப்படி வந்தது? யாரால் வந்தது? இந்த மூணு கேள்விக்குப் பதில் தெரிஞ்சா உங்க குழப்பம் தீர்ந்திடும். பாபுவுக்கு ஒரு குளோஸ் பிரண்ட் அவன் பேரு சுரேஷ். உயிருக்குயிராப் பழகினாங்க..."

ஒரு பாஸ்... தட்டுத்தடுமாறி எழுந்து சுவரில் மாட்டப்பட்டிருந்த ஓர் இளைஞனின் படத்திற்கருகே சென்றார். இடுப்பில் ஒரு கை. சுவரில் ஒரு கை. தொடர்ந்தார். "இப்படி இவங்க பழகினப்போ... ஒரு நாள்..." - கொஞ்சம் நிறுத்தினார். திரும்ப ஆரம்பிப்பார் என்று காத்திருந்தேன். ஆரம்பித்த பாடில்லை. அவரைப் பார்த்தேன்.

அந்தப் படத்தையே பார்த்துக்கொண்டு அவர் 'பிளாஷ் பேக்கிற்குள் சென்றுவிட்டார். நான் எப்படிச் சொல்வது?'

"அப்பா!" - எழுந்து சென்று உலுக்கினாள் அழகி.

"இதுதான் தம்பி நடந்தது." அடடா. 'முடிச்சுட்டாரே.

'மனசுக்குள்ளேயே பேசிக்கிட்டாரே?"

"எதுங்க நடந்தது?"

"ஓ! நான் இன்னும் சொல்லலையோ? ரெண்டு பேரும் வெளியே போனப்போ ஒரு கார் ஆக்ஸிடெண்ட்ல சுரேஷ் செத்துட்டான். பக்கத்திலே இருந்த பாபு அவனோட ரத்தத்தையும் சிதறின மூளையையும் பார்த்து சுயநினைவு இழந்துட்டான். அன்னியிலேயிருந்து யாரைப் பார்த்தாலும் 'சுரேஷ், சுரேஷ்'ன்னு கத்துவான். இத்தனை நாள் நாங்க வேலூர்ல இருந்தோம். மெட்ராஸ் வந்து பதினஞ்சு நாள்தான் ஆகுது. இந்தப் பதினஞ்சு நாள்ல மூணுபேரை சுரேஷ்ன்னு சொல்லி வீட்டுக்குக் கூட்டிக்கிட்டு வந்துட்டான். ஆனா பாருங்க (நீண்ட நேரம் காணாமல் போன 'லொக்கு' சில நிமிடங்களை ஜீரணித்தன)

மூணு நாள் கழிச்சு வுட்டுடுவான். இன்னிக்கு நீங்க மாட்டியிருக்கீங்க." – கதை சொன்ன களைப்பில் சோபாவில் சாய்ந்தார் கிழவர்.

"உங்க பையன் கதையைக் கேட்க ரொம்ப பரிதாபமா இருக்குது. நல்ல டாக்டர்கிட்டே காண்பிங்க. அப்போ நான் வரட்டுமா?" – எழுந்தேன்.

"இப்ப நீங்க போனீங்கன்னா, இந்த வீட்ல பயங்கர பிரளயமே நடக்கும்." – தாத்தா.

"இப்ப நான் போகலைன்னா எங்க வீட்ல பிரளயம் நடக்குமே... ஏதோ ஒரு வீறாப்புலே வெளியே வந்தா, திரும்பிப் போகாம இருப்பேனோ?" – என்னென்னவோ உளறிட்டேனோ?

"அப்படியா சங்கதி! தம்பி, உங்களுக்கும் வீட்ல கோபம். எங்களுக்கும் நீங்க தேவை. மூணு நாள்ல ரெண்டுமே தீர்ந்திடும். உங்க ஆபீசுக்கு மூணு நாள் லீவு போட்டுடுங்க. ஆமா எந்த ஆபீசிலே வொர்க் பண்றீங்க?" – கிழவர் பாயிண்ட்டைப் பிடிக்கிறாரே.

"நான்... ஆமாம். ஆபிசிலே அதான் அச்சாபீசிலே ஜெனரல் மானேஜரா இருக்கேன். ஒரு நாள் லீவு போட்டா அம்பது ரூபாய் லாஸ். நம்மால முடியாதுப்பா." – அட! நான்தான் பொய் சொன்னேனோ?

"மூணு நாளைக்கு மொத்தமா 250 ரூபாய் கொடுத்துடறோம். எனக்காக ப்ளீஸ்..." கெஞ்சுவது யார் தெரியுமா? அழகி.

தற்போதைக்கு வீட்டிற்குப் போவதில்லை என்பது எனது சபதம். இங்கேயோ தங்குவதற்கு இடம், சாப்பாட்டுக்குச் சாப்பாடு, மூணு நாளில் 250 ரூபாய். எல்லாவற்றிற்கும் மேலாக அந்த அழகி. அவளுடன் ஒரே வீட்டில் மூன்று நாள். ஒய் நாட்? எனக்கு விசிலடிக்க வேண்டும் போலிருந்தது.

“மாடிக்கு கெஸ்ட் ரூமுக்கு அழைச்சுக்கிட்டு போம்மா பாரதி.” – கிழவர் சோபாவிற்கு விடுதலை தந்தார்.

ஹய்யா! நான் தெரிஞ்சுக்கிட்டேன். அவள் பெயர் பாரதி.

ரூமைப் பற்றி ஒரே வரி – சகல வசதிகள் கொண்ட காம்பேக்ட் ரூம்.

அந்த அறையை விட்டு நான் நகரவே கூடாதாம். கூப்பிட்ட குரலுக்கு அவள் ஓடி வருவாளாம். எது கேட்டாலும் தருவாளாம் – அதாவது சாப்பிடுவதற்கு. அவள் சொன்ன செய்திகளின் சுருக்கம் இது.

ஒரு வேலையும் இல்லாமல் மெத்தையில் படுத்துக்கொண்டிருக்க 250 ரூபாய். கூப்பிட்டால் ஓடிவர ஒரு பாரதி. என் வாழ்வின் பொற்காலமே அந்த மூன்று நாட்களாகத்தானிருக்கும்!

இரண்டு நாட்கள் விரைவில் சென்றுவிட்டன.

ஆனால், காலையில் ஓர் அரை மணி நேரம், மாலை அரை மணி நேரம் பாபு வந்து கோமாளி – வேலையெல்லாம் செய்வான். பாதி உயிர் போய்விடும். பின்னர் மீதியிருப்பதை வாங்க கிழவர் வந்து விடுவார். புயல் மெதுவாய் ஓயும். புயலுக்குப்பின் தென்றல் வரும். மணிக்கணக்காய்ப் பேசும். செஸ் விளையாடும். கேரம் விளையாடும். ரம்மி விளையாடும். அட! இதல்லவா வாழ்க்கை !

எனக்கு அழுகை வருகின்றது. நாளை மாலை நான் இந்த வாழ்வை இழக்கப்போகிறேன்.

மாடிப்படிச் சத்தம் பாரதி வருகிறாளோ? இல்லை. வந்தது பாபு. அவன் கழுத்தில் ஒரு கேமரா. வந்ததும் கோணல்மாணலாக நின்றான்.

“சுரேஷ், நாளைக்கு நீ போயிடுவே இல்லே? உன் ஞாபகமா உன்னை போட்டோ எடுத்துக்கறேன். எங்கே சிரி.”

"ஈ ஈ ஈ..." கிளிக்.

அவன் சென்றபின் நான் கட்டிலில் விழுந்தேன். தூக்கம் வரவில்லை. ஆனால் கனவு வந்தது.

"தம்பி, நீங்க செஞ்ச இந்த உதவியை மறக்கவே மாட்டோம். இந்தாங்க ரூபாய்" - கிழவர் வழி அனுப்பினார்.

"அப்போ போயிட்டு வரட்டுமா, மிஸ் பாரதி?" - சென்றேன்.

கட்டிலுக்கு அடியில் படுத்துக்கொண்டு படம் வரைந்து கொண்டிருந்த பாபு என்னைக் கண்டவுடன் அழுதுகொண்டே வந்தான்.

"என்னைப் பிரிஞ்சு போறியா சுரேஷ்?"

"வேணும்னா இங்கேயே இருந்துடறேன். மாசம் ஒரு தொகை போட்டுக் கொடுக்கச் சொல்லு."

"நோ பிரிவுதான் பாசத்தை வளர்க்கும். நீ போயிட்டு வா" - திரும்பக் கட்டிலுக்கடியில் நுழைந்தான்.

இப்பல்லாம் நல்லாத்தானே பேசறான். சமயத்திலேதான் கிறுக்குக் குணம் வந்திடும் போலிருக்கு.

"போயிட்டு வரட்டுமா பாரதி!" - மறுபடியும் சொன்னேன். "வெளியில் எங்காவது பார்த்தா சிரிப்பியாம்மா?"

ஒரு வழியாக வெளியே வந்தேன். இந்தக் காலத்திலும் இப்படிப்பட்ட அசடுகள் இருக்கிறார்களே... சரி, இப்போது 250 ரூபாய் இருக்கிறது, அடுத்து என்ன செய்வது?

நின்று கொண்டிருந்த ஒரு டாக்சியில் மோதிக் கொண்டேன்: "இந்தாப்பா, டிரைவர்..."

"ம். ஏறு." - குரல் பின் சீட்டிலிருந்து. எட்டிப் பார்த்தேன். ஆ!? அ...ப்...பா.

"அப்படியே அறைஞ்சன்னா ராஸ்கல்! ஏறுடா வண்டியிலே" ஆரம்பித்து விட்டார்.

டிரைவர் சிரிக்காதே. எனக்குக் கோபம் வரும்.

"அப்பா, எல்லாம் விளக்கமா வீட்ல சொல்றேன். பேசாம வாங்க"

– ஏறிக்கொண்டேன்.

வீட்டிற்குள் நுழைந்ததுதான் தாமதம். "கடன்காரா!" அலறியது அம்மா. இதென்ன புதுப்பட்டம்.

"அப்பா, அம்மா நான் சொல்றதைக் கேளுங்க. மூணு நாளா நான் ஒரு பைத்தியத்துக்கிட்டே மாட்டிக்கிட்டேன்.

"என்ன தைரியமிருந்தா கிண்டல் பேசுவே. ஒண்ணா ? ரெண்டா? இந்தத் தண்டச்சோத்துக்கு நாலாயிரம் ரூபா."

"என்னப்பா சொல்றீங்க? எனக்கு ஒண்ணுமே புரியலையே?"

"ஆமாண்டா. உனக்கு ஒண்ணுமே புரியாது. ஒரு ஒட்டடைக் குச்சிப் பய உன்னைக் கடத்திக்கிட்டுப் போனது, அவன் இங்கே வந்து நாலாயிரம் ரூபா தந்தாதான் உங்க பையனை விடுவேன்னு போட்டோவைக் காட்டிப் பேரம் பேசினது, நானும் வேற வழியில்லாம பிராவிடண்ட் பண்ட்லேயிருந்து பணம் எடுத்து அவனுக்குக் கொடுத்தது, உன்னைத் திருவல்லிக்கேணிக்கு வரச் சொல்லி அனுப்பி வச்சது, இது ஒண்ணுமே புரியாதுடா.'

நான் எப்போதோ ஈசிசேரில் விழுந்து விட்டேன். அடப் பாவிகளா நல்லா ஏமாத்திட்டீங்களேடா. பாரதி, நீ கூடவா? சரி. என் வீட்டு அட்ரஸ் அவனுக்கு யார் சொன்னது? 'ஃபிலிம் இன்ஸ்டிடியூட்டுக்கு நேரே போனா வரிசையா மூணு சந்து வரும். அதுல மூணாவது சந்துலே நுழைஞ்...'

அட, கஷ்டகாலமே! நானேதான் சொன்னேன்.

வீட்டில் தங்க வைத்து, சாப்பாடு போட்டு, 250 ரூபாயும் கொடுத்து, இப்படிக்கூட கிட்நாப் செய்வார்களா சார்?

28
சினிமாக்காரன்

ஏ.ஸி. கூலருக்கு முகம் காட்டியபடி, "நோ! நோ! நான் இப்போ நல்லா டமில் பேச்வனே" என்று ஹீரோயின் பேட்டி கொடுத்துக்கொண்டிருக்க, டைரக்டர் காரில் சாய்ந்து நின்று தம்மடித்தபடி அடுத்த படத்தின் தயாரிப்பாளரிடம் "தொல்லை பண்ணாதீங்கண்ணே" என்று பேசிக்கொண்டிருக்க...

அடுத்த ஷாட்டுக்கான லைட்டிங்கை அமைப்பதில் கேமராக் குழு தீவிரமாக இயங்கிக்கொண்டிருந்தது.

கிரேன் மேல் அமர்ந்திருந்த கேமராமேன் கேமராவில் பார்த்துக் கொண்டிருக்க, அசோசியேட் கேமராமேன் ஷியாம் மற்ற நான்கு அசிஸ்டெண்ட்டுகளை விரட்டிக்கொண்டிருந்தான்.

"தன்ராஜ், இங்க ஒன் கே.வி. போடுப்பான்னா என்ன அரட்டை?"

"நீ இங்க வா! இந்த லைட்டுக்கு ஃபில்டர் போடு."

"சிவா, அங்கேர்ந்து இங்க பவுன்ஸ் பண்ணு, பார்க்கலாம்."

"என்ஜினீயர் சார். இது ஃபீல்டு. நீங்க நாகராவைத் தூக்கிட்டு கிளம்புங்க!"

கிரேனிலிருந்து கேமராமேன் எல்லா உத்தரவுகளையும் ஷியாமைக் கூப்பிட்டுச் சொல்லிக்கொண்டிருக்க, அவன் கழுத்தெல்லாம் வியர்வை வழிய பம்பரமாகச் சுழன்றுகொண்டிருந்தான்.

தட்டில் பிஸ்கெட்ஸ் வைத்து நீட்டிய புரொடக்ஷன் பையனிடம், "லைட்டிங் பண்ணிக்கிட்டிருக்கப்போ குறுக்கே வராதேன்னு சொல்லிருக்கேன்ல? போடா?" என்று பாய்ந்தான்.

கார்ட்ராய் பேண்ட்டும், காட்டன் சட்டையும், நேரமின்மையால் ஷேவ் செய்யாத தாடியுடனும் அலைந்துகொண்டிருந்த ஷியாமின் தோளைத் தொட்டான் சிவா.

"என்ன?"

"மணி ஏழரையாகுது ஷியாம்."

"அதுக்கென்ன?"

"அதுக்கென்னவா? 'ஊருக்குப் போறதுக்கு பத்து மணிக்கு டிக்கெட் வாங்கிருக்கேன்'னு சொன்னியே."

"அட! ஆமாம்" என்று அவசரமாக வாட்சைப் பார்த்துக் கொண்டான்.

"நான் பார்த்துக்கறேன். நீ சார்கிட்ட சொல்லிட்டு கிளம்பு. நீ ரூமுக்குப் போய் பெட்டி எடுத்துக்கிட்டு திருவள்ளுவர் பஸ் ஸ்டாண்டுக்குப் போறதுக்கு சரியா இருக்கும். இங்கயே சாப்டுட்டுப் போய்டு."

கிரேன் கீழே இறங்க, கேமராமேன் இறங்கிக் கொண்டு டைரக்டரிடம், "ஷாட் ரெடி" என்று விட்டுத் திரும்ப, ஷியாம் அவரிடம் பவ்யமாக நின்று, "சார்" என்றான்.

"என்ன?"

"ஊருக்குப் போகணும். ரெண்டு நாள்ல வந்துடுவேன்."

"என்னப்பா திடீர்னு சொல்றே? கடைசி ஷெட்யூல் நடந்துட்டுருக்கு. டே அண்ட் நைட்டா வொர்க் பண்ணிட்டிருக்கோம். உனக்குத் தெரியாததா?"

"இல்லை சார், வந்து..." தயங்கி, "அம்மாவுக்கு உடம்பு சரியில்லைன்னு நேத்து லெட்டர் வந்தது சார்" என்றான்.

"உடனே சென்ட்டிமெண்ட்டலா லாக் பண்ணிடுவீங்களே... எப்ப போறே?"

பத்து மணி பஸ்ல. இப்ப புறப்பட்டா சரியா இருக்கும்."

"சரி, போய்ட்டு வா" என்று நகர்ந்தவர் நின்று, "பணம் வெச்சிருக்கியா? தரட்டுமா?" என்று பாக்கெட்டில் கைவிட்டார்.

"இல்லை சார். இருக்கு, நேத்துதானே பேமெண்ட் வாங்கினேன். நோ ப்ராப்ளம். நான் போய்ட்டு வர்றேன் சார்."

"சரி."

ஷ்யாம் ஓரமாகச் சென்று பைப்பில் முகம் கழுவி கர்சீப்பால் துடைத்துக்கொண்டு புறப்படும் முன்பு மனசு கேட்காமல் சிவாவை தனியாக அழைத்தான்.

"சிவா, உன்கிட்ட ஒண்ணு சொல்றேன். யார்கிட்டயும் தயவு செஞ்சி சொல்லிடாதே."

"என்ன ஷியாம்?"

"எங்கம்மாவுக்கு உடம்பு சரியில்லைன்னு பார்க்கத்தான் ஊருக்குப் போறதா எல்லார்கிட்டயும் சொன்னேன். உன்கிட்டயும் அதே பொய்யைச் சொல்லிட்டுப் போறது கஷ்டமா இருக்கு."

"அது பொய்யா? அப்படின்னா எதுக்கு ஊருக்குப் போறே?"

"நீ கோவிச்சுக்கக்கூடாது சிவா."

"அட! சொல்லுப்பா. சஸ்பென்ஸ் வைக்கிறியே."

"நாளான்னைக்கு எனக்குக் கல்யாணம் சிவா. நாளைக்கு நிச்சயதார்த்தம்."

ஆடிப்போன சிவா, "அடப்பாவி! நல்ல விஷயம்தானே? ஏன் இப்படி யாருக்கும் சொல்லாம, யாரையும் கூப்புடாம... எனக்குப் புரியலை" என்றான்.

"ஊர்ல எங்கப்பா எனக்கு ஒரு வருஷமா பொண்ணு பார்த்தாரு சிவா, எதுவும் சரிவரலை. ஆறு இடம் தட்டிப் போச்சு. ஏன் தெரியுமா?"

"ஜாதகம் பொருந்தலையா?"

"இல்லை, நான் சினிமாக்காரன்றதால பொண்ணு கொடுக்க மாட்டேன்னுட்டாங்க. இதான் நெஜம். எல்லாம் பேசி ஒத்து வர்றப்ப, பையன் சினிமால வேலை பார்க்கறான்னு சொன்னதும் முகத்தை சுளிச்சிட்டாங்க."

"என்னப்பா நியாயம் இது? இண்டஸ்ட்ரில உன்னைப் பத்தி யாராச்சும் ஒரு வார்த்தை தப்பாப் பேச முடியுமா? ஷூட்டிங் முடிஞ்சதும் எந்தப் பொண்ணையும் நிமிர்ந்து பார்க்கமாட்டியே. வருஷம் தவறாம மாலை போட்டுக்கிட்டு ஐயப்பன் கோயிலுக்குப் போறவனாச்சே. நாங்க எல்லாம் தண்ணி அடிக்கிறப்ப நீ ஃபாண்ட்டா குடிச்சிட்டு கம்பெனி வருவியே. உன்னைப் போய் தப்பா நினைக்கலாமா?"

"சரிப்பா, நான் எப்படிப்பட்டவன்னு என்னைப் பத்தி தெரியாதவங்களுக்கு எப்படிப் புரியும்? நான் இருக்கிற இடத்தை வைச்சி பொதுவா ஒரு அபிப்ராயம் பண்ணிடறாங்களே. பார்த்தாரு எங்கப்பா. கடைசில ஒரு இடத்தில் 'நான் மெட்ராஸ்ல ரியல் எஸ்டேட் பிஸ்னெஸ் பண்றேன்'னு பொய் சொல்லி பேசி முடிச்சுட்டு, பாக்கு வெத்தலையும் மாத்திட்டு அப்புறமா என்கிட்ட சொன்னாரு, எனக்கு என்ன பண்றதுன்னு தெரியலை.

'கல்யாணம் முடிஞ்சப்புறம் உண்மையைச் சொல்லி சமாதானப்படுத்திக்கலாம், இல்லைன்னா உனக்கு இந்த ஜென்மத்தில் கல்யாணம் நடக்காது'ன்னு சொல்லிட்டாரு. சம்மதிக்கிறதைத் தவிர வேற வழியில்லை.

குட்டு உடைஞ்சிடக் கூடாதேன்னு திடுக், திடுக்னு இருக்கு. இந்தச் சூழ்நிலைல எல்லாருக்கும் பத்திரிகை கொடுத்து எப்படிப்பா கூப்புடறது? கொஞ்ச நாள் கழிச்சி இங்கவச்சி சிம்ப்ளா ஒரு ரிசப்ஷன் கொடுத்துடலாம்னு இருக்கேன்."

அவன் கையைப் பற்றிக் குலுக்கின சிவா, "ஒரு நாளைக்கு மூணு ஷோவும் சினிமா பார்க்கற கூட்டம் இருக்கு. சினிமாவைப் பாராட்டுவாங்க. சினிமாக்காரங்களுக்கு விழா எடுப்பாங்க. அவங்களைப் பத்தின நியூசை விழுந்து, விழுந்து படிப்பாங்க. சினிமாக்காரனுக்குப் பொண்ணு மட்டும் கொடுக்க மாட்டாங்களா? இந்த மாதிரி ஆளுங்களுக்கு இப்படித்தான் செய்யணும். நீ கலங்காம போய்ட்டு வா. எல்லாம் நல்லபடியா நடக்கும்" என்றான்.

அதிகாலையில் கும்பகோணத்தில் இறங்கிய ஷியாம், ரிக்ஷா பிடித்துக்கொண்டு சிறிய பந்தல் போட்டு வாழை மரங்கள் கட்டின தன் வீட்டிற்குச் சென்றதும், அப்பாவைத் தனியாக அழைத்து,

“எனக்குப் படபடன்னு இருக்கப்பா. ஒரு புனிதமான இல்லற வாழ்க்கையை பொய்யால ஆரம்பிக்கணுமா? ராத்திரி பூரா பஸ்ல தூங்கலைப்பா” என்றான்.

“அவனவன் ஆயிரக்கணக்கான ஜனங்களோட காசை கோடிக்கணக்குல சுருட்டி சர்வசாதாரணமா அநியாயம் பண்றான். நீ ஒரு பொய் சொல்றதுக்கே இவ்வளவு கலங்கறே. உனக்குப் போயி பொண்ணு தரமாட்டேன்னா எப்படி? நீ பேசாம இரு!” அதட்டினார் அப்பா .

“அதுக்கில்லைப்பா...”

”நீ எதுவும் பேசாதே! மாப்பிள்ளையா லட்சணமா முதல்ல ஷேவ் பண்ணிட்டு வா!” என்று விரட்டினார். “ரெண்டு வேன் ஏற்பாடு பண்ணிருக்கேன். தஞ்சாவூர் கல்யாண மண்டபத்துல பனிரெண்டு மணிக்கு பொண்ணு வீட்டுக்காரங்க நம்மளை எதிர்பார்ப்பாங்க. பத்தரைக்குப் புறப்படணும்.”

“ஏம்ப்பா, நம்ம சொந்தக்காரங்க யார் மூலமாவது தெரிஞ்சிட்டா?”

“நான் நிறைய பேருக்கு பத்திரிகை வைக்கலைப்பா, நான் கூப்புட்டவங்க எல்லாருக்கும் இந்த மாதிரின்னு விஷயத்தைச் சொல்லமாட்டேன். யாரும் எதுவும் பேச மாட்டாங்க. நீ கவலைப்படாம சந்தோஷமா இரு.”

ஆனாலும் அவனுக்குக் கவலையாகத்தான் இருந்தது.

தஞ்சாவூரில் திருமண மண்டப வாசலில் நின்று இவனுக்கு மாலை போட்டு நாதஸ்வரம், மேளத்தோடு மண்டபத்திற்குள் அழைத்துச் சென்றார்கள்.

பெண் வீட்டு உறவினர்களில் முக்கியமானவர்களைப் பெண்ணின் அப்பா ஷியாமுக்கு அறிமுகப்படுத்தி வைத்தார்.

அதில் நடு வகிடு எடுத்து தலைசீவியிருந்த ஜிப்பாக்காரர், “உங்களை நான் இதுக்கு முன்னாடி எங்கயோ பார்த்த ஞாபகமா இருக்கு தம்பி” என்றதும் ஷியாமுக்கு திக்கென்றது.

“அப்படியா? எங்க பார்த்தீங்க?” என்றான் இயல்பாக.

“அதான் யோசிச்சுப் பார்க்கறேன். ஞாபகத்துக்கு வரலை. சமீபத்துல எப்பவாச்சும் பொள்ளாச்சி பக்கம் வந்தீங்களா?”

போன மாசத்தில் இருபது நாட்கள் பொள்ளாச்சியில்தான் ஷூட்டிங்.

"பொள்ளாச்சியா? அங்க எனக்கு எந்த வேலையுமில்லையே."

அதற்குள் மணப்பெண் காவேரியின் அண்ணன் குறுக்கிட்டு, "என்ன மச்சான், கண்ணு அலை பாயுது. தங்கச்சியை தேடறிங்களா? மாடி ரூம்ல இருக்கு. சும்மாப் போய் பேசிட்டு வாங்க" என்றான்.

"இல்லை, பரவாயில்லை" என்று நெளிந்த இவன் கையைப் பிடித்து மாடிப்படிவரை அழைத்துச் சென்று, "காலைல தாலி கட்டப்போறீங்க. பொண்ணு பார்க்கவும், நீங்க வராம போட்டோவைப் பார்த்துட்டே சம்மதம் சொன்னீங்க. பார்க்கணும், பேசணும்னு ஆர்வமிருக்காதா என்ன? போய்ப் பேசிட்டு வாங்க மச்சான்" என்றான் அவன்.

ஷியாமுக்கும் அந்த ஆர்வம் இருந்ததால் மெதுவாக படிகள் ஏறி மாடிக்கு வந்தான். 'மணப்பெண் அறை' என்று எழுதியிருந்த அறைக்குள்ளிருந்து ஃபேன் ஓடும் சத்தம் கேட்டது.

மெதுவாக கனைத்துக் கொண்டு உள்ளே வர... ஓரமாக உட்கார்ந்திருந்த காவேரி அவசரமாக எழுந்துகொண்டாள். கைகளைப் பிசைந்துகொண்டு பதட்டமாக நின்ற அவளைப் பார்த்தான்.

புதிதாகப் புடவை கட்டுகிறாள் என்பது தெளிவாகப் புரிந்தது. கண்களுக்கு மை போட்டு விரல்களுக்கு மருதாணி வைத்து, மாநிறம் என்றாலும் களையாகத்தான் இருந்தாள். மேலுதட்டின் மேல் வியர்வைப் புள்ளிகளை வளையல்கள் சலசலக்க ஏற்றிக் கொண்டாள்.

என்ன பேசுவதென்று புரியாமல், "இல்ல, உங்கண்ணன்தான் சும்மா பேசிட்டு வாங்க'ன்னு சொல்லி... என்ன படிச்சிருக்கே காவேரி?" என்றான்.

தரையைப் பார்த்துக்கொண்டு, "ப்ளஸ் டூ" என்றாள் சன்னமாக. அவள் விரல்கள் லேசாக நடுங்குவதைக் கவனித்தான்.

"ஏன் டென்ஷனா இருக்கே? இயல்பா இரு. எந்த ஸ்கூல்ல படிச்சே?"

"ஒரத்தநாடு ஸ்கூல்லயேதான்."

“ஒரத்தநாடு எப்படி இருக்கும்? கிராமமா? இல்லை...”

“டவுனு! தியேட்டர் எல்லாம் இருக்கு.”

“நீ சினிமாவுக்குப் போவியா?”

“அம்மாவோட போவேன்.”

“கடைசியா என்ன படம் பார்த்தே?”

“காதல் தேசம்.”

“அந்தப் படத்தின் அசோசியேட் கேமராமேனாக நான்தான் பணிபுரிந்தேன் தெரியுமா?” என்று சொல்ல மனம் துறுதுறுத்தது. அடக்கிக் கொண்டான்.

“உனக்கு அந்தப் படம் பிடிச்சிதா?”

“என்னை நிமிர்ந்து பார்த்துப் பேசேன்.”

ஒருமுறை நிமிர்ந்துவிட்டு தலைகுனிந்துகொண்டாள். “என்னை எதாச்சும் கேக்கணும்னா கேளு காவேரி.”

மௌனமாக மறுத்து தலையசைத்தாள். மேற்கொண்டு என்ன பேசுவது என்று இவனுக்கும் தோன்றாததால், “சரி, நான் கீழே போறேன். போகட்டுமா?” என்றான்.

“ம்” என்று அவள் தலையாட்டவே திரும்பி நடந்து மாடிப்படிகளில் இறங்கிவிட்டான்.

நாகரீகத்தின் தாக்குதல்கள் எதுவுமில்லாமல் எளிமையான அழகுடன், பதற்றம் சூழ்ந்த வெட்கத்துடனிருந்த காவேரியை அவனுக்குப் பிடித்திருந்தது. கூடவே ‘இந்த அப்பாவிப் பெண்ணை பொய் சொல்லித் திருமணம் செய்து கொள்ளப் போகிறோமே’ என்று உறுத்தலும் இருந்தது.

நிச்சயதார்த்தம் நடந்த போதும், இரவு விருந்து நடந்தபோதும் தூரத்திலிருந்தபடியே அந்தப் பொள்ளாச்சி நடு வகிடு ஆசாமி தன்னையே உற்று உற்றுப் பார்த்தது கலக்கத்தை ஏற்படுத்தியது அவனுக்கு.

இரவு ஒன்பது மணி சுமாருக்கு அந்த ஆசாமி ஷியாமுக்கு ஒதுக்கப்பட்டிருந்த அறைக்கு வேகமாக வந்தார்.

“இதோ பாரு! என்னை நல்லா பாரு! என்னை உனக்கு ஞாபகம் இல்லை? பொள்ளாச்சில என் வீட்ல ஷூட்டிங் நடத்தினாங்களே, அப்போ கேமிரா குரூப்புல நீயும் இல்லை?” என்றார் கோபமாக.

“என்ன சொல்றீங்க... நான்...” பதறினான்.

“நடிக்காதே! அப்போ தாடி வைச்சிருந்தே நீ! இப்ப இல்லை! சினிமால வேலை பார்த்துக்கிட்டு ரியல் எஸ்டேட் பிஸ்னெஸ்னு பொய் சொல்லி எங்க பொண்ணைக் கட்டப் பார்க்கறியா? நடக்காது! வா, என்னோட.... ”

ஆவேசமாக ஷியாமின் கையைப் பிடித்து இழுத்து மண்டபத்தின் ஹாலுக்கு அவனைக் கூட்டி வந்து குரல் கொடுத்து எல்லோரையும் நிமிடத்தில் கூட்டிவிட்டார்.

காவேரியின் அப்பாவிடம், “இதோ பாரு சித்தப்பா, இவன் சினிமாக்காரன். ரியல் எஸ்டேட் பிஸ்னெஸ்ன்னு பொய் சொல்லிருக்காங்க. நம்ம பொண்ணை கல்யாணம் பண்ணி நீ போட்ட நகையெல்லாம் எடுத்துக்கிட்டு பம்பாய்க்கு வித்துடப்போறான். முதல்ல போலீசுக்கு ஃபோன் பண்ணு” என்று கத்தத் துவங்கினார்.

“என்ன மாப்பிள்ளை, இவர் சொல்றது நிஜமா?”

சில விநாடிகள் மௌனமாக இருந்த ஷியாம், “ஆமாம் மாமா. என்னை மன்னிச்சிடுங்க. நான் ரியல் எஸ்டேட் பிஸ்னெஸ் பண்ணலை. சினிமால அசோசியேட் கேமராமேனா இருக்கேன். ஏழு வருஷமா இன்டஸ்ட்ரில இருக்கேன். எந்தக் கெட்ட பேரும் இல்லை” என்றான்.

ஆள் ஆளுக்குப் பிடித்துக்கொண்டு கத்தினார்கள். ஷியாமின் அப்பா தலையைத் தொங்கப் போட்டுக்கொண்டார். இவனைப் பேசவிடாமல் அவர்கள் ஆத்திரமாக, சற்று கேவலமாக பேசத் துவங்க...

“நிறுத்துங்க!” என்று உரத்த குரலில் கத்தினான் ஷியாம், இப்ப என்ன நடந்துபோச்சு? சினிமாக்காரன்னா ஒரு தப்பான கண்ணோட்டம் வெச்சிக்கிட்டு பலபேரு எனக்குப் பொண்ணு கொடுக்கலை. அந்த வெறுப்புல எங்கப்பா உங்ககிட்ட பொய் சொல்லிட்டார். தப்புன்னு எடுத்துச் சொன்ன என் வாயையும் அடைச்சுட்டார்.

சினிமால தப்புக்கான சந்தர்ப்பம் கொஞ்சம் அதிகம். இல்லைன்னு சொல்லலை. அதுக்காக அந்த இன்டஸ்ட்ரில இருக்கிற அத்தனை பேரும் அயோக்யன்னு ஒட்டுமொத்தமா ஏன் முடிவு கட்றீங்க?

வேற எந்தத் துறையுலயுமே தப்பு நடக்கலையா? ஆபீஸ்ல வேலை பார்க்கறவங்கள்ல தப்பா நடந்துக்கறவங்க இல்லையா? ஏழு வருஷமா சினிமால இருக்கேன். என்னைச் சுத்தி எத்தனையோ பேர் தண்ணியடிப்பாங்க. நான் தொட்டதில்லை. சிகரெட் பிடிக்கிறதில்லை. வேற எந்தக் கெட்ட பழக்கமும் இல்லை. என்னை மாதிரி எத்தனையோ பேர் இருக்காங்க. நான் நல்லவன்னு சொல்லத்தான் முடியும். எப்படி நிரூபிக்கிறதுன்னு எனக்குத் தெரியலை.

இப்பவும் ஒண்ணும் நடந்துடலை. பொய் சொன்னதுக்கு மன்னிப்பு கேட்டுக்கறேன். இந்தக் கல்யாணத்தை நிறுத்திடாதீங்க. ரெண்டு பேருக்குமே அது அவமானம். எனக்கு காவேரியைப் பிடிச்சிருக்கு. அவளை நான் சந்தோஷமா வெச்சிக் குடித்தனம் நடத்துவேன்.

எனக்கு மாசம் அஞ்சாயிரத்துக்கு மேல வருமானம் வருது. பேங்க்ல கிட்டத்தட்ட ஒரு லட்சம் சேர்த்து வெச்சிருக்கேன். சினிமாக்காரன்னு தயவு செஞ்சி என்னை ஒதுக்கிடாதீங்க!"

ஷியாம் உருக்கமாகப் பேசியதில் பெண் வீட்டாரில் இரண்டு அணி உருவாகிவிட்டது.

"பொய் சொன்ன குடும்பத்தில பொண்ணைக் கொடுக்கறதில்லை. கல்யாணத்தை நிறுத்திடலாம். இல்லை இதே முகூர்த்தத்தில வேற மாப்பிள்ளையைத் தாலி கட்ட வைக்கலாம்" என்று நடுவகிடு தலைமையில் ஒரு அணி சொல்ல...

"அந்தத் தம்பி சொல்றதும் நியாயமாத்தானே இருக்கு? சினிமால எல்லாரும் தப்பானவங்களா? அதுவும் ஒரு தொழில்தானே? சினிமால வில்லனா நடிச்ச நம்பியார் நிஜத்தில குருசாமி! எத்தனை பேரை கோயிலுக்குக் கூட்டிட்டுப் போறார்! நம்பி பொண்ணைக் கொடுக்கலாம்" என்று மற்றொரு அணி சொல்ல...

நீண்டநேர விவாதத்திற்குப் பிறகு காவேரியின் அண்ணன் புகுந்து, "நான் ஒண்ணு சொல்றேன். நாம ஆளாளுக்குப் பேசறது வேணாம். இவரைக் கட்டிக்கிறதுக்கு காவேரிக்கு இஷ்டமான்னு கேக்கலாம். அதுக்கு இஷ்டம்னா கட்டி வைக்கலாம். இல்லைன்னா வேணாம்"

என்றான்.

'அதாம்ப்பா கரெக்ட்டு' என்று அனைவரும் ஆமோதிக்க, காவேரியை ஹாலுக்கு அழைத்து வந்தார்கள்.

“நீ எப்படிச் சொல்றியோ, அப்படிச் செய்யலாம் காவேரி. கல்யாணம் நின்னுட்டா உன் எதிர்காலம் என்னாகும்னு நீ பயப்பட வேணாம். நம்ம சொந்தத்தி லேயே வேற ஏற்பாடு பண்ணிடலாம். சொல்லு, என்ன சொல்றே?” என்றார் காவேரியின் அப்பா.

ஷியாம் கைகளைக் கட்டிக்கொண்டு அமைதியாக நின்றான்.

ஒருமுறை அவனை நிமிர்ந்து பார்த்துவிட்டு அமைதியாக இருந்தாள்.

“கூச்சப்படாம சொல்லு! யோசிச்சுச் சொல்லு! இது உன் வாழ்க்கைப் பிரச்னை!”

தலையைக் குனிந்தபடியே, “பரவாயில்லை நான் இவரையே கட்டிக்கிறேன்” என்று கூறிவிட்டு விருட்டென்று சென்றுவிட்டாள் காவேரி.

ஷியாமின் முகம் மலர...

காவேரியின் அப்பா அவன் கையைப் பிடித்துக்கொண்டு, “பொண்ணே விருப்பப்பட்டதுக்கப்புறம் வேற யோசனை எதுவும் இல்லை மாப்பிள்ளை. எங்களைப் பொய் சொல்லி ஏமாத்திட்டிங்களேன்ற வேகத்தில எங்க ஜனங்க ஆத்திரமாய் பேசிட்டாங்க. எதையும் மனசுல வெச்சிக்காதிங்க. போய்ப் படுங்க' என்றார்.

கல்யாணத்திற்குப் பிறகு தனிமையில் காவேரியிடம், 'அத்தனை பேர் என் மேல் நம்பிக்கை இல்லாமல் பேசியபோது உனக்கு மட்டும் எப்படி நம்பிக்கை ஏற்பட்டது?' என்று கேட்க வேண்டும் என்று நினைத்தபடியே தனது மணமகன் அறைக்கு நடந்தான் ஷியாம்.

மறுநாள் காலை கல்யாணம் முடிந்ததும் காவேரியும், ஷியாமும் ஜோடியாய் ஆசிர்வாதம் வாங்கி, பரிசுப் பொருள்களை வாங்கிக் களைத்து, காவேரிக்குக் கொஞ்சம் தனிமை கிடைத்த போது தன் தோழி வேணியை அருகில் அழைத்து அவள் காதில் ஏதோ சொல்ல...

"அப்படியா? நீ ஒண்ணும் கவலைப்படாதே! இப்ப வந்துட்டேன்" என்று மண்டபத்தை விட்டுச் சென்ற வேணி அரை மணியில் திரும்பி வந்து காவேரியை ரகசியமாகத் தனியறைக்குள் அழைத்து வந்தாள்.

அவள் கையில் இரண்டு கேப்ஸ்யூல்களைக் கொடுத்து, "முழுங்கிடு. இது ஸ்ட்ராங் டோஸ். கண்டிப்பா க்ளீன் ஆயிடும். கவலையே படாதே!" என்றாள் அந்த நர்ஸ் தோழி.

29
கோரிக்கை

25-1-1979 அன்று இந்தியன் ஏர்லைன்ஸ் விலைக்கு வாங்கிய போயிங் 737 ஒன்று இன்று இப்போது, மீனம்பாக்கத்தில் தன் ஓடுதள எல்லைக்குச் சில மீட்டர்கள் முன்பே டேக் ஆஃப் ஆகி பம்பாயை நோக்கிப் பறக்கத் தொடங்கியது.

திருமதி சுலக்ஷணா தத் தன் கொண்டைப் பின்னை இறுக்கிக் கொண்டு 'வுமன்ஸ் எரா'வில் கட்டுரை படிக்கத் துவங்கினாள்.

திரு வள்ளியப்ப செட்டியார் வெற்றிலைக்கு நடுவில் அருகே ஏகம்மையிடம் குனிந்து சூட்கேஸ் பத்திரமாக இருக்கிறதா என்று விசாரித்துக் கொண்டார்.

அப்துல் முத்தலிப், "இந்த முறையாவது நம்மை ஏமாற்றாமல் அந்த ஏஜண்ட் துபாய்க்கு அனுப்பி வைப்பானா?" என்று சர்புதீனிடம் கேட்டான்.

ஹென்றி யாரையும் தொல்லைப்படுத்தாமல் 'நடக்கும் மனிதனில் மேற்குத் திசை இசை கேட்டுக் கொண்டு சுருக்கமாய் சிகரெட் பிடித்தான்.

கான்ஃபரன்ஸில் யாது பேசலாம் என்று கண்ணை மூடி மனத்தில் வாக்கியம் எழுதினார் சோப்ரா.

ஏழாம் நம்பர் இருக்கையில் ஒரு சின்னக் குறிப்புப் புத்தகத்தில் சரசரவென்று எந்த மொழியிலோ, எதுவோ எழுதிக் கொண்டிருந்தான் சபாநாயகம்.

கதையின் கடைசி வாக்கியம் வரை சபாநாயகம் வருவதால், அவன் மட்டும் கீழ்க்கண்டவாறு வர்ணிக்கப்படுகிறான்.

நிறம் கறுப்பு, விழிகள் கறுப்பு, தலைமுடி கறுப்பு, முகம் அத்தனை லட்சணமாய் இல்லை. ஒரு டெக்கேட் முன்னர் தைத்த பாண்ட் அணிந்திருந்தான். 'ஒலிம்பிக்ஸ்-80' பனியனை இன்னும் கிழிக்காமல் பாதுகாத்து அணிந்திருந்தான். இங்க் பேனாவால் அல்ல; பால் முனை பேனாவால் அல்ல; பென்சிலால் எழுதிக்கொண்டிருந்தான்.

பணிப்பெண் சாக்லேட் கொண்டு வந்து தந்தபோது வேண்டாம் என்றான்.

பழச்சாறு கொண்டு வந்த போது வேண்டாம் என்றான்.

முட்டைக் கண்ணாடி வழியாகக் கொஞ்ச நேரம் பார்த்துவிட்டு மறுபடி எழுதத் தொடங்கினான்.

அவனை மற்றொரு முறை பணிப்பெண் கடந்தபோது அழைத்தான்.

“யெஸ் ஸார்.”

“உங்க பெயர் என்ன?”

“ரீட்டா சௌத்ரி.”

“திருமணம் ஆகிவிட்டதா?”

“இன்னும் இல்லை. ஏன்?”

“நன்றி. சும்மாதான் கேட்டேன்.”

மறுபடி எழுதத் தொடங்கினான். காக் பிட்டின் கதவைப் பார்த்து, பின் எழுதி, பின் பார்த்து, பின் எழுதினான்.

குமாரி ரீட்டா சௌத்ரி மற்றொரு முறை அவனைக் கடந்த போது அவளின் கை இவனின் முழங்கையில் பட்டு, பென்சில் நழுவிக் கீழே விழுந்தது.

“ஸாரி!” என்று எடுத்துத் தந்தாள். முனை உடைந்திருந்தது.

“மேடம், பென்சில் சீவ வேண்டும். எனக்கு ப்ளேடு வேண்டும்!“

“ஒரு நிமிடம்!” என்றாள். சென்றாள். வந்தாள். பேப்பர் பிரிக்காத ஒரு பிளேடைத் தந்தாள்.

“நன்றி. அந்த இன்னொரு ஹோஸ்டஸ் பெயர் என்ன?”

“அனிதா அகர்வால்.”

“அவர்களுக்குத் திருமணம் ஆகிவிட்டதா?”

“ஆகிவிட்டது. உங்களுக்கு வாய்ப்பில்லை ஸார்.”

இந்த இரண்டு கேள்வி இரண்டு பதில் பேசப்படுகிற நேரத்தில் வெகு இயல்பாகப் பேப்பரைப் பிரித்திருந்தான் சபாநாயகம்.

“அப்புறம் மேடம்...” என்று எழுந்தான்.

“டாய்லெட்டா ? அந்தப் பக்கம். ”

“அதில்லை. உங்கள் ரத்தம் என்ன குரூப்?”

ரீட்டா சௌத்ரி அவனின் அடுத்த செயலை எதிர்பார்க்கவேயில்லை.

“விடு விடு! லீவ் மி... ஆ! நோ!... அம்மா!” என்று அலறினாள். திணறினாள்.

பிரயாணிகள் திரும்பினார்கள்.

ரீட்டாவின் ஒரு கையை முற்றிலும் அவளின் முதுகுப் புறமாக முறுக்கி வைத்திருந்தான். அவனது மற்றொரு கை அவளின் சிவந்த கழுத்திலிருந்தது. காக்பிட் கதவுக்கருகாக அவளைத் தள்ளிக் கொண்டு நிறுத்திப் பேசினான்.

“அசையாதே ரீட்டா. நீ அசைந்தால் என் கை அசையும். கை அசைந்தால் இந்தத் தகரச் சாதனம் அசையும். உன் கழுத்துக்கு உள் பக்கத்தில் உணவுக் குழல், மூச்சுக் குழல் எல்லாம் இருக்கின்றன. அன்புப் பிரயாணிகளே, உங்களில் யார் என்னை நோக்கி ஒரு அடி எடுத்து வைத்தாலும், இந்த பிளேடு இங்கே ஒரு இன்ச் இறங்கும். ரத்தம் ஃபௌண்டன் போல் பீச்சியடிப்பதைப் பார்க்க ஆசை இருந்தால் அருகே வாருங்கள்.”

“என் கடவுளே! என்ன செய்யப் போகிறாய் அவளை?” என்றாள் இன்னொரு ஹோஸ்டஸ் தூரத்திலிருந்து.

“என் செயல்களில் யாருடைய குறுக்கீடும் இல்லாத பட்சத்தில்... ஒன்றும் செய்யப் போவதில்லை,” என்ற சபாநாயகம், தன் சட்டைப் பையிலிருந்து நொடியில் கர்சீப் எடுத்து, அதை ரீட்டாவின் மூக்கில் அழுத்த... வினாடிகளில் அவள் தொய்ந்து துவண்டு அவன் மீது சாய்ந்தாள்.

“ஓ! யு இண்டெண்ட் டு ஹைஜாக் திஸ் பிளேன்? ஹைஜாக்

செய்வது சுலபமான காரியம் இல்லை. நீ தனி நபர். நசுக்கி விடுவார்கள். வேண்டாம். நான் சொல்வதைக் கேள்."

"ஷட் அப்! எனக்குத் தெரியும். பைலட் தானாக இண்டர்காமில் உங்கள் இருவரில் ஒருவரை அழைக்கும்வரை... காக்பிட் கதவின் உள் தாழ்ப்பாள் இயல்பாகத் திறக்கிறவரை நான் பொறுமையாகக் காத்திருக்கிறேன். அதுவரை யாரும் அவரவர்கள் இடத்தை விட்டு இப்படி அப்படி அசையக் கூடாது. நான் எது செய்தாலும் எதிர்க்கிற நிலையில் இல்லை, இந்தப் பெண். இப்போது இவளைக் கொல்வது சுலபம். ஆனால் கொல்ல மாட்டேன். தேவை ஏற்பட்டால் கொல்லவும் தயங்க மாட்டேன்."

"சரி. நகரவில்லை. என்ன உன் திட்டம்? என்ன செய்யப் போகிறாய்?"

"விமானம் பம்பாய் போகவில்லை. மறுபடி சென்னை போகிறது."

பிரயாணிகள் கோரஸாக எதிர்ப்புக் குரல் எழுப்பினர். அவரவர் பிரச்னைகளைச் சொல்லிக் கெஞ்சினார்கள். சபாநாயகம் அமைதியாக இருந்தான்.

சில நிமிடங்கள் கழித்து இண்டர்காமில் - அனிதா அகர்வால் அழைக்கப்பட்டாள்.

"நான் போகலாமா?" என்றாள் அனிதா.

"நகராதே!" என்றான். கதவின் தாழ்ப்பாள் விலகியதும் ரீட்டாவை இழுத்துக் கொண்டு வேகமாய் நுழைந்து, நுழைந்தவுடனே கதவைத் தாழ்ப்பாள் போட்டான் சபாநாயகம்.

"ஹே! வாட் ஈஸ் திஸ்?" என்று திகைத்தான் இன்ஜினீயர்.

பைலட்டும், கோ-பைலட்டும் அதிர்ச்சியுடன் திரும்பினார்கள்.

ரீட்டாவின் கழுத்தில் பிளேடுடன் சபாநாயகம். கண்களை மூடிய மயக்க நிலையில் ரீட்டா.

"நீங்கள் உங்கள் இருக்கைக்குப் போங்கள். யாரும் என்னை நெருங்கக் கூடாது. இடத்தை விட்டு எழக் கூடாது. மீறினால் உங்கள் சகா உங்களுக்குத் துண்டு துண்டாகத்தான் கிடைப்பாள்."

ஆனாலும் கோ பைலட் கிரண், மின்னல் வேகத்தில் ஹெட்போனைக் கழற்றி, துள்ளி எழுந்து அவனை நோக்கி வர...

ரீட்டாவின் மீது ரத்தக் கோடு பதிய வைத்து பிளேடைக் காட்டிப் பயமுறுத்தினான்.

"எதற்காகச் சம்பந்தமில்லாமல் அந்தப் பெண்ணைச் சித்திரவதை செய்கிறாய்? என்ன உன் கோரிக்கை? எதற்காக இந்தக் கலாட்டா?" என்றார் பைலட்.

"இதோ பாருங்கள் கேப்டன்! இப்போது உடனடியாக இந்த விமானம் சென்னைக்குத் திரும்ப வேண்டும்."

"என்ன சென்னைக்கா? அங்கிருந்துதானே புறப்பட்டோம்."

"இதோ பாருங்கள். இது நான் இவளின் அழகான உடலில் செய்கிற இரண்டாவது அடையாளம்!" என்று அவள் கழுத்தருகே மெல்லியதாய்க் கீற. குபுக்கென எழுந்து வழிந்தது ரத்தம்.

"ஹாரிபிள்! வேண்டாம்... வேண்டாம். அவளை எதுவும் செய்யாதே. சென்னைக்குத் திருப்புகிறோம், விமானத்தை. ஆனால் உன் திட்டம் என்ன?"

"அது மீனம்பாக்கத்தில் விமானம் இறங்கியதும் சொல்வேன்."

இருபது நிமிடத்தில் விமானம் சென்னையை நெருங்க, காப்டன் பயணிகளிடம் பேசி நிலையைச் சொன்னார்.

சபாநாயகம் தன் நிலையிலிருந்து மாறவே இல்லை. எந்த வினாடியும் தயாராய் அவள் கழுத்தில் பிளேட் பட்டுக்கொண்டே இருந்தது.

"கேப்டன், கண்ட்ரோல் டவருடன் தொடர்பு கொள்ளப் போகிறீர்களா?"

"ஆமாம்."

"நிலையை விளக்கமாக எடுத்துச் சொல்லுங்கள். கடைசியாய் என் சார்பில் ஒரு செய்தி சொல்லுங்கள். நமது முதல் மந்திரியை உடனடியாக விமான நிலையத்திற்கு வரச் சொல்லுங்கள்."

"வாட் ஆர் யு ஜோக்கிங்?"

"சீரியஸ்... சீரியஸ்... விளையாட்டில்லை. முதல்வர் விமான நிலையத்துக்கு வந்தாக வேண்டும். அவருடன் நான் பேச வேண்டியிருக்கிறது. ஓர் உயிர் என்பது பெரிய விஷயமில்லையா?"

காப்டன் கண்ட்ரோல் டவருடன் பேசினார். நிலையைச்

சொன்னார். அவனின் செய்தியையும் சொன்னார்.

"மிஸ்டர், விமான நிலையத் தலைமை அதிகாரி உன்னுடன் பேச விரும்புகிறார்."

"நான் விரும்பவில்லை." மறுபடி கேப்டன் மைக்கில் பேசினார்.

"அவன் திட்டம் என்ன என்பதே புரியவில்லை. ஆனால் தீவிரமானவன். நமது ஹோஸ்டஸ் மேல் சின்னச் சின்னக் காயங்கள் ஏற்படுத்தி விட்டான். நிச்சயமாய்க் கொலையைச் செய்யத் தயங்காதவன். அவன் வார்த்தைப்படி நாங்கள் செயல் படுவதைத் தவிர வேறு வழி தெரியவில்லை. முதல்வர் வர வேண்டும் என்பதில் உறுதியாக இருக்கிறான்."

விமானத்தை இறக்கும் பணிகளில் ஈடுபட்டனர்.

விமானம் பத்து நிமிடங்களில் ரன்வேயைத் தொட்டது. ஓடியது, ஊர்ந்தது, நின்றது.

"உங்கள் கோரிக்கை எதுவாய் இருந்தாலும் விசேஷ அதிகாரம் வாங்கி இவர்களே நிறைவேற்றி வைக்கத் தயாராய் இருக்கிறார்கள். கோரிக்கை என்ன? பணமா? எவ்வளவு? யாரிடம் தரப்பட வேண்டும்? ஒரு அவுட்லைனாவது தெரிந்தால்தானே நடவடிக்கை எடுக்க முடியும்?"

"முதல்வரிடம்தான் சொல்வேன். சரியாய் முப்பது நிமிடம் டைம் தருகிறேன். முப்பத்து ஒன்றாவது நிமிடம் காய்கறி மாதிரி இவளை பீஸ் பீஸாக்கி விடுவேன். இதோ பாருங்கள், மூன்றாவது காயம்!" என்று அவள் தாடையில் வெட்டினான். சொட் சொட் எனச் சொட்டியது.

"தயவு செய்து வேண்டாம். சும்மாய் இரு. ஹலோ... ஹி ஈஸ் அடமண்ட். முப்பது நிமிடங்கள் - நேரம் கொடுத்திருக்கிறான். அவளைச் சுலபமாய், தயக்கமே இல்லாமல் மேன்மேலும் வெட்டிக் கொண்டே இருக்கிறான். முதலுதவி செய்ய வேண்டிய நிலையில் அவள் இருக்கிறாள். டூ சம் திங்," என்றார் பைலட் மைக்கில்.

ஐந்து நிமிடம் கழித்து...

"தமிழ்நாடு கமிஷனர் ஆஃப் போலீஸ் பேசுகிறார். உங்களைப் பேசச் சொல்கிறார்."

"மாட்டேன். இன்னும் இருபத்தைந்து நிமிடங்கள் இருக்கின்றன, நான் இவளைக் கொல்வதற்கு என்று சொல்லுங்கள்."

"முதல்வர் ஊரில் இல்லை."

"அவரின் என்கேஜ்மெண்ட் எனக்குத் தெரியும். நுங்கம்பாக்கத்தில் ஒரு மாநாடு துவக்க விழாவில் இருக்கிறார். என்னிடம் பேசப் பேச நிமிடங்கள் கரைகின்றன, காப்டன்."

இருபத்து ஒரு நிமிடங்களுக்குப் பின்...

"முதல்வர் வந்து விட்டார். பேசுகிறார். மிஸ்டர், பேசுங்கள்."

எதிரே தூரத்தில் விமான நிலைய மாடியில் கும்பலாய்க் கூட்டம் தெரிந்தது.

"நான் முதல்வர் பேசுகிறேன். நான் பேசுவது கேட்கிறதா? ஹலோ!"

"கேட்கிறது. நிலைய மாடியில் அந்தக் கண்ணாடி அறையிலிருந்து இந்த விமானத்தை, எங்களைப் பார்க்க முடிகிறதா, முதல்வர் அவர்களே?"

"முடிகிறது. பைனாகுலர் வழியாகப் பார்க்கிறேன். முதலில் அவளை விட்டு விடு. உன் குறை என்ன? உன் பிரச்னையை நான் தீர்த்து வைக்கிறேன்."

"என் பெயர் சபாநாயகம். நான் போடுகிற இரண்டு கோரிக்கைகளுக்கு நீங்கள் சம்மதித்தால் நான் இவளை விட்டு விடுகிறேன். இல்லையென்றால் கொல்வதைத் தவிர வேறு வழியில்லை."

"தேவையில்லை. என்ன உன் கோரிக்கைகள்?"

"முதல் கோரிக்கை. இவளை நான் விடுவித்த பின் போலீஸ் என்னைக் கைது செய்யக் கூடாது. வழக்குத் தொடரக் கூடாது. கடத்திய, மிரட்டின இந்தக் குற்றங்களை எல்லாம் மன்னிக்க வேண்டும்."

"விசித்திரமான கோரிக்கை. இரண்டாவது கோரிக்கை என்ன?"

"முதல் கோரிக்கைக்குச் சம்மதமா? அதைச் சொல்லுங்கள்."

சற்று அமைதிக்குப் பிறகு...

"சரி, உன் மேல் நடவடிக்கை எடுக்கவில்லை. அடுத்த கோரிக்கை என்ன?"

"நான் ஒரு பி.ஏ. பட்டதாரி. ஆறு வருடமாக வேலை இல்லை. என் தகுதிக்கேற்ற சம்பளத்துடன் ஒரு வேலை வேண்டும்."

30
குகை

என் குறிப்பு - இந்தக் கதையைத் தன்னிலையில் எழுதுவதில் ஒரு சௌகரியம் இருக்கிறது, படித்து முடித்தபின் அந்த சௌகரியம் புரியும்.

'திருப்பட்டி 7 கி.மீ. என்று அறிவித்துவிட்டு சாலையோர கல் ஓடியதும், நான் படித்துக்கொண்டிருந்த புத்தகத்தை மூடினேன். பஸ்சின் ஜன்னல் வழியே சுவாரசியமாகப் பார்க்கத் துவங்கினேன்.

திட்டு திட்டாகப் பாறைகள் சூரிய வெளிச்சம் வாங்கி ஜுரமாக அனல்வீசின. சாலையோரச் செடிகள் தண்ணீர் கோரிக்கையுடன் முகம் வாடியிருந்தன. கடந்து சென்ற, கருங்கல் க்ரஷர் தூவின கறுப்பு தூசி மரங்களில் படிந்திருந்தன. மேகங்கள் கும்பலாக யாத்திரையில். 'இதை எல்லாம் ரசிக்காமல் என் பக்கத்து சீட்காரன் நித்திரையில்.

திருப்பட்டிக்கு நான் முதல் முறையாக வருகிறேன். அங்கே எனக்குத் தெரிந்த ஒரே முகம் நடேசன். அவனுடைய போதாத காலம் ரூரல் டிரைனிங் என்று அவனுடைய பாங்க் தனது திருப்பட்டி கிளைக்கு அனுப்பிவைத்து ஒரு வருடமாயிற்று. திருப்பட்டி கிளையில் இவனும் இன்னொரு கிளார்க்கும் மட்டும்தானாம். பாதி நேரம் பகோடா சாப்பிட்டு சினிமா பத்திரிகை படிப்பார்களாம். எப்போதாவது ஒரு ஆசாமி தோளில் ஆட்டைத் தூக்கிப் போட்டுக் கொண்டு வந்து நேரம் என்ன என்று வாட்ச் கட்டின இவர்களை விசாரித்து விட்டுப் போவானாம்.

பட்டுக்கோட்டை பிரபாகர் தேர்ந்தெடுத்த சிறுகதைகள்

'நகர வாழ்க்கையில் இருந்து விலகி ஒரு மாற்றத்துக்காக நாலு தினங்கள் என்னோடு வந்து தங்கேன்' என்று எல்லா கடிதங்களிலும் கடைசி வரியாக நடேசன் எழுதியிருந்தான் என்றாலும்...

நான் புறப்பட்டது அந்த மாற்றத்தைத் தேடி அல்ல. திருப்பட்டியில் உள்ள ஒரு குகையைப் பற்றி அவன் எழுதியிருந்த விஷயம்தான் என்னை ஈர்த்தது.

அதற்கு முன்... என்னைப்பற்றி கைகுலுக்கி நீங்கள் அறிந்து கொள்ள வேண்டியவை - பெயர் - சுந்தர், இருபத்தி ஒன்பதே கால் வயது, சென்னையில் ஒரு உயர்நிலைப் பள்ளியில் பி. டி. மாஸ்டர். தமிழில் விளையாட்டு வாத்தியார். மிகப் பிடித்தவை - சாகஸங்கள், உதாரணமாக... பள்ளிக்கூட கிணற்றில் தவறி விழுந்த எருமை மாட்டைத் தனிநபராகப் போராடி காப்பாற்றியது. பொழுதுபோக்கு - மலையேறுதல். நேரமும், சூழ்நிலையும் அனுமதித்தால் எவரெஸ்ட்டின் உச்சிமுடியை உலுக்கிப் பார்த்து விட்டு வரும் லட்சியத்தை உள்ளே ஒரு ஓரத்தில் வைத்திருக்கிறேன்.

குகையைப் பற்றி ஆரம்பித்தேனில்லையா?

திருப்பட்டியில் ஒரு மலை இருக்கிறதாம். சறுக்கு மலை என்று வழங்கு பெயராம். அந்த மலையில் ஒரு குகை. அதற்கு ஆள் விழுங்கி குகை என்றும் பெயராம்.

ரொம்ப நாளாக அந்தக் குகை இருப்பதே மக்களுக்குத் தெரியவில்லையாம். மேய்ச்சலுக்குப் போன ஒரு ஆடு குகைக்குள் சென்று காணாமல் போனதும், அதன் மேய்ப்பன் இரண்டு பேரைத் துணைக்கழைத்துக் கொண்டு ஸ்தலத்திற்கு விரைந்தானாம். டார்ச் லைட், அரிக்கேன் விளக்கு எல்லாம் எடுத்துக்கொண்டு மூன்று பேரும் படிப்படியாய் இறங்கிச் சென்ற குகைக்குள் சென்றார் களாம், உடனே குகை அவர்களை ஜீரணம் செய்து விட்டதாம்.

போலீசுக்குத் தகவல் சொல்ல, தீயணைப்புப் படையில் இருந்து இரண்டு திடகாத்திரமான ஆசாமிகள் கத்தி, கபடா, அவுர் மக்கான் எல்லாம் எடுத்துக்கெண்டு உள்ளே போக... ஸ்வாஹா! நூறு பேர் சுற்றி நின்று பார்த்துக் கொண்டிருக்கும்போது அவர்கள் மாயமாய் மறைந்து விட்டார்களாம்.

ஊரில் பெரிய மனுஷன் என்கிற நரைத்த தலையொன்றை உடனே மற்ற நரைத்த தலைகளைக் கூப்பிட்டு ஆலோசித்து, "ஊர்ல

தெய்வகுத்தம் ஏதோ நடந்திருக்கு அதனாலதான் குகை ஆளை விழுங்குது - மூணு வருஷம் தொடர்ந்து அம்மனுக்குத் திருவிழா எடுத்தா சரியாப் போய்விடும்" என்று தீர்ப்பெழுதியதாம்.

டைனமைட் வைத்து உடைத்துப் பார்க்க விரும்பிய போலீசை ஊர் பஞ்சாயத்தின் உத்தரவு வழி மறித்ததாம்.

மக்கள் சேர்ந்து ஒரு முரட்டு பாறாங்கல்லை உருட்டி வந்து குகை வாசலில் நிறுத்தி 'குகைக்குள் யாரும் செல்ல வேண்டாம். எச்சரிக்கை!' என்று போர்டு எழுதி வைத்து விட்டார்களாம்.

இந்தச் சமாச்சாரங்கள் பூராவும் பாங்க் செலான் காகிதத்தின் பின்புற வெள்ளைப் பகுதியில் பல கடிதங்களில் நடேசன் எழுதியவை.

பள்ளி விடுமுறை துவங்கியதுமே என்னைப் புறப்பட வைத்தது அந்தக் குகையின் சுவாரசியமே.

"திருப்பட்டிக்கு யாரோ டிக்கெட் வாங்கினாங்களே."

கண்டக்டரின் குரலில் கலைந்து நான் எழுந்து கொண்டேன் அவசரமாக. ஒரு சின்னப் பெட்டி, ஒரு பெரிய பெட்டியுடன் என்னை உதிர்த்து மூஞ்சியில் செம்மண் வீசிவிட்டு பஸ் புறப்பட்டது. சின்னப் பெட்டியில் - உடைகள். பெரிய பெட்டியில் - பலவகையான உபகரணங்கள், அவைகளில் ஒன்று, ஆக்ஸிஜன் நிரம்பிய சிலிண்டரும், அதனுடன் இணைந்த மாஸ்க்கும்.

எனக்காச்சு. அந்தக் குகைக்காச்சு!

நான் போனபோது நடேசன் கைலி கட்டின தொடையை ஆட்டிக் கொண்டே. ஏழும், மூணும் எத்தனை என்று கால்குலேட்டரில் கணக்குப் போட்டுக் கொண்டிருந்தான். அந்த மற்றொரு கிளார்க் வெள்ளரிப் பிஞ்சு கடித்துக் கொண்டு கிரிக்கெட் கேட்டுக் கொண்டிருந்தான்.

"ஏனப்பா இது என்ன பேங்கா? இல்லை வீடா?"

"வாடா, வாடா, உக்காரு" என்ற நடேசன், ரோமாபுரியில் இருக்கும் போது ரோமானியனாக இரு என்ற ஆங்கிலப் பழமொழி சொன்னான்.

"நடேசா, முதல்ல நான் அந்தக் குகையைப் பார்க்கணும்."

"என்ன அவ்வளவு அவசரம்?"

"உன்மையைச் சொல்லணும்னா அந்தக் குகையைப் பத்தி நீ எழுதலைன்னா நான் இங்கே வந்திருக்கவே மாட்டேன். எனக்கு உடனே அதைப் பார்க்கணும்."

"சரி, வா. சக்திவேல், தூங்கிடாதீங்க. வந்துடறோம்" என்று புறப்பட்டான் நடேசன், "இதென்ன இவ்வளவு பெரிய பெட்டி?" -

"சொல்றேன்."

டாக்குமெண்டரி படங்களில் ஷெனாய் பின்னணியில் வறட்சியைப் பற்றிக் காட்டும் காட்சிகள் வழியில் தெரிந்தன. ஒவ்வொரு வீடும் சுதந்திரமாக காற்று வாங்கியது. ஆலமரத்தில் பக்கத்து ஊர் டாக்கீசில் பெரிய இடத்துப் பெண் என்று தட்டி தொங்கியது - ஒண்ணிலிருந்து பத்து எண்ணுவதற்குள் ஒரு மளிகைக் கடை, ஒரு பெட்டிக் கடை, ஒரு டீக்கடை, ஒரு சலூன் கொண்ட பஜார் கடந்து போய் விட்டது. மர நிழலில் ஒரு தைல வியாபாரி கால் ஆணி எடுத்துக் கொண்டிருக்க, அந்த ஆசாமி பிரசவம்போல அலறினான். அம்மன் கோவில் சாத்தியிருந்தது. வாசலில் அரச மரம். அதன் ஒரு கிளை பாக்கிவிடாமல் மஞ்சள் துணியில் சுற்றின சின்னச் சின்ன மூட்டைகள் கட்டிவிடப் பட்டிருந்தன. (அநேகமாக பிள்ளை வரம்)

சறுக்குப் பாறை மனித நடமாட்டமில்லாததால் புதர் மண்டின வெடிப்புகளுடன், வாகான இடங்களில் சுண்ணாம்பில் எழுதின தீப்பெட்டி விளம்பரத்துடன் இருந்தது. குறிப்பிட்ட குகை வாசலுக்கு மேலேறி வருவதற்குள் நடேசனுக்கு மூச்சு முழுக்க வெளிவந்து விட்டது.

"இதுதான் பார்த்துக்கப்பா" என்றான்.

தன் இடுப்புயரத்திற்கு அந்தப் பாறாங்கல் குகை வாசலுக்கு முன்னால் முழுக்க மூடாமல் இடைவெளி விட்டு நின்றது, அருகே தகர போர்டு பாறாங்கல்லுடன் கட்டி வைக்கப்பட்டிருந்தது. அதில், 'இது ஆள் விழுங்கிக் குகை. உள்ளே யாரும் செல்லக் கூடாது. எச்சரிக்கை!' என்று சிவப்பு மையில் எழுதியிருந்தது.

"இந்த விஞ்ஞான யுகத்திலயும் மூட நம்பிக்கையைப் பார் நடேசா" என்றேன்.

"அப்படிச் சொல்லாதே சுந்தர். நானும் முதல்ல சிரிச்சேன். ஆனா நான் உனக்கு லெட்டர்ல எழுதின அத்தனை தகவல்களும் உண்மை. முதல்ல மூணு பேர் காணாமல் மீட்டரில் தொலைந்து போனது.

"வேணாம்டா இந்த விஷப் பரிட்சை" என்றான் நடேசன் கவலையாக.

"பயப்படாதே. ஏதோ ஒரு விஞ்ஞானபூர்வமான காரணம் உள்ளே ஒளிஞ்சிருக்கு, அதைக் கண்டுபிடிக்காமல் பின் வாங்கக் கூடாது. சரியா பதினெட்டாவது மீட்டர்ல கல் மறையுது. அதனால்" என்று என் இடுப்பில் கயிற்றைக் கட்டிக் கொண்டேன். "நீ எண்ணிக் கிட்டே வா. பதினேழாவது மீட்டர் அடையாளம் குகைக்குள்ளே நுழைஞ்சதும் கயித்தைப் பிடிச்சி இழு. அது எனக்கு சிக்னல். அந்த இடத்திலேர்ந்தே அலசிப் பார்த்துட்டுத் திரும்பிடறேன். என்ன?"

அரைகுறை மனதோடு சம்மதித்தான். சுற்றி நின்ற மக்களைப் பார்த்துக் கையசைத்துவிட்டு குகைக்கு உள்ளே செங்குத்தாக இறங்கின சின்னப் படிகளில் நிதானமாக இறங்க ஆரம்பித்தேன்.

சிறிது நேரத்தில் வெளி உலக வெளிச்சமோ, சத்தமோ இல்லாமல் போய், என் நெற்றியில் அணிந்த டார்ச் வெளிச்சத்தில் நிலக்கரிச் சுரங்கத்தில் நடப்பவன் போல மெதுவாக இறங்கினேன். என் முதுகில் அந்த இணைப்புக் கயிறு தொடர்ந்து வந்தது. என் கணக்கில் நான்கு படிகள் ஒரு மீட்டர். அதன்படி 60 படிகள் இறங்கினதும் பதினைந்து மீட்டர் கடந்து வந்து விட்டதை உணர்ந்தேன். அதன் பிறகு இன்னும் மெதுவாக இறங்கினேன். கறுப்பு! கறுப்பு! கறுப்பு!

மேலும் எட்டுப் படிகள் இறங்கியதும் 17-வது மீட்டர். இங்கும் கறுப்பு! கறுப்பு! கறுப்பு! முதுகில் கயிறு இழுக்கப்பட்டு சிக்னல் கிடைத்த போது, நான் கால் வழுக்கி அடுத்த நான்கு படிகளில் சறுக்...

31
முதலாம் காதல் யுத்தம்

"**ம**னோ, நாம பிரிஞ்சிடலாமா?" என்றாள் தீப்தி.

எதிர்பாராத விபத்து போலவோ... எதிர்பாராத மழையைப் போலவோ திடீரென்று அவள் இதைக் கேட்டுவிடவில்லை என்பது எனக்குத் தெரியும்.

எதிர்பார்த்த கேள்விதான் இது. சில நாட்களாகவே அவள் மனதில் அசை போட்டு ஒத்திகை பார்த்த கேள்விதான் இது.

'காபி சாப்பிடலாமா?' என்கிற கேள்விக்கு 'சரி' என்றோ, 'வேண்டாம்' என்றோ கேள்வி தன் கேள்விக்குறியை அணிவதற்கு முன்பே பதிலைச் சொல்லிவிட முடியும். இந்தக் கேள்விக்கு எப்படி உடனே பதில் சொல்வது? - எதிர்பார்த்த கேள்வி என்றாலும்... எப்போது கேட்டாலும் இதைத்தான் சொல்ல வேண்டும் என்கிற தயாரிக்கப்பட்ட பதில் எதுவும் என்னிடம் இல்லை.

'சரி', 'வேண்டாம்' என்கிற இரண்டு பதில்கள் தவிரவும் மூன்றாவதாக ஒரு பதில் என்னிடம் இருக்கிறது. ஓர் எதிர்க் கேள்விதான் அந்த பதில்.

'ஏன்?'-இதுதான் அந்தக் கேள்வி. கேட்டேன், "ஏன் தீப்தி?"

இந்த ஒரு வார்த்தை கேள்விக்கு அவளால் ஒரு வார்த்தையால் பதில் சொல்ல முடியாமல் மௌனம் அணிந்தாள். எங்கள் பார்வைகளின் உரசலைத் தவிர்த்தாள்.

அந்த மொட்டை மாடி உணவகத்தில் அவள் கழுத்தை 90 டிகிரி இடது புறம் திருப்பினால் தவழ்ந்து வரும் கடல் அலைகளைப் பார்க்கலாம். திருப்பினாள். பார்த்தாள். நான் அதே 90 டிகிரி இடது புறம்!

இருவரும் எத்தனை நேரம் பார்த்துக் கொண்டிருந்தோம் என்று நினைவில்லை.

“நீ இன்னும் என் கேள்விக்குப் பதில் சொல்லலை” என்றாள் திரும்பாமல்.

“நீயும்தான்” என்றேன்.

“காரணம் உனக்குத் தெரியாதா?”

“உண்மையான காரணம் தெரியாது”

“எது பொய்? வந்தனா பொய்யா? அப்படி ஒருத்தி இல்லவே இல்லைன்னு சொல்லப் போறியா? அசோகமித்திரனோட கதாபாத்திரம்னு நம்பிக்கணுமா நான்?”

“இது குதர்க்கம் தீப்தி. அராஜகமா பேசறே!”

“நீங்க நடந்துக்கிட்டது அராஜகம் இல்ல, நான் பேசறதுதான் அராஜகமா?”

“நேசிக்கிறது அராஜகம்னா... நீயும், நானும் நேசிக்கிறதும் அராஜகமா? என்ன பேத்தல் இது?”

“மறைச்சதை நியாயப்படுத்துவியா மனோ?”

“யெஸ்!”

“எப்படி?”

“ரெண்டாவது தடவை காதலிக்கறதை எந்தச் சட்டமும் மறுக்கலை தீப்தி.”

“சுத்தறே! என் முகம் பார்த்து நேரா சொல்லு! எப்படி மறைக்கலாம்?”

“நீதான் முகத்தைத் திருப்பிக்கிறே! தீப்தி... விமன் ஆர் டூ பொஸஸிவ்! டே ஒன்லயே உங்கிட்ட சொல்லிருந்தா என்னோட பழகியிருப்பியா? மனசைத் தொட்டுச் சொல்லு!”

“நாம பழக ஆரம்பிச்சி இயர்ஸ் டூ ஆயிடுச்சி மனோ!”

"ஸோ வாட்?"

"இப்பக்கூட நீயா சொல்லலை"

"ஆமாம். சொல்லலை."

"நானா தெரிஞ்சிக்கிட்டு கேட்டேன்."

"இல்லைன்னு மறுக்கலையே."

"கல்யாணமாகியிருந்தாலும் மறைச்சிருப்பியா?"

"ஷ்யூர்! சாகறவரைக்கும் நானா சொல்லியிருக்க மாட்டேன்."

"யார் சாகறவரைக்கும்?"

"அப்படியும் வெச்சிக்கலாம்"

"இதாண்டா ஆம்பளைத் திமிரு!"

"லூசு மாதிரி பேசறே தீப்தி."

"உன்னை லவ் பண்ணேன் பாரு. நான் லூசுதான்."

"அழப்போறியா? கர்ச்சீப் வேணுமா?"

"நான் ஏன் அழணும்?"

"குரல் விம்மின மாதிரி இருந்திச்சி."

"நான் அழறதைப் பார்க்கணுமா உனக்கு?"

"உங்க பாட்டி செத்தப்போ நீ அழுது நான் பார்த்திருக்கேன். அழறப்பக்கூட நீ அழகா இருக்கேன்னு என்னால பிட்டு போட முடியாது! அழறப்ப எல்லாருமே அசிங்கமாதான் இருப்பாங்க! அது ஐஸ்வர்யா ராயா இருந்தாலும்!"

"வாட் ஈஸ் யுவர் பாய்ண்ட் மேன்?"

"எதுல?"

"எப்படி மறைக்கலாம்? நான் கன்வின்ஸ் ஆகலை."

"மறைக்கறது வேற! சொல்லாம இருக்கறது வேற! ட்ராப் லைட்டுக்குக் கீழ மேப் வரைஞ்சி பெருசா பிளான் எல்லாம் போடலை! வேணாம்னு தோணிச்சி. சொல்லலை."

"நோ! இப்பவும் நான் கன்வின்ஸ் ஆகலை."

"ஐ ம் நாட் கன்வின்சிங்! ஐ ம் ஜஸ்ட் ஆன்சரிங்!"

"நான் கன்வின்ஸ் ஆகணும்னு உனக்கு அவசியமில்லையா?"

"கன்வின்ஸ் ஆகத் தயாரா இருந்தா 'பிரிஞ்சிடலாமா?'ன்னு அணுகுண்டு கேள்வி வராது தீப்தி."

"உன் முதல் காதல் செய்தி எனக்கு அணுகுண்டு இல்லையா?"

"ஓ! நீ பழிவாங்கறியா?"

"எனக்கு வலிக்கவே வலிக்காதா?"

"எனக்கும் வலிக்கணும். அதானே?"

"ஆனா வலிச்ச மாதிரி தெரியலையே! உனக்கென்ன... வந்தனா இல்லைன்னா ஒரு தீப்தி! தீப்தி இல்லைன்னா ஒரு ப்ரீத்தின்னு போய்டுவே!"

"என்னை என்னதான் புரிஞ்சிட்டிருக்கே நீ?"

"சுயநலத்துக்காகப் பொய் சொல்றவன்னு புரிஞ்சிக்கிட்டதுதான் லேட்டஸ்ட்."

"அப்பறம்?"

"நீ என்ன பண்ணாலும், பண்ணியிருந்தாலும் நான் கேள்வியே கேக்காம அக்ஸப்ட் பண்ணிக்கணும்னு நினைக்கிற ஆணாதிக்கம் பிடிச்சவன்!"

"அதான் கேள்வி கேள்வியா கேட்டுக்கிட்டிருக்கியே!"

"ஆனா அக்ஸப்ட் பண்ணிக்க மாட்டேன்!"

"வெல். உனக்கு ரைட்சும் இருக்கு. சாய்சும் இருக்கு. லைஃப் ஈஸ் யுவர்ஸ்."

"நான் என்ன முடிவு பண்ணாலும் உன்னால சந்தோஷமா ஏத்துக்க முடியும்?"

"வருத்தமோ, சந்தோஷமோ... அது என் பிரச்சனை! உனக்கென்ன கவலை?"

"ஸாரி சொல்ற நாகரிகம்கூட இல்லையா மனோ உங்கிட்ட?"

"எதுக்கு ஸாரி?"

“மறைச்சதுக்கு!”

“சுத்தி சுத்தி அங்கயே வந்து நிக்கிறே. என்வரைக்கும் நியாயமா பட்ட ஒரு விஷயம் அது! எதுக்கு ஸாரி கேக்கணும்?”

“இவகிட்ட நான் ஏன் ஸாரி கேக்கணும்னு உனக்கு ஒரு சூப்பர் ஈகோ!”

“இவனை ஸாரி கேக்க வைக்கணும்னு உனக்கு ஒரு சூப்பர் ஈகோன்னும் நான் நினைக்கலாமா?”

“வாதம் பண்றே!”

“இல்ல... எதிர்வாதம்!“

“அதுவும் இல்ல... பிடிவாதம்!“

“மே பி! காந்தியோட பிடிவாதம்தான் நம்ம நாட்டுக்கு...”

“ஸ்டாப் இட் ஐ ஸே! காந்தியோட கம்பேர் பண்ற அளவுக்கு நீ உத்தமன் இல்ல.”

“உன் டிக்ஷ்னரில உத்தமனுக்கு விளக்கம் என்ன?”

“அட்லீஸ்ட் பொய் சொல்லாம இருக்கறது!”

“நான் பொய் சொல்லலையே!”

“உண்மையைச் சொல்லாம மறைக்கிறதும் பொய்தான்” “வள்ளுவர் படிச்சிருக்கியா? நன்மை பயக்கும்னா...”

“உன் புலமையை புரூப் பண்ண அவசியமில்லை. கடகடன்னு சொல்லு. எங்க, எப்படி பாத்தீங்க? ஏன் அவளை லவ் பண்ணே? எத்தனை நாள் இல்லை எத்தனை வருஷம்? ஏன் பிரிஞ்சிங்க?”

“அவசியம் சொல்லணுமா தீப்தி?”

“அப்பதான் நான் முடிவுக்கு வர முடியும்.”

“என்னன்னு?”

“நம்ம காதல் தொடரணுமா வேணாமான்னு!”

“நம்ம காதலைக் காப்பாத்தச் சொல்லி நான் என்ன கருணை மனு போட்டேனா?”

"அடங்குடா! சொல்லு... ம்... சீக்கிரம்!"

"வேணாம் தீப்தி. வலிக்கும்."

"பரவால்ல... தாங்கிக்கறேன்"

"எனக்கு வலிக்கும்னு சொன்னேன்."

"பார்த்தியா? அப்ப அவளை உன்னால மறக்க முடியலை இல்ல?"

"அஃப் கோர்ஸ்! நம்ம வாழ்க்கைல நடந்த எந்த ஒண்ணையும் நினைக்காம இருக்கலாம். மறக்க முடியாது! இப்ப நீயே 'குட் பை' சொல்லிட்டுப் போயிட்டேன்னு வெச்சிக்க.. உன்னை என்னால எப்படி மறக்க முடியும்? ஆத்திரமா ஆயிரம் திட்டிட்டுப் போனாலும் உன்னாலயும் மறக்க முடியாது. தீப்தி! இந்த நிமிஷம் நீ என்னை வெறுத்தாலும்.. போன நிமிஷம் வரைக்கும் விரும்பினது நிஜம்! அந்த நிஜம் உன்னை மறக்கவிடாது!"

"அத்தனை அக்மார்க் சூப்பரான காதல்னு சொல்றே?"

"காதல்ல சுமாரான காதல், சூப்பரான காதல்னு தரம் பிரிக்க முடியுமா என்ன? வந்தனாவோட எனக்கிருந்த காதலும் உண்மையானதுதான்! இப்போ உன்னோட எனக்கிருக்கிற காதலும் உண்மையானதுதான். அவளைப் பிரிஞ்சப்பவும் ரகசியமா அழுதேன். உன்னைப் பிரிஞ்சாலும் ரகசியமா அழுவேன். உன் பிரச்சனை அது இல்லை. உனக்குத் தெரிய வேண்டியது வேற!"

"வாட் டு யூ மீன்?"

"உன் மனசுல இருக்கற நிஜமான கேள்விக்கு இப்ப பதில் சொல்றேன். தீப்தி... வந்தனாவோட நான் கைகோர்த்து நடந்திருக்கேன். கட்டிப் பிடிச்சிருக்கேன். ஒவ்வொரு சந்திப்புலயும் முத்தம் கொடுத்திருக்கேன். இதெல்லாம் நமக்குள்ளேயும் இப்ப நடந்துக்கிட்டிருக்கு. அதுக்கு மேல நாங்க போகலை... இப்ப நாம போகாத மாதிரியே!"

"அதாவது... வேற தப்பு தண்டா எதுவும் நடக்கலைன்றே!"

"ஜீன்ஸ் பேண்ட்டும், ட்யூப் டாப்சும் போட்டுக்கிட்டு ஏன் இப்படி சுத்தி வளைக்கிறே? அதென்ன தப்பு தண்டா? நேரா கேளு. நாங்க செக்ஸ் வெச்சிக்கல. வெச்சிக்கக் கூடாதுன்னு சபதமெல்லாம் போடலை. சந்தர்ப்பம் அமையலை."

"இதை நான் நம்பணும்?"

"நான் நம்பச் சொல்லலை. நாங்க செக்ஸ் வெச்சிட்டிருந்தா... எத்தனை தடவைன்னு சொல்ற நேர்மை எங்கிட்ட இருக்கு! மனசுக்குள்ளே கேள்விகளைப் போட்டுக் குடைஞ்சிக்கிட்டே இருக்காதே! புரிஞ்சுக்கோ! அவளை ரொம்ப லவ் பண்ணேன். உன்னையும் ரொம்ப லவ் பண்றேன். லவ் பண்ற பொண்ணு மனசுக்குக் கஷ்டம் கொடுக்க எவனும் நினைக்க மாட்டான். பாரு! எவ்வளவு கஷ்டப்படறே! அதனாலதான் சொல்லலை! இது திமிர் இல்லை! ஆணாதிக்கம் இல்ல! துரோகம் இல்லை! அக்கறை! அந்தக் காதல் மாதிரி இந்தக் காதலும் முடிஞ்சிப்போயிடக் கூடாதுங்கற அக்கறை!"

தீப்தி பொலபொலவென்று அழத் துவங்கினாள்.

"ஏய்... என்ன இது! பப்ளிக்ல..."

"பரவால்ல! அழறப்ப நான் அசிங்கமாவே இருந்துட்டுப் போறேன்."

எதிர் நாற்காலியிலிருந்து எழுந்து வந்து என் பக்கத்து நாற்காலியில் அமர்ந்தாள். தோளில் சாய்ந்து கொண்டாள்.

"இனிமே கேக்க மாட்டேன் மனோ. மறைச்சதும் காதல்தான்னு புரிஞ்சுக்க முடியலை. கோபம்தான் பிரதானமா வந்திச்சி! ரொம்ப வறுத்தெடுத்துட்டேன், இல்ல? ஸாரிடா!"

"ஸாரி எல்லாம் இருக்கட்டும். நீ கேட்ட கேள்விக்கு நான் இன்னும் பதில் சொல்லலையே."

"என்ன கேட்டேன்?"

"பிரிஞ்சிடலாமான்னு கேட்டியே."

"யாரு? எப்ப கேட்டேன்?"

முகம் நிமிர்த்தி குறும்பாகச் சிரித்தாள்.

இந்தச் சிரிப்பு இவள் முகத்தில் எப்போதும் இருக்க வேண்டும்! இவள் என்னவள். என்னை நேசிப்பவள். என்னால் நேசிக்கப் படுபவள். இந்தக் காதலும் இந்த நிமிடமும் கலப்படமில்லாத நிஜம்!

தீப்திக்கும் ஒரு பழைய நிஜம் உண்டு! பிரசன்னா என்கிற நிஜம்! எனக்குத் தெரியும். சில மாதங்களுக்கு முன்பே தெரியும்! அந்த நிமிடம் அணுகுண்டு விழுந்ததைப் போலதான் இருந்தது. சில

நிமிடங்களில் இருட்டு பழகுவது போல... அந்த நிஜம் பழகியது மனது!

மறைத்தது நியாயம்தானே? என்னைப் போலவே! அவள் கேட்டுவிட்டாள்! நான் கேட்க மாட்டேன்! இன்றல்ல... நாளையல்ல... சாகும்வரை! கேள்விகள் வலிக்கும்!- இருவருக்கும்! வலிக்கச் செய்வது காதலாகாது!

புரிந்து கொள்வதும், ஏற்றுக் கொள்வதுமே காதல்! ஏற்றுக் கொள்வதென்றால் முழுமையாக! முன் வாழ்க்கைச் சம்பவங்களையும் சேர்த்து! அது காதலில் முடியும்! காதலால் மட்டுமே முடியும்!

32
தமிழ் டீச்சர்

இரண்டு புறமும் பச்சையாகக் கையசைத்தபடி வயல்கள் தொடர்ந்து வர, முன்னறிவிப்பு எதுவுமின்றி திடுதிப்பென்று அந்த ஊர் 'வருக, வருக' என்று வணக்கம் சொன்னது.

ஜீப்பை வேகம் குறைக்கச் சொன்னேன்.

வாய்க்காலில் மாடு கழுவுகிற காட்சி பிடுங்கப்பட்டு கருங்கல் சந்தையில் 'டங்,டங்' என்று அம்மியும், ஆட்டுக் கல்லும் கொத்திக் கொண்டிருந்த... அதற்குள் மரச் சந்தை. வெட்டப்பட்ட மூங்கிலும், சவுக்கும், கீற்றுக் கட்டுகளும் உயரவாக்கில் சாய்ந்து நின்று விலை போய்க் கொண்டிருந்தன.

ஜீப் இப்போது ஊருக்குள் முக்கிய வீதிகளில் நுழைய, இத்தனை கட்டடங்களா என்று ஆச்சரியமாக இருந்தது. நினைவில் தூண்டில் போட்ட அந்த மணிக்கூண்டு மட்டும் அதே ஊர்தான் என்று உறுதி சொன்னது.

"ஊர் அடையாளமே மாறிப்போச்சு மணி."

"கடைசியா எப்ப சார் வந்தீங்க?"

"இருபத்தஞ்சு வருஷம் இருக்கும். அப்போ எங்கப்பாவுக்கு இங்க பேங்க் வேலை, நான் ஏழாவது, எட்டாவது இந்த ஊர் ஸ்கூல்லதான் படிச்சேன்."

"முதல்ல பாலத்துக்குப் போய்டலாமா சார்?"

"இல்லை. ஆர்.டி.ஓ. ஆபீஸுக்குப் போ."

நான் ஒரு அரசாங்க அதிகாரி. திருச்சியில் வேலை. ஸஃபாரி சூட் அணிபவன். என் அலுவலகத்தில் என் அறைக்கு வெளியே மரப்பலகையில் 'தியாகு' என்று என் பெயர் எழுதப்பட்டிருக்கும். மணமாகி இரண்டு பெண்கள்.

இந்த ஊரில் நடந்துவரும் ஆற்றுப்பாலம் கட்டும் வேலைகளை இரண்டு நாள் மேற்பார்வையிட்டு மேலதிகாரிக்கு அறிக்கை அனுப்ப வேண்டியது, எனக்கிடப்பட்டுள்ள இப்போதைய வேலை.

அது தொடர்பாக அரசு அதிகாரிகள், காவல்துறை அதிகாரிகள், நகர முக்கியப் பிரமுகர்களுடன் சந்திப்புகள் முடிந்து அரசினர் தங்கும் விடுதியில் எனக்கு ஒதுக்கப்பட்ட அறையில் ஓய்வாக அமர்ந்து காபி பருகியபோது, பள்ளி நண்பர்களின் முகங்கள் மனதில் ஸ்லைடுகளாக நகர்ந்தன. கிரி! முருகு! தனபால்!

அப்புறம்... தமிழ் டீச்சர்!

அந்தத் தமிழ் டீச்சர் உயரம் கம்மிதான். ஆனால், கடைசல் தேகம். மாநிறம்தான். ஆனால் விழிகளில் ஒரு மயக்கம். வட்டமுகம், செயினை எப்போதும் சேலைக்கு மேல் போட்டிருப்பார். அது உடம்போடு ஒட்டி கொஞ்ச தூரம் பிரயாணித்துவிட்டு டாலர் பகுதி மட்டும் ஒட்டாமல் ஊஞ்சலாடும்.

கட்டுரை நோட்டை அருகில் அழைத்து வைத்து திருத்துகையில் எங்கே 'ற' வரும். எங்கே 'ர' வரும் என்று விளக்குகையில், பாண்ட்ஸ் பவுடரின் வியர்வை கலந்த வாசத்தில், சேலைமுனை டவுசருக்குக் கீழே தொடையில் லேசாகப் படுகையில் (அல்லது படும்படியாக நின்று கொண்டிருக்கையில்) யார்தான் இலக்கணத்தில் கவனம் செலுத்த முடியும்?

"அப்பா, தமிழ் இலக்கணம் புரியவே மாட்டேங்குது."

"அதுக்கு என்ன செய்யணும்?"

தமிழ் டீச்சர்கிட்டே தனியா டியூஷன் வெச்சிக்கிறேன்."

"சரி, வெச்சுக்கோ."

இலக்கணம் புரியவில்லை என்பதும் உண்மை. வேறு என்னென்னவோ

பட்டுக்கோட்டை பிரபாகர் தேர்ந்தெடுத்த சிறுகதைகள்

புரிந்துகொள்ள ஆசைப்பட்டதும் உண்மை.

ஒரே ஒரு படுக்கையறை கொண்ட சிறிய வீட்டில் தமிழ் டீச்சரும், பார்வை மங்கிய அவர் அம்மாவும் மட்டும் தான்.

கட்டிலில் உட்காரவைத்து பக்கத்தில் அமர்ந்து (பள்ளியில் நடக்குமா?) இலக்கணம் சொல்லித் தருவார். எனக்கு பயிற்சிகள் எழுதித் தந்துவிட்டு, முகம் கழுவிவந்து அதே அறையில் தான் தலைவாரி, ஒப்பனை செய்வார். வீடு கூட்டுவார். சமைப்பார். அம்மாவுக்குப் பணிவிடைகள் செய்வார். ஸ்டெடிகாம் கேமராவைப் போல என் பார்வை டீச்சரையே தொடரும்.

"என்ன தியாகு. இதுகூட புரியலையா?" என்று செல்லமாக மண்டையில் தட்டும்போது சிலிர்க்கும். மீண்டும் செல்லத்தட்டு வாங்கும்படி நடந்துகொள்ளத் தூண்டும் சிலிர்ப்பு! தினம் டியூஷன் முடிந்து சைக்கிள் மிதிக்கையில் ஜுரம் உணர்வேன்.

என் நண்பர்கள் பள்ளியோடு பெருமூச்சை நிறுத்திக்கொள்ள, நான் மட்டும் அதே பெருமூச்சை வீடுவரை சென்று, விட்டுவந்ததால் அவர்கள் மத்தியில் எனக்குத் தனி மதிப்பு.

அந்த மதிப்பை மேலும் உயர்த்திக்கொள்ள நான் பொய் சொல்ல ஆரம்பித்தேன். "டேய்! இன்னிக்கு டீச்சர் கைல மருதாணி பார்த்தீங்களாடா?"

"ஆமாம், அதுக்கென்ன?"

"ஒரு கைக்கு அவங்களே வெச்சுக்கிட்டாங்க. இன்னொரு கைக்கு விரல் விரலா நான்தான் வெச்சுவிட்டேன்."

"நிஜமாவா?"

"பின்னே? இன்னொரு கைக்கு அவங்களே எப்படி வெச்சுக்க முடியும்?"

"அடப்பாவி! நீ தொட்டு வெச்சுட்டியா?"

"தொடாம எப்படி வைக்கமுடியும்?"

அப்படியென்றால், வைத்துவிட்ட விரல்களிலும் கொஞ்சம் சிவப்பு இருக்க வேண்டுமே என்று லாஜிக்காக மடக்கத் தெரியாமல் உஷ்ண மூச்சு விட்டார்கள்.

என் மனதின் வக்கிரக் கற்பனைகள் எல்லாம் அவர்கள் மத்தியில் சுலபமாக விலைபோயின.

"டேய்! நேத்து நான் போனப்போ ரூம் கதவு லேசா திறந்திருந்து, டீச்சர் அப்பத்தான் குளிச்சிட்டு வந்திருப்பாங்க போலிருக்கு... அவங்க ஒவ்வொரு டிரஸ்ஸாப் போடுறதை முழுக்கப் பார்த்துட்டேன்."

"கொடுத்து வெச்சவன்டா நீ?"

அவர்கள் பொறாமையில் துடிக்க, என் கற்பனைக்குப் புதுப்புது இறக்கைகள் முளைக்க... ஒருநாள் கிரி அந்த அணுகுண்டுச் செய்தி சொன்னான்.

"டேய் தியாகு! நம்ம இங்கிலீஷ் வாத்தியார் ரோஸ்பாண்டியன் இல்ல அவருக்கும் தமிழ் டீச்சருக்கும் லவ்வுடா!"

என்னையே பொறாமைப்பட வைத்த அந்தச் செய்தியை நம்பாமல், "எப்படிச் சொல்றே?" என்றேன் படபடப்பாக.

"ஸ்டாஃப் ரூமுக்குத் தண்ணி குடிக்க நான் போனப்ப ரோஸ்பாண்டியன், டீச்சர் கன்னத்தைச் செல்லமா கிள்ளிக்கிட்டிருந்தார். என்னைப் பார்த்ததும் ரெண்டு பேரும் 'சட்'டுனு நகர்ந்து உக்காந்தாங்க."

'ரோஸ்' என்பது காரணப் பெயர். பெண்கள் உபயோகிக்கும் ரோஸ் பவுடரை அந்த சார் உபயோகித்ததால் ரோஸ் பாண்டியனானார்.

அந்தக் காதல் செய்திக்குப் பின் நண்பர்கள் மத்தியில் கிரிக்கு ஏகப்பட்ட மரியாதை.

கிரி ஸ்டாஃப் ரூமில் ரகசியமாகக் கண்காணித்து வந்து அடிக்கடி செய்தி வாசிக்கத் துவங்கினான்.

ரோஸ்பாண்டியன் இன்னிக்கு டிபன் பாக்ஸ்லேர்ந்து தயிர்சாதம் எடுத்து, டீச்சருக்கு ஊட்டி விட்டாரு.

ரோஸ்பாண்டியன் இன்னிக்கு ஜோல்னா பைலேர்ந்து மல்லிகைப்பூ எடுத்து டீச்சருக்கு அவரே வெச்சிவிட்டாரு...

"ஐயோ! இங்கிலீஷ் படத்துல வர்ற மாதிரி இன்னிக்கு ரெண்டு பேரும் கிஸ் கொடுத்துக்கிட்டாங்க, தெரியுமா?" என்றுவிட்டு என்னைப் பார்ப்பான் அலட்டலாக.

எனக்கு எரிச்சல் அதிகமானது. கிரி என்னை வெறுப்பேற்று வதற்காகத்தான் தினம் இப்படி போட்டிக் கற்பனை விற்கிறான் என்பது எனக்கு நன்றாகப் புரிந்தது. ஆனால், அவை எல்லாம் பொய்யென்று என்னால் நிரூபிக்க முடியவில்லை.

யோசித்துப் பார்த்த நான் கிரியின் காதல் ரூட்டில் இறங்கினேன்.

'என் கண்மணியே பொற்செல்வி'

நேற்று நீ எனக்குக் கொடுத்த முத்தம் இந்த ஜென்மம் முழுதும் தித்திக்கும்.

இப்படிக்கு, பாண்டியன்'

- ஒரு காகிதத்தில் பாண்டியன் சாரின் கையெழுத்தைப் பார்த்து அதே மாதிரி எழுதி நண்பர்களிடம் எடுத்துச் சென்றேன்.

"இதுவரைக்கும் கிரி சொன்ன எதுக்கும் ஆதாரம் இல்லை. இதோ பாருங்க ஆதாரம். டீச்சருக்கு ரோஸ் பாண்டியன் எழுதின லவ் லெட்டர் இதோ பாருங்கடா!"

"எப்படி தியாகு கிடைச்சது?"

"டீச்சர் டிக்ஷனரிக்குள்ளே ஒளிச்சு வெச்சிருந்தாங்க. இந்த மாதிரி நிறைய லெட்டர்ஸ் இருக்கு. ஒரே சமயத்தில் எல்லாம் எடுத்துட்டு வந்தா தெரிஞ்சுடும். தினம் ஒரு லெட்டர் எடுத்துட்டு வர்றேன், என்ன?"

என் மனக்குரங்கின் ஆசைகளை எல்லாம் வார்த்தைகளாக்கி எடுத்துச் செல்ல, மீண்டும் நண்பர்கள் என்பக்கம் திசை திரும்பினார்கள்.

லவ் லெட்டர் விளையாட்டு கொஞ்சம் போரடித்த கட்டத்தில்...

நேத்து 'வீட்டை க்ளீன் செய்யணும். வா தியாகு' ன்னு டீச்சர் சொன்னாங்கடா. நான் லேட்டாப் போனேன். வாசல்ல ரோஸ் பாண்டியனோட ஸ்கூட்டர். எனக்கு சந்தேகம். வீட்டைச் சுத்தி வந்தேன். பெட்ரூம் ஜன்னல் இடுக்கு வழியா உள்ளே பார்த்தா..."

"பார்த்தா?" என்றார்கள் கோரஸாக.

"ச்சீ! எப்படிடா சொல்றது? ரெண்டு பேரும்... அன்னிக்குப் புத்தகத்தில் பார்த்தோமே, அந்த மாதிரி..."

"ஐயோ! அப்புறம்?"

"எனக்கு வெடவெடன்னு ஆய்டுச்சு. நான் ஓடி வந்துட்டேன்ப்பா."

இந்த விவகாரத்தின் உச்சகட்ட நிகழ்ச்சி மறுநாள் நிகழ்ந்தது.

அன்று நானும் கிரியும் மட்டும் வகுப்புக்கு மிக முன்னதாகவே வந்திருக்க...

"தியாகு, நேத்து நீ சொன்னது நம்ம ஃப்ரெண்ட்ஸுக்கு மட்டும்தானே தெரியும்? இன்னிக்கு நம்ம கிளாஸ் பூரா தெரிய வெச்சுடலாமே... அவங்களும் பாவம்தானே..."

"எப்படி தெரிய வைக்கிறது?"

"இப்படி..." என்று எழுந்து கரும்பலகையில் அவன் 'தமிழ் டீச்சருக்கும் ரோஸ் பாண்டியனுக்கும் காதல் முற்றிப்போய் பட்டப்பகலில் படுக்கையறையில் காம லீலைகள் நடக்கின்றன' என்று எழுதினபோது, எனக்கும் அது விளையாட்டாகத்தான் இருந்தது.

"வா, போயிடலாம். எல்லோரும் வர்றப்போ நாமும் வரலாம்."

ஓடி விட்டோம். பிறகு டீச்சர் வந்து பார்த்து, கொதித்து, ஹெட்மாஸ்டரிடம் சொல்லி, அவர் வந்து... வகுப்பறையின் கதவுகளை மூடிவிட்டு...

"உங்கள்ல யாரோதான் இதைச் செஞ்சிருக்கணும். அது யாரு? இப்ப சொல்லலைனா அத்தனை பேருக்கும் அடி விழும். எல்லாருக்கும் டி.சி. கொடுத்துத் துரத்திடுவேன், சொல்லுங்கடா! யார் எழுதினது?"

வகுப்பே கப் - சிப். எனக்கு நடுங்கியது. கிரியைப் பார்த்தேன். 'சும்மா இரு' என்று கண்களால் அதட்டினான்.

வரிசையாக நிற்க வைத்து ஆளுக்கு ஐந்து பிரம்படி விநியோகிக்கப்பட்டபோதும் நாங்கள் மௌனம் சாதித்தோம்.

"நாளைக்கு எல்லோரும் அவங்கவங்க அப்பாவைக் கூட்டிக்கிட்டு வரணும்!" - ஹெட்மாஸ்டர் உறுமிச் சென்றார்.

மறுநாள் நான் என் அப்பாவுடன் ஹெட்மாஸ்டர் அறைக்குச் சென்றபோது உடனிருந்த தமிழ் டீச்சர், 'இவன் என்கிட்ட டியூஷன் படிக்கிறான் சார். தியாகு தங்கமான புள்ளை. இவன்மேல எனக்குச்

சந்தேகமே இல்லை" என்றபோது எனக்குள் ஆயிரம் சவுக்கடிகள் விழுந்தன.

டீச்சர் என் மேல் வைத்திருந்த நம்பிக்கை, அவர்மேல் நான் வைத்திருந்த சகல அழுக்கு எண்ணங்களையும் உதறித் தள்ளியது.

மறுநாளே ரோஸ் பாண்டியன் சார் மாயவரத்துக்கு மாற்றல் வாங்கிச் சென்றுவிட, டியூஷனுக்குச் செல்ல மனம் கசந்தது. அப்பாவுக்குப் பயந்து போனபோது, டீச்சர் முகம் பார்க்கக் கூசியது.

"தியாகு, ஏன்ப்பா கொஞ்ச நாளா உம்முன்னு இருக்கே?" என்று என் தலையைச் செல்லமாகக் கலைத்து டீச்சர் கேட்டபோது, எனக்கு சிலிர்க்கவில்லை. அழுகைதான் வந்தது.

அப்பாவுக்கு மாற்றலாகி ஊரை விட்டுப் போன போதும் கூடவே வந்தது அந்தக் குற்ற உணர்ச்சி. பிறகு எப்போது பள்ளி நாட்களை நினைத்தாலும் மனதில் நெருடும். இதோ இப்போதும்.

நண்பர்களோடு சில வருடங்கள் கடிதத் தொடர்பு இருந்தது. பிறகு அறுந்துபோனது. அவர்கள் இப்போது எங்கே இருக்கிறார்களோ! ஆனால், பொற்செல்வி தமிழ் டீச்சர்? இன்னும் இதே ஊரில் அதே பள்ளியில் வேலை பார்க்கிறார்களா? அந்த வீட்டுக்கு நாளைக்குச் சென்று பார்த்தால் என்ன?

மறுநாள் மாலை டீச்சர் வீட்டுக்குப் போகும் வழியில் மார்க்கெட்டில் ஜீப்பை நிறுத்தச் சொல்லி இறங்கி பழம் வாங்கியபோது, அருகில் காய்கறிக் கூடையில் குடையோடு அது... அது... தமிழ் டீச்சரேதான்!

என்ன இது? இப்படித் துரும்பாகி குச்சிக் குச்சிக் கைகளுடன், கண்ணாடி அணிந்து, ஐம்பத்துச் சொச்ச வயதுக்கு அநியாய நரையுடன்... ஆனால், அதே வட்ட முகம். இப்போதும் சேலைக்கு மேலே செயின்.

நான் அருகில் சென்று, "டீச்சர், எப்படி இருக்கீங்க? என்னைத் தெரியுதா?" என்றதும் உன்னிப்பாகப் பார்த்தார்.

"தெரியலையே சார்!"

"ஐயோ சார்ன்னெல்லாம் சொல்லாதீங்க. நான் உங்க பழைய ஸ்டூடண்ட் தியாகு. நான் உங்ககிட்ட தனியா டியூஷன் வேற படிச்சிருக்கேன்."

டீச்சர் முகம் பிரகாசமாகி, "அட! தியாகுவா நீ? அடையாளமே தெரியலைப்பா... நல்லா இருக்கியா? என்ன பண்றே?" என்றார் பிரியமாக.

"நல்லா இருக்கேன் டீச்சர்! இப்ப உங்க வீட்டுக்குத்தான் புறப்பட்டேன். வாங்க ஜீப்புல போயிடலாம்" என்று அவரை ஏறச்சொல்லி, "தெப்பக்குளம் மேல் கரைப்பா" என்றேன் டிரைவரிடம்.

"பரவாயில்லையே, ஞாபகம் வெச்சிருக்கியே!"

"உங்களை மறக்க முடியுமா டீச்சர்? இன்னிக்கு நான் ஓரளவுக்குத் தமிழ் எழுதறதே உங்களாலதான் டீச்சர், இருபத்தஞ்சு வருஷம் முன்னாடி நான் அசட்டுத்தனமா நடந்துகிட்டதுக்கு இப்ப மன்னிப்புக் கேட்டுக்கறேன்."

"அப்படி என்ன நடந்துகிட்டே நீ? ஞாபகம் இல்லையேப்பா!"

"அது வேணாம் டீச்சர். என்னிக்காவது ஒரு நாள் உங்களை சந்திச்சு மன்னிப்புக் கேக்கணும்னு ஒரு உறுத்தல் இத்தனை நாளா இருந்துச்சு. இப்பத்தான் அது சரியாச்சு."

"நீ எதுக்காக மன்னிப்புக் கேக்கறேன்னே, எனக்குப் புரியலை..."

"புரிய வேணாம் டீச்சர். மணி, அந்த பூவரச மரம் நிக்குது பாரு. அந்த வீடுதான்" என்றேன்.

"விசித்திரமா இருக்குதுப்பா நீ பேசறது. ஆமாம், உன் குடும்பம்?"

"திருச்சில டீச்சர். லவ் மேரேஜ். ரெண்டு பொண்ணுங்க. படிச்சிட்டிருக்காங்க. உங்களுக்கு?"

"ஒரே ஒரு பையன். டெல்லில பெரிய வேலைல இருக்கான்" என்று இறங்கி வீட்டின் அழைப்பு மணியை அழுத்தின டீச்சர், "நான்கூட அந்தக் காலத்திலேயே லவ் மேரேஜ்தான்" என்றார்.

கதவைத் திறந்த கண்ணாடி போட்ட மனிதர் என்னைப் பார்த்தார். அவரை எங்கேயோ பார்த்த மாதிரி இருந்தது. நினைவுக்கு வந்தது.

"யார் இது? முதல்ல உள்ளே வாங்க சார்!" என்றார் ரோஸ் பாண்டியன்.

33
கிச்சா என்றொரு ஹீரோ

நேற்று இரவு பத்து முப்பது மணிக்கு கடலைப் பார்த்தபடி முழங்கால்களைக் கட்டிக்கொண்டு அமர்ந்திருந்த கிச்சா என்கிற கிருஷ்ணசாமி தற்கொலை செய்து கொள்ளலாமா என்று தீவிரமாக யோசித்துக் கொண்டிருந்தான்.

அவன் பார்வை தூரத்தில் நங்கூரமிட்டிருந்த கப்பலின் வெளிச்சப் புள்ளிகளின் மேல் நங்கூரமிட்டிருந்தது. கதையின் பதினான்காவது வார்த்தைக்கான காரணம் மூன்று. 1.அவமானம். 2.அவமானம். 3.அவமானம்.

முதல் அவமானம் ஒரு வாரம் முன்பு நிகழ்ந்தது. கிச்சா தன் பழைய ஸ்கூட்டரின் - டியூபில் பஞ்சராகி நடைபாதைக் கடையில் ஒட்டிக்கொண்டிருந்தபோது அருகில் வந்து நின்ற ஆடி காரின் கண்ணாடி இறங்கி, கண்ணாடி கழற்றியபடி இறங்கிய சபேஷ், "டேய்... நீ கிச்சா இல்ல?" என்றான்.

"ஆமாம். நீ சபேஷ்தானே?"

"யா. என்னடா இப்படி ஆயிட்டே? அடையாளமே தெரியலை! கன்னம் ஒட்டிப்போயி... எலும்பு துறுத்தி... முடி கொட்டி.... எனி ஹெல்த் ப்ராப்ளம் மேன்?"

"ஆமாம்னா நீ வைத்தியம் பண்ணப் போறியா? டாக்டராடா நீ?"

"அதே கோபம்! ஸ்கூல்ல எப்படி இருந்தியோ அப்படியே இருக்கே!"

நீகூடத்தான் அடையாளமே தெரியாம மாறிட்டே! கன்னம் உப்பிப் போயி, தொந்தி போட்டு, ஹேர் கலரிங் செஞ்சி... உனக்குதான்

ஹெல்த் ப்ராப்ளம் இருக்கற மாதிரி தெரியுது. ஒபிசிட்டி! டாக்டரைப் பாரு! ஹார்ட் அட்டாக்குக்கு ஒன் ஆஃப் தி ரீசன்ஸ்!"

"ஏய்! ஏண்டா இப்படி சூடாகறே? எத்தனை வருஷமாச்சி பாத்து? என்ன இங்க நிக்கிறே?" |

"பஞ்சர் போட்டுக்கிட்டிருக்கேன்."

"மை காட்! பி.காம் படிச்சுட்டு பஞ்சர் போடறியா? ஐ ஜஸ்ட் காண்ட் பிலீவ் இட் மேன்."

"செருப்பால அடிப்பேன்! என் வண்டிக்கு இந்தக் கடையில பஞ்சர் போட்டுட்டிருக்கேன்."

"இப்படித் தெளிவா சொல்லணும். வா... ஒரு ஐஸ்க்ரீம் சாப்ட்டுட்டு வரலாம்"

"நான் ஐஸ்க்ரீம் சாப்புடறதில்ல."

"காபி? அதுவும் குடிக்கிறதில்லையா?"

"சரி" என்று கிச்சா அவனுடன் ஹோட்டலுக்குச் சென்றிருக்கக் கூடாது.

"தம்பி... ஒரு பிஸ்தா ஐஸ்க்ரீம் டபுள் ஸ்கூப் வித் ஆல்மண்ட் டாப்பிங்ஸ்! ஒரு காஃபி" என்று சபேஷ் ஆர்டர் செய்ததிலேயே திமிர் தெரிந்தது.

"என்ன பண்ணிட்டிருக்கே கிச்சா?"

"காஃபிக்காக வெய்ட் பண்ணிட்டிருக்கேன்?"

"வெரி வெரி டல் ஜோக் மேன்!"

"ஒரு ஜவுளிக் கடையில பில்லிங் செக்ஷன்ல வேலை பாக்கறேன"

"என்ன தர்றான்?"

"ஃபைவ் தவுசண்ட்."

"தூக்கி வீசிட்டு எங்கிட்ட சேர்ந்துடு கிச்சா. இந்தா" மடக்கி மடக்கி ஒரு முழ நீளத்திற்கு இருந்த தன் விசிட்டிங் கார்டை நீட்டினான்.

"ரன்னிங் மை ஒன் ஸாஃப்ட்வேர் கம்பெனி மேன். 'ஸேப்'ல கிங்! இருநூறு பேரு ஸ்டாஃப். உன் ரெஸ்யூம் முதல்ல மெயில்

பண்றே. அட்மினிஸ்ட்ரேஷன்ல ட்ரைனியா போடறேன். செவன்ல ஆரம்பிக்கலாம். என்ன சொல்றே?"

"நான் உங்கிட்ட வேலை கேட்டனா?"

"தன்மானம்? அதெல்லாம் பாத்தா உருப்பட முடியுமா? நீயும் பி.ஈ., சேருடான்னு பத்து தடவை சொன்னேன். நீ கேக்கலை. பி. காம்., அதுவும் ஒரு லொக்கடா காலேஜ்ல சேர்ந்தே. ப்ளஸ் டூல நீ கிளாஸ்ல ஃபர்ஸ்ட் ரேங்க். நான் முப்பதாவது ரேங்க். இப்ப நிலைமையைப் பார்த்தியா?"

"பிரச்சினை அது இல்ல சபேஷ். நீ அஞ்சி லட்சம் கேபிடேஷன் கொடுத்து ஸீட் வாங்கினே! உங்கப்பனால அது முடிஞ்சது. எங்கப்பனால அது முடியல. எனக்கு உன்னோட காஃபி சாப்பிட பிடிக்கலை. போடா!"

வேகவேகமாக வெளியேறினான் கிச்சா.

அன்று ஆக்ரோஷமாக தன் டைரியில் 'உயிர் காப்பான் தோழன் என்பதெல்லாம் சும்மா. மட்டம்தட்டி மகிழ்பவனே நண்பன்!' என்று எழுதினான் கிச்சா.

அவமானம் இரண்டு நான்கு தினங்களுக்கு முன்பு நிகழ்ந்தது.

18 குடித்தனங்கள் இருக்கும் ஸ்டோர்சில் பாத்ரூமிற்கு இடம் பிடிக்கும் அதிகாலை அவசரத்தில் இருந்தபோது வந்து சேர்ந்த வீட்டு ஓனர் கிட்டத்தட்ட இரண்டு டஜன் குடித்தனக்காரர்கள் மத்தியில்...

"கிருஷ்ணசாமி சார்! எல்லாரும் ஏத்திக் குடுக்க சம்மதிச்சிட்டாங்க. நீங்கதான் அடம் பிடிக்கிறீங்க. என்னதான் சொல்றிங்க?"

"பேராசைப்படாதீங்க. ஸாம்பிள் சோப் சைசுல 18 போர்ஷன்! மொத்தத்துக்கும் மூணே டாய்லெட். மழை பேஞ்சா ஒழுகற இடத்துல வைக்கிறதுக்கே தனியா ஒரு டஜன் பாத்திரம் தேவைப்படுது. ராபர்ட்கிளைவ் காலத்துக்கு அப்பறம் வெள்ளையே அடிக்கலை. ஒரு வாட்ச்மேன் கிடையாது. மாசத்துல பதினைஞ்சி நாள் மோட்டார் ஓடாது. இப்படி 18 போர்ஷனா பிரிச்சி வாடகைக்கு விடறதே சட்டப்படி தப்பு. தனித்தனியா மீட்டர் இருக்கா? தனித்தனியா வேல்யூவேஷன் போட்டு ப்ராப்பர்ட்டி டாக்ஸ் கட்றீங்களா? இந்த பொம்மை வீட்டுக்கு ரெண்டாயிரமே அதிகம். திடீர்னு

ஐநூறு ஏத்துறது சட்டப்படியும் தப்பு, நியாயப்படியும் தப்பு. நான் கோர்ட்டுக்குப் போவேன், ஆமாம்" என்று தொண்டை நரம்பு புடைக்க கத்த நினைத்தும்,"ஒரு ஆறு மாசம் கழிச்சி ஏத்துங்க சார்... ப்ளீஸ்..." என்றுதான் சொல்ல முடிந்தது.

"இத பாருய்யா.. இனிமே உனக்கு சார் மரியாதை எல்லாம் கிடையாது. வாடகை குடுக்க வக்கில்லைன்னா காலி பண்ணிக்கிட்டுப் போக வேண்டியதுதானே? இந்த வாடகை உன்னால முடியுமா பாரு.. இல்ல.. ஒரு வாரத்துல காலி பண்ணிடு. தகராறு வேணாம்."

அவர் மிரட்டிவிட்டுப் போனதும், கிச்சாவை வீட்டுக்குள் இழுத்த திருமதி சுமதி கிச்சா எண்பதுகளின் ஹீரோயின் போல லொடக்கென்று தாலியைக் கழற்றி அவன் முன்னால் நீட்டினாள். மாங்கல்யம் ஆடியது.

"இதை வித்து அவர் பிரச்சினையை முதல்ல தீர்த்துட்டு வாங்க!"

"அறைஞ்சிடுவேன்! முதல்ல கழுத்துல போடுடி அதை!"

பெண்டாட்டியைத் தவிர வேறு யாரிடம் கோபப்பட முடிகிறது?

அன்றிரவு மொட்டை மாடியில் நிலவொளியில் 'பேராசை பிடித்த வீட்டுச் சொந்தக்காரர்களை மூன்று கேஸ் சிலிண்டர்களை மிச்சப்படுத்தச் சொல்லும் விளம்பரத்தில் வரும் கொதிக்கிற மகா பாத்திரத்திற்குள் தூக்கிப்போட வேண்டும்!' என்று டைரியில் எழுதினான்.

மூன்றாவது அவமானம் முந்தா நாள் தொலைபேசி மூலம் நடந்தது.

கடை வேலை முடிந்து மின்சார ரெயிலில் பயணித்து ஸ்டேஷனில் பார்க்கிங்கில் பல வண்டிகளின் சிக்கல்களுக்கு நடுவிலிருந்து தன் ஸ்கூட்டரை சிரமப்பட்டு விடுவித்து ஒரு டிராஃபிக் கான்ஸ்டபிளிடம் சிக்கி, எல்லாம் சரியாக இருந்தும் பத்து ரூபாய் தந்து வீடு வந்து காபி கேட்டு, "காபித்தூள், பால், சக்கரை மூணும் வாங்கிட்டு வந்துட்டிங்கன்னா உடனடியா காபி போட்டுடலாம்.. இன்னும் கேஸ் தீராம இருந்தா!" என்று மனைவியிடம் வாய்மொழி பெற்று... 'ச்சே! போங்கடா' என்கிற எரிச்சலுடன் மொட்டை மாடி வந்து வானத்தில் ஒளிந்திருப்பதாக நம்பப் படுகிற கடவுளைப் பார்த்து 'இது உனக்கே நியாயமா இருக்கா படவா, ராஸ்கல்!" என்று சண்டைபோடத் துவங்கிய போது ஒலித்தது போன்.

பட்டுக்கோட்டை பிரபாகர் தேர்ந்தெடுத்த சிறுகதைகள்

“சொல்லுங்க மாமா.”

“காலைல வீட்டுக்கு வந்திருந்தேன் மாப்ளை.”

“அப்படியா மாமா?”

“சுமதி சொல்லலையா?”

“சொல்லிருந்தா அப்படியான்னு கேட்ருக்க மாட்டேன் மாமா.”

“விடுங்க. சுமதி எல்லாம் சொன்னிச்சி.”

“எல்லாம்னா?”

“நிலவரத்தை.”

“மோடியோட தேர்தல் வெற்றி நிலவரமா மாமா?”

“புரியாத மாதிரி பேசாதீங்க மாப்ளை.”

“புரியற மாதிரி பேசுங்க மாமா.”

“நம்ம வெல்லம் மண்டில கணக்குப்பிள்ளைக்கு வயசாயிடுச்சி.”

“சரி.”

“காடராக்ட் ஆபரேஷன் செஞ்சி லீவுல இருக்கார்.”

“சரி.”

“அப்படியே அவரை நிறுத்தி ரெஸ்ட் குடுத்துடலாம்னு நினைக்கிறேன்.”

“நல்ல யோசனைதான்.”

“ஆறாயிரம் குடுத்துட்டிருந்தேன்.”

“ஓகோ.”

“புதுசா யாரையாச்சும் சேர்த்தா ஒரு ரூபா சேர்த்துக் குடுக்கலாம்னு திட்டம்.”

“செய்ங்க.”

“யாரோ ஒருத்தரை நான் எதுக்கு யோசிக்கணும்? புரிஞ்சிருக்கும்னு நினைக்கிறேன்.”

“புரியுது மாமா. உங்ககிட்ட மாசாமாசம் கை நீட்டி சம்பளம் வாங்கிக்கச் சொல்றீங்க!”

“அப்படியே தொழிலும் கத்துக்கிட்ட மாதிரி ஆச்சி.”

“மாமா... இதுவரைக்கும் நான் எப்பவாச்சும் உங்களை மரியாதை குறைச்சலா பேசிருக்கனா?”

“இல்ல.”

“இனிமேயும் அப்படியே நடந்துக்கணும்னு ஆசைப்படறேன் மாமா. அதனால போனை வெச்சிடறேன்.”

அவமானம் ப்ளஸ் அவமானம் ப்ளஸ் அவமானத்தின் விளைவாகதான் கிச்சாவுக்கு அப்படி ஒரு யோசனை! சுமதிக்கு அவள் அப்பா வெல்லம் மண்டியைப் பார்த்துக்கொள்ளும் ஒரு மாப்பிள்ளையைத் தேடிப் பிடித்துவிட மாட்டாரா என்ன?

தீர்மானத்துடன் எழுந்தான் கிச்சா!

கடலை நோக்கி அடியெடுத்து வைத்தபோது... சற்று தூரத்தில் கூச்சலும், குழப்பமும் கேட்டு திரும்ப.. இவனை நோக்கி குள்ளமான ஒரு நிழலுருவமும், அதைத் துரத்தியபடி உயரமான நிழலுருவமும் இந்த இருவருக்கும் பின்னால் நிறைய இடைவெளிவிட்டு பல நிழலுருவங்களும் வந்து கொண்டிருக்க...

அருகில் வந்ததும் அந்தச் சிறுமி கிச்சாவின் பின்புறம் ஓடிவந்து ஒளிந்துகொண்டு பயத்துடன் மூச்சுவாங்கினாள்.

“அங்கிள்! அங்கிள்! என்னைக் காப்பாத்துங்க!”

பின்னால் துரத்தி வந்தவன் கையில் குறை நிலவொளியிலும் மின்னும் கத்தி!

“டேய்! நகர்றா! ஏய்! குட்டி.... வாடி இங்க!”

“யார்றா நீ?”

“அங்கிள்! என்னை இவன் கடத்திட்டான். என்னைக் காப்பாத்துங்க! ப்ளீஸ்...” “அப்படியே இறக்கினா குடல் வெளில வந்துடும்! விடுடா அவளை!” அவன் கத்தியை ஆட்டி மிரட்டினான்.

அவன் முகத்தை தீர்க்கமாகப் பார்த்தான் கிச்சா. சபேஷும், ஹவுஸ் ஓனரும், மாமனாரும் லோக்கல் நாடகமேடையில் வெளிச்சத்தின் வண்ணம் மாறுவதைப் போல மாறிமாறித் தெரிந்தார்கள்.

நான்தான் தாவினேனா? நான்தான் தாக்கினேனா? அவன் மூக்கில்

வழியும் ரத்தம் என்னால்தானா? கத்தி எகிறிச் சென்று விழுந்தது எப்படி?

கிச்சாவுக்கே எதுவும் புரியவில்லை.

இப்போது ஓடிவந்து சேர்ந்த போலீஸ்காரர்கள் அவனைப் பொறுக்கி எடுத்துக் கொள்ள... அந்தச் சிறுமி, “டாடி!” என்று சூட்கேஸ் வைத்திருந்த நபரிடம் ஓடிச் சென்று கட்டிக்கொள்ள...

மறுநாளாகிய இன்றைய செய்தித்தாளில் துணிகர செயல் புரிந்த வீரர் கிச்சா என்கிற கிருஷ்ணசாமி இவர்தான் என்று புகைப்படத்துடன் செய்தி!

பிரபல வைர வியாபாரி லால்சந்த். இவரின் எட்டு வயது மகள் கடத்தப்பட்டார். கடத்தல்காரன் 25 லட்சம் பணம் கேட்டான். அதைத்தர லால்சந்த் முன்வந்தார். ஆனால் காவல்துறையினர் பொறி வைத்துப் பிடிக்க நினைத்தனர். சொன்னபடி கடற்கரையில் பணத்துடன் லால்சந்த் காத்திருக்க... கடத்தல்காரன் போலீஸ் பின்னணியில் இருப்பதை அறிந்ததும் சிறுமியை ஒப்படைக்காமல் ஓடினான்.

சினிமாவில் வரும் காட்சிபோல அங்கே வந்தார் கிச்சா என்கிற கிருஷ்ணசாமி. தன் உயிரைப்பற்றிக் கவலைப்படாமல், கத்தி காட்டி மிரட்டிய கடத்தல்காரனை அடித்து துவம்சம் செய்து குழந்தையை மீட்டார்.

அவருக்கு வீரதீரச் செயல்களுக்கான தமிழக அரசின் விருது கிடைக்க இருக்கிறது. அவரின் துணிச்சலைப் பாராட்டி முதல்வர் ஒரு லட்சம் பரிசும் அறிவித்திருக்கிறார். தவிர... லால்சந்த், குழந்தையை மீட்க எடுத்து வந்த இருபத்தி ஐந்து லட்சத்தையும் கிச்சாவுக்கு அன்பளிப்பாகக் கொடுத்தார்.

கிச்சா சபேஷ், ஹவுஸ் ஓனர், மாமனார் மூவருக்கும் போன் செய்து தேங்ஸ் சொன்னபோது, அவர்கள் எதற்கு என்று கேட்டபோது, எதுவும் சொல்லாமல் வைத்துவிட்டான்.

தற்சமயம் கிச்சா, ‘கிரிமினல்கள் பிறப்பதில்லை. இந்தச் சமூகத்தால் உருவாக்கப்படுகிறார்கள் என்பார்கள். ஹீரோக்களும்கூட பிறப்பதில்லை. உருவாக்கப்படுபவர்கள்தான்’ என்று தன் டைரியில் எழுதிக்கொண்டிருக்கிறான்.

34
வேட்டை

பத்து பத்தரைக்கு வரப்போகிற தபால்காரனுக்காக அதிகாலை ஐந்துக்கே எழுந்து உட்கார்ந்துகொள்வது பைத்தியக்காரத்தனம் என்றாலும், தூக்கம் உதிர்ந்துவிட்டதால் வேறு வழியில்லை.

அறையை ஒட்டிய குளியலறை சென்று பல் துலக்கி, சோப்பு போடாமல் முகம் கழுவி வந்தேன். அறையைப் பூட்டி படிகளிலிறங்கி வீதியில் நடக்க குளிர் சுமந்த காற்று சாமரம் வீசியது.

இந்த பேப்பர்க்காரர், பால்காரர் மாதிரி தபால்காரரும் அதிகாலையில் வரக்கூடாதா? ஜரீனாவின் கடிதம் எனக்குக் கிடைப்பதற்கு இன்னும் ஐந்து மணி நேரமாகுமா? கொடுமை!

எட்டு மணி சுமாருக்கு போஸ்ட் ஆபீசுக்கே போய்விட்டால் என்ன? பீட் போஸ்ட்மேனோடு அதிக பரிச்சயம் கிடையாது. வழக்கமாக மாலையில் வேலை முடிந்து அறைக்குத் திரும்பி, கதவு திறந்து கடிதங்களை வாசலோரமாய்ப் பொறுக்கித்தான் பழக்கம்.

இரண்டு வருடங்களாக நேசித்து வருகிற என் இனிய ஜரீனாவை இன்றைக்குத்தான் முதன் முதலாக தபாலில் சந்திக்கப்போகிற என் தவிப்பு எனக்குத்தான் தெரியும்.

தஞ்சாவூர் டெலிபோன் எக்ஸ்சேஞ்சில் ஆபரேட்டர் வேலை எனக்கு. ஜரீனாவுக்கு திருநெல்வேலி டெலிபோன் எக்ஸ்சேஞ்சில் வேலை.

என் வேலையில் நிறைய குரல் நட்புகள் கிடைக்கும். சின்னச் சின்ன சுவாரசியமான அரட்டைகளில் துவங்கும். அப்படித்தான் ஜரீனாவுடன் குரல் தொடர்பு ஏற்பட்டது.

'அட! உங்களுக்கும் வானவில் பிடிக்குமா? எனக்கும் பிடிக்கும். உங்களுக்கும் ஜே. கிருஷ்ணமூர்த்தி பிடிக்குமா? எனக்கும் கொள்ளை இஷ்டம். நீங்ககூட தியானம் பண்ணுவீங்களா? நானும்தான். பரவால்லையே, உங்களுக்கும் பிரௌன் கலர்தான் பிடிக்குமா? எனக்கும்தான்' இப்படியாக அது வளர்ந்து...

பேசிக் கொள்வது பற்றாதென்று கடிதங்களும் எழுதிக்கொள்ளத் துவங்கினோம். பார்த்த சினிமாவின் விமரிசனம், படித்த கவிதையின் பாதிப்பு, நண்பன் சொன்ன நகைச்சுவை என்று பக்கம்பக்கமாக எழுதிக்கொள்ள எங்களுக்கு நிறைய விஷயங்கள் இருந்தன.

அப்புறம் இரண்டு நாள் தூக்கம் தொலைந்து, இது சரியா தப்பா என்று உள்ளுக்குள்ளே வாதிட்டு, ரொம்பவும் தைரியம் சேர்த்துக்கொண்டு "ஜரீனா, சொல்லாம அடக்கி வைக்க முடியலை. இல்லைன்னா மூளைல ரத்தக் குழாய் வெடிச்சுடும். சொல்லிடவா?" என்றேன்.

"என்ன ரகு இவ்வளவு சஸ்பென்ஸ்? சொல்லுங்க."

"நீங்க என்ன நினைச்சாலும் சரி. உன்னை நான் ரொம்ப ரொம்ப ரொம்பக் காதலிக்கிறேன் ஜரீனா" தம் பிடித்துச் சொல்லிவிட்டேன்.

எதிர்முனை மௌனத்தில் மூழ்கியது. கொஞ்சம் அவகாசம் கொடுத்து மெதுவாக, "ஜரீனா? கேக்கறியா? நான் சொன்னது தப்பா?" என்றதும், லொடக்கென்று வைத்துவிட்டாள்.

அடுத்த இரண்டு நாட்கள் மற்றவர்கள் மேஜையில் ஒலித்த போன்களை எல்லாம் எடுத்துப் பார்த்தும், ஜரீனா பேசவில்லை. சோர்ந்து போய் ச்சீ! இதுக்கெல்லாம் போய்த் தற்கொலை செஞ்சுக்கக் கூடாது' என்று சுயமாய்த் தேற்றிக் கொண்டு அறைக்கு வந்து கதவு திறந்தால், அவள் கடிதம்!

ஓரம் கிழித்து கடிதம் உருவியபோது, கத்தரித்த காகிதப் பூக்கள் சிதறிக் கிடந்தன.

'என் இனிய ரகு, அன்று என் மனதைத்தான் நீங்கள் பிடித்தீர்கள். திடீர் அதிர்ச்சி சுகத்தில் தொண்டைக்குள் வார்த்தைகள் சிக்கிக்

கொண்டன. மறுநாள் சமனப்பட உடன் வெட்கம் வந்துவிட்டது. என்ன சொல்வது? எப்படிச் சொல்வது? போனைவிட எழுத்தில் சௌகரியம் எனப்பட்டது. ரகு, நானும் உங்களை ஆழமாக நேசிக்கிறேன். மேலே எழுத முடியாமல் தடுக்குகிறது. இப்போதைக்குப் போதுமே.

உங்கள், ஜரீனா.

ஒவ்வொரு வார்த்தையையும் முத்தமிட்டேன்.

பிறகு தினம் இரண்டு முறை போனில் பேசி, விட்ட வற்றை ஒருநாள் விட்டு ஒருநாள் கடிதத்தில் எழுதிக் கொண்டோம். கூரியர் பார்சல்களில் புடவை போனது. சட்டை வந்தது. கொலுசு போனது. டைரி வந்தது.

ஒருநாள் கேட்டேன், "பைத்தியக்காரத்தனமாக இல்லை ஜரீனா?"

"எது?"

"முகமே தெரியாம நாம நேசிக்கிறது."

"மனசு தெரியுமே."

"என்னை நீ எப்படி கற்பனை பண்ணி வைச்சிருக்கே? அக்ஷய் குமார் மாதிரியா? அரவிந்த்சாமி மாதிரியா? சும்மாச் சொல்லு."

"நிஜம்மா சொல்லவா? எனக்கு மனசுதான் அழகாய்ப்படுது. அதனால நீங்க எப்படி இருப்பீங்கன்னு கற்பனையே பண்ணலை."

"இது டூப். அதெப்படி ஒரு ஆர்வம் இல்லாம இருக்கும்?"

"ஆர்வம் இல்லைன்னு சொன்னேனா? கற்பனைதானே இல்லைன்னு சொன்னேன். ஆமாம், நீங்க என்னை கற்பனை செஞ்சி வெச்சிருக்கிங்களா?"

"கொஞ்சம்."

"ஹைய்! எப்படி, சொல்லுப்பா!"

"நீங்க அனுப்பிச்ச டார்க் மெரூன் சேலை என் கலருக்கு ரொம்ப எடுப்பா இருக்குன்னு எழுதியிருந்தே. ஸோ... நீ நல்ல கலர்! வீட்ல உனக்கு 'பம்ப்ளிமாஸ்'னு ஒரு பட்டப் பேர் உண்டுன்னு எழுதியிருந்தே, அதனால நீ லேசா குண்டு. உடம்பு குண்டா இருந்தா நிச்சயம் கன்னம் உப்பலா இருக்கும். கழுத்து சின்னதா இருக்கும்.

283

சில பேருக்கு தேடிப் பார்க்க வேண்டியதாக்கூட இருக்கும்."

"ஏய்! நான் ஒண்ணும் அவ்வளவு குண்டு இல்லைப்பா."

"இதையெல்லாம் வச்சி குஷ்பு ரேஞ்சுக்கு யோசிச்சு வெச்சிருக்கேன். சரியா? ப்ளீஸ்... சொல்லேன். நீ ரொம்ப அழகுதானே?"

"ஏதோ சுமாரா இருப்பேன்."

"எத்தனை தடவை கேட்டுட்டேன், போட்டோ அனுப்பக் கூடாதா?"

"எத்தனை தடவை சொல்லிட்டேன். நாம ஒருத்தரை ஒருத்தர் நேர்ல பார்த்துதான் தெரிஞ்சுக்கணும். அது எவ்வளவு த்ரில்லிங்கா இருக்கும்? நினைச்சுப் பாருங்க."

ஒருவரை ஒருவர் நேரில்தான் பார்த்துக் கொள்ள வேண்டும் என்று கண்டிப்பாகச் சொல்லிவிட்ட ஜரீனா நான்கு தினங்களுக்குப் பின்பு, "ரகு, நானும் இப்ப உங்க முகத்தை கற்பனை செய்ய ஆரம்பிச்சுட்டேன். சொல்லவா?" என்றாள்.

'சொல்லும்மா, ப்ளீஸ்..."

"உங்களுக்கு நீளமான முகம். நீளமான மூக்கு."

"கரெக்ட் எப்படிச் சொன்னே?"

"புருவம் நல்ல அடர்த்தி, பெரிய காது, சுருள் முடி, தாடை நடுவுல ஒரு பள்ளம் இருக்கணும், சரியா?"

"என்ன நீ நேர்ல பார்த்தமாதிரி அப்படியே சொல்றே?"

"நேத்து என் ஃபிரெண்டு வீட்ல அவ அண்ணனை மீட் செஞ்சேனா, அவரும் நீங்க படிச்ச வருஷம் நீங்க படிச்ச காலேஜ்ல படிச்சதா சொன்னாரா, நச்சரிச்சி உங்க காலேஜ் மேகசினைத் தேடி எடுக்கச் சொன்னேனா, அதில குரூப் போட்டோல மூணாவது வரிசையில் ஏழாவது ஆளா நீங்க நிக்கிறதைப் பார்த்தாச்சே! ரகு, நிஜமா நீங்க ஜம்முன்னு இருக்கீங்க."

"நோ! இது அழுகுணி ஆட்டம்! நீ மட்டும் இப்படி திருட்டுத்தனம் பண்ணலாமா? மரியாதையா உன் போட்டோவை உடனே எனக்கு அனுப்பி வெச்சாகணும்" என்றேன்.

தபாலில் போட்டோவை அனுப்பிவிட்டதாக நேற்று போனில் அவள் சொல்லிவிட்டாள். ஆகவே என் ஜரீனாவின் முகத்தை

இன்றைக்கு தபால்காரர் கொண்டு வருகிறார்.

நேரம் - மணி ஆறுதான் ஆகியிருந்தது. எப்போது ஏழாகி, எட்டாகி ஒன்பதாகி பத்தாவது?

வெளிச்சமாக விடியத் துவங்கியிருக்க, அறைக்கு வந்து குளித்து உடுத்தித் தயாராகி ஒவ்வொரு விநாடியையும் முதுகு பிடித்துத் தள்ள வேண்டியிருந்தது.

பத்து மணிக்கு படிகளிறங்கி நின்று தெருக்கோடியில் தேடினேன். நகங்களை மெனக்கெட்டு கடித்துத் துப்பினேன்.

சோத்னையாக பத்தே முக்காலுக்கு தபால்காரர் வந்து ஜரீனாவின் கவரைக் கொடுத்ததும் மூன்று மூன்று படிகளாக ஏறி அறைக்குள் வந்து கட்டிலில் கவிழ்ந்து கவரைக் கிழித்தெடுத்து அவளுடைய புகைப்படத்தில்... ச்சே! வேண்டுமென்றே முகத்தை மட்டும் கத்தரித்திருந்தாள். கூடவே கடிதம்.

'என்னப்பா கோபமா? வாழ்க்கையில் ஒரு சஸ்பென்ஸ் வேண்டாமா கண்ணா? எப்போது நேரில் சந்திக்கலாம் என்று எத்தனைமுறை கேட்டிருப்பீர்கள்? இதோ சந்தர்ப்பம். வரும் பதினைந்தாம் தேதி என்னைத் தவிர எல்லாரும் ஒரு திருமணத்திற்கு மதுரை போகிறார்கள். வீட்டில் நான் மட்டும், லீவு போட்டுவிட்டு உங்களுக்காகக் காத்திருப்பேன். வருகிறீர்களா ரகு? தெரியும். வருவீர்கள். நேரில் சந்திக்கப்போகிற அந்தத் தங்க நிமிடத்திற்காகக் காத்திருக்கிறேன்.

உங்கள், ஜரீனா.'

ஏற்பட்ட ஏமாற்றமும், வருத்தமும் அவளைச் சந்திக்கப் போகிற சந்தோஷத்தில் பறந்துவிட்டன. திரும்பி சுவரில் காலண்டர் பார்த்தேன். ச்சே! இன்னும் ஆறு தினங்கள் இருக்கின்றனவா பதினைந்துக்கு? ஆ. - - று தினங்கள்!

அடுத்த ஆறு நாட்களும் ஆறு நரக நாட்கள். பாலும் கசந்து, படுக்கையும் நொந்து, சும்மா சும்மா காலண்டர் பார்த்து, பதினாலு இரவு பஸ் ஏறி பதினைந்து காலை ஆறு மணிக்கு திருநெல்வேலியில் கால் வைத்தபோது, ஜுரம் உணர்ந்தேன்.

பட்டுக்கோட்டை பிரபாகர் தேர்ந்தெடுத்த சிறுகதைகள்

ஜரீனாவுக்கு வேலைதான் திருநெல்வேலியில். ஊர் அங்கிருந்து முப்பது கிலோ மீட்டரில் தினம் பஸ்சில் வந்து போகிறவள்.

அடுத்த பத்து நிமிடத்தில் புத்துணர்ச்சியுடன் இறங்கி கடிதத்தில் அவள் வர்ணித்திருந்த மணிக்கூண்டை தரிசித்தேன். கடிதப்படி வலதுபுறச் சாலையில் பெட்ரோல் பங்க் தாண்டி நடந்தேன்.

ஒரு சைக்கிள்காரனை நிறுத்தி, "ஏம்ப்பா, மசூதித் தெருவுக்கு எப்படிப் போகணும்?" என்றேன்.

என் தோளில் தொங்கிய கேமராவைப் பார்த்து, "பத்திரிகைக்காரங்களா சார்? அதோ புகை வந்துட்டிருக்கே, அதான். நாசம் பண்ணிட்டாங்க சார்" என்றான்.

திடீரென்று தீய்ச்சல் வாசனையும், அழுகுரல்களும் காற்று கொண்டு வர, "என்ன? என்னப்பா அங்கே?" என்றேன் புரியாமல்.

"இந்த ஊர்ல மதக் கலவரம் அப்பப்ப வெடிக்கும் சார். இவங்க ஒண்ணு செஞ்சா பதிலுக்கு அவங்க ஒண்ணு செய்வாங்க. கலெக்டரு, அமைச்சருன்னு எவ்வளவோ தடவை மத்திசம் பண்ணிட்டாங்க. நிக்கவே இல்லை. கொஞ்ச நாள் அமைதியா இருந்திச்சு. போன வாரம் பிள்ளையார் சதுர்த்தில இவங்க கொஞ்சம் கலாட்டா பண்ணிட்டாங்க. பதினைஞ்சி பேர் செத்தாங்க. பதிலுக்கு நேத்து ராத்திரி மசூதித் தெருவுல புகுந்து கைல கிடைச்சவனை எல்லாம் அடிச்சி, வீடுகளுக்கு நெருப்பு வெச்சிட்டாங்க. முப்பத்தெட்டு பேர் தூங்கிட்டிருந்தவங்க கருகிச் செத்திருக்காங்க. அம்பது பேரை போலீஸ் அரெஸ்ட் பண்ணிருக்கு. ஒன் ஃபார்ட்டி ஃபோர் போட்டிருக்காங்க. குழந்தைங்க, பெரியவங்க, பொம்பளைங்கன்னு வெந்து போய்ப் பார்க்க சகிக்கலை. எல்லோரும் மிருகமாயிட்டோம். நமக்குள்ளேயே வேட்டையாடிக்கிட்டிருக்கோம். போய்ப் பாருங்க. என்ன மதமோ! என்ன வெறியோ!"

பதைப்புடன் தெருவுக்குள் நுழைய... ஓட்டு வீடுகளும், குடிசை வீடுகளும் நெருப்பில் குளித்து முடித்து புகைவிட்டுக் கொண்டிருக்க... வீட்டின் வாசல்களில் வெள்ளைத் துணி போர்த்திக் கிடத்தியிருந்தார்கள். போலீஸ்காரர்கள் உலாவினார்கள். கேமராக்காரர்கள் வளைந்து வளைந்து தட்டிக்கொண்டிருக்க, வீடியோக்காரன் ஒருவன் நீள மைக் நீட்டி ஒவ்வொரு ஆளாய்க் கருத்துக் கேட்க... மார்பில் அடித்துக் கொண்டு அங்கங்கே அழுகை

வெடித்துக் கொண்டிருக்க... நான் வெறித்தபடி நின்றேன்.

அந்த ஐம்பது வயதுக்காரரிடம் அவசரமாக ஓடி, "சார், திருநெல்வேலி டெலிபோன் எக்ஸ்சேஞ்ச்ல வேலை பார்க்கற ஜரீனா... " என்று பதைத்தேன்.

அருகில் மூடிக்கிடத்தப்பட்டிருப்பதைக் காட்டி, "பாருங்க சார்! கரித்துண்டாய் கிடக்கறதைப் பாருங்க" என்றார். என் தோளில் சாய்ந்தார். அழுவதற்கு அவருக்கு அறிமுகம் அவசியப்படவில்லை.

உச்சமான அதிர்ச்சியில் என்னுள் எல்லாமே உறைந்து போயிற்று.

"ஜரீனா முகத்தை நான் பார்க்கணும்," துணியை எடுக்கப் போனேன்.

"வேணாம். எடுக்காதிங்க. தாங்க முடியாது. அய்யோ! கோரம்!"

என் கைகள் நின்றன. என் கற்பனை முகம் சிதறிப் போவதை விரும்பாமல் அப்படியே மடங்கி அமர்ந்தேன். மூடாத அவள் பாதங்களைப் பிடித்துக்கொண்டு விசும்பத் துவங்கி... உடைந்த அணையிலிருந்து அழுகை வெள்ளத்தின் பிரவாகம்.

என் குலுங்கும் முதுகைத் தொட்டு மைக்கை நீட்டிய வீடியோக்காரன், "நீங்க இந்தப் பொண்ணுக்கு என்ன சார் வேணும்?" என்றான்.

கத்தினேன், "நாமெல்லாம் மனுஷங்கதானா? மதம், இனம், மொழி எல்லாத்தையும் தாண்டி இவளோட முகம் எப்படி இருக்கும்னுகூடத் தெரியாம என்னால இவளைக் காதலிக்க முடிஞ்சுது. ஆனா இவ என்ன மதம்னு தெரிஞ்சதாலேயே கொன்னுட்டாங்களே! அய்யோ!"

அவளின் ஒரு காலில் நான் பார்சலில் அனுப்பிய வெள்ளிக் கொலுசில் ஒன்று மட்டும் நெருப்புக்குத் தப்பியிருந்தது.

35
நியூட்டனின் விதி!

ஆபரேஷன் தியேட்டரில் ஏழு தலைசிறந்த அறுவை சிகிச்சை நிபுணர்கள் தலைகள் முட்டிக்கொள்ளும் அளவிற்கு சூழ்ந்து நின்று மும்முரமாகப் பணிபுரிந்து கொண்டிருந்தார்கள். ஆறு மணி நேர ஆபரேஷனுக்குப் பிறகு கையுறைகளைக் கழற்றி முகமூடிகளை நீக்கினார்கள்.

★★★

இயக்குனர் நாச்சியப்பனுக்காக படப்பிடிப்புத் தளத்தில் ஜெனரேட்டர் வேன் டிரைவர் உள்பட 164 பேர் காத்திருந்தார்கள். அதில் எண்பது சதவிகிதத்தினர் செல்போன் நோண்டிக் கொண்டிருந்தார்கள்.

போலீஸ் உடையில் மேக்கப் காலரில் ஒட்டாமலிருக்க கழுத்தில் வெள்ளைத் துணி போட்டு கதாநாயகன் தீபக் சிகரெட் பிடித்துக் கொண்டிருந்தான்.

“நான் பாட்டுக்கு கேரவன்ல இருந்தேன். என்னை எதுக்குப்பா ரெடி பண்ணி கூட்டிட்டு வந்தீங்க?” உதவி இயக்குனர் கோபியிடம் கடுப்படித்தான்.

“நான் வந்துட்டே இருக்கேன், ஹீரோவை ரெடியா இருக்கச் சொல்லுங்க, அவருக்குதான் ஃபர்ஸ்ட் ஷாட்ன்னு டைரக்டர்தான் போன் பண்ணிச் சொன்னார் சார்.”

"அது எப்போ? ஒரு மணி நேரத்துக்கு முன்னாடி."

"சார்... நாம டயலாக் ஒரு தடவை பார்த்துடலாமா?"

"என் குடும்பத்தையே நாசமாக்குன உன்னைப் பூண்டோட அழிச்சுக் காட்றேன்டா! இது ஒரு டயலாக்கு! இதைப் பத்து தடவை பாக்கணுமா? உன் டைரக்டர்ட்ட சொல்லுய்யா. இப்பல்லாம் சிரீயல்லகூட நச்சு நச்சுன்னு எழுதுறாங்க! அதென்னய்யா பூண்டோட அழிக்கிறது? இஞ்சி, வெங்காயத்தையும் சேர்த்துக்க வேண்டியதுதானே?"

கோபி எச்சில் விழுங்கினான். விலகினான்.

தீபக் அருகில் கைகட்டி நின்ற அவன் செகரட்டரி சபா குறைந்த குரலில், "தம்பி, போட்டுக் குடுத்துடுவான்! பாத்து!" என்றான்.

"சொன்னா சொல்லட்டும். நான் புதுசுன்றதால இந்த டைரக்டர் என்னை ஓட்டு ஓட்டுன்னு ஓட்றாண்டா. பத்துப் படத்துல மூணுதான் ஹிட்டு! மத்ததெல்லாம் புஸ்வானம்! பழைய ஹிட்டை வெச்சிக்கிட்டே மிதக்கறாரு!"

"ஸ்ஸ்ஸ்! வர்றாரு! வர்றாரு" என்று சபா சொன்னபோது... ஆடி வந்த ஆடி காரிலிருந்து இறங்கிய இயக்குனர் நாச்சியப்பனை உதவிப் பட்டாளம் சூழ்ந்து கொண்டது.

"என்னய்யா... லைட்டிங் பண்ணியாச்சில்ல... ஷாட்டுக்குப் போலாமா?" என்றபடி நாச்சியப்பன் வர... டேப்லெட்டில் கேம்ஸ் விளையாடிக்கொண்டிருந்த தீபக் அவசரமாக எழுந்து, "மார்னிங் சார்! என்ன டிராஃபிக்கா?" என்று சிரித்தான்.

"உன் கேள்விக்கெல்லாம் பதில் சொல்லத் தேவையில்லை" என்பது போல அவர், "டயலாக் பர்த்துட்டியா தீபக்? டேய்... பொசிஷன் குடு... தீபக்... ரைட் லுக்கு! நல்லா ஃபோர்ஸ் இருக்கட்டும். ஒரு மானீட்டர் பாத்துடலாமா?" என்றார்.

கேமிரா முன்பு சொல்லப்பட்ட இடத்தில் நின்று, "ஒன் லைன்தானே சார்... டேக் போயிடலாம்" என்றான் தீபக்.

"அதை நான் முடிவு செய்யணும்! ரெடி! மானீட்டர்! ஆக்ஷன்!"
"என் குடும்பத்தையே நாசமாக்குன உன்னைப் பூண்டோட அழிச்சிக் காட்றேன்டா!"

"இப்படி விரல் எல்லாம் ஆட்ட வேணாம். எமோஷன் மட்டும் காட்னா போதும். அகைய்ன்! கமான்!"

பல்லைக் கடித்தான் தீபக்.

மறுபடி விரலைக் காட்டி எச்சரித்து வசனம் சொன்னான்.

"தீபக்! வாட் ஈஸ் திஸ்? கையைத் தூக்க வேணாம்னு சொன்னேன்ல?"

"வருதே! ஆவேசமாப் பேசறப்போ தேசிய கீதத்துக்கு நிக்கிற மாதிரி கைகட்டிக்கிட்டா பேச முடியும்? பாடி லாங்வேஜ்ன்னு ஒண்ணு இருக்குல்ல சார்?"

நாச்சியப்பன் முகம் சிவந்தார்.

"தீபக், டு வாட் ஐ ஸே! டோண்ட் டீச் மி! அண்டர்ஸ்டாண்ட்?"

நாச்சியப்பனுக்குக் கோபம் வந்தால் ஆங்கிலம்தான். எதிர் நபரும் ஆங்கிலத்தில் பதில் சொன்னால் தமிழுக்குத் தாவி விடுவார்.

கடுப்பைக் கட்டுப்படுத்திக்கொண்டு அந்த ஷாட்டை எட்டாவது டேக்கில் ஓகே செய்து விட்டு, விருட்டென்று கேரவனுக்குச் சென்று உடனே சிகரெட் பற்றவைத்து ஊதிய தீபக் சபாவிடம், "என்னய்யா நினைச்சிட்டிருக்கான் அந்தாளு ! ரெண்டாவது டேக்கே ஓகேதான். வேணும்னே எட்டு டேக் எடுக்கறான்!" என்று எகிறினான்.

"தம்பி.. இது உங்களுக்கு ரெண்டாவது படம். இன்னும் பெரிய பிரேக் கிடைக்கலை. ஜெயிச்சி மேல வர்றவரைக்கும் கொஞ்சம் பல்லைக் கடிச்சிக்கங்க."

"யோவ்! நான் ஒண்ணும் சோத்துக்கில்லாம நடிக்க வரலை. ஒரு ஆசை. நம்ம வீட்ல நாலு கார் நிக்கிது. உன் சம்பளத்துக்கு சமமா நாய்க்கு பிஸ்கெட் வாங்கறோம். தெரியுமில்ல? யாரும் என்னை இப்படி விரட்டினதில்லைய்யா!"

"அய்யோ ! தம்பி! இங்க இப்படித்தான். டைரக்டர்தான் கேப்டன்!"
"கமல்ஹாசனை இப்படி விரட்டுவாரா?"

"நீங்க கமல்ஹாசன் லெவலுக்கு வந்துட்டா, உங்களையும் யாரும் விரட்ட முடியாது. உங்க லட்சியம் அதுவா இருக்கணும். முன் கோபத்தைக் கொஞ்சம் கட்டுப்படுத்திக்கங்க."

“சரி.. சாப்பாடு வந்துடுச்சா?”

“வந்துடுச்சி. ஆனா இன்னும் லன்ச் பிரேக் விடலை தம்பி. திடீர்னு கூப்புடுவானுங்க.”

“பசிக்கிறப்ப சாப்புட முடியுதா? ச்சே! பிஸ்க்கெட்டை எடு!”

வெளியே மர நிழலில் நாற்காலியில் அமர்ந்திருந்த நாச்சியப்பன் காட்சிக் காகிதத்தில் ஷாட் பிரித்து அசோசியேட்டிடம் கொடுத்துவிட்டு, கிரேனில் பொருத்தப்படும் கேமராவைப் பார்த்தபடி, “என்னய்யா ரொம்பதான் எகிர்றான் இவன்! ஒரு படம்தான் வந்திருக்கு! அதுவும் ஆவரேஜ் ஹிட்தான்! ப்ளாக் பஸ்டர்லாம் இல்ல!”

“ஆமாம் சார். வாய் ஜாஸ்தி. உங்களைப் பத்தி தப்பாப் பேசறார்” என்றான் ரகசியக் குரலில் டயலாக் பேட் வைத்திருந்த உதவி இயக்குனர் கோபி.

“என்ன சொன்னான், சொல்லு.”

“இல்ல சார். ஒண்ணுமில்ல சார்.”

“அட! சும்மாச் சொல்லு! என் முதுகுக்குப் பின்னாடி கமெண்ட் அடிக்கிறான்னு எனக்குத் தெரியும். என்ன சொன்னான்?”

“டயலாக்கை கிண்டல் அடிச்சார். சீரியல்லகூட நச்சு நச்சுன்னு எழுதுறாங்கன்னு சொன்னார் சார்!”

“இது எனக்குப் பதினோராவது படம்டா! எனக்குக் கத்துக் குடுக்கறானா இவன்? என்ன தெரியும் இவனுக்கு சினிமா பத்தி? ஸ்விம்மிங் பூலு, பார்ட்டி, பாருன்னு சொகுசா இருந்த பய!”

“மதுரைல மன்றம் ஆரம்பிச்சட்டாங்க சார்.”

“அது ஒரு குவாலிஃபிகேஷனா? இவனே காசு குடுத்து ஆரம்பிக்கச் சொல்லிருப்பான். இந்தப் படத்துல இவனைப் போடறதா எனக்கு ஐடியாவே இல்ல. புரொடியூசர் கம்பல் பண்ணாரு. புதுப் பையன், மோல்ட் பண்ணலாம்னு பார்த்தா.. ரொம்ப துள்றான்! ஒரு ஷெட்யூல் முடிஞ்சி தொலைச்சிடுச்சி. ரெண்டு செட் சாங் வேற எடுத்துட்டோம். இல்லன்னா போயிட்டு வாடான்னு வீட்டுக்கு அனுப்பிருப்பேன்! மரியாதை தெரியாதவனோட மாரடிக்கணும்னு எனக்கென்ன தலையெழுத்தா? ரெடியா பாரு! லன்ச்சுக்கு முன்னாடி இந்த சீனை முடிச்சாகணும்!”

உணவு இடைவேளை முடிந்து அடுத்த காட்சியை விளக்க தீபக்கை கேரவனிலிருந்து அழைத்து வரச் சொன்னார் நாச்சியப்பன்.

தீபக் வந்து நின்றான்.

“தீபக்... வில்லன் உன் சிஸ்டரை காலேஜ்ல ஈவ் டீஸ் பண்ணதுக்கு அடுத்த சீன்! அவன் வீட்டுக்குள்ளே பைக்குலயே போய் இறங்குறே!”

“பைக்கு சுகர் கிளாசை உடைச்சிக்கிட்டு உள்ள பாயுதா சார்?”

“அந்த ஷாட் டூப் வெச்சி எடுத்துக்கறேன். உள்ள லேண்ட் ஆனதும் பேசுற டயலாக் பார்த்துட்டியா?”

“பார்த்துட்டேன் சார். நானும் பொறுத்துப் பொறுத்துப் பார்க்கறேன். நீ மேல மேல தப்பு பண்றே! இன்னொரு தடவை வாலாட்டினே.. வாலை ஒட்ட நறுக்கிடுவேன். வாலை மட்டும் இல்ல! இதானே சார் டயலாக்கு?”

“ஆமாம்!”

“லாஸ்ட் லைன் சென்சார்ல விடுவாங்களா சார்?”

“அது உன் பிரச்சினை இல்ல தீபக்?”

“சார்... தெரியாமதான் கேக்கறேன். எந்த ஊர்ல சார் பைக்கோட பறந்து கண்ணாடி உடைச்சி வீட்டுக்குள்ள வந்து பேசறாங்க? இதெல்லாம் ரொம்பப் பழசு சார்! இது வரைக்கும் நான் மூணு தடவை வில்லன்கிட்ட சவால் விட்டுட்டேன். ஆனா எதுவுமே செய்யலை!”

“தம்பி... அவன் பவர்ஃபுல் ஆளு!”

“நான் போலீஸ் சார்! அரெஸ்ட் பண்ணலாமே! கேஸ் போடலாமே!“

“பப்ளிக்குக்கு பயம்! யார் சாட்சி சொல்வா?”

“என்ன சார் பேசறிங்க நீங்க? என் தங்கச்சிகிட்ட வம்பு செய்றான். என் தங்கச்சி சாட்சி சொல்ல மாட்டாளா?”

“இப்ப என்ன... திரைக்கதை தப்புன்றியா?”

“கதையே தப்பா இருக்குன்றேன்! சும்மா அயர்ன் பண்ணி அயர்ன் பண்ணி எதுக்காக போலீஸ் டிரெஸ் போடணும் நான்? தெரு ரவுடி மாதிரி சும்மா கத்திட்டுப் போயிட்டிருக்கேன். ஒரு பெப்பும் இல்ல! லாஜிக்கும் இல்ல!”

சுற்றிலும் நின்று கொண்டிருந்த உதவி இயக்குனர்கள் நெளிந்தார்கள். நாச்சியப்பனுக்கு கண்கள் சிவந்து கொண்டிருந்தன. உதடுகள் துடித்தன.

“தீபக், நீ ரொம்ப ஓவராப் பேசறே! உனக்கு என்ன தெரியும் சினிமா பத்தி?”

“உங்களுக்கு இன்னிக்கு உள்ள சினிமா தெரியலன்னு மட்டும் நல்லாத் தெரியும்?”

“மசாலா படம்னா அப்படித்தான் இருக்கும். பியூர் கமர்ஷியல்!”

“அதுலயும் ட்ரீட்மெண்ட், ட்விஸ்ட், டெக்னாலஜினு பின்னிட்டிருக்காங்க சார்! நீங்க உங்களை அப்டேட் பண்ணாம தேங்கி நிக்கிறிங்க!”

“ஹலோ! நிறுத்துடா! புரொடியூசர் வற்புறுத்துனதுனாலதான் உன்னை இந்தப் படத்துல கமிட் செஞ்சேன்! ஒரு ஷெட்யூல் முடிஞ்சிருச்சின்ற திமிர்ல பேசறியா? மொதல்ல அடக்கம் வேணும். மரியாதை தெரியணும். நாகரிகமா சொல்லணும். இது எதுவும் உங்கிட்ட இல்ல!”

“சார்! வாடா, போடான்னு சொல்ற வேலை எல்லாம் வெச்சிக்காதீங்க.”

“ஆமாம்!”

“ஏய்! நிறுத்துடா! நீ இந்தப் படத்துல இல்லடா! ஒரு ஷெட்யூல் செலவு மொத்தமும் நான் புரொட்யூசருக்கு செட்டில் பண்ணிக்கறேன்! வேற ஒருத்தனை வெச்சி எடுத்துக்கறேன். நீ போலாம். பேக்கப்!” என்று உச்சக் குரலில் கத்தினார்.

ஒரு நிமிடம் அமைதியாக அவரையேப் பார்த்தான் தீபக்.

“சார்... இது விளையாட்டில்ல! நல்லா யோசனை பண்ணிச் சொல்லுங்க. சீரியஸா சொல்றீங்களா?”

“நீ போலாம்னு சொல்லிட்டேன்!”

“இதுல என் எதிர்காலம் மட்டும் இல்ல... உங்க எதிர்காலமும் சம்மந்தப்பட்டிருக்கு சார்.”

“எனக்கென்ன? நூறு ஹீரோ கிடைப்பான்! நீ உன்னைப் பத்தி

கவலைப்பட்டுக்கோ! என் எக்ஸ்பீரியன்ஸ் தெரியாம பேசிட்டே! நாளைக்கே பிரஸ் மீட் வைக்கிறேன். நீ இந்த இண்டஸ்ட்ரில இன்னொரு படம் பண்ணவே முடியாதுடா!"

அவரை முறைத்த தீபக் சிகரெட் பற்ற வைத்துக்கொண்டு, பதறியபடி சபா தொடர கேரவனை நோக்கி நடந்தான்.

"தம்பி, என்ன இப்படிப் பண்ணிட்டிங்க? அவரு எக்ஸ்பீரியன்ஸ் என்ன? சங்கத்துல முக்கியமான பதவில வேற இருக்காரு. பெரிய இஷ்யூவா இதைப் பண்ணிடுவாரு! உங்களை புக் பண்றதுக்கு எல்லா புரொட்யூசர்சும் யோசிப்பாங்க தம்பி! உங்க கேரியரே கெட்டுரும்!"

"அப்படியா?" என்று சிரித்தபடி போலிஸ் சட்டையின் பட்டன்களைக் கழற்றினான் தீபக்.

★★★

நாச்சியப்பன் தயாரிப்பாளர் கனகசபை அலுவலகத்தில் அவருக்கு முன்பாக ஒரு நிரப்பப்படாத செக்கை வைத்தார்.

"இந்த ஒரு ஷெட்யூலுக்கு ஆன ஷுட்டிங் செலவு எவ்வளவோ அதை எழுதிக்கங்க சார்! ரெண்டே நாள்ல வேற ஹீரோ புக் பண்ணிடலாம். ஒரு நாள் கூட ஷூட்டிங் நிக்காது. நாளையிலேர்ந்து ஹீரோ இல்லாத சீன்ஸ் மட்டும் ஷூட் பண்றேன். சொன்ன தேதில படத்தை முடிச்சித் தர்றேன். அதானே வேணும் உங்களுக்கு?" என்றார்.

"நான் வேணும்னா பேசிப் பார்க்கட்டுமா சார்? தீபக்கை உங்கக்கிட்ட மன்னிப்பு கேக்கச் சொல்லட்டுமா?"

"நத்திங் டூயிங்! இனிமே அவனோட ஒரு நாள்கூட வேலை பாக்க முடியாது! வார்த்தைக்கு வார்த்தை நக்கலடிக்கிறான் சார்! உடம்பு பூரா திமிரு!"

வேகமாக எழுந்து வெளியே வந்து விட்டார் நாச்சியப்பன்.

★★★

பூஜையறையில் கண்மூடி கும்பிட்டு விட்டு நாச்சியப்பன் வெளியே வந்து காத்திருந்த அசோசியட் டைரக்டரிடம், "நீ ஏன்யா இங்க நிக்கறே? உன்னை ஸ்பாட்டுக்குத்தானே போகச் சொன்னேன்?

இன்னிக்கு ஜூனியர் ஆர்ட்டிஸ்ட்ல பதினைஞ்சி குழந்தைங்க இருக்கணும்னு சொல்லியிருந்தேனே... ஏற்பாடு பண்ணிட்டியா? வண்டி ரெடியா? போவமா?" என்றபடி நடந்தவரிடம் கூட நடந்தபடி தயங்கி தயங்கி சொல்லத் தவித்தான் அவன்.

"என்னய்யா, பதிலையே காணோம்?"

"அது... வந்து... ஷூட்டிங்..."

"ஷீட்டிங்குக்கு என்ன? ஹீரோயின் வரலையா?"

"ஹீரோயின், ஹீரோ எல்லாம் வந்தாச்சி சார்!"

"ஹீரோவா? அவன் இனிமேதானே முடிவாகணும்? தீபக்கைதான் தூக்கிட்டனே..."

"வந்து சார்... ப்ரொட்யூசர்... வந்து... உங்களைத் தூக்கிட்டார்."

"என்னது?"

ஸ்கூட்டரில் வந்து இறங்கினார் தயாரிப்பு நிர்வாகி.

"சார்! மன்னிச்சுக்கங்க! புரொட்யூசர் சார் நேத்து நீங்க குடுத்துட்டு வந்த செக்கைத் திருப்பிக் குடுத்துட்டு வரச் சொன்னார். பிடிங்க. உங்ககிட்ட இருக்கற அட்வான்ஸ் அப்படியே இருக்கட்டும். அடுத்த வருஷம் வேற ப்ரொஜெக்ட் பண்ணலாம்னு சொல்லச் சொன்னார்."

"வேற ப்ராஜெக்ட்டா? அப்ப இது?"

"இது... கண்டினியூ ஆகுது சார். தீபக் சார் வேற ஒருத்தரை சிபாரிசு செஞ்சி..." "ஓகோ! உங்க முதலாளிக்கு அவன்தான் இப்ப முக்கியமா போய்ட்டானா? அவன் எப்படிய்யா டைரக்டரை மாத்தலாம்?"

"சார்... கம்பெனிக்கு இப்ப தீபக் சார்தான் முதலாளி. நேத்து நைட்டு அவரோட அப்பா வந்து புரொடியூசரைப் பார்த்தாரு. ஒரே செக்குல கம்பெனி கைமாறிடுச்சி சார்!"

"உங்காளு என்ன லூசா? எதுக்குய்யா கம்பெனியை விக்கணும்?"

"தீபக் சார் அப்பா ஏதோ கட்சில இருக்காராமே! என்ன பேசுனாங்கன்னு தெரியாது. அஞ்சி நிமிஷம்தான் பேசுனாங்க! முடிஞ்சிடுச்சி!"

“அப்படியே பார்த்தாலும்... கதை என்னதுய்யா! ரெஜிஸ்டர் பண்ணிருக்கேன். என் சம்மதம் இல்லாம வேற ஒரு டைரக்டர் எப்படிய்யா பண்ணலாம்?”

“இல்லங்க! கதையும் வேற! மாத்திட்டாங்க! புதுசா எடுக்கறாங்க!”

நாச்சியப்பன் ஆடையின்றி நடு ரோட்டில் நிற்பது போல உணர்ந்தார்.

“ஓகோ! காசுத் திமிரைக் காட்றானா? நான் யூனியனுக்குப் போறேன். எடுடா வண்டியை” என்று காரில் அமர்ந்தார் நாச்சியப்பன். அசோசியேட் செல்வமும் ஏறிக் கொண்டான்.

சார் ஓடிக்கொண்டிருக்க... மெதுவாக தயங்கி சொன்னான் செல்வம்.

“சார் யூனியன்ல நமக்கு நியாயம் கிடைக்குமான்னு டவுட்டா இருக்கு.”

“ஏன்?”

“இதோ பாருங்க” என்று அன்றைய செய்தித் தாளைக் காட்டினான் செல்வம்.

தீபக் ஒரு செக் நீட்ட யூனியன் தலைவர் வாங்கிக் கொண்டிருந்தார்.

‘இயக்குனர் சங்கத்தின் புதிய கட்டிட நிதிக்காக இருபது லட்சம் கொடுத்தார் நடிகர் தீபக்’ என்று செய்தி இருந்தது. கூடவே சிறிய பேட்டியும் இருந்தது.

‘எனது இரண்டாவது படத்தின் தயாரிப்பாளர் கனகசபை நிதி நெருக்கடி என்று சொன்னதால் அவரது தயாரிப்பு நிறுவனத்தை நான் வாங்கியிருக்கிறேன். சில சொந்தக் காரணங்களால் இயக்குனர் நாச்சியப்பன் இந்தப் படத்திலிருந்து விலகி விட்டதால் புதிய இயக்குனர், புதிய கதையுடன் களமிறங்குகிறேன். படத்தின் பெயரும், ‘புதிய கதை’ என்று மாற்றப்பட்டுள்ளது.

நாச்சியப்பன் நெஞ்சைப் பிடித்துக் கொண்டார். தண்ணீர் குடித்தார்.

“வண்டியை வீட்டுக்கு விடுடா” என்றார் சுரத்தில்லாமல். “நம்பிக்கை இருக்கு. எனக்கு ஏதாவது ஒரு வகையில் நியாயம் கிடைக்கும்” என்று பெருமூச்சு விட்டார்.

★★★

நியூட்டனின் விதி!

ஆபரேஷன் தியேட்டரிலிருந்து வெளியே வந்த பெரிய டாக்டரிடம் வேகமாக வந்தார் அவர்.

"உங்க மகன் உயிரைக் காப்பாத்திட்டோம். முகத்துல பிளாஸ்டிக் சர்ஜரி பண்ணிருக்கோம். கொஞ்சம் விகாரமாதான் இருக்கும். ஆனா உயிர்தானே முக்கியம்? என்ன பண்றது? ஷூட்டிங்ல அப்படி ரிஸ்க் எடுத்து தீபக் அந்தச் சண்டைக் காட்சில நடிச்சிருக்கக் கூடாது!" என்றார்.

36
நேர் எதிராக...

வெளியே காத்திருந்தார் அவர்.

முகத்தில் கொஞ்சம் தாடியும் கொஞ்சம் கவலையும் இருந்தது. உடை சற்று அழுக்காய் இருந்தது. பெஞ்சில் மிகத் தயக்கமாய் அமர்ந்தார்.

கதவில் பிளாஸ்டிக் போர்டு ஒட்டியிருந்தது: மனநோய் மருத்துவர் எஸ். ஆர். ராஜாராமன் என்று ஆங்கிலத்தில்.

டாக்டர் புன்னகையுடன், லேசான வழுக்கையுடன் இருந்தார். "உட்காருங்க."

உட்காராமல் பையனைப் பார்த்தார் சுவாமிநாதன், "சார், தனியா சொல்லணும் உங்ககிட்டே..."

"மணி, நீ வெளியே நில்லு."

அவன் போனதும், "ம், சொல்லுங்க," என்றார் டாக்டர்.

"டாக்டர், நான் சொல்ல மாட்டேன்."

"ஏன்?"

"சொல்லாதீங்கன்னு சொல்லுங்க. அப்பத்தான் சொல்லுவேன்."

டாக்டர் பொறுமையாய் அவர் மனநிலையை ஊகித்தார்.

"சரி, மிஸ்டர் சுவாமிநாதன், நீங்க சொல்ல விரும்புறதைச் சொல்லாதீங்க."

"சொல்றேன், டாக்டர் சிரிக்காதீங்க. இதுதான் என் பிரச்சினை."

"எது?"

"எதிர்மறையா செயல்படறது. இப்ப கொஞ்ச நாளா இப்படி ஆயிட்டுது. யார் எதைச் சொன்னாலும் அதுக்கு நேர் எதிராய்ச் செய்யும்படி என் மூளை சொல்லுது."

"இன்னும் கொஞ்சம் விளக்கமா சொல்லுங்க."

"சொல்ல மாட்டேன்."

"ஸாரி, இன்னும் கொஞ்சம் விளக்கமா சொல்லாதீங்க."

"சொல்றேன் டாக்டர். சாதாரணமா செய்திகளைச் சொல்றப்பவும் கேள்விகள் கேட்கறப்பவும் நான் நார்மலா இருக்கேன். ஆனால், உத்தரவாகவோ ஆப்ளிகேஷனா கவோ இதைச் செய்யுங்க அதைச் செய்யுங்க அப்படின்னு சொல்றப்ப மட்டும் செய்யாதேன்னு என் மூளை கட்டளை போடுது."

டாக்டர் கொஞ்சம் யோசித்தார், "ஏதாச்சும் உதாரணங்கள் சொல்லாதீங்களேன்."

"சொல்றேன். அன்னிக்கு போஸ்ட் ஆபீஸ் போகணும். தஞ்சாவூர்ல. ஒருத்தனை வழி கேட்டேன். நேரா போய் இடது பக்கம் திரும்புங்கன்னு சொன்னான். நான் உடனே வந்த வழியா நடந்து வலது பக்கம் திரும்புறேன்."

"இன்டரெஸ்டிங்."

"டாக்டர், என் அவஸ்தை எனக்குத்தான் தெரியும். ஆபீஸ்ல இன்னிக்கு இந்த ஸ்டேட்மெண்ட்டை முடிங்கன்னு சொன்னா நான் வேணுமின்னே முடிக்க மாட்டேன். திட்டு வாங்குவேன். இன்னிக்கும் அதை முடிக்காதீங்க!'ன்னு கோபமாகக் கத்துவார் மானேஜர். உடனே பரபரன்னு வேலை பார்த்து ஒரு மணி நேரத்தில் முடித்துக் கொடுத்துடுவேன்."

"ரொம்ப வித்தியாசமான கேஸ்தான் உங்களது."

"இன்னும் கேளுங்க. என் சினேகிதன் என்கிட்டே கடன் வாங்கின நூறு ரூபாயைக் கொடுத்து, 'இந்தா வாங்கிக்க'ன்னு கொடுத்தான். நான் வாங்கிக்க மாட்டேன்னு சொல்லித் திருப்பிக் கொடுத்திட்டேன்."

"அடப் பாவமே!"

"என் - பெண்டாட்டி உங்ககிட்டே போங்க போங்கன்னு பத்து நாளா சொன்னாள். நான் வரலை. யோசிச்சுப் பார்த்து, 'இன்னிக்கு டாக்டர் ராஜாராமன் கிட்டே போகாதீங்க'ன்னு சொன்னா. உடனே வந்துட் டேன்."

"விநோதமான கேஸ்தான்."

"இவ்வளவு ஏன்? முந்தா நாள் என் ஒய்ஃபை நான் ரேப் பண்ணிட்டேன்."

"வாட்?"

"ஆமாம். சார். ராத்திரி தூக்கத்தில் புரண்டு அவளைத் தொட்டேன். 'இன்னிக்கு ரொம்ப டயர்டா இருக்கு. கையை எடுங்க'ன்னு அவள் சொன்னாள். உடனே அவள் கத்தக் கத்த, திமிறத் திமிற, திட்டத் திட்ட..."

"இப்படி எதிர்மறையா செயல்படறதை நீங்களே உணர்றீங்க இல்லையா?"

"நல்லா உணர்றேன் சார்."

"நாம்தான் எதுக்கும் நேர் எதிராய்ச் செயல்படுவோமேன்னு நீங்களே உணர்ந்து சரியா நடந்துகிட்டா என்ன?"

"முடியலையே டாக்டர்! முடிஞ்சா நான் ஏன் உங்க கிட்டே வர்றேன்?" என்று லேசாய் அழ ஆரம்பித்தார் சுவாமிநாதன்.

"ஆல் ரைட். உங்க வியாதியை நான் நிச்சயம் குணப்படுத்திடுவேன்னு நம்புங்க."

"நம்ப மாட்டேன் டாக்டர்."

"என்னை நம்பாதீங்க."

"நம்பறேன்."

டாக்டர் பல சோதனைகள் செய்தார். பின் மறுபடி பேசினார்; உங்க அப்பா எப்படிப்பட்டவர்?"

"கெட்டவர். என்னை எத்தனை தடவை அடிச்சிருக்கார் தெரியுமா? ஒரு தடவை நடு முதுகிலே சூடு போட்டார். பார்க்கிறீங்களா?"

நேர் எதிராக...

"வேணாம். காட்ட வேணாம்."

"காட்டுவேன்."

சட்டையைக் கழற்றி, பனியனைக் கழற்றி, முதுகைக் காட்டினார். நீளமாய் கோரமாய் இருந்தது தழும்பு.

"மிஸ்டர் சுவாமிநாதன், உங்க வியாதியை நான் நிச்சயம் குணப்படுத்தறேன். கவலைப்படாதீங்க. மெண்ட்டல் ரெஸ்டுக்கு மருந்து மாத்திரை எழுதித் தர்றேன்." எழுதினார். சீட்டை நீட்டினார். இதும்படி சாப்பிடுங்க."

"மாட்டேன்."

"சாப்பிடாதீங்க."

"அவசியம் சாப்பிடறேன்."

டாக்டர் கொஞ்ச நேரம் தன்னை மறந்து சிரித்தார். சுவாமிநாதனை அவருக்குப் பிடித்து விட்டது. உங்களை என் பைக்கிலே உங்கள் வீட்டில் கொண்டு போய் விடறேன்," என்றார்.

சரி, உங்களுக்கு பீஸ் எவ்வளவு சார் கொடுக்கட்டும்?"

"ஐம்பது ரூபாய் கொடுக்காதீங்க," என்றார் டாக்டர்.

சுவாமிநாதன் கொடுத்தார். தன் சிறிய சூட்கேஸைத் தூக்கிக் கொண்டு டாக்டர் புறப்பட்டார். கன்சல்ட்டிங் ரூமைப் பூட்டினார். பைக்கை துடைத்துக் கொண்டிருந்த பையனை வீட்டிற்குப் போகச் சொல்லிவிட்டு ஸ்டார்ட் செய்தார்,

"ஏறிக்கிங்க."

சுவாமிநாதன் அமைதியாய் நின்றார்.

"ஏறிக்காதீங்க."

ஏறிக்கொண்டார்.

போகிற வழியில் டாக்டரின் வீடு இருந்தது.

"இதுதான் என் வீடு. உள்ளே வராதீங்க. உள்ளே வந்து ஒரு கப் காப்பி சாப்பிட்டுவிட்டுப் போகாதீங்க. என் மனைவி குழந்தைங்க யாரும் இல்லை. ஊருக்குப் போயிருக்காங்க," என்றார் டாக்டர்.

சுவாமிநாதன் உள்ளே வந்தார். "போய் காப்பி போட்டு

எடுத்திட்டு வர்றேன்," என்ற டாக்டர் அருகிலிருந்த மேஜையின் டிராயரைத் திறந்து, சமையலறைச் சாவியை எடுத்துக் கொண்டு சமையலறைக்குள் சென்றார்.

சுவாமிநாதனுக்கு போர் அடித்தது. பத்திரிகைகளைப் புரட்டி விட்டு, திறந்து கிடந்த டிராயரைக் கண்டார்.

சரியாக மூடப் போனவர் உள்ளே ஒரு ரிவால்வர் இருப்பதைக் கண்டார். சினிமாவில் தவிர துப்பாக்கியை அவர் இதுவரை பார்த்ததில்லை. எடுத்துப் பார்த்தார்.

டாக்டர் காப்பியோடு திரும்பி வந்தார்.

"இதென்ன டாக்டர், துப்பாக்கியெல்லாம் வச்சிருக்கீங்க?"

"தற்காப்புக்காகத்தான். லைசென்ஸ் வச்சிருக்கேன்."

நான் இப்பத்தான் முதல் முதல்ல ஒரு துப்பாக்கியைப் பார்க்கிறேன்." என்ற சுவாமிநாதன் துப்பாக்கியை டாக்டர் பக்கமாகத் திருப்பித் தடவிப் பார்த்து, டிரிக்கரையும் விரலினால் அழுத்தினார்.

சுவாமிநாதன்! அது லோட் பண்ணியிருக்கு! வெடிச்சுடும்! அதை இழுக்காதீங்க! டிரிக்கரை இழுக்காதீங்க!"

37
கற்பு... கற்பறிய ஆவல்!

ஓட்டல் வாசலில் மூவரும் இறங்கியதும் சுவாமிநாதன் குனிந்து மீட்டர் பார்த்து, "நாப்பத்தெட்டு" என்று வாய்விட்டுச் சொல்லி, ஐம்பது ரூபாயைக் கொடுத்து விட்டு பாக்கிக்கு கைநீட்டிக் காத்திருக்க...

ஆட்டோ டிரைவர் அவனை ஊருக்குப் புதுசா?' என்பது போலப் பார்வை பார்த்து வண்டியை ஸ்டார்ட் செய்தான்.

இருப்பா! பாக்கி ரெண்டு ரூபாயைக் கொடுத்துட்டுப் போ!" என்றான் கண்டிப்பான குரலில் நந்தினி.

அவன் முறைப்பாக. "என்னம்மா ரெண்டு ரூபால்லாம் கேட்டுக்கிட்டு..."

"மீட்டர் அம்பத்திரண்டு ரூபா வந்து நாங்க அம்பது ரூபா கொடுத்தா பேசாம வாங்கிக்குவியா?"

பட்டுப்புடவையின் ப்ளீட்ஸை சரி செய்தபடி சுமித்ரா, "சரி, சரி, வா நந்தினி" என்றாள் எரிச்சலுடன்.

"சும்மா இருங்க அண்ணி. எதுக்கு அநாவசியமா ரெண்டு ரூபாயை விட்டுக்கொடுக்கணும்? கொடுப்பா!"

"சில்லறை இல்லைம்மா. இந்தா, நாப்பத்தெட்டு ரூபா சில்லறையா கொடு" என்று அவன் ஐம்பது ரூபாய் நோட்டைத் திருப்பி நீட்ட...

"சரி, வெச்சுக்க, போய்யா!" என்ற சாமிநாதனை, "அண்ணா, நீங்க போய் ரிசப்ஷன்ல உக்கார்ந்திருங்க. நான் சில்லறை மாத்தி செட்டில் பண்ணிட்டு வந்துடறேன்" என்று பணத்தை வாங்கிக்கொண்டு எதிரே இருந்த கடையை நோக்கி நடந்தாள் நந்தினி.

"ஆனாலும் உங்க தங்கைக்கு இவ்வளவு பிடிவாதம் ஆகாதுங்க."

"எதுலயும் கரெக்டா இருக்கணும் அவளுக்கு."

"சரிங்க.... இடம், பொருள் இல்லையா? இவ சண்டை போட்டுக்கிட்டிருக்கிற சமயத்தில மாப்பிள்ளை வீட்டுக்காரங்க வந்து சேர்ந்து, பார்த்தாங்கன்னா என்ன நினைப்பாங்க?"

"அஞ்சரை மணிக்குத்தான் அவங்க வர்றதா சொன்னாங்க. இன்னும் டைம் இருக்கு. ஏதாச்சும் சொல்லி மூட் - அவுட் பண்ணாம பேசாம இரு."

"நல்லா இருக்கே... புறப்படறப்பவே அழிச்சாட்டியம் செஞ்சது அவளா... நானா? என் பட்டுப் புடவையைக் கொடுத்து கட்டிக்கிட்டு வானு சொன்னனே, கேட்டாளா? பொண்ணு பார்க்கறப்போ யாராச்சும் சுரிதார் போட்டுக்குவாங்களா?"

சம்பிரதாயமா வீட்ல வெச்சுப் பொண்ணு பார்க்கறதா இருந்தா. நீ சொல்றபடி பட்டுப்புடவை கட்டிக்கிறது சரி. காஷுவலான மீட்டிங்கா இருக்கணும்னுதானே ஓட்டல்ல ஃபிக்ஸ் பண்ணினோம். இங்க அவ சுரிதார் போட்டுட்டு வந்தது தப்பில்லை."

"விட்டுக்கொடுக்க மாட்டீங்களே..."

ஓட்டலின் வரவேற்புப் பகுதியில் ஏராளமான சாண்ட்லியர்கள். ஏராளமான சோபாக்கள். பளபளக்கும் பித்தளைத் தொட்டிகளில் பொய்ப் பூக்கள்!

"மாப்பிள்ளையோட வேற யார் யார் வர்றாங்க?"

"அப்பா, அம்மா, உள்ளூர்லயே கட்டிக்கொடுத்திருக்கிற தங்கையும் அவ புருஷனும்... ஆக அஞ்சு பேர் அவங்க."

"பில் தாளிச்சிடப் போறான். இவளைப் பிடிச்சிருக்குனு சொன்னா நாம செலவு பண்ணலாம். இல்லைனா..."

"கொஞ்சம் வாயை மூடிக்கிட்டு சும்மா இருக்கியா? எல்லாம் புடிக்கும். நந்தினிக்கு என்ன குறைச்சல்? அழகு இருக்கு. படிப்பு

இருக்கு. மூவாயிரம் சம்பளத்தில் வேலை இருக்கு."

"அடக்கம்தான் கொஞ்சம் குறைச்சல்!"

சரிந்த துப்பட்டாவைச் சரியாகப் போட்டுக் கொண்டபடி வந்த நந்தினி. "டேபிள் நம்பர் செவன்தானேண்ணா?" என்றாள்.

"ஆமாம்மா."

"அவங்களுக்கு அதைச் சொல்லியாச்சுதானே? வாங்க ரெஸ்ட்டாரெண்ட் உள்ளே போய் உக்காரலாம்."

"ஏம்மா? இங்கயே வெயிட் பண்ணலாமே. அவங்க வந்ததும் ரிசீவ் பண்ணிட்டு சேர்ந்து உள்ளே போலாமே."

"வாசல்ல நின்னு வரவேற்கறதுக்கு இதென்ன வீடா? வருவாங்க. வாங்க."

ஓட்டலின் உள்வழியில் நடந்து ரெஸ்ட்டாரெண்ட் பகுதியில் ரிசர்வ் செய்த ஏழாம் நம்பர் மேஜைக்கு வந்து அமர்ந்தார்கள்.

மேஜைக்கு மேஜை விளக்குகள் தொங்கின. நாப்கின் துணிகள் அலங்காரமாக மடித்து வைக்கப்பட்டிருந்தன. ரகசியமாக சங்கீதம் வழிந்தது. காற்று வாசனை செய்யப்பட் டிருக்க, சைடில் கண்ணாடிக்கு வெளியே நீச்சல் குளம் தெரிந்தது.

"பூ வெச்சுக்கனு சொன்னா கேட்க மாட் டேன்னுட்டே."

"பரவால்லை அண்ணி."

"சரி, போகட்டும். அவங்க கேக்கறதுக்குப் பதில் சொல்லு. நீயா அதிகப்பிரசங்கித்தனமா எதுவும் கேட்டு வைக்காதே, என்ன?"

"இதப் பாருங்க அண்ணி, கண்டிஷன் எதுவும் போடாதீங்க. என்னை இயல்பா இருக்கவிடுங்க."

"உன் நல்லதுக்குத்தானே சொன்னேன், எதுக்கு இப்படி சண்டைக்கு வர்றே?"

"இப்ப நான் என்ன சண்டை போட்டேன்? பதில் பேசினா சண்டையா?"

"ஷ்! அவங்க வந்துட்டாங்க!" என்று சுவாமிநாதன் எழுந்துகொள்ள, இவர்களும் எழுந்துகொண்டார்கள்.

பட்டுக்கோட்டை பிரபாகர் தேர்ந்தெடுத்த சிறுகதைகள்

அவர்கள் ஐந்து பேரும் அருகில் வந்ததும் பரஸ்பரம் அறிமுகம் முடித்து அமர்ந்தார்கள்.

ஜீன்ஸ் பேண்ட்டும் ஸ்ட்ரைப்ஸ் முழுக்கைச் சட்டையும் அணிந்திருந்த ராஜசேகரின் முகத்தில் சிரிக்காமலேயே புன்னகை இருந்தது. அப்பா நெற்றியில் பட்டையாக விபூதி. அம்மா கண்ணாடி அணிந்திருந்தார். தங்கை பியூட்டி பார்லரிலிருந்து நேராக வந்திருந்தாள் தூக்கலான செண்ட் வாசனையோடு. அவள் கணவர் முன்விரோதம் போல சிரிப்பதில்லை என்கிற தீர்மானத்தில் இருந்தார்.

“முதல்லயே வந்துட்டீங்களா?”

“இப்பதான் அஞ்சு நிமிஷம் ஆச்சு.”

“எதுல வந்திங்க?”

“ஆட்டோல” என்று சுவாமிநாதனும், “டாக்ஸில்” என்று சுமித்ராவும் ஒரே நேரத்தில் சொல்லி, சுமித்ரா உடனே, “அதாவது... நாங்க வந்த டாக்ஸி பாதி வழில ரிப்பேராகி நின்னுட்டதால அப்புறம் ஆட்டோ பிடிச்சு வந்தோம்” என்றாள்.

பேரர் வந்து நிற்க...

“என்ன சாப்பிடறீங்க?” என்றான் சுவாமிநாதன்.

“எதாச்சும் சொல்லுங்க. லைட்டா சொல்லுங்க.”

எட்டுப் பேர் என்று தெரிந்திருந்தும் ஒருமுறை எண்ணிப் பார்த்துக்கொண்டு, “எட்டு பாஸந்தி. எட்டு கட்லெட்” என்று சொல்லியனுப்பினான் சுவாமிநாதன்.

நடுவில் இரண்டு மூன்று தரம் ராஜசேகரும் நந்தினியும் ஆர்வம் வெளிக்காட்டிக் கொள்ளாமல் பார்த்துக் கொண்டார்கள்.

பாஸந்தி சாப்பிட்டபடி தங்கை, “நீங்க எந்த காலேஜ்ல பி.காம் முடிச்சீங்க?” என்றாள் நந்தினியைப் பார்த்து சொன்னாள்.

“அங்கயா? அது ரௌடி காலேஜ் ஆச்சே!”

“அதனால?” என்றாள் நேராகப் பார்த்து.

“இல்லை. சும்மா சொன்னேன்.”

கற்பு... கற்பறிய ஆவல்!

"நீ வேலை பார்க்கற ஆபீஸ் எங்கம்மா இருக்கு?" என்றார் அம்மா.

"நுங்கம்பாக்கம்..."

"எப்படிப் போயிட்டு வர்றே?"

"டூ வீலர் வெச்சிருக்கேன்."

"கல்யாணத்துக்கப்புறமும் தொடர்ந்து நீ வேலைக்குப் போக விரும்பறதா உங்கண்ணன் சொன்னாரு. அதுல உறுதியா இருக்கியாம்மா? ஏன்னா என் புள்ளை இருபதாயிரம் ரூபாய்க்கு மேல சம்பளம் வாங்கறான். அதுவே போதுமானது. அதுக்காகக் கேக்கறேன்."

"நான் சம்பளத்துக்காக மட்டும் வேலைக்குப் போகலை. அதுல ஒரு சுதந்திரம் இருக்கு. சுயமா சம்பாதிக்கிறதுல ஒரு பெருமிதம் இருக்கு. ஒரு பொண்ணோட வாழ்க்கை சமையலறையோட முடிஞ்சு போயிடறது எனக்கு சம்மதமில்லைங்க."

ராஜசேகர், தன் அப்பா பக்கமாகச் சாய்ந்து ரகசியம் பேசியதும் அவர், "ஒண்ணுமில்லை. இந்தக் காலத்துப் பிள்ளைங்க பாருங்க. பொண்ணோட கொஞ்சம் தனியாப் பேசணும்னு ஆசைப்படறான். நாம சாப்பிட்டுக்கிட்டிருக்கலாம். அவங்க ரெண்டு பேரும் சும்மா இந்த ஓட்டலுக்குள்ளேயே வாக் போயிட்டு வரட்டுமே" என்றார்.

"போயிட்டு வா நந்தினி..."

இருவரும் மௌனமாக நடந்தார்கள். நீச்சல் குளம் தாண்டி புல்வெளியோடு தோட்டம் இருந்தது. டிஸைன் டிஸைனாகத் தண்ணீரைப் பீய்ச்சியடித்துக்கொண்டு ஃபவுண்டன் இருந்தது. இவர்களுக்காகவே வர்ண நாற்காலிகளும் இருந்தன.

"வேலைக்குப் போக விரும்பறதுக்கு நீங்க சொன்ன காரணம் எனக்குப் பிடிச்சிருந்தது நந்தினி" என்றான். ஒத்தடம் கொடுக்கப்பட்ட வார்த்தைகள்.

"தாங்க்ஸ்" என்றாள். அப்பா! இவரின் மீசை என்ன அடர்த்தி!

"கல்யாணத்துக்கப்புறம் ஒரு பொண்ணு டோட்டலா தன் இன்டிவிஜுவாலிடியைத் தொலைச்சிடணும்னு எதிர்பார்க்கிறது ரொம்பத் தப்பு. வேலைக்குப் போற நேரம் போக என்ன செய்வீங்க வீட்ல?"

"அண்ணிக்கு சமையல்ல ஹெல்ப் பண்ணுவேன். அண்ணன் பசங்களுக்கு நான்தான் டியூஷன் டீச்சர். நிறைய புக்ஸ் படிப்பேன். நியூஸ் தவிர, டி.வி-ல வேற எதுவும் பார்க்கறதில்லை. சண்டே ஃப்ரெண்ட்ஸ் வீட்டுக்குப் போவேன். அவங்களோட சேர்ந்து செலக்டிவ்வா சினிமா போவேன். நீங்க?"

"எனக்கு ஃப்ரெண்ட்ஸ் கம்மி. மியூஸிக்ல இன்ட்ரஸ்ட் உண்டு. சி.டி. சிஸ்டம் வெச்சிருக்கேன். நானூறுக்கு மேல வெஸ்டர்ன் கலெக்சன் இருக்கு. கொஞ்ச நாள் கீ போர்டு கத்துக்கிட்டேன். சண்டே நல்லா தூங்குவேன். நல்ல சினிமானு நூறு பேர் சொன்னதுக்கப்புறம் தியேட்டருக்குப் போய்ப் பார்ப்பேன்."

விழுந்த மௌனத் திரையில் அவர்கள் முகம் பார்த்துக் கொண்டு பார்வையை மீட்டுக்கொண்டார்கள்.

"என்ன நந்தினி இது... நீங்க ரெண்டு பேருமே பிடிச்சிருக்கிறதா சொன்னதுக்கப்புறம்தானே நாங்க கல்யாணத் தேதி பத்தியெல்லாம் பேச ஆரம்பிச்சோம். இப்ப வந்து மாப்பிள்ளையைப் பத்தி சந்தேகப்பட்டுப் பேசறியே?" என்று படபடத்தான் சுவாமிநாதன்.

நட்சத்திரப் பந்தலுக்குக் கீழே மொட்டைமாடியில் நின்றிருந்த நந்தினி, "நான் சந்தேகப்பட்டுச் சொல்லலைண்ணா. சரிபாத்துக்கணும்னு நினைக்கிறேன். தப்பா?" என்றாள். தென்றலும் தென்றலும் கபடி விளையாடிக்கொண்டிருந்தன.

"நல்ல குடும்பம்மா அது. பையனைப் பத்தி நான் பலபேர்கிட்ட விசாரிச்சு, வீட்டுக்குப்போய் பேசிப் பார்த்து எனக்குப் பிடிச்சிருந்ததாலதானே உன்னைப் பார்க்க ஏற்பாடு செஞ்சேன். அவரோட படிப்பு சர்ட்டிபிகேட், சம்பள சர்ட்டிபிகேட் இதெல்லாம் பார்க்கணும்னு சொல்றியே, இது அதிகப்படியா தோணலையா?"

"எச்சரிக்கையா இருக்கறது தப்பாண்ணா?" - பின்னலின் முனையைப் பின்னினாள்.

"அவரோட தனியாப் பேசிப் பார்த்தியே. அப்போ அவரைப் பத்திப் புரிஞ்சுக்க முடியலையா? ஃபிராடு மாதிரி தெரிஞ்சுதா?"

"அதெல்லாம் இல்லை. அவரோட பேசினதில அவர் மேல நல்ல மரியாதைதான் ஏற்பட்டுச்சு."

“அப்புறம் எதுக்கு சந்தேகப்படறே?”

“கொஞ்சம் நேரம் பேசினதை வெச்சு முழுசா புரிஞ்சுக்க முடியாதுண்ணா , காலம் கெட்டிருக்கு. தினம் பேப்பர்ல படிக்கிறியே. டாக்டரும் இன்ஜினீயரும்கூடக் கொலை செய்றாங்கண்ணா. நூறு ரூபாய்க்கு புடவை வாங்கினாக்கூட ரெண்டு தடவை பிரிச்சுக் காட்டச் சொல்றோம். இது என் எதிர்காலத்தையே ஒப்படைக்கிற விஷயம்.”

“நான் எப்படிப் போய் அவர்கிட்ட இதெல்லாம் கேக்கறது... கோபம் வராதா? அவமானப்படுத்தறதா நினைக்க மாட்டாரா?

“அவர் பக்குவமானவரா இருந்தா, கோபம் வராதண்ணா.”

“சரி, கேட்டுப் பார்க்கறேன். எனக்கென்னவோ...”

“அப்படியே இன்னொரு விஷயமும்.”

“என்ன?”

“ஒரு நல்ல ஹாஸ்பிடல்ல அவர் கம்ப்ளீட் ஹெல்த் செக்கப் செஞ்சுக்கணும். அந்த டெஸ்ட் ரிப்போர்ட்டும் வேணும்.”

“சரிதான்!”

“எய்ட்ஸ் டெஸ்ட் உள்பட!”

“ஏய்! நீ என்னதான் நினைச்சிட்டிருக்கே உன் மனசுல?”

“புரியாம பேசறியேன்றியா... ஒருத்தரைப் பத்தி மேலோட்டமா தெரிஞ்சுகிட்டு கல்யாணம் பண்ணிக்கிறது சரியில்லை. பின்னாடி பிரச்சினைகளைச் சந்திக்கிறதுக்குப் பதிலா முன்னாடியே எச்சரிக்கையா இருக்கறது நல்லது. இந்தியால ஆயிரத்துல பதினோரு பேருக்கு எய்ட்ஸ் இருக்கு.”

“அவர் அப்படிப்பட்டவர் இல்லைம்மா.”

“இது நம்பிக்கை. நூறு சதவிகித உண்மை இல்லையே? உன்னால உத்தரவாதம் கொடுக்கமுடியுமா?”

“நீ சொல்றதெல்லாம் நியாயமாதான் இருக்கு. இப்படி எல்லாம் கண்டிஷன் போட்டா யார்தாம்மா ஏத்துக்குவாங்க?”

“நியாயம்னு நீ உணர்றே இல்லையா? இதே மாதிரி அவரும்

உணர்ந்தா கண்டிப்பா ஏத்துக்குவாரு. அதே மாதிரி இன்னொரு பாயிண்ட் நீ அவர்கிட்ட அவசியம் சொல்லணும்...”

“என்ன?”

“அவர்கிட்ட நான் எதிர்பார்க்கிற மாதிரி நானும் ஹெல்த் டெஸ்ட்ஸ் பூரா பண்ணிக்கிட்டு ரிப்போர்ட்ஸ் தரத் தயாரா இருக்கேன்னு சொல்லு. அதான் நியாயமும்கூட. இன்னிக்கு சந்தர்ப்பங்கள் ரெண்டு பேருக்குமே சரிசமமாதான் இருக்கு.”

தன் தங்கையை ஆச்சரியமாகப் பார்த்தான் சுவாமிநாதன். அவள் பார்வை தூரத்துச் சாலையில் சோடியம் வெளிச்சப் புள்ளிகளின் மேல் இருந்தது.

ரெஜிஸ்திரார் ஆபீஸில் கையெழுத்துப் போட்டு திருமணம். ஓட்டலில் தெர்மோகோல் பெயர்களை வாசலில் வைத்து ரிசப்ஷன். போட்டோகிராபர் முக்கியமான நபர் வந்து கைகுலுக்கியபோது ஃபிலிம் தீர்ந்துபோக சும்மா ஃப்ளாஷ் தட்டினான். மூன்று வீடியோ கேமராக்கள் தரை முழுக்க வயர் போட்டுக்கொண்டு முகமுகமாக நகர்ந்தன.

பூக்காகிதம் சுற்றின பார்சல்கள் சுமந்து புன்னகை ஊர்வலம் நடத்தின. சுற்றமும் நட்பும் கொஞ்சம் இடைவேளை விட்ட சமயத்தில் ஒரு பொடியன் ஓட்டமாக வந்து நந்தினி கையில் திணித்துவிட்டுப்போன கவரை மொய் கவர் என்றுதான் முதலில் நினைத்தாள்.

‘அவசரம்! முக்கியம்!’ என்று மேலே டைப் செய்யப்பட்டிருந்ததைப் பார்த்துப் பிரித்தாள். உள்ளே சின்ன வெள்ளைக் காகிதத்தில் ‘நந்தினி. நீ ஐயோ பாவம்! - மரியா’ என்று மட்டும் டைப் செய்யப்பட்டிருந்தது.

மனதின் உற்சாகம் சட்டென்று அறுந்து போனது.

யார் இந்த மரியா? இந்தக் கடிதத்தக்கு என்ன அர்த்தம்?

ரிசப்ஷன் முடிந்து மணமக்கள் குடும்பத்தினர் மட்டும் புல்வெளியில் பஃபே சிஸ்டம் விருந்தில் தேவைப்பட்டதை அந்தந்த கவுன்ட்டருக்குச் சென்று தட்டில் வாங்கி சாப்பிடத் துவங்கினார்கள்.

சம்பிரதாய முதலிரவெல்லாம் வேண்டாம் என்று இருவரும் பேசித்

தீர்மானித்திருந்ததால், ஓட்டல் அறையில் அலங்கரிக்கப்படாத கட்டிலில் ராஜசேகர் வாக்மெனில் பாடல் கேட்டபடி அவளுக்காகக் காத்திருந்தான்.

பாத்ரூமில் உடை மாற்றிய நந்தினி. நைட்டியில் வெளிப்பட்டாள். புடவையைச் சீராக மடித்து ஹேங்கரில் மாட்டிவிட்டு வந்து அமர்ந்ததும் அவன் வாக்மெனைக் கழற்றி வைத்தான்.

"கல்யாணம் ஓவர். ரிசப்ஷன் ஓவர். அப்புறம்?" என்றான்.

முதல் முறையாக அவள் வெட்கப்படுவதைப் பார்த்தான்.

"உங்கண்ணன் சொன்ன கண்டிஷனைக் கேட்டுட்டு வீட்ல ரொம்ப வருத்தப்பட்டாங்க நந்தினி. ஆனா, எனக்கு அது தப்பாப் படலை. என்னால பாசிடிவா எடுத்துக்க முடிஞ்சது. இதில அவமானப்படுத்தற விஷயும் எதுவும் இல்லை. இந்தச் சிந்தனை, சொஸைட்டியோட பிரதிபலிப்புதான். முன்னே பின்னே அறிமுகமில்லாத ஒருத்தனை எப்படி டோட்டலா நம்பமுடியும்? வீட்டுல இதெல்லாம் எடுத்துச் சொன்னதும் புரிஞ்சுக்கிட்டாங்க."

"நீங்க எப்படி எடுத்துக்குவீங்களோனுதான் நான் பதட்டமா இருந்தேன்."

"நான் டெஸ்ட் பண்ணி ரிப்போர்ட் கொடுத்தது என் ஆபீஸ்ல நெருக்கமான ஃப்ரெண்ட்ஸுக்குத் தெரியும். நான் ஏதோ விட்டுக் கொடுத்துட்டதா பேசினாங்க. இதை ஒரு ஈகோ பிரச்னையாதான் அவங்க பார்த்தாங்க."

"நீங்க சரியா புரிஞ்சுக்கிட்டது போதும் எனக்கு."

"உன் மனசை மட்டும்தானே புரிஞ்சுக்கிட்டிருக்கேன். இன்னும் புரிஞ்சுக்க வேண்டியது எவ்வளவோ இருக்கே" என்றவன் அவளை ஊடுருவிப் பார்த்துப் புன்னகைக்க... மௌனத் தலையசைப்பில் அழைக்க... இரண்டு தடவை பிகு செய்துவிட்டு அவன் மார்பில் சாய்ந்தாள் நந்தினி.

'நந்தினி, நீ ஐயோ பாவம்! - மரியா' - சட்டென்று அந்தக் கடித வாசகம் அவள் மனதில் ஓடியது.

அவனிடமிருந்து மெதுவாக தன்னை விலக்கிக் கொண்டாள்.

"என்னாச்சு?"

கொஞ்ச நேரம் பேசிட்டிருக்கலாமே.”

“ஷ்யூர். சொல்லு. எதாச்சும் பேசு.”

“உங்க ஆபீஸ்ல மொத்தம் எவ்வளவு பேர் வேலை பார்க்கறாங்க?”

“ஐநூத்தி இருபது பேர்.”

“அதில லேடீஸ் எவ்வளவு பேர்?”

“என்பது பேர்னு நினைக்கிறேன்.”

அதில உங்க செக்‌ஷன்ல உங்களுக்குக் கீழே எத்தனைபேர்?”

“என் செக்‌ஷன்தான் கலர்ஃபுல் செக்ஷன். பதினெட்டு பேர்!“

”உங்களுக்குத் தனியா பர்சனல் செக்ரெட்டரி உண்டா ?“

“பின்னே? டெபுடி ரீஜினல் மானேஜராச்சே நான்.”

“உங்க செக்ரெட்டரி பேரென்ன?”

“வெங்கட்ரமணி"

“உங்க செக்‌ஷன்ல கிறிஸ்டியன்ஸ் எத்தனை பேர்?”

“கிறிஸ்டியன்ஸ்...” என்று துவங்கியவனிடம். அவள் அமைதியாக அந்தக் கடிதத்தைத் தந்தாள்.

படித்துவிட்டு, “இடியட்! இதை யாரு உனக்குக் கொடுத்தது?” என்றான் ஆத்திரமாக.

“யாரோ ஒரு சின்னப் பையன். கொடுத்தது யாரா இருந்தா என்ன? விஷயத்துக்கு என்ன அர்த்தம்னுதான் புரியலை.”

“இது நம்ம ரெண்டு பேர் சந்தோஷத்தையும் சிதறடிக்கிறதுக்காக வக்கிரத்தனமாகச் செய்யப்பட்டிருக்கிற விஷமம்! நந்தினி, கம்பெனில நான் ரொம்ப ஸ்ட்ரிக்ட்டான ஆபீஸர். அதனால நிர்வாகத்துக்கிட்ட நல்ல பேரு. ஸ்டாஃப்கிட்ட கெட்ட பேரு. என் செக்‌ஷன்ல எனக்குக் கீழே வேலை பார்க்கறவங்க பல பேர் மேல நான் நடவடிக்கை எடுத்திருக்கேன். என்னை வேலைலேர்ந்தே நீக்கிடறதுக்காக ஒரு கோஷ்டியே ரகசியமா வேலை பார்த்துக்கிட்டிருக்கு. அதில எவனோ ஒருத்தன் செஞ்சிருக்கிற வேலைதான் இது. யு ஜஸ்ட் இக்னோர் இட்.”

“ம்?” என்றாள். ஆனால். அவள் சிந்தனைகள் வேறெங்கோ அலைபாய்ந்து கொண்டிருந்தன.

சிறிது நேரம் மௌனம்.

மனசிலே வெச்சுக்காம உன் சந்தேகத்தை நீ கேட்டே, சந்தோஷம்! அதுக்கு நான் இப்போ விளக்கமும் சொல்லிட்டேன். தொடர்ந்து நீ மௌனம் சாதிச்சா எப்படி? ஸோ, என் மேல நம்பிக்கை இல்லை. அப்படித்தானே?”

“அப்படி இல்லைங்க. ஆனா.”

“இத பாரு நந்தினி. பிளட் டெஸ்ட் பத்தி நீ அண்ணன்கிட்ட சொல்லி அனுப்பிச்சப்போ, உன்னோட மெண்டல் மெச்சூரிட்டி பத்தி ரொம்பப் பெருமைப்பட்டேன். மனசுல ஏற்பட்ட சந்தேகத்தை வளர்த்துக்கிட்டிருக்கே. தன் முகவரி சொல்ற தைரியமில்லாத எவனோ எழுதின ஒரு வரியை நம்பறதா, இல்லை, முழுசா உன் முன்னாடி நின்னு ‘மரியானு யாருமில்லை’னு உண்மை சொல்ற என்னை நம்புறதானு நீயே முடிவு செஞ்சுக்கோ. ஆரோக்கியத்துக்குத்தான் ஆதாரம் காட்ட முடியும். காரெக்டருக்கு என்ன ஆதாரம் காட்டுவதுன்னு எனக்குத் தெரியலை... எனக்கு எந்த அவசரமும் இல்லை. என்னோடு பழகிப்பாரு. உனக்கு முழு நம்பிக்கை வர்ற வரைக்கும் நான் காத்திருப்பேன்.”

ராஜசேகர் ஓட்டலின் சிட்-அவுட்டில் இருந்த நாற்காலியில் அமர்ந்து மீண்டும் வாக்மெனில் மியூசிக் கேட்கத் துவங்கினான்.

கொஞ்ச நேரத்தில் கொலுசுச் சத்தம் சமீபித்தது; வளையல் கரங்கள் வாக்மெனைப் பிடுங்கின. அவன் முகத்தை ஏந்தின.

“ஐயாம் ஸாரி... நான் உங்களை நம்பறேன். இனிமே சந்தேகப்படலை. உள்ளே வாங்க. ப்ளீஸ்...” என்றாள் நந்தினி.

சற்றே தாமதித்துப் புன்னகைத்த அவன், அவளை அணைத்துக் கொண்டு, ”ஓகே... ஓகே. என்னால புரிஞ்சுக்க முடியுது” என்றான். “இது சந்தேகமில்லை. இதுவும் இந்த சொஸைட்டியோட பிரதிபலிப்புதான்.”

38

இந்தியன் என்று சொல்லடா!

நல்லதம்பி பாத்ரூமிலிருந்து அறைக்குள் வந்தார். கச்சடா டிசைனில் காபித்தூள் நிறத்தில் கைலி கட்டியிருந்தார். சிங்கப்பூர் துண்டால் தலையை அழுத்தமாகத் துடைத்துக் கொண்டு கண்ணாடி முன் வந்து நின்றார்.

டெலிபோன் உறுத்தாமல் ஒலித்தது.

எடுத்தார்.

நான்தான் பேசறேன். ஆமாம். நிஜம்தான். காலைலயே அனுப்பிட்டேன். இனி சரிப்பட்டு வராது நமக்கு. தலைவரு வருத்தப்படுவாரா? யாருகிட்டே குத்தறீங்க காது? நெஞ்சோட நெஞ்சா விசாரிச்சுப் பாருங்க. சந்தோஷப்படுவாரு. நான் போய்ட்டேன்னா தைரியமா தப்பு பண்ணலாமில்லையா? சரி... சரி... இதெல்லாம் போன்ல பேசற பேச்சில்லை. யோசனை பண்ணாம முடி. வெடுக்கறவன் இல்லை நான். பொறுத்துப் பொறுத்துப் பார்த்துத்தான் முடிவுக்கு வந்தேன். நமக்குன்னு ஒரு சுயமரியாதை இருக்குதில்லே... இல்லை... மறுபடி பேசறத் துக்கோ, யோசிக்கிறதுக்கோ இடமே இல்லை. வீட்லயே பிரஸ் மீட் ஏற்பாடு பண்ணியிருக்கேன். அரை மணியிலே அவங்களைச் சந்திக்கிறேன். வச்சிரட்டா?”

நல்லதம்பி க்ளவுஸ் மாட்டிக்கொண்டு சிரத்தையாகத் தலையோரங்களில், மீசையில் டை பூசினார். மார்பு, கழுத்து

இந்தியன் என்று சொல்லடா!

என்று ஏராளமாய் பவுடர் அடித்தார், அலமாரியைத் திறந்து கதர் வேஷ்டி, கதர் சட்டை எடுத்து அணிந்தார். கட்சிக் கரை - இல்லாத துண்டுக்காகத் தேடினார்.

காபியோடு வந்து நின்ற மனைவிமேல் பாய்ந்தார்:

"ஏண்டி எழவு, கட்சிக்கரை இல்லாம ஒரு துண்டுகூட இல்லையா?"

டபரா மேல் டம்ளர் நடுங்க வார்த்தைக்கு வலிக்குமோ என்று மெல்லச் சொன்னாள் மனைவி:

"இல்லைங்க. எப்பவும் இதைத்தானே போட்டுப்பிங்க...?"

"இனி போடறதில்லை. எல்லாத்தையும் எடுத்துப் போட்டு கெரசின் ஊத்திக் கொளுத்து!"

"ஏன்ங்க?"

"ரொம்ப முக்கியமா உன்கிட்டே சொல்லியாகணுமா? அரசியல் விஷயங்கள்ல நீ தலையிட வேண்டியதில்லை. உன்கிட்டே ஏன், எதுக்குன்னு விளக்கம் கொடுத்துக்கிட்டு நிக்க நேரமில்லை எனக்கு. காலைல பேப்பர்ல இருக்கும். படிச்சுக்கோ. எங்கடி பார்க்கறே, காபியைக் கொடு" என்று வெடுக்கென்று வாங்கிக் குடித்துவிட்டு டெலிபோன் அருகே போய், "மூர்த்தியை உள்ளே வரச் சொல்லு" என்றார். ரிசீவரை எடுத்து டயல் செய்ய ஆரம்பித்தார்.

அவர் மனைவி அறையை விட்டுப் போன சில விநாடி கள் கழித்து, கையில் ஒரு லெதர் பேக்குடன் மூர்த்தி உள்ளே வந்தான்.

"என்ன மூர்த்தி, வந்துட்டாங்களா?" என்றார்.

"வந்தாச்சு சார், மாடி ஹால்ல எல்லாரும் வெய்ட் பண்றாங்க. பிஸ்கெட் சாப்பிட்டுக்கிட்டிருக்காங்க."

"எத்தனை பேர் வந்திருக்காங்க?"

"இருபத்தேழு பேர். ஒரு பத்திரிகை விடாம வந்திருக் காங்க. மெசேஜ்ல முக்கியமான அறிவிப்பு இருக்குன்னு குறிப்பிட்டிருந்தேனே..."

"வெரி குட், எங்கே பேச வேண்டிய பேப்பர்?"

பையின் ஜிப்பை இழுத்து எடுத்துத் தந்தான். மடித்துச் சட்டைப் பையில் வைத்துக் கொண்டார். "சைக்ளோஸ்டைல் பண்ணின ரிப்போர்ட்ஸ் ரெடியா இருக்கா?"

"இருக்கு சார்" என்று பையைத் தட்டிக் காண்பித்தான்.

"வா, போகலாம்."

தன் அறையை விட்டு வெளியேறி மாடியின் விஸ்தீரணமான ஹாலில் அரைவட்டமாக நாற்காலிகளில் அமர்ந்திருந்த பத்திரிகை நிருபர்களை நோக்கி இரு கரங்களையும் குவித்துக் கொண்டு, "எல்லாரும் வரணும், வணக்கம்!" என்று தனியாகப் போடப்பட்டிருந்த மேஜைக்குப் பின்னாலிருந்த வசதியான நாற்காலியில் அமர்ந்தார் நல்லதம்பி.

நிருபர்கள் அவசரமாக டீயை முடித்துக்கொண்டு கப்களை வைத்தார்கள். ஒரு நிமிடம் அமைதியாக அவர்களைப் பார்த்தார். செருமிக் கொண்டார்.

"நண்பர்களே! இந்த இனிய மாலையில் உங்களுக்கு ஒரு இனிய செய்தி சொல்வதற்காக அழைத்தேன். மேகத்திலிருந்து விடுபட்ட நிலவாக நான் இன்று மகிழ்ச்சியடைகிறேன். இருட்டிலிருந்து விலகி வெளிச்சத்துக்கு வந்து இருக்கிறேன். கருந்தேளின் மேல் தோலைத் தடவிப் பார்த்து இத்தனை நாளும் மலர் என்று சொல்லிக் கொண்டிருந்தமைக்கு உண்மையிலேயே வருந்துகிறேன். சிலரின் சுயரூபம் தாமதமாகவே தெரிய வருகிறது. இன்று காலையில், நான் இதுவரை உறுப்பினனாக இருந்து வந்த கட்சியின் பொதுச் செயலாளருக்கு எனது ராஜினாமா கடிதத்தை அனுப்பிவிட்டேன். அது தன்னலம் மேலோங்கி நிற்கும் கட்சி என்பதை உணர்ந்த விநாடியே என்னை மேலும் ஏமாற்றிக்கொள்ளத் தயாரில்லாமல் உதறிக்கொண்டு அக்கட்சியின் அகோரப் பிடியிலிருந்து என்னை விடுவித்துக் கொண்டு விட்டேன். ஆங்கிலத்தில் சொல்லுவார்கள் 'பெட்டர்லேட் தேன் நெவர்' என்று. அதுபோல..."

நிருபர்களின் பேனாக்கள் சுறுசுறுப்பாக இயங்கின.

அந்தச் சிற்றூரில் ஒரே ஒரு சலூன். ஒரே ஒரு நாற்காலி, ஒரே ஒரு சீப்பு. ஒரே கத்திதான் மறுபடி மறுபடி. வெளியே போடப்பட்டிருந்த இரண்டு பெஞ்சுகளில் ஐந்து பேர், கடை வாசலில் கட்டின ஸ்பீக்கரில் மாநிலச் செய்திகள் கேட்டுக் கொண்டிருந்தார்கள்.

மருதகாசி தன் சைக்கிளை விட்டிறங்கி அவர்கள் கவனத்தைக் கலைக்க விரும்பாமல் சப்தமில்லாமல் ஸ்டாண்ட் போட்டு, அவனும் ஸ்பீக்கரைப் பார்த்தான்.

“... தொகுதி எம்.எல்.ஏ. திரு. நல்லதம்பி இன்று தாம் அக் கட்சியிலிருந்து விலகிவிட்டதாக அறிவித்தார். விலகல் கடிதத்தைத் தாம் ஏற்கனவே கட்சிச் செயலாளருக்கு அனுப்பிவிட்டதாக அவர் குறிப்பிட்டார். பத்திரிகையாளர்களிடையே பேசுகையில் அவர் தமது அடுத்த நடவடிக்கை குறித்து இரண்டு தினங்களில் அறிவிப்பேன் என்றும், அதுவரை சட்டசபையில் தாம் ஒரு சுயேச்சை உறுப்பினராகச் செயல்படுவதாகவும் அவர் தெரிவித்தார். பம்பாயில் நடந்த கிரிக்கெட் போட்டியில்...”

“த்தூ!” என்று சத்தமாகத் துப்பினான் மருதகாசி.

அவர்கள் திரும்பிப் பார்த்தார்கள்.

“என்னங்கடா இது நியாயம்? கட்சியிலேர்ந்து எப்படி விலகலாம் இவரு?”

“பேப்பர்ல விவரமா சொல்லிருக்காரு. கட்சியிலே தலையிலேர்ந்து வால் வரைக்கும் பச்சை அயோக்கியத்தனம் நடக்குதாம்” என்றான் ஒருவன்.

“அது இத்தனை நாளா இந்தாளுக்குத் தெரியலையாமா? யாரைக் கேட்டுக்கிட்டு இவர் கட்சியை விட்டு விலகினாரு?”

“யாரைக் கேக்கணும்? ஒரு கட்சில இருக்கிறதும் விலகறதும் அவங்கவங்க தனிப்பட்ட விஷயம் இல்லையா காசி?”

“போடா முட்டாப் பயலே, உங்களை மாதிரி ஆளுங்க இருக்கறதாலே தான் சுலபமா மொளகா அரைக்கிறானுங்க. நீ சொல்றது கரெக்ட். ஒரு கட்சியிலே இருக்கிறதும் பிடிக்கலைன்னா விலகறதும் ஒருத்தரோட சொந்த உரிமை. ஆனா, இவரு தனி நபர் இல்லை. நம்ம தொகுதியோட பிரதிநிதி. நாம வோட்டுப் போட்டது இவருக்காக இல்லை, கட்சிக்காக. அப்படியிருக்கிறப்போ கட்சிலேர்ந்து விலகிக்கிறது வோட்டுப் போட்ட அத்தனை பேரையும் செருப்பால அடிச்ச மாதிரி. அத்தனை ரோஷம் இருந்தா எம். எல். ஏ. பதவியையும் ராஜினாமா பண்ணணும். அதுதான் நியாயம். சுயேச்சையா செயல்படறதுக்கு இவர் யாரு? சுயேச்சையா நின்னு ஜெயிச்சாரா? இந்தாளு சுயேச்சையா நின்னா இவன் பொண்டாட்டிகூட வோட்டுப் போட மாட்டா.”

“நீ சொல்றதும் நியாயமாத்தான் படுது. எதுக்காக இப்டி செஞ்சிருக்கார்?”

“இன்னுமா விளங்கலை? ஆளுங்கட்சிக்கு மெஜாரிட்டி இருந்தாலும் அதிகமான வித்தியாசம் இல்லை. ஒரு பத்து பேர் வெளி வந்தாலே போதும்; கவுந்துடும். அதனால கூடுமானவரைக்கும் - எதிர்க்கட்சிலேர்ந்து இழுக்கப் பாத்துக்கிட்டிருக்காங்க. இந்தாள் ரெண்டு நாள் கழிச்சு ஆளுங்கட்சில சேரலைன்னா நான் மொட்டையடிச்சுக்கறேன்” என்றான் கோபமாகக் காசி.

“நீங்க சொன்ன மாதிரியே ஒரு பேப்பர்ல போட்ருக் குண்ணே. ‘திரு. நல்லதம்பி ஆளுங்கட்சியில் சேருவார் என்று எதிர் பார்க்கப்படுகிறதுன்’னு போட்ருக்கு.”

“எப்படி கதை? நாமெல்லாம் மெனக்கெட்டு ராப் பகலா உழைச்சு, போஸ்ட்டர் ஒட்டி, தோரணம் கட்டி, அடி உதைன்னு வாங்கி நம்ம கட்சிக்காகப் பாடுபட்டு இவரைத் தேர்ந்தெடுப்போம். இவரு கூசாம லட்சம் லட்சமா பணம் வாங்கிக்கிட்டு கட்சி மாறிக்குவாரு... அப்புறம் என்னத்துக்கு நாம வோட்டுப் போடணும்? நமக்கு என்ன மரியாதை இருக்கு...”

“காசி, நீ சொல்றது நூத்துக்கு நூறு கரெக்ட். அந்தப் பய நம்ம ஊருக்குள்ளாறயே வரவிடக்கூடாது. எப்பவாச்சும் வரட்டும். காரு கண்ணாடி எல்லாம் உடைச்சுடலாம்.”

“உடைச்சுட்டா சரியாப் போச்சா?”

“வேற என்ன பண்றது நாம?”

“இதெல்லாம் சரிப்படாது. காரியம் சாதிக்காது. ஒண்ணு, நல்ல தம்பி மறுபடி நம்ம கட்சியிலேயே சேரணும், இல்லைன்னா எம். எல். ஏ. பதவியை ராஜினாமா செய்யணும். இன்னிக்கு ரயில்ல நான் மெட்ராஸ் போறேன். என்னோட நாலு பேரு வாங்க. ஒன்றியச் செயலாளரை அழைச்சுக்கலாம். மொதல்ல நல்லதம்பியைச் சந்திக்கணும். அம்பத்துரெண்டுலேர்ந்து கட்சில இருக்கேன் நானு. யார் யாரு வர்றீங்க என்னோட?”

இரண்டு மூன்று பேர் வருவதாகச் சொன்னார்கள்.

அறையின் ஏ.ஸி. இயங்கிக்கொண்டிருந்தது. நல்லதம்பி கட்டிலில் அமர்ந்து, கையில் திரவம் தத்தளிக்கும் புனல் வடிவ கிளாஸ் வைத்திருந்தார். எதிரில் நாற்காலிகளில் இரண்டு பேர் அமர்ந்திருந்தார்கள். ஆளுங்கட்சியின் வர்ணங்கள் வேஷ்டியில் இருந்தன.

இந்தியன் என்று சொல்லடா!

"ம்... சொல்லுங்க" என்றார் நல்லதம்பி.

"நீங்க வெளியிட்ட ரெண்டு மூணு புத்தகங்களைத் தலைவர் பிளைட்ல போறப்போ படிச்சிப் பார்த்திருக்காராம். அட்டகாசமான மொழின்னார். கட்சிக்கே ஒரு தனி தெம்பு வந்துடும்னார். அறுபத்திநாலுல நல்லபழக்கம் இருந்திச்சாமே... கல்யாண விழான்னா ரெண்டு பேரும் இருப்போம்னார். உங்க மேல தலைவருக்கு ஆரம்பத்திலேர்ந்து தனி மதிப்பு. காலைலகூட என்னை போன்ல கூப்பிட்டு நல்லதம்பி நம்மகிட்டே வந்தால் நல்லதுன்னு சொன்னார்" என்றார் ஒருவர்.

"சரி, அதையும் தான் சொல்லுங்களேன். அப்படி எனக்கு என்ன நல்லது?"

"சொல்லுங்க தனசேகரன்..." என்றார் மற்றவரைப் பார்த்து.

"நீங்க விரும்பற ஏரியாவில் பிளாட் ஏற்பாடு செஞ்சிடலாம். நீங்க விரும்பற பாங்க்ல லகரம் போட்டுடலாம்."

"எவ்வளவு?"

"பஞ்சபாண்டவர்."

"ச்சொ..." என்றார் நல்லதம்பி.

"என்னங்க?"

"நான் வேற ஒண்ணையும் எதிர்பார்த்தேன்."

"எதைச் சொல்றிங்க?"

"புரியாத மாதிரி பேசாதீங்க. இருபது வருஷ சர்வீசு எனக்கு. ரெண்டு தடவை மந்திரியா இருந்தவன். ஜாதி ஜனம் சப்போர்ட்டு என்னன்னு தலைவருக்கே தெரியும்."

"புரியுதுங்க நல்லதம்பி. காபினெட்ல ஏற்கெனவே வசவசன்னு நிறைய பேரு இருக்காங்க."

நல்ல தம்பி கட்டிலிலிருந்து எழுந்தார்.

"இத பாருங்க. சும்மா வளவளப்பு வேணாம். தலைவரைப் பாத்து நான் சொன்னதைச் சொல்லுங்க. இஷ்டப்பட்டா ஒரு போனடிக்கச் சொல்லுங்க. காலைல மாலையோட வந்து, போட்டுச் சேர்ந்துடலாம். நம்ம தலைவரு எனக்கு ஆளு மேல ஆளு அனுப்பி

ராஜினாமாவை வாபஸ் வாங்கிக்கச் சொல்லிக்கிட்டிருக்காரு."

அவர்கள் புறப்பட்டார்கள்.

"நாங்க கலந்துக்கிட்டு சொல்றோம் நல்லதம்பி..."

நல்லதம்பி அந்த ஹோட்டலை விட்டு வெளியேறித் தன் காரில் ஏறி, தன் வீட்டுக்கு வந்தபோது வாசலில் கொஞ்சம் கூட்டமிருந்தது. குனிந்த தலை நிமிராமல் விருட்டென்று உள்ளே போனார்.

தன் அலுவல் அறைக்கு வந்து அமர்ந்து, பணியாளை ஜூஸ் கொண்டு வரச் சொல்லிவிட்டு மூர்த்தியை அழைத்தார்.

"யாரையும் இப்போ பாக்கிறதா இல்லை. சாயங்காலம் வரச் சொல்லு."

"சிட்டுப்பட்டியிலேர்ந்து எட்டு பேர் வந்திருக்காங்க. காலைலேயே வந்துட்டாங்க."

"சிட்டுப்பட்டியா? எங்கே இருக்கு அது?"

"நம்ம தொகுதிங்க. முக்கியமான கிராமம்."

"என்னவாம்?"

"கைல மாலை வச்சிருக்காங்க."

"அப்போ நாம போப்போற கட்சி ஜனங்களா இருக்கணும். வரச் சொல்லு. மத்தவங்களை அனுப்பிச்சிடு."

சற்று நேரத்தில் கையில் ஒரு மாலையோடு மருதகாசி யும், கூட ஏழு பேரும் அறைக்குள் வந்தார்கள்.

"எங்கேங்க கல்லறை?" என்றான் காசி.

"என்ன?" என்றார் நல்லதம்பி புருவம் சுருக்கி.

"இந்த வீட்ல ஜனநாயகத்தைப் புதைச்சிருக்கீங்களே... அதான் எங்கேன்னு கேட்டு அதுக்கு மாலை போட்டுட்டுப் போக வந்தோம்."

"யோவ்... என்ன இதெல்லாம்?"

"வோட்டுப் போட்ட எங்களைக் கேக்காம நீங்க எப்படி கட்சிலேர்ந்து விலகலாம்?"

"அதுவா? அதான் விளக்கமா சொல்லிருக்கேனே... நீங்களும் புரிஞ்சுக்கங்க. அந்தக் கட்சி கீழ்த்தரமான கட்சி."

"அது எப்படிப்பட்ட கட்சியா இருந்தாலும் அதுக்குத்தான் நாங்க வோட்டுப் போட்டோம். அதிலேர்ந்து விலக உங்களுக்கு உரிமை கிடையாது. ஆளுங் கட்சில சேரப் போறீங்கன்னு தெரியும். இது துரோகமில்லையா?"

"மூர்த்தி" என்றார். வந்தான்.

"என்னப்பா இது... தண்ணி போட்டுட்டு வந்து கலாட்டா பண்றாங்க... நம்ம ஆளுங்களைக் கூப்பிடு. அப் படியே போலீசுக்கு போன் செய்யி..."

நான்கு தடியர்கள் வந்து அவர்களை அறையை விட்டு வெளியே தள்ள... திமிறிக் கொண்டு ஒரு பீங்கான் பூச்சாடியை உடைத்துவிட்டு, "டேய்... உன்னை..." என்று கெட்ட வார்த்தை சொல்லிவிட்டு, காசி வெளியேறினான்.

பங்களாவை விட்டு வெளியேறி சாலைக்கு வந்தார்கள்.

"ஊருக்குப் போய் ரெண்டு லாரி கொண்டாந்துரலாமா?" என்றான் ஒன்றியச் செயலாளன்.

"வேணாம். என்ன செய்யணும்னு எனக்குத் தெரியும். அதனால தான் அதிகமா அலட்டிக்காம வெளில வந்துட்டேன். நீங்க கவனிச்சீங்களா? நாம காத்துக்கிட்டிருந்தப்போ நல்ல தம்பியோட ஆளு மூர்த்தி, ஒரு டாக்ஸி அழைச்சுட்டு வந்தான்."

"ஆமாம்!"

நல்ல தம்பியோட பொண்டாட்டி அர்ச்சனைக் கூடை யோட அதிலே ஏறிக்கிட்டு 'அவரு வந்தா அஷ்டலட்சுமி கோயிலுக்குப் போயிருக்கேன்'னு சொல்லிடுங்கன்னு சொல்லிட்டுப் போனாங்கல்ல?" என்றான் காசி.

"ஆமாம்."

"இவனோட திமிரை எப்படி அடக்கறதுன்னு எனக்குத் தெரியும். வாங்க, அஷ்டலட்சுமி கோயில் போகலாம்" என்றான் காசி.

ஒலித்த டெலிபோனை எடுத்து மார்பில் துடைத்துக் கொண்டு காதில் வைத்து, "ஹலோ!" என்றார் நல்லதம்பி.

“எம். எல். ஏ-தானே பேசறது?”

“ஆமாம். நீங்க யாரு?”

“உங்கப்பாரு. யோவ் நல்ல நம்பி... ஆளை வச்சி விரட்றியா? உன் பொண்டாட்டி இப்ப எங்க கையிலே. கோயில்லேர்ந்து அழகா கொண்டாந்துட்டோம். தனியா யாருக்கும் தெரியாத ஒரு கட்சித் தொண்டர் வீட்ல வெச்சிருக்கோம்.”

“அடப்பாவி!” “உங்க வீட்டுக்காரம்மாகிட்டே பேசுங்க.” -

“என்னங்க...என்னைக் கட்டிப்போட்டிருக்காங்க, காப்பாத்துங்க.”

“எழவு... உன்னை எவண்டி தனியா போகச் சொன்னது?”

“என்ன சார், கேட்டீங்களா? எங்களுக்கு லட்சம் லட்சமா ரூபா வேணாம். நீதிதான் வேணும். இப்போ மணி மத்தியானம் ஒண்ணு. நாளைக்குக் காலைல பேப்பர் வாங்கிப்பாப்போம். அதிலே நல்லதம்பி தன் எம். எல், ஏ. பதவியை ராஜினாமா செய்தார்னு இருக்கணும். இருந்தா உங்க பொண்டாட்டி உயிரோட திரும்பி வருவாங்க. பேப்பர்ல செய்தி இல்லைன்னா... என் கையி அரிவாளைத் தூக்கும்” என்று வைத்துவிட்டான் காசி.

“ஹலோ... ஹலோ!” என்று தட்டிப் பார்த்து விட்டு பொத்தென்று விழுந்தார் நல்லதம்பி. நெற்றியில் வியர்த்திருந்தது. ஒற்றிக் கொண்டார். சாய்வு நாற்காலியில் சாய்ந்து கொண்டார். யோசித்தார்.

“என்னங்க... ஐயோ .... லைட்டைப் போடாதீங்க.... ஐயோ... ஆஃப் பண்ணுங்க...”

டாக்டர் என்னங்க சொன்னாரு? என்கிட்டேதான் குறை இருக்காமா? நிஜமா சொல்லுங்க. என்னைப்பாத்துச் சொல்லுங்க.’

“நீங்க இன்னொரு கல்யாணம் பண்ணிக்கிறதா இருந்தா எனக்கு முதல்ல விஷத்தைக் கொடுத்துடுங்க. என்னால தாங்கிக்க முடியாது.”

“கேள்விப்பட்டேன். அச்சரவாக்கத்திலே ரமா தேவின்னு ஒருத்தியைக் குடிவச்சிருக்கிங்களாம். கட்சி வேலைன்னு சொல்லிட்டுத் தினம் அங்கேதான் போறீங்களாம். சத்தியம் பண்ணுங்க- இல்லைன்னு.”

“மல்லிகைப் பூ வாடை குப்புன்னு அடிக்குது உங்ககிட்டே. அந்த

ரமா செருக்கி வீட்டுக்குப் போய்ட்டு வந்திருக்கீங்க. உண்மையைச் சொல்லுங்க."

நாற்காலியில் ஆடிக் கொண்டே யோசித்தார். மாலை வரை யோசித்தார். டெலிபோனை எடுத்தார். "அப்படியா? சம்மதிச்சுட்டாரா? ரொம்ப சந்தோஷம்னு சொல்லுங்க" என்று வைத்துவிட்டு மூர்த்தியை அழைத்தார். வந்தான்,

"பத்திரிகைக்காரங்களை உடனே கூப்பிடு" என்றார். மறுநாள் காலையில் பத்திரிகையின் தலைப்புச் செய்தி: 'நல்லதம்பி ஆளுங்கட்சியில் சேர்ந்தார்.'

அன்றைக்கு மாலைப் பத்திரிகையில் தலைப்புச் செய்தி: 'எம். எல். ஏ. நல்லதம்பியின் மனைவி படுகொலை! கடற்கரையோரத்தில் கிடந்தது பிணம்! உள் செய்தியில்....

'நல்லதம்பி கேவிக் கேவி அழுதார்.' விலகின கட்சியின் ஊழல்களை நான் அம்பலப்படுத்தக்கூடாதுன்னு போன்ல மிரட்டினாங்க. மீறினா ஆபத்துன்னு சொன்னாங்க. பழி வாங்கிட்டாங்க' என்றார். -நல்லதம்பிக்காக நாடு முழுதும் லட்சக்கணக்கான உதடுகள் 'ச்ச்', 'ச்ச்' கொட்டின.

அடுத்த மாதத்தில்... நல்லதம்பி அமைச்சரானார்.

முதல் காரியமாக உயர் போலீஸ் அதிகாரி ஒருவரை அழைத்தார்.

"சிட்டுப்பட்டில ஆம்பளைன்னு ஒரு பய இருக்கக்கூடாது. ஒரு பிடி பிடிச்சுடுங்க."

"சார்... வந்து... எப்படி திடீர்னு ....?"

இதுகூடச் சொல்லித் தரணுமா உங்களுக்கு? சிட்டுப்பட்டில இனக் கலவரம் நடக்குது சார். நீங்க சட்டம், ஒழுங்கைக் காப்பாத்த, ஊரை ஒரு கட்டுப்பாட்டுக்குக் கொண்டு வர்றதுக்காகக் கலவரத்தில் ஈடுபட்ட தீவிரவாதிகளைக் கவனிக்கிறீங்க. புறப்படுங்க" என்றார் அமைச்சர் நல்லதம்பி.

★★★

39
டைகர் மாமா

நான் கனடாவில் மென்பொருள் நிறுவனத்தில் வேலை பார்ப்பவன். மனைவி லலிதா, இங்கே பரதநாட்டியம் சொல்லித் தருகிறேன் என்று பல பெண்களுக்குத் தொல்லை தருகிறாள். எங்களுக்குக் குழந்தை இல்லை. அக்காவும், அவள் கணவரும் ஒரு விபத்தில் காலமானபோது அவர்களின் ஒரே மகள் சுகிர்தாவுக்கு எட்டு வயது.

அன்றிலிருந்து அவளுக்கு நாங்கள்தான் எல்லாம். திருமணமாகி லாஸ் ஏஞ்சல்ஸில் வாழும் சுகிக்கு உறவில் நாங்கள் மாமா, அத்தை என்றாலும் அப்பா, அம்மா என்றுதான் எங்களை அழைக்கிறாள்.

டைகர் மாமா, எனக்கு மாமா முறை. எப்படி மாமா முறை என்றால், திருவாரூரில் என் தம்பியுடன் இருக்கிற என் அம்மா நீண்ட விளக்கம் சொல்லி மூச்சுவாங்குவாள். அப்படியும் புரியாது. ஏதோ ஒரு வழியில் மாமா.

டைகர் மாமாவை விடுதலைப் புலிகளோடு தொடர்புபடுத்தி வீரமாக யோசித்துவிட வேண்டாம். பெயர்க் காரணம் வேறு.

டைகர் மாமா இப்போது கனடாவில். ஆனால் பிறந்து வளர்ந்தது எல்லாம் காட்டுமன்னார்கோவிலில். அங்கே மளிகைக் கடை சாயலில் ஒரு கடை ஆரம்பித்தார் மாமா. பன், ரஸ்க், தேன் மிட்டாய், பளிங்கு, பம்பரம் என்று சகலமும் கிடைக்கும். படித்த பேப்பரையே பத்து முறை படிக்கிற அளவுக்கு கடையில் நேரம்

பொங்கி வழிந்ததாம். புலி மார்க் சீயக்காய்த் தூள் ஏஜென்ஸி எடுத்தார். சைக்கிள் மிதித்து, சுற்றுப்பட்டு கிராமங்களின் பெட்டிக் கடைகளுக்கு சப்ளை செய்தார்.

கடையும் ஏஜென்சியும் இரண்டே வருடங்களில் இழுத்து மூடப்பட்டது. கடனுக்குப் பொருள் வாங்கிய பாதிப் பேர் பணம் கொடுக்காததால், வர்த்தக முயற்சியைப் பெட்டியில் போட்டுப் பூட்டிவிட்டு, அரசாங்க வேலைக்குப் போன டைகர் மாமா, இன்றும் அந்த நாணயமற்ற மனிதர்களைக் கெட்ட வார்த்தையால் திட்டுவார். தமிழில் திட்டிய வார்த்தையை கனடாவில் ஆங்கிலத்தில் பயன்படுத்துகிறார்.

அவர்கள் மட்டும் நஷ்டப்படுத்தாமல் இருந்திருந்தால், இவர்தான் இன்றைக்கு இந்தியாவில் அம்பானி இடத்தில் இருந்திருப்பாராம். அந்தத் தொழில் அவருக்கு லாபம் தரவில்லை என்றாலும் பெயரைக் கொடுத்து விட்டது. எல்லோருக்கும் அவர் 'டைகர் மாமா' ஆகிவிட்டார். அவர் பெயர் சம்பூரணம் என்பது அவருக்கே மறந்துபோய், 'இப்படிக்கு டைகர் மாமா' என்றுதான் தனது கடிதத்தை முடிக்கிறார்.

வீடு வாங்க வேண்டுமா? டைகர் மாமாவைக் கேளு! உத்தியோகம் வாங்க வேண்டுமா? டைகர் மாமாவைப் பிடி!

கல்யாணம், கருமாதி என்று அனைத்துக்கும் அனைவருக்கும் டைகர் மாமாதான் ஆலோசகர்.

திருவாரூரில் என் தம்பி தன் தென்னந்தோப்பில் எந்த உரம் போட வேண்டும் என்று டைகர் மாமாவிடம் ஸ்கைப்பில் பேசித்தான் முடிவெடுக்கிறான். யாருக்கு ஜாதகம் எடுத்தாலும் டைகர் மாமாவுக்கு மெயிலில் ஒரு காப்பி அனுப்பிவிட வேண்டும் என்பது எழுதப்படாத சட்டம்!

மாமாவுக்கு சகலமும் தெரியும். பரதமும் ஆடுவார். பாரிலும் ஆடுவார். கிருஷ்ண ஜயந்திக்கு உள்ளங்கைக்குள் விரல்களை மடக்கி, மாவில் தோய்த்து, தரையில் குத்திக் குத்திக் குட்டிக் குட்டிப் பாதங்கள் பதிப்பார். சீடை உருட்டுவார். கோயிலுக்குப் போனால் கும்பிட்டுவிட்டு வருவதோடு நிறுத்திக் கொள்ளாமல் குருக்களை அழைத்து, சுவாமி அலங்காரத்தில் தப்பு இருக்கிறது என்று வியாக்கியானம் செய்து கதறடித்து விடுவார். சுனாமி

பட்டுக்கோட்டை பிரபாகர் தேர்ந்தெடுத்த சிறுகதைகள்

ஏன் ஏற்படுகிறது என்று முப்பது நிமிடம் ஒரு கெட் டுகெதரில் லெக்சர் கொடுக்க... பாதிப் பேர் தூங்கி விட்டார்கள்.

கனடாவுக்கு இந்தியாவில் இருந்து இஷ்டமித்திர பந்துக்களும், ஐந்துக்களும் வந்தால் நயாகரா அழைத்துச் சென்று போட்டோ எடுத்துக் கொடுப்பார். ஒரே ஒரு நிபந்தனை... விமான நிலையச் சோதனையை ஏமாற்றி, எப்படியாவது இலந்தை வடை கொண்டுவர வேண்டும். எப்படி செக்கிங்கை ஏமாற்றுவது என்று அதற்கும் ஒரு செய்முறை விளக்கம் வைத்திருக்கிறார்.

டைகர் மாமா ரிடையரான பிறகு, கனடாவிலுள்ள தன் பையன் வீட்டுக்கு வந்து செட்டிலாகி பத்து ஆண்டுகளாகி விட்டன. நிழல் மாதிரி டைகர் மாமியும்! டைகர் மாமி ஆமாம் சாமி அல்ல. மாமாவின் மனசாட்சி மாதிரி. அருகில் யார் இருக்கிறார்கள், இல்லை என்று பார்க்காமல் மாமாவின் அசட்டுத்தனங்களை பகிரங்கமாகப் போட்டு உடைத்து விடுவாள்.

“அன்னிக்குப் பாருங்கோ... கம்ப்யூட்டருக்கு என்ன பாஸ்வேர்டு குடுத்தோம்னு மறந்துட்டு மண்டையப் பிச்சுக்கறார். என்ன பெரிய பர்சனல்! இவருக்கு எதுக்கு பாஸ்வேர்டுங்கறேன்? அறுபத்து நாலு வயசுல ஃபேஸ்புக்ல சாட்டிங் கேக்கறது மாமாவுக்கு. அன்னிக்கு ஒரு பொம்மனாட்டிக்கு அவ ப்ரோஃபைல் போட்டோவுக்கு ‘யுவர் ஹேர்ஸ்டைல் இஸ் ப்யூட்டிஃபுல்’ன்னு இவர் கமெண்ட் போட்டார். அதுக்கு அவ, ‘அது என் போட்டோ இல்லை . புதுசா நடிக்க வந்திருக்கற நஸ்ரியா போட்டோ’ன்னு பதில் கமெண்ட் போட்டா! தேவையா இவருக்கு? அன்னிக்கு இப்படித்தான்...” என்று தொடரும் மாமியை...

“ஏண்டி.... நாய் பாரு கத்திண்டே இருக்கு. அதுக்கு பெடிகிரி வெச்சியோ?” என்று அப்புறப்படுத்த பிரயத்தனப்படுவார் மாமா.

இந்த சுகி இருக்கிறாளே... அதான் எங்க செல்லமான வளர்ப்புப் புத்திரி... இவள் திருமணமாகிப்போன ஒரே மாதத்தில் அவள் மாமனார் ஹார்ட் அட்டாக்கில் போய்ச் சேர்ந்தார். பெரிய நிறுவனத்தில் வேலை பார்த்த மாப்பிள்ளைக்கு வேலை போய், சுமார் நிறுவனத்தில் சுமார் வேலையில் சேர்ந்தார். சுகி ஓட்டிச் சென்ற கார் விபத்துக்குள்ளாகி இரண்டாயிரம் டாலர் செலவு மற்றும் காவல் துறைக்குக் கட்டிய அபராதம் வேறு!

திருமணமாகி ஆறு வருடமாகியும் இன்னும் வயிற்றில் புழு, பூச்சி இல்லை என்று சம்பந்தியம்மா சொல்லிக் காட்டிக் கொண்டிருக்கிறார். இவள் நிஜமாகவே ஒரு பூச்சியைப் பெற்றெடுத்தால் வாரிசாக ஏற்பாரா என்று நான் ஒருமுறை கேட்டே விட்டேன்... மனசுக்குள்.

என் பத்தினி லலிதாதான் டைகர் மாமாவை நினைவுபடுத்தினாள். சுகியின் ஜாதகத்தை டைகர் மாமாவிடம் காட்டி கன்சல்ட் செய்தால் என்ன என்றாள்.

ஒரு சுபயோக சுபதினத்தில் டைகர் மாமாவை கன்சல்ட்டுக்காக என்று சொல்லி அழைப்பது நாகரிகமில்லை என்பதால், “பார்த்து நாளாச்சே... ஒரு டின்னருக்கு வரப்படாதா?” என்று வருந்தி அழைத்து வரவழைத்தோம்.

டைகர் மாமா இரண்டு லார்ஜ் விஸ்கி அருந்தி, முந்திரி கொறித்தபடி, சிரியா விவகாரத்தில் ஒபாமா என்ன செய்ய வேண்டும், என்ன செய்யக் கூடாது என்று லெக்சர் கொடுத்து என்னைப் படுத்தி எடுக்க... இடுப்பில் கிள்ளிய என் திருமதி கொட்டாவி மென்றாள்.

“ஏண்டி லலித், பாரு... நேக்கு இதுவரைக்கும் தோணவே இல்லையே..! டைகர் மாமாவைக் கேட்டுப் பார்க்கலாமோல்லியோ?” என்று துவங்கினேன்.

“என்னடா ப்ராப்ளம்?”

“இல்ல மாமா... நம்ம சுகி இருக்காளோல்லியோ...”

எல்லாம் சொல்லி முடித்ததும், எதிர்பார்த்தது போலவே, “அவ ஜாதகம் இருக்கா?” என்று கேட்டார்.

நான் லேப்டாப்பில் ஃபைல் திறந்து நீட்ட... வாங்கிப் பார்த்து எல்லா விரல்களின் கோடுகளையும் தொட்டுக் கணக்குகள் போட்டார். நியூஸ் பேப்பர் ஓரத்தில் எண்களைக் கூட்டிக் கழித்தார்.

“மாப்பிள்ளை ஜாதகம் ஓ.கே.டா...! இவளுக்குத்தான் கொஞ்சம் பஞ்சர். மேரேஜுக்கு முன்னாலேயே என்னாண்ட வந்திருந்தா, இந்த எடம் வேணானிருப்பேன்...”

“தப்புதான் மாமா. அப்போ நீங்க திருவாரூர்ல ஒரு நிலம் விக்கப்

போயி, ஆறு மாசம் அங்கயே இருந்துட்டேள்."

"ஓ! நன்னா ஞாபகம் இருக்கு. சரி, வுடு! எல்லாத்துக்கும்தான் பரிகாரம் இருக்கோன்னோ ... அதைப் பண்ணிப்பிட்டா வம்சம் தழைச்சு சுபிட்சமா இருப்பாடா! நீ வொர்ரி பண்ணிக்காதே! என்னாண்ட விட்ரு! நான் பாத்துக்கறேன்!"

"இப்பதான் மாமா நேக்கு நிம்மதியா இருக்கு. என்ன மாமா செய்யணும்?"

"நீ ராமேஸ்வரம் போயிருக்கியோ?"

"இல்லையே மாமா!"

"ஒண்ணு செய். நீ லலிதா, சுகி, மாப்பிள்ளை நாலு பேரும் ராமேஸ்வரம் போங்கோ..."

"போயி..."

"சுகி, அங்க பரிகாரம் பண்ணணும். அவளுக்குப் பித்ரு தோஷம் இருக்குடா. ராமேஸ்வரம் போய் அங்கே சீனிவாச சாஸ்திரின்னு இருக்கார். நெட்லயே அவரைப் பிடிச்சிடலாம். பித்ருதோஷப் பரிகார ஹோமம் பண்ணணும்னு சொன்னா, அவர் பட்ஜெட் குடுப்பார். எல்லாத்தையும் அவரே பார்த்துப்பார். செஞ்சுட்டு, ராமநாத சுவாமியை திவ்யமா சேவிச்சுட்டு வாங்கோ! ஒரு மாசத்துல குட் நியூஸ் சொல்வேள்!"

"ரொம்ப தேங்ஸ் மாமா!" என்றோம் கோரஸாக. விசாரித்ததில் டைகர் மாமா சொன்ன சாஸ்திரிகள் ஆறு வருஷம் முன்பு அகாலமாகக் காலமாகிவிட்டதாகத் தகவலும், அப்பு சாஸ்திரிகள் என்பவரைப் பற்றிய சிபாரிசும் கிடைத்தது. டைகர் மாமாவை ஒரு வார்த்தை கேட்டுக்கொண்டு, அப்பு சாஸ்திரிகளையே தோஷ நிவர்த்தி ஹோமத்திற்கு ஃபிக்ஸ் செய்தோம்.

கண் தானம், ரத்த தானம் நீங்கலாக சகலவிதமான தானங்கள் சேர்த்து இந்தியன் ரூபாயில் முப்பத்திரண்டாயிரத்துக்கு பட்ஜெட் கொடுத்தார். வங்கிக் கணக்கு இல்லை என்றும் ரொக்கம் மட்டுமே ஏற்கப்படும் என்றும் சொல்ல, திருவாரூரில் இருந்து என் தம்பி மகன் ராமேஸ்வரம் நேரில் சென்று கட்டி, ரசீதைக் கிளிக்கி இ-மெயிலில் அனுப்பி வைத்தான்.

கனடா டு சென்னை, சென்னை டு ராமேஸ்வரம் மற்றும் நாடு திரும்ப விமான, ரயில் டிக்கெட்டுகளும், ஆங்காங்கே தங்க, பயணிக்க, ஹோட்டல், டிராவல்ஸ் என்று சகலமும் நெட் மூலம் புக் செய்து முடித்தால்..... அந்தத் தேதியில் மாப்பிள்ளைக்கு லீவு கிடைக்காது என்று பூதம் கிளம்பியது.

குடும்ப சமேதராக மாப்பிள்ளையின் ஹெச்.ஆரை அவரின் வீட்டில் சென்று சந்தித்து, பிச்சைக் கெஞ்சல் கெஞ்சியதில், "ஒரு வாரமா? நோ! நான்கு நாட்கள் மட்டுமே!" என்று இறங்கி வந்தார் அவர்.திருவாரூர், மதுரை என்று இடைச்செருகலாக வைத்திருந்த குறும்பயணத் திட்டங்களை ரத்து செய்து, நான்கே நாட்களுக்கு ராமேஸ்வரப் பயணத்தை மாற்றி அமைத்ததில் கேன்சலேஷன் செலவுகள் கொஞ்சம். அது பெரிதாகத் தெரியவில்லை . நோக்கம் முக்கியமாயிற்றே!

டொரன்ட்டோ ஏர்போர்ட்டில், ஏர்கனடாவின் ஜம்போவில் உட்கார்ந்து போன் செய்தபோது, டைகர் மாமா 'ஆல் தி பெஸ்ட்' சொல்லி இலந்தை வடை நினைவூட்டினார்.

இந்தப் பயணத்தில் மாப்பிள்ளைக்கு அத்தனை சம்மதம் இல்லை. 'பிரச்னையை மருத்துவ ரீதியாகச் சந்திப்பதை விடுத்து, இதென்ன கடல் தாண்டி, மலை தாண்டி தோஷப் பரிகாரப் பயணம்...' என்று சுகி வழியாக முனகல்! பலதும் சொல்லி சுகி வழியாகவே சமாதானப்படுத்தியிருந்தாலும் பயணம் முழுக்க டூ விட்ட நண்பன் போலத்தான் அவர் முகத்தை வைத்திருந்தார்.

சென்னையில் இறங்கியபோது பேய் மழை! விமானம் தரை இறங்கியும், நாங்கள் இறங்க முக்கால் மணி நேரம் கழித்துத்தான் அனுமதி.

அறை புக் செய்திருந்த ஹோட்டலில் முதல் சொதப்பல்! நான் கேன்சல் செய்த தேதியைக் கன்ஃபர்ம் செய்து, கன்ஃபர்ம் செய்த தேதியைக் கேன்சல் செய்திருந்த அழகான அறிவுகெட்ட ரிசப்ஷனிஸ்ட் செமத்தியாகத் திட்டு வாங்கினாலும், புன்சிரித்தபடி, "ஸாரி சார்! இப்போது எந்த அறையும் இல்லை. வாட்டு டூ?" ன்று கடுப்பேற்றினாள்.

24 மணி நேரப் பயண அலுப்போடு அலைந்து திரிந்ததில் ஒரு

லொக்கடா லாட்ஜில் ஒரே ஒரு டபுள் பெட்ரூம் கிடைக்க... இரண்டு எக்ஸ்ட்ரா பெட் வாங்கிக் கொண்டு அட்ஜஸ்ட் செய்து படுத்தோம்.

இடி, மின்னலுடன் மழை தொடர... மறுநாள் பள்ளி, கல்லூரிகளுக்கு விடுமுறை அறிவித்தது அரசு. மரம் விழுந்து எந்தெந்த ரயில்கள் ரத்து என்கிற பட்டியலில் எங்கள் ரயிலும் இருக்க... வேறு வழியில்லாமல் இன்னோவா புக் செய்தோம்.

வண்டியோ பழசு! டிரைவரோ சிடுசிடு! சூழலோ மழை! எரிச்சலான பயணத்தில் மழையால் மேலும் மேலும் தாமதமாகி, நினைத்த நேரத்தில் இருந்து ஆறு மணி நேரம் தாமதமாக நள்ளிரவு அல்லது அதிகாலை இரண்டு மணிக்கு ராமேஸ்வரம்.

தூக்கக் கலக்கமாக ஹோட்டலில் சாவி எடுத்துக் கொடுத்தார்கள்.

காலை ஆறு மணிக்கு கோயிலில் தோஷப் பரிகார ஹோமம்! நாங்கள் வந்துவிட்டோம் என்று சொல்ல அப்பு சாஸ்திரிகளுக்கு போன் செய்தால்.... ஸ்விட்ச்டு ஆஃப்! அவரின் உதவி ஆசாமி எண் இருந்தது. அவரை அழைத்தால்...

"என்ன சார், இப்ப வந்து டிஸ்டர்ப் செய்றீங்க?" என்று கத்தினார்.

"கனடாவுலேர்ந்து வந்துட்டோம்னு சொல்லத்தான் கூப்பிட் டேன். காலைல ஹோமத்துக்கு எல்லா ஏற்பாடும் ரெடியா?"

"எல்லாம் ரெடி சார்! சுத்தபத்தமாக் குளிச்சிட்டு ஆறு மணிக்கு வந்துடுங்க..."

நான்கு மணிக்கு அலாரம் வைத்து எழுந்து ஒவ்வொருவராக கொட்டாவியுடன் குளித்துத் தயாராகி... மாப்பிள்ளைக்கு வேட்டி கட்டிவிட்டு, டிரைவரை எழுப்பி, கோயிலுக்கு வந்தோம்.

அப்பு சாஸ்திரிகள் சங்கராபரண சாஸ்திரிகள் மாதிரி இருந்தார். பிரகாசமாக வரவேற்றார். ஹோமத்துக்கு எல்லாம் தயாராக இருந்தன. நான்கு உதவியாளர்கள் கலசம் வைப்பது, நவதானியம் வைப்பது, ஓமகுண்டம் அமைப்பது என்று சுறுசுறுப்பாக இயங்கினார்கள். "உக்காருங்கோ .... கனடால என்ன பண்றேள்?"

சகஜமாகப் பேசினார். காபி குடித்தால் தப்பில்லை என்று எல்லோரையும் காபி குடிக்க வைத்தார்.

"சொல்லுங்கோ ... யாருக்கு பித்ரு தோஷம் பரிகாரம் பண்ண ணும். உங்களுக்கா?"

"இல்லை, நேக்கில்லை!" என்றேன்.

"உங்க மாப்பிள்ளைக்கா?"

"இல்லை. என் பொண்ணுக்கு. அவ ஜாதகத்துலதான் பித்ரு தோஷம் இருக்காம்."

அப்பு சாஸ்திரிகள் முகத்தைச் சுருக்கிப் பார்த்தார்.

"வெளாடாதீங்கோ சார்!"

"என்ன விளையாட்டு இதிலே?"

"உங்க பித்ருக்களுக்கு நீங்க இருக்கறப்போ உங்க டாட்டர் எப்படிச் செய்ய முடியும்? உங்களுக்கப்புறம் வேணா... அப்பக்கூட உங்க புள்ளையாண்டான்தான் சுவாமி செய்ய முடியும்!"

"இருங்கோ .... இவ என் டாட்டர் மாதிரி. ஆக்சுவலா என் சிஸ்டர் பொண்ணு. அப்ப ஓ.கே. தானே?"

"கல்யாணம் ஆயிடுத்தோன்னோ?"

"ஓ... இதோ, இவர்தான் இவளோட ஹஸ்பெண்ட்."

"பின்ன வெவரமில்லாம பேசறேளே? உங்காத்துப் பொண்ணு எப்ப கல்யாணமாகி அவா ஆத்து மருமகளாப் போய்ட்டாளோ... அப்பவே அவளோட கோத்திரம் மாறிடறதோண்ணோ ! அப்பறம் அவ எப்படி அவளோட பித்ருக்களுக்கு தோஷப் பரிகாரம் பண்ண முடியும்?"

"எல்லா ரூல்ஸுக்கும் ஒரு விதிவிலக்கு வெச்சிருப்பேளே..! எப்படியாவது அட்ஜஸ்ட் பண்ணிப் பண்ணிடுங்கோ சுவாமி!"

"அப்படில்லாம் பண்ணப்படாது. பண்ணவும் முடியாது. எந்த மடையன் சொன்னான் இப்படி ஒரு யோசனையை?"

"டைகர் மாமான்னு... ஒரு மாமா!"

"நீங்க போன்ல பித்ரு தோஷத்துக்குப் பரிகாரம்னேள்! யாருக்குன்னு வெவரமா சொல்லியிருந்தேள்னா போன்லயே டீட்டெய்ல்ஸ் சொல்லிருப்பேனே..."

“நேக்கு இதெல்லாம் பரிச்சயமில்லை. டைகர் மாமாதான்...”

“அடப் போங்க சார்... இவ்வளவு ஏற்பாடு பண்ணிட்டேனே! இவ்வளவு தூரம் நாலு பேரும் மெனக்கெட்டு ஃபிளைட்லாம் பிடிச்சு வந்திருக்கேளே...”

“ஏன் சார்... மாப்பிள்ளை செய்ய முடியுமா?”

“செய்யலாம். ஆனா அவரோட பித்ருக்களுக்குத்தான் செய்ய முடியும். ஆத்துக்காரியோட பித்ருக்களுக்குச் செய்ய முடியாதே...”

“சரி... வந்தது வந்துட்டோம். அவரோட பித்ருக்களுக்கே பண்ணிடுங்கோளேன்.”

“இந்த ஹோமம்... தோஷம் இருந்தாதான் சுவாமி பண்ணணும்! காய்ச்சல் இல்லாதவாளுக்கு மருந்து கொடுப்பாளா யாராவது?”

“அப்ப, என்னதான் பண்றது?”

“பித்ருக்களுக்கு திதி, தர்ப்பணம்கூட இப்ப செய்ய முடியாது! அதுக்கு ஒரு நாள் இருக்கு. ஒண்ணு பண்ணுவமா? சும்மா உம்ம குடும்பத்தோட ஒட்டுமொத்த க்ஷேமத்துக்கு கணபதி ஹோமம், ஆயுஷ் ஹோமம், நவக்ரஹ ஹோமம், சுதர்சன ஹோமம் இதெல்லாம் பண்ணிக் குடுத்துடறேன். என்ன சொல்றேள்?“

எங்களுக்கு வேறு வழி?

மாப்பிள்ளை என்னை முறைக்க, நான் லலிதாவை முறைத்து, “ஏண்டி.... டைகர் மாமாவுக்கு இதெல்லாம் நன்னா தெரியும்னு நீதானேடி சொன்னே?” என்றேன்.

“எல்லாத்துக்கும் டைகர் மாமா, டைகர் மாமாம்பேளே..... இதுவும் அவருக்குத் தெரியும்னு நான் நினைச்சுண்டேன். தெரிஞ்ச மாதிரிதானே அவரும் சொன்னார்?”

“எதைத்தான்டி அவரு தெரியாதுன்னு சொல்லியிருக்கார்?”

விமானத்தில் அமர்ந்ததும், நான் கால்குலேட்டரில் கணக்குப் போடுவதைப் பார்த்து, “என்ன... தண்டச்செலவுக் கணக்கா? ஏழெட்டு லட்சம் தாண்டுமே! நீங்க பாத்துக்கோங்கோ, நேக்குச் சொல்லாதீங்கோ. வயிறு எரியும்” என்றாள் லலிதா.

கனடா திரும்பி, டைகர் மாமாவின் வீட்டுக்குப் போய் இதமாக

ஆரம்பித்து எல்லாம் சொல்ல... ஹைடெசிபலில் குதிக்கத் துவங்கினார் டைகர் மாமா.

“அவன் கெடக்கறான்டா! பொம்மனாட்டிகள் தங்களோட பித்ருக்களுக்கு தோஷப் பரிகாரம் பண்ணப்படாதுன்னு சொல்றது பெண்களுக்கு எதிரான வன்கொடுமை இல்லியோ? கோத்திரம்தான் மாறிடுத்தே.... எதுக்குடி அப்பன் சொத்தில் பங்கு கேக்கறேன்னு கேக்க முடியுமா? சட்டம் எதுக்குச் சொத்துரிமை குடுத்தது? வொய் திஸ் டிஸ்பேரிட்டி! இதென்ன ஜஸ்டிஸ்? இதப்பத்தி என் ப்ளாகுல எழுதறேன்.”

“மாமா... இதெல்லாம் ஆயிரம் பேசலாம். நடைமுறையில் இருக்கிற சம்பிரதாயம் உங்களுக்கு சரியாத் தெரியாதுன்னா, அதைச் சொல்லிருக்கலாமே?”

“யாரு.... நேக்கா சம்பிரதாயம் தெரியாது? அந்த சாஸ்திரி நம்பர்... யாரவன் அப்புவா குப்புவா? அவனோட அட்ரஸ் கொடு. கேஸ் போடறேன்... நானாச்சு, அவனாச்சு! நீ என்ன பண்றே... சேஷாசலம்னு நேக்கு நன்னாத் தெரிஞ்ச வக்கீல் இருக்கான். உடனே அவனைப் போய்ப் பார்க்கறே...”

“போதும் மாமா... இதுல இதுக்கு மேல செலவு பண்ண என்னால முடியாது. வர்றோம்...” என்று கும்பிடு போட்டுவிட்டு நான் புறப்பட....

டைகர் மாமி எங்களை வாசலுக்கு வந்து வழியனுப்பும் போது, “இப்பல்லாம் மாமாவுக்கு எதுக்கெடுத்தாலும் முணுக் குன்னா கோபம் வந்துடறது. அவர் ஜாதகத்தை ஒரு நல்ல ஜோசியராண்ட காட்டணும். யாராச்சும் நல்ல ஜோஸியரா தெரிஞ்சா சொல்லுங்களேன்” என்றாள்.

“ஃபிளைட் பிடிச்சுராமேஸ்வரம் போய் அப்பு சாஸ்திரிகள்ட்ட காட்டுங்கோ” என்றாள் லலிதா கடுப்பாக காரின் கதவை அறைந்து சார்த்தி.

நான் காரை ரிவர்ஸ் எடுத்தபோது ஜன்னல் கண்ணாடி வழியாகப் பார்க்க... டைகர் மாமா போனில் யாரிடமோ கோர்ட் சீன் போல விரலை ஆட்டி ஆட்டிக் கத்திப் பேசிக்கொண்டி ருந்தார். ஒருவேளை, நெட்டில் அப்பு சாஸ்திரிகளின் எண்ணைப் பிடித்திருக்கலாம்.

40
வழிகள் மூடப்பட்டுள்ளன

எல்லா யுத்தங்களுமே முதல் முப்பது நாட்களுக்குத்தான் பிரபலம்!

-Arthur Schlesinger (Jr-)

சபா என் கல்லூரித் தோழன். விடுதித் தோழன். ஒரு சிகரெட்டை மாறி மாறி இழுத்திருக்கிறோம். காவிரிப் பாலத்தில் சகலமும் பேசிக்கொண்டு நடந்திருக்கிறோம்.

விஷயம் தெரிந்த நபர் அவன். எத்தனையோ புரொஃபஸர்கள், வார்த்தைகளால் மடக்கப்பட்டிருக்கிறார்கள்.

படிக்கிற ஜாதி அவன். பாடமல்ல; மற்றதெல்லாம். தேர்ந்த ரசனை உள்ளவன். நல்ல சங்கீதம், நல்ல ஓவியம், நல்ல எழுத்து என்று அடையாளம் காட்டக் கூடியவன்.

நான் ஒரு வியாபாரியின் பிள்ளை. எனக்கு எல்லாவற்றிலும் ஆர்வம் உண்டு- ஆர்வம் மட்டுமே. ஆழமான சடுபாடு எதிலும் இல்லை. எல்லாமே நுனிப் புல். காரணம், என் சூழ்நிலை. மொத்த வியாபார மளிகை மண்டியின் கல்லாவுக்குக் காவலாளி இல்லை- அதைக் கவனிக்கிறாயா, அதை விட்டுவிட்டு மேலே படிக்கிறானாம். எஸ். எஸ். எவ். ஸி.யே நம்ம தொழிலுக்கு எதேஷ்டம்' என்ற என் அப்பாவின் வார்த்தையில், அவர் கோணத்தில் நியாயம் உண்டு.

ஆனால், ஏற்காமல் நான் பிடிவாதமாய் ஒரு டிகிரி வேண்டும் என்று கல்லூரி போனேன்.

டிகிரி முடிந்ததும் அதே தொழில், அதே கல்லா என்று அறிந்தும், கல்லூரி ஓர் இளைஞனுக்கு நிறைய சேதி சொல்லும், அனுபவம் தரும், நட்பு தரும், உல்லாசம் தரும், ஒழுங்காய் பாஸ் செய்தால் பெயருக்குப் பின்னே ஆங்கில எழுத்துக்களைத் தருமென்று சேர்ந்ததில்... தந்த நட்புகளில் ஒருவன்தான்... சபாநாயகம் என்கிற சபா.

சபா என் ஹீரோ. இதைப் படி' என்று தடிமனாய் ஒரு புத்தகம் தந்துவிட்டுப் போவான். அடுத்த வாரம் அவன் திரும்பக் கேட்கும் போது, வைத்த இடத்திலேயே இருக்கும் அது. 'உருப்படமாட்டே நீ' என்பான். சிரிப்பேன். இந்தப் புத்தகத்தின் சாரம் சொல்கிறேன்... அதையாவது கேள்' என்பான். அபிநயங்களோடு, முகத்தில் பாவங்களோடு சொல்வான். பிளந்த வாயுடன் கேட்பேன்.

கல்லூரி மேடைகளில் தன் தேர்ந்த சிந்தனைகளைக் கணீர் என்று சிந்துவான். என் கைகள் மற்றவர்களைவிடப் பலமாய்த் தட்டும்.

தேசத்தைப் பற்றிக் கவலைப்படுவான். வீரக் கவிதை எழுதுவான். தீட்டிய ஈட்டியாய் மின்னும் வார்த்தைகள். வானம், பூ, வண்ணத்துப்பூச்சி இதெல்லாம் அவன் கவிதைகளில் இருக்காது. அடையாத காதல் தோல்விக்குச் செயற்கையான துக்கக் கவிதைகள் எழுதமாட்டான்.

> "கோவணத்துக்குக்
> காத்திருக்கிறேன்.
> குல்லா தைக்க
> வர்ணம் சொல்
> என்கிறாய்."

-இந்த அவன் கவிதையைப் படித்த நாமம் போட்ட லெக்சரர், முதலில் மூக்குப்பொடியை உறிஞ்சிவிட்டு, என்னய்யா இது கோவணம், கீவணம்னு..." என்று முகம் சுளிக்க... இவன் முகம் சிவந்து, முழுக்கை சட்டையை மடக்கிக் கொண்டு எப்படிச் சொல்லலாம் என்று சண்டைக்குப்போனது நினைவிருக்கிறது.

இந்தச் சமுதாயம் உருப்படாது என்பான் அடிக்கடி. ஒரு தம் வாங்கிக் கொடுத்து, ஏண்டா என்று கேட்டால் போதும்... கையை

அசைத்து, கண்களை உருட்டி உஷ்ணமாய்ப் பேசுவான்.

கையில் அழுக்குன்னா சோப்பு போட்டுக் கழுவிட லாம். ஜனங்க மனசில இருக்கு அழுக்கு. அதைக் கழுவ எந்தக் கொம்பனும் இன்னும் சோப்பு கண்டுபிடிக்கலை. இது ஒரு நாள்ல படிஞ்ச அழுக்கு இல்லை. வம்ச வம்சமா கொஞ்சமா படிஞ்சி... மரம் கல்லாகற மாதிரி சப்பக்குன்னு பிடிவாதமா ஒட்டிக்கிட்ட அழுக்கு! பொறாமை, வன்மம், சுயநல வெறி, வக்ரம், திருட்டுத்தனம் எல்லாம் சேர்ந்த அழுக்கு. அப்புறம் தேசம் எப்படி உருப்படும்?"

"சரி, நீ கொண்டாடற இலக்கியத்தை வச்சி இதையெல்லாம் கழுவறதுதானே?" என்று எவனாவது கொம்பு சீவுவான்.

இலக்கியம் சாதிக்கும். ஆனா, ரொம்ப காலம் எடுத்துக்கும். எறும்பு ஊரக் கல் தேயும். லாஜிக்கலா ஓகே. எப்போ அது ஊர்ந்து முடிக்கிறது. எப்போ கல் தேய்றது... எரியற தீயை எச்சித் துப்பி அணைக்கிறதா? சமுதாயக் களையெடுப்புக்கு இந்த ஆயுதத்துக்கு அவ்வளவு கூர்மை போதாது மேன்."

"அப்புறம் என்னதான் செய்யணுங்கறே?"

"ஷூட் பண்ணு. ஒரு ஜெனரேஷனையே சுட்டுத் தள்ளு. அடுத்த தலைமுறையையாவது பாம்பு, தேள் கொட்டாம பாதுகாப்பா வளர்ப்போம்."

"இதுவரைக்கும் யதார்த்தமா சிந்திச்சிட்டிருப்பே. பிரச்னைக்குத் தீர்வுதான் என்னடான்னா உடனே ஒரு லட்சியக் கற்பனைக் குதிரையில் ஏறிப் பறந்துடுவியே... பூமிக்கு வாய்யா... ஆஸ் இட் ஈஸ், வேர் இட் ஈஸ் கன்டிஷன்ல ஒரு தீர்வு சொல்லு, தப்பிக்காம..."

"ஏன் இல்லை? கடுமையான சட்டங்களும், திறமையான நிர்வாகமும்- இது ரெண்டையும் என்கிட்டே கொடு. நான் மாத்திக் காட்றேன் சகலத்தையும். இறகு கேட்டு மயில் போட்டதே கிடையாது. அரபு நாட்ல அடுத்தவன் பொண்டாட்டி மேல் கையை வச்சா முச்சந்தில வச்சி வெட்டுவான் கையை. இங்கே மாதிரி 'தம்பி வாடா, உக்காரு.... திருக்குறள்ல பிறன் மனை நோக்காதேன்னு சொல்லியிருக்கு. அதனால நோக்காதே'ன்னு போதனை கிடையாது. செயல்! செயல்! கொலை செஞ்சதை நேரடியா பார்த்து, பிடிச்சும்... வருஷக்கணக்கில விசாரணை செஞ்சு... வக்கீல்களோட மயக்கற வாதங்களைக் கேட்டு, இந்தாளு

கொலை செய்யலையோ என்று பார்த்தவனையே சந்தேகப்பட வைக்கிற அமைப்பு இங்கே. பின்னே எப்படி மாற்றம் வரும்?"

மார்பு படபடக்க இன்னமும் பேச இருப்பான். சினிமாவுக்கு நேரமாச்சு, இன்னொரு சமயம் பேசலாம் என்று எல்லோரும் சென்றுவிட... நான் மட்டும் இருப்பேன்.

"தேசப் பற்றே கிடையாதுடா நமக்கு. சே!" என்று உண்மையாய் வருத்தப்படுவான் சபா.

"கோச்சுக்காதே சபா, ஒண்ணு சொன்னா."

"சொல்லு."

"இருட்டைப் பழிச்சுக்கிட்டே இருக்கிறதை விட்டுட்டு, நீ ஒரு மெழுகுவத்தி ஏத்தி வைக்கலாமில்லையா? ஒவ் வொரு வெளிச்சமா சேர்ந்து இருட்டை, நசுக்க முடியாதா?"

"செய்யத்தான் போறேன்."

"எப்படி?"

"ஐ.ஏ.எஸ். படிக்கப்போறேன். அதிகாரம் வாங்கப்போறேன். ஒரு லட்சிய ஆட்சியை ஒரு சின்ன வட்டத்துக்குள்ளேயாவது நடத்திக் காட்டப் போறேன். நீ?"

"நான் மண்டியை விஸ்தரிச்சு... பழைய வீட்டை இடிச்சுக் கட்டி... வெளிநாட்டு கார் வாங்கி... என் கனவுகள் தனி... விடு" என்பேன்.

அழுதுகொண்டே பிரிந்தோம். அப்புறம் அடிக்கடி கடிதம் எழுதிக் கொள்வோம், பார்த்து நல்ல சினிமாவை விமரிசிப்பான். நாட்டு நடப்பின் அவலங்களுக்குக் கொதித்தெழுதுவான். நானாய் இருந்தால் இந்தப் பிரச்னைக்கு... என்று சொந்தத் தீர்வை வியாக்யானத்துடன் பக்கம் பக்கமாய் எழுதுவான்.

ஐ.ஏ.எஸ், என்னடா ஆச்சு என்றால் மட்டும் பதில் எழுதமாட்டான். ரொம்ப நாள் கடித இடைவெளிக்குப் பின் சென்னையில் இந்த விலாசமெழுதி, தூரத்துச் சொந்தத்தின் தனியறையில் தங்கி, ஒரு நிரந்தர வேலைக்காய் தெரு நாயின் எச்சில் இலை தேடலாய் அலைகிறேன். வந்தால் வா. விவரமாய் நேரில்' என்று எழுதினான்.

போன தடவை வியாபார விஷயமாய் வந்தபோது, விலாசம் தேடி வந்து பார்த்தபோது மிக இளைத்துப் போயிருந்தான். ஆறு

பட்டுக்கோட்டை பிரபாகர் தேர்ந்தெடுத்த சிறுகதைகள்

வருஷத்துக்குப் பின் சந்திப்பு. ஆயிரம் பேசத் துடிப்பு. அதே காரத்துடன் பேசினான்:

கனவு காண மட்டும்தான் இந்தியப் பிரஜைகளுக்கு, குறுக்கீடே இல்லாத முழு அளவு உரிமை வழங்கப்பட்டிருக்கு. என் குடும்பத்திலே வசதி இல்லை, மேலே படிக்க வாய்ப்பில்லை. ஆடு வாங்கக்கூடக் கடன் தரும் அரசாங்கம், படிக்க உதவிப் பணத்துக்கு ஜாதி, மதிப்பெண்கள் என்று தொள்ளாயிரம் விஷயங்கள் வேணும். சரி, எப்படியோ புத்தகங்கள் ஓசி வாங்கி, லைப்ரரிகளிலே அலைஞ்சு படிக்கலாம்னு தீர்மானிச்சப்போ... வீட்டிலே தகராறு. அப்பா சொல்ற மில்லுக்குப் போய்க் கணக் கெழுதி முந்நூறு சம்பாரிக்கிறியா, இல்லை வீட்டை விட்டு வெளியே போறியா? வெளியே போறேன்னு வந்துட்டேன். அப்போ அடிப்படைத் தேவைகளுக்குப் பிரச்னை இல்லாம இருந்தது. அறிவைப் பத்தி யோசிச்சேன். இப்போ... பசிக்குது. அதான் முக்கியம். ஐ வாண்ட் டு சர்வைவ் ஃபர்ஸ்ட். பிகாஸ் ஐ வாண்ட் டு லிவ். அதனால ஐ. ஏ. எஸ். லட்சியத்தைத் தள்ளி வச்சிட்டு டைப் கத்துக்கிட்டேன், ஷார்ட்ஹாண்ட் எழுதினேன். இப்போ ஒரு வக்கீல் வீட்ல கேஸ் டைப் அடிக்கிறேன். முந்நூறு தர்றார். உயிர் வாழப் போதும். அதனால என்ன? லட்சியங்கள் செத்துப் போறதில்லை. கவிதையை விடறதில்லை. போன கணையாழி படிச்சியா?”

அவன் ஓங்கிச் சொன்னாலும் கொஞ்சம் தளர்ந்து போயிருக்கிறான் என்று உணர்ந்தேன். அந்த நாட்களின் துடிப்பு கொஞ்சம் வடிந்து தான் இருந்தது. லேசாய் ஒரு விரக்தி இணைந்திருந்தது.

“நீ எப்ப மெட்ராஸ் வந்தாலும் வா. இங்கேயே தங்கிக்கலாம். அநாவசியமா ரூம் எடுக்காதே” என்றான்

இப்போது இரண்டாவது தடவையாக வந்திருக்கிறேன்.

பளிச்சென்று வெயில் இருட்டை அலம்பியிருக்க... தூங்கிக் கொண்டிருந்தவன் அவசரமாக எழுந்து உற்சாகமாய் வரவேற்றான்.

“வா... வா...! லெட்டர் போட்டா ஸ்டேஷனுக்கு வந்திருப்பேனே.....!”

“பரவால்லை. இவ்வளவு நேரம் தூங்க மாட்டியே?”

நள்ளிரவுக் கவியரங்கம்னு பீச் ஓரத்துல புல்வெளில நாங்க பத்துப் பேரு வாரம் ஒரு தடவை கூடுவோம். கவிதை பரிமாறிக்குவோம்.

மூணு மணி ஆயிடுச்சு காலைல... அதான்!"

"அதென்னடா நடுராத்திரில?"

"ஏன், நடுராத்திரில என்ன?"

"கவிதை நேரமா அது? சகல விதமான தப்புகளும் நடக்கிற நேரம்."

"கரெக்ட், சுதந்திரம் வாங்கினதுகூட ஒரு தப்பு தானே?"

"மை காட்! நீ மாறவே இல்லை சபா."

"நம்ம தேசத்தை மாதிரியே."

"வேகம் குறையவே இல்லை."

குறையறப்பல்லாம் எதாச்சும் வந்துடுதுப்பா, தூண்டறத்துக்கு... பேப்பரைப் பிரிச்சுப் பாரு. பதறுது மனசு, ரெண்டு கப்பலையே காணோம்னு சொல்வாங்க. நம்பணும். அதென்ன குண்டூசியா, இல்லே, நம்ம தேசத்துக்கிட்டே பெர்முடா ட்ரையாங்கிள் மாதிரி வர்ற கப்பலையெல்லாம் முழுங்கற- கண்டுபிடிக்க முடியாத சக்தி உள்ள ஏரியா இருக்கா? உண்மையை எழுதின பத்திரிகைக்காரனைத் துரத்தித் துரத்தி சட்டம் வரும். நாம் வாயைப் பொத்திக்கணும். என்ன இல்லை. நம்மகிட்டே? நம்மகிட்டே இரும்பு வாங்கி... அதைக் கம்பியா மாத்தி நமக்கே விக்கிறாங்க... கூசாம வாங்கறோம். நம்மகிட்டே அருமையான டெக்னாலஜிஸ்ட்ஸ் இல்லையா? திறமையான ஆட்கள் இல்லையா? இருக்காங்க. ஆனா, அவங்க நம்ம நாட்டுக்கு உழைக்கச் சம்மதமில்லை. வெளிநாட்ல போய்க் கொடி நட்டாத்தான் ஆர்வம். நம்ம தேசம், நம்ம மக்கள்னு உணர்வே இல்லை. ஜப்பான்ல குண்டு விழுந்து இத்தனை வருஷமாச்சுன்னு போட்டு, அவங்க முன்னேற்றத்தைப் புள்ளிவிவரமாப் போட்டுப் பிரமிக்க மட்டும் தான் தயார். ஜப்பானோட டேப்ரிக்கார்டர் வேணும். ஜப்பானோட, எந்திரம் வேணும். ஜப்பான் மக்களோட புத்தி மட்டும் வேணாம். ஒரு விரல் அகலத் தீவு, செத்துச் சாம்பலான தீவு. சாதிக்கிறான் அவன். நாம? விரல் சப்பிக்கிட்டு கற்பில் சிறந்தவள் கண்ணகியா, மாதவியா, கோப்பெருந்தேவியான்னு பட்டிமன்றம் நடத்தறோம்."

-சூடாய்ப் பொரிந்து - தள்ளின சபா, சட்டென்று மாறி, ஸாரி! டிபன் சாப்பிட்டியா? வந்த உடனேயே என்னைச் சூடேத்திட்டே. ஒரு நிமிஷம் இரு. குளிச்சுட்டு வந்துடறேன்."

ஹோட்டல் சென்று டிபன் சாப்பிட்டோம். ஊர்ல சௌக்யமா என்றான். வியாபாரம் எப்படி என்றான். கல்யாணம் எப்போ என்றான். எப்பவும் ஏமாத்தாதே என்றான். வழக்கம்போல நிறையப் படி என்றான்.

பாங்க் பரீட்சை எழுதுகிறானாம். அரசாங்க வேலைகளுக்கு அலைகிறானாம். எப்படியோ ஸ்திரமானதும் என்னென்னவோ திட்டம் வைத்திருக்கிறானாம். சந்தர்ப்பம் வரும்போது விரிவாய்ச் சொல்கிறேன், முதலில் வேலை என்றான்.

என் வியாபார வேலைகளை எல்லாம் முடித்துக் கொண்டு புறப்பட்டபோது, ஸ்டேஷன் வந்து வழியனுப்பினான். ஒரு கவிதைப் புத்தகத்தில் கையெழுத்திட்டுத் தந்தான். "கடையில் படிக்காதே, தூக்கம் வராத இரவின் அமைதியில் படி" என்றான்.

புறப்பட்டு ஊர் வந்து சேர்ந்தேன், மண்டி, சரக்குக் கொள்முதல், வசூல், வருமான வரி என்று ஆழ்ந்துபோனேன்.

ஆறு மாதம் கழித்துக் கடிதம் வந்தது. விற்பனை வரித் துறையில் துணை அதிகாரிப் பதவி கிடைத்திருப்பதாய் உற்சாகமாய் எழுதி, பல வருடங்களுக்குப் பின் மகிழ்ச்சியுடன் சபா என்று கையெழுத்திட்டிருந்தான்.

அப்புறம் மஞ்சள் தடவிக் கல்யாணப் பத்திரிகை அனுப்பியிருந்தான். பின் கோடில் தப்பு செய்ய, கல்யாணத்தன்றுதான் கிடைத்தது. உள்ளே துண்டுச் சீட்டு வைத்திருந்தான். அவசரமாய் நிச்சயமானதால் அவகாசமில்லை. பெற்றோர் முடிவு செய்த திருமணம்தான். அவசியம் வந்துவிடு' என்று.

தந்தி கொடுத்தேன்.

சேலத்துப் பக்கம் ஒரு விலாசம் எழுதி, அங்கே வேலை பார்ப்பதாக எழுதியிருந்தான். எனக்குத் தொடர்பே இல்லாத ஊர், செல்லவே முடியவில்லை, நானும் கல்யாணம் செய்து கொண்டேன். உயர் அதிகாரி கேம்ப்... ஸாரிடா என்று கிஃப்ட் செக் அனுப்பியிருந்தான்.

அப்புறம் இரண்டு வருஷத்தில் மூன்றோ, நான்கோ தடவைதான் கடிதப் பரிமாற்றங்கள். சுருங்கிப் போயிருந்தன அவன் கடிதங்கள். ஈஸ்வரி என்று பெண் குழந்தையாம். மறுபடி வயிற்றில் ஒன்றாம். இங்கே விவேக் என்று பதில் எழுதினேன்.

என்னைச் சந்திக்க வேண்டும் என்று ஆர்வம் மட்டும் இருக்க... சந்தர்ப்பம் அமையாமல் இருந்தபோது... சென்னையில் கே.கே. நகர் விலாசம் எழுதி, அலுவலக முகவரி எழுதி... வா, பார்க்கணும் என்று எழுதியிருந்தான்,

சென்னை எனக்கு வீட்டின் கொல்லைப்புறம்போல. இவனுக்காகவே வேலைகளை ஜோடித்துக் கொண்டு திருவள்ளுவரில் புறப்பட்டு சென்னை வந்தேன். நேராய் வீட்டுக்குப் போக விருப்பமில்லாமல் அறை எடுத்துத் தங்கி, ஷேவ் செய்து கொண்டு, பிஸ்கட், பழம் வாங்கிக் கொண்டு, கையில் விலாசம் எழுதின சீட்டு வைத்துக் கொண்டு ஆட்டோவில் அலைந்து தேடி அடைந்தால்... வீட்டின் வாசலில் பூட்டு.

பக்கத்து வீட்டுச் சிறுவனை விசாரித்ததில், பெண்டாட்டி இரண்டாம் பிரசவத்துக்கு ஆஸ்பத்திரியில் இருக்கிறாள் என்றும், இது வாடகை வீடு என்றும், ஸ்கூட்டர் வைத்திருக்கிறான் என்றும், இப்போது ஆஸ்பத்திரிக்கா, இல்லை ஆபீசுக்கா என்று தெரியாதென்றும் தெரிந்தது.

அவன் அலுவலக முகவரிக்கே சென்றேன். பியூனை விசாரித்ததில் உள்ளே இருக்கிறான் என்பது தெரிந்தது. ஜல்லி, லோடு என்று அவன் டெலிபோனில் பேசிக்கொண்டிருந்தது கேட்டது. விற்பனை வரித்துறைக்கும் ஜல்லிக்கும் சம்பந்தம் புரியவில்லை. பியூனிடம் சொல்லிவிட்டேன்.

அவனே வெளியே வந்துவிட்டான். தெளிவாய் இருந்தான். கொஞ்சம் தொந்தி தள்ளியிருந்தான். ஒல்லியான பிரேமில் கண்ணாடி அணிந்திருந்தான். கொஞ்சம் அழகாய்கூடத் தெரிந்தான்.

"உள்ள வாடா. சந்திச்சு வருஷமாச்சு..."

-கையைப் பிடித்து அழைத்துச் சென்று மின்விசிறியை உச்சத்தில் சுழலச் செய்து, நாற்காலியில் அமர்த்தினான்.

"நீ மட்டும்தான் வந்தியா?"

"ஆமாம். நேரா வீட்டுக்குப் போனேன். பூட்டி யிருந்திச்சி."

"கிளினிக்ல இருக்கா. நேத்துதான் டெலிவரி ஆச்சு. இந்தத் தடவை கஷ்டம். சிஸேரியன். இதுவும் பெண் குழந்தை. முடி ஜாஸ்தி. வெய்ட் கொஞ்சம் பிலோ நார்மல். பிக்கப் ஆய்டும்னு டாக்டர்

பட்டுக்கோட்டை பிரபாகர் தேர்ந்தெடுத்த சிறுகதைகள்

சொன்னாங்க. விவேக் எப்படி இருக்கான்? என்ன சாப்பிடறே?"- மணியடித்து ஐஸ் போட்டு எதுவோ வாங்கி வரச் சொன்னான்.

"சபா, நீ எப்படி இருக்கே?"

"நல்லா இருக்கேன்."

"மனசில எப்படி இருக்கே?"

"எப்போ ஊருக்குப் போறே?"

"நாளைக்கு."

"அப்புறமென்ன? பேசுவமே... என்ன அவசரம்? கூல்டிரிங்க் சாப்பிட்டுட்டு... உன்னை கிளினிக் அழைச் சுட்டுப் போறேன். ஈஸ்வரி அங்கதான் இருக்கா. பத்மாவை அறிமுகம் செய்றேன்."

ஸ்கூட்டரில் அழைத்துச் சென்றான். வழியெங்கும் மௌனம். சோடா உடைக்கப் பொங்கும் நுரையாய் ஆர்ப்பரிக்கும் சபாவை இதுவரையில் காணோம்.

மாநிறத்தில் வெடவெடவென்று, ஒற்றை மூக்குக் குத்தின பத்மாவை என் மனைவி என்றான். நிறைய சொல்லியிருக்கார் என்றாள். ஈஸ்வரியை அணைத்து, முத்தமிட்டு, பிஸ்கட் தந்து...

"உன் வியாபார வேலையெல்லாம் முடிச்சுக்கிட்டு சாயங்காலம் அஞ்சு மணிக்கு பீச்ல கண்ணகி சிலைக்கு வந்துடு. நானும் வந்துடறேன். பேசலாம்" என்றான்.

வானம் வெளிறிச் சிவக்க... காற்று முடியைக் கலைக்க... கடலை தின்று, காத்திருந்தேன். படபட வென்று ஸ்கூட்டரில் வந்தான். மணலில் அழுந்தி நடந்து, ஆரவாரம் தவிர்த்து அமர்ந்ததும் மௌனமாய்க் கடல் பார்த்தான். பாம்பாய்ப் பெருமூச்சு விட்டான்.

நேராக என்னைப் பார்த்தான். லேசாய்க் கண் கலங்கினான். பார்வையைத் தவிர்த்து சோனிக் குதிரையைப் பார்த்தான்.

"பேசு சபா."

"பேச எனக்கு யோக்யதை இல்லைப்பா. உன் மனசில எவ்வளவு உயரமான நாற்காலில் என்னை உக்கார வச்சிருக்கேன்னு தெரியும். இறக்கிடுப்பா என்னை. அவ்வளவு உயரம் வேணாம். மறுபடி சொல்றேன். நம்ம தேசம் தானும் உருப்படாது. உருப்பட

வழிகள் மூடப்பட்டுள்ளன

நினைக்கிறவனையும் தலையெடுக்க விடாது. என் தப்பும் இருக்கு. கல்யாணம் பண்ணிக்கிட்டது முதல் தப்பு. மனசு புரிஞ்சவளா அமைவானு ரிஸ்க் எடுத்துக்கிட்டது ரெண்டாவது தப்பு. சாதிக்கணும், நடந்துகாட்டணும், உதாரணம் அமைக்கணும்ங்கற ஜிகினா தைச்ச மனக் கனவுகள் ஃபூன்னு ஊதப்பட்டுடிச்சிப்பா. பைசா வாங்க மாட்டேன், ஸ்ட்ரிக்டா இருப்பேன்னு சொன்னேன். நாலு ஊருக்கு மாத்தினாங்க. ஒரு பெரிய எண்ணெய்க் கடைக்காரனைப் பகைச்சிக்கிட்டேன். இதோ பார்த்தியா" என்று முழுக்கைச் சட்டையின் பித்தான் பிரித்து உயர்த்திக் காட்ட.....

முழங்கை அருகே நீளமாய்த் தழும்பு.

வீடு பூந்து அடிச்சாங்க. சாமான் எல்லாம் உடைச்சாங்க. போலீஸ் நல்ல டாக்டர்கிட்டே காமிங்கன்னு சொல்லிட்டுத் திரும்பிடுச்சி. ரோஷமா வேலையை ராஜினாமா பண்ணிடலாம். முடியலை, என்னோட சேர்ந்து குடும்பமும் தொங்கும். என்னை நம்பி வந்தவ, என் குழந்தைங்க... நான் வாழலைன்னாலும் அவங்களை வாழ வைக்கணும். இங்கே பாரு, என்னைப் பாரு... நான் லஞ்சம் கொடுக்கப்படறேன். வாங்கறேன்னு சொல்ல மாட்டேன். கொடுக்கறதை மறுக்கலாம். எனக்கு மேல இருக்கிறவனுக்குக் குறுநில மன்னன் மாதிரி நான் கப்பம் கட்டியாகணும்டா, நிர்வாண ஊரிலே என்னை மட்டும் கோவணம் கட்ட அனுமதிக்கமாட்டேங்கறாங்க. என்ன பண்ணச் சொல்றே?"

நான் மௌனமாய்ப் பார்த்தேன்.

"இந்த லஞ்சத்திலே ஒரே ஒரு நியாயம் கண்டுபிடிச்சிருக்கேன். வியாபாரிங்களோட வரி ஏய்ப்பைக் கண்டுக்காமவிட்டா மாமூல். ஸ்ட்ரிக்டா பிடிச்சா, வரி மொத்தமும் அபராதத்தோட கட்டணும். சொந்த பாக்கெட்லேர்ந்தா கட்டுவான்? விலையிலே உசத்தி... திண்டாடப்போறது மக்கள்தான். நான் கண்டுக்காம இருக்கிறது அவங்களுக்கு லாபம்தானே? அதனால நான் செய்றது நியாயம்னு சொல்லலை. எனக்கு வேற வழி இல்லை."

நான் மணல் தட்டி எழுந்தேன். "சபா, தேசம் ஏன் உருப்படாதுன்னு ஆயிரம் காரணம் சொல்வியே, இன்னொண்ணும் சேர்த்துக்கோ. உன்னை மாதிரி லட்சியவாதிகளுக்கெல்லாம் கடைசிவரைக்கும் பிடிவாதமான உறுதி இல்லை."

"தப்புப்பா, உறுதி இருக்கு. அந்த உறுதியான பயணத்தோட எல்லா வழிகளும் மூடப்பட்டிருக்கு. உறுதியை உடைக்கிறதுக்குத்தான் ஆயிரம் சக்திகள் இருக்கு. ஒன்றா இணைக்கிறதுக்கு சக்திகள் சொற்பம்."

ஸ்கூட்டரில் என் லாட்ஜ் நோக்கிப் பயணித்தபோது, "போற வழியில தான் ஒரு பிளாட் வாங்கியிருக்கேன். வீடு கட்டிக்கிட்டிருக்கேன். பார்த்துட்டுப் போகலாம், என்ன?" என்றான்.

"உன்னையே நீ தொலைச்சுட்டே சபா" என்ற எனக்கு, திமிறலாய்க் கோபம் இலக்கில்லாமல் உள்ளே அலைந்தது. திடீரென்று அவனை அந்நியனாய் உணர்ந்தேன்.

41
ஆனந்தவல்லியின் காதல்

எந்தப் பேரரசுக்கும் கட்டுப்படாமல் சுதந்திரமாக மன்னர் விஜயநந்தன் நல்லாட்சி புரியும் அழகான கடற்கரை நாடு சுந்தரபுரி. காண்போர் வியக்கும் பிரம்மாண்டமான, மான் கொடி பறக்கும் அரண்மனையின் உப்பரிகையில் கவலை தடவிய முகத்துடன் நின்று கொண்டிருந்த மன்னரின் பார்வை, கடலில் நிறுத்தி வைக்கப்பட்ட போர்க் கப்பல்கள் மேல் நிலைகொண்டு இருந்தது. காலைத் தென்றலை ரசிக்கும் மனநிலையில் அவர் இல்லை.

கவலைக்குக் காரணம் அரகதத்தின் அரசன் அநிருத்தன் அனுப்பி வைத்திருந்த ஓலை. சுந்தரபுரியை அரகதத்தின் அடிமை நாடாக அறிவித்து அவனுக்குக் கப்பம் கட்ட வேண்டும் அல்லது போரைச் சந்திக்க வேண்டும். கப்பமா... யுத்தமா?

அநிருத்தனின் சேனை பெரியது. பலமானது. விஜயநந்தனின் சேனையும் பெரியதுதான். ஆனால், பலமானது அல்ல. யுத்தத்தைச் சந்தித்துப் பல ஆண்டுகள் ஆனதால் பயிற்சி போதாது. அநிருத்தனோ எல்லாத் திசைகளிலும் ராஜ்யத்தின் எல்லைகளை விரிவுபடுத்திக் கொண்டே இருப்பவன். அவனுடைய வலுவான சேனையில் பாதியை அனுப்பினாலே போதும், சுந்தரபுரி படிந்துவிடும். அடிமை நாடாகவும் போய்விடக் கூடாது. யுத்தத்தையும் தவிர்க்க வேண்டும். கௌரவம் கலையாமல் காரியம் நிகழ நல்லதோர் உபாயம் தேவை. ஆடைகளின் சரசரப்பொலியில் கவனம் கலைந்து திரும்பினார் விஜயநந்தன்.

“மன்னர் பெருமானே! தங்கள் கவலையைப் போக்க அநிருத்தனிடம் இருந்து இரண்டாவது ஓலை வந்திருக்கிறது. தூதுவனை விருந்தினர் மாளிகையில் தங்க வைத்துவிட்டு ஓடோடி வந்திருக்கிறேன். படித்துப் பாருங்கள்” என்று ஓலையை நீட்டினார் அமைச்சர் தானாதிசேகரன்.

விஜயநந்தன் ஆர்வமாக வாங்கிப் படித்தார். அவர் முகம் பிரகாசமானது.

“பரிபூரண சம்மதம் என்று மறு ஓலை உடனே எழுதுங்கள். தூதுவனுக்கு நல்லதொரு விருந்து கொடுத்து.... ஆடை, அணிகலன்கள் என்று அநிருத்தனே வியக்கும் அளவுக்குப் பரிசுப் பொருட்களுக்கும் ஏற்பாடு செய்யுங்கள்.”

“அதெல்லாம் செய்து விடலாம் மன்னா ... இளவரசியிடம் ஒரு வார்த்தை...”

“இதில் மறுப்புச் சொல்ல என்ன இருக்கிறது? அநிருத்தனை மணந்தால் அவள் ஒரு சக்ரவர்த்தியின் மனைவி. அரகத சாம்ராஜ்யத்தின் மகாராணி. அநிருத்தன் என் மருமகனானால், சுந்தரபுரியின் பெருமையும் உயரும். போர் அபாயமும் நீங்கும். இளவரசிக்கு நாட்டியம் கற்பித்ததற்கும், சீவக நாட்டில் விஜயாலயன் திருமணத்தில் நாட்டியமாட அனுமதித்ததற்கும் இப்போதுதான் நான் அகமகிழ்கிறேன் அமைச்சரே. போய் நான் சொன்னதைச் செய்யுங்கள்” என்ற விஜயநந்தன் தனது அடர்த்தியான மீசையைத் தடவிக் கொண்டார்.

கதிரவனின் வீரியம் குறைந்த கதிர்க் கரங்கள் சுந்தரபுரியின் மாட மாளிகைகளில் படிந்த இருளைத் துடைக்கும் ஆயத்தத்தில் இருந்த அதிகாலையில், குளிர்த் தென்றல் செடிகளில் நீட்டிய அரும்புகளைத் தொட்டுத் தடவி விளையாடிப் பூக்களாகும் ரகசியத்தைச் சொல்லித்தரத் துவங்கிய நேரத்தில்... அழகிய அரண்மனையின் பின்புறத்தில் நந்தவனத்துக்குச் செல்லும் வாசலில் நின்றிருந்த காவலாளி உள்ளே செல்ல கூடையுடன் அனுமதிக்குக் காத்திருந்த முக்காடு இட்ட அந்தப் பெண்ணிடம், “என்ன, உன் சகோதரி பொன்னிக்கு உடல் சுகமில்லையா?” என்றான்.

"இல்லையென்றால் நான் எதற்கு வரப்போகிறேன்?" என்றாள் அவள்.

"நந்தவனத்துக்குள் செல்லவும், பூக்களைக் கொய்யவும் பொன்னிக்குத்தான் அனுமதி இருக்கிறது. தெரியும் அல்லவா?"

"அவளுக்கு உடல்நலம் இல்லாதபோது இரண்டு முறை நான் வந்திருக்கிறேன். நீயும் அனுமதித்து இருக்கிறாய். இன்றைக்கென்ன புதிதாகக் கேள்வி கேட்கிறாய்?"

"அரண்மனையில் நிறையக் கெடுபிடிகள். இளவரசிக்குத் திருமணம் நிச்சயமானதில் இருந்து அமைச்சர் பதற்றமாக இருக்கிறார். இந்தத் திருமணம் நிகழ்ந்தால் சுந்தரபுரியும் அரகதமும் இதுவரை பாராட்டி வந்த பகைமை ஒழிந்து நேச ராஜ்யங்களாகிவிடும்."

"தெரிந்த கதைதானே?"

"உனக்குத் தெரியாத கதை நிறைய இருக்கிறது. இரண்டு சேனைகளின் பலமும் கூடும்போது பல குறுநில மன்னர்களுக்குப் பயம் வருமே? அதனால் இந்தத் திருமணத்தை எப்படியாவது தடுத்து நிறுத்த சதி நடக்கிறதாம். அதனால் ஊருக்குள் புதியவர்கள் தென்பட்டால், நமது வீரர்கள் கண்காணித்துத் துருவித் துருவி விசாரிக்கிறார்கள். அதனால் நீ சீக்கிரம் போய் சீக்கிரம் வந்துவிடு. ஆமாம், உன் பெயர் என்ன சொன்னாய்?"

"நான் எங்கே சொன்னேன்?"

"இப்போது சொல்!"

"பவளமல்லி!" என்று சொல்லிவிட்டு நந்தவனத்துக்குள் நுழைந்தாள் அவள்.

மொக்குகளையும் அரும்புகளையும் விடுத்து இதழ் மலர்ந்த மலர்களை மட்டும் கொய்தபடி நந்தவனத்தையொட்டி இருந்த இளவரசியின் அந்தப்புரத் தடாகம் அருகில் வந்துவிட்டாள் அவள். உதடுகளைக் குவித்து குயில்போல மூன்று முறை கூவினாள். தொடர்ந்து மலர்களைக் கொய்தாள்.

இப்போது ஆடைகளின் சரசரப்பும், வளையல்களின் சிணுங்கலும், கால் தண்டைகளின் ஒலியும் கேட்டு அவள் திரும்ப... எதிரே வந்து நின்றாள் இளவரசி ஆனந்தவல்லி. இளவரசியை வர்ணிக்க ஒரே ஒரு வார்த்தை போதும்- பேரழகி!

பட்டுக்கோட்டை பிரபாகர் தேர்ந்தெடுத்த சிறுகதைகள்

நேற்றிரவு நாங்கள் உறங்கவில்லை என்று அறிவிப்பு தாங்கிய சிவந்த சோர்வுற்ற விழிகள். ஏதோ பேசத் துடிக்கும் ஈர மினு மினுப்புடன் இருந்த அதரங்கள்.

“ஆனந்தி, பின்னிரவில் அழுதிருக்கிறாய். சரியா?” என்றான் பெண் வேடத்தில் இருந்த நந்தகுமாரன் தன் முக்காடை நீக்கியபடி.

“அழுததும் உனக்குத் தெரியும். அதன் காரணமும் தெரியும். என் திருமண ஏற்பாடுகள் நடக்கின்றன. இன்னும் ஏன் எந்த உபாயமும் செய்யாமல் இருக்கிறாய்?”

“கடல் மார்க்கமாக நீயும் நானும் இலங்கை செல்லத் திட்டம் தயாரித்தேன். உதவ என் நண்பர்களும் இருக்கிறார்கள் என்றேன். உனக்கு அந்த யோசனை பிடிக்கவில்லையே!”

“உன் யோசனைப்படி நாம் இலங்கை சென்று அடையாளங்களை மாற்றிக் கொண்டு சாதாரணப் பிரஜைகளாக வாழ்கிறோம் என்றே வை. எத்தனை நாளைக்கு? என் தந்தை எல்லா தேசங்களுக்கும் படைகளை அனுப்பித் தேடச் சொல்ல மாட்டாரா? எப்போது சிக்குவோம் என்று பதைப்புடனேயே எப்படி நிம்மதியாக வாழ முடியும்? வேறு யோசனை சொல்லேன்.”

“அதே யோசனைதான். அதில் சின்னத் திருத்தங்கள். உன் கேள்விகளுக்குச் சரியான சமாதானமும் இந்தத் திட்டத்தில் இருக்கிறது ஆனந்தி. திட்டத்துக்கான அனைத்து முன்னேற் பாடுகளையும்கூட முடித்து விட்டேன்.”

நந்தகுமாரன் அக்கம்பக்கம் பார்த்துக் கொண்டு கம்மிய குரலில் தன் திட்டத்தைச் சொன்னதும் துள்ளிக் குதித்தாள் இளவரசி. மேலும் மனதில் எழுந்த சில சந்தேகங்களையும் கேட்டுத் தெளிவுபடுத்திக் கொண்டாள்.

“அற்புதமான திட்டம். எல்லாம் சரியாக நடக்க வேண்டும்!”

“நடக்கும் என்று நம்ப வேண்டும்.”

“சரி, நம்புவோம்” என்றாள் ஆனந்தி.

உற்சாகமாக அவள் கரங்களைப் பற்றித் தன்னை நோக்கி இழுத்து அணைத்த நந்தகுமாரன், “இளவரசியின் அதரங்களுக்கு ஒவ்வொரு நாளும் ஒவ்வொரு சுவை. இன்றைக்கு என்ன சுவை என்று அறிந்து சொல்லட்டுமா?” என்றான்.

அவனைப் பிடித்துத் தள்ளி விலக்கி, "விடியல் துவங்கிவிட்டது. என் தோழிகள் வரும் நேரம். நீ புறப்படு. சொன்னபடி முதலில் செயல்களைத் துவக்கு. திட்டம் வெற்றி பெறட்டும். அப்போது நீயாகக் கேட்கும்வரை நான் காத்திருக்க மாட்டேன்... போ! இப்போது போய்விடு!" என்றாள் ஆனந்தி.

பெருமூச்சுடன் மலர்கள் நிறைந்த கூடையை எடுத்துக் கொண்டு, முக்காடைச் சரிசெய்து கொண்டு நந்தவனத்தின் வாசலை நோக்கி நடந்தான் நந்தகுமாரன்.

தலையில் வைத்த பூக்கூடையுடன் வேகமாக நடந்த நந்தகுமாரனுக்குக் குறுக்கே கைநீட்டித் தடுத்தான் காவலாளி.

"இரு, சோதனையிட வேண்டாமா? நீ பாட்டுக்குப் போகிறாய்!"

"நந்தவனத்தில் இருந்து திருடிச் செல்ல மலர்களைத் தவிர வேறென்ன இருக்க முடியும்? சரி... பார்த்துக் கொள்!"

பூக்கூடையைக் கீழே இறக்கி வைத்தபோது தலையில் முக்காடாகப் போட்டிருந்த முந்தானையும் சேர்ந்து வந்துவிட.... அவன் தலையைக் கவனித்துவிட்ட காவலாளி, "ஏய்... உன் கூந்தல் எங்கே? ஆண் பிள்ளை போன்ற சிகை எப்படி உனக்கு?" என்று அதட்டலாகக் கேட்டான்.

"அது... அது.... சிவபெருமானிடம் ஒரு வேண்டுதல் வைத்தேன். அது நிறைவேறிவிட்டதால் கூந்தலைக் காணிக்கையாக்கினேன். அதைப் பற்றி உனக்கு என்ன? கூடையைச் சோதனை செய்துவிட்டு என்னைப் போகவிடு!"

"அட! இதென்ன... உன் குரலும் ஆண் குரலாகி விட்டது!"

நந்தகுமாரன் அவசரமாக நாக்கைக் கடித்துக் கொண்டு, பெண் குரலில், "இல்லை ... வம்பு செய்கிறாய் நீ" என்றான்.

காவலாளி சட்டென்று அவன் கையைப் பிடித்து, "நீ பெண் வேடத்தில் இருக்கும் ஆண் என்று தெரிந்து விட்டது. விடியாத பொழுதுகளில் முக்காடிட்டுப் பெண் குரலில் பேசிப் பலமுறை என்னை ஏமாற்றி இருக்கிறாய். சொல்... யார் நீ? ஏன் இப்படிச் செய்கிறாய்?" கையை முறுக்கியபடியே கேட்க.....

சுதந்திரமாக இருந்த மற்றொரு கையால் காவலாளியின் முகத்தில் ஓங்கி ஒரு குத்துவிட..... அவன் கைப்பிடி தளர்ந்ததும் நந்தகுமாரன் ஓடத் துவங்கினான். சுதாரித்துக் கொண்ட காவலாளி, "ஏய்... ஓடாதே... நில்!" என்று கத்தியபடியே அவனைத் துரத்தத் தொடங்கினான்.

மன்னர் விஜயநந்தன் பாதாளச் சிறையில் சங்கிலியால் பிணைக்கப்பட்டு நின்றிருந்த நந்தகுமாரனை நோக்கி ஒரு பசித்த புலியின் ஆவேசத்துடன் நெருங்கினார். முகத்திலும், உடம்பிலும் பல இடங்களில் காயமாகி, சில இடங்களில் ரத்தம் உறைந்திருக்க.... தலை ஒரு பக்கமாகச் சாய்ந்து கவிழ்ந்திருக்க... சோர்விலும் அரை மயக்கத்திலும் இருந்த நந்தகுமாரன் விழிகளின் இமைகளை மிகுந்த பிரயத்தனத்தின் பேரில் பிரித்துப் பார்த்தான். அவன் தலைமுடியைக் கொத்தாகப் பற்றி உலுக்கினார் விஜயநந்தன்.

"அற்பப் பதரே! அரண்மனையில் கட்டியக்காரனாக இருந்த வன்தானே நீ? இளவரசியை மனதில் நினைத்துப் பார்க்கக்கூட அருகதை இல்லாத உனக்கு இப்படி ஒரு ஆசையா? அமைச்சரிடம் நீ சொன்ன காதல் கதையில் எனக்கு நம்பிக்கை இல்லை. தண்டிக்கும் முன் எதற்கும் உறுதிப்படுத்திக் கொள்வதற்காக என் மகளை விசாரித்தேன். அரகத நாட்டின் மகாராணி ஆகிற கனவில் மிதக்கும் தனக்கு இப்படி ஒரு தரமற்ற காதல் இருக்க முடியும் என்று சந்தேகித்துக் கேள்வி கேட்டதே அவமானமாக இருப்பதாகச் சொல்லி வருந்தினாள் தெரியுமா?"

பேசும் திராணி இல்லாமல் அமைதியாகப் பார்த்தான் நந்தகுமாரன்.

"அரசே, நந்தவனத்தில் உள்ள தடாகத்தில் நீந்த இளவரசி வருவார் என்று தன் சகோதரி மூலம் அறிந்த இவன், தன் காதலைத் தெரியப்படுத்த முயன்றிருக்க வேண்டும். இது ஒருதலைக் காதல். ஆனால் மாட்டிக் கொண்டதும் இளவரசியும் தன்னை நேசிப்பதாகப் பிதற்றி விட்டான். இளவரசியாரின் வருத்தம் நியாயமானதே. அவர் மனதில் காதல் என்று ஒன்று இருந்திருந்தால் அரகத மன்னன் அநிருத்தனுடன் திருமணம் என்று நீங்கள் செய்தி சொன்னபோதே மறுத்திருப்பாரே! இவனுக்கான தண்டனையை அளித்துவிடலாம். இதில் யோசிக்க எதுவும் இல்லை!" என்றார் அமைச்சர்.

"நந்தவனத்துக்குள் அத்துமீறி நுழைந்தது குற்றம்... அரசகுமாரி மேல் ஆசைப்பட்டது அடுத்த குற்றம்... இளவரசியார் தன்னை நேசிக்கிறார் என்று கூசாமல் பொய்யுரைத்தது எல்லாவற்றையும் விடப் பெருங்குற்றம். இந்த மாதிரியான குற்றத்துக்கு உயிருடன் சமாதி என்பதே நம் தண்டனை வழக்கம். இன்றிரவு இரண்டாம் ஜாமத்தில் இவனுக்கு உயிருடன் சமாதி கட்டி விடுங்கள். தீர்ப்பை உடனே முரசறிவித்து மக்களுக்குத் தெரியப்படுத்துங்கள்!" என்ற மன்னரை வாயில் இருந்து எச்சிலும் ரத்தமும் ஒழுகப் பரிதாபமாகப் பார்த்தபடி இருந்தான் நந்தகுமாரன்.

*கல்*லறைத் தோட்டம். கரிய இருட்டை விரட்டிக் கொண்டு வெளிச்சத்தில் நனைத்துக் கொண்டு இருந்தது பௌர்ணமி நிலா. கைகளைப் பின்புறம் வைத்து கயிற்றால் கட்டப்பட்டு அமர வைக்கப்பட்டு இருந்த நந்தகுமாரனைச் சுற்றிலும் கருங்கற்கள் கொண்டு சுண்ணாம்பு குழைத்து சமாதி எழுப்பிக்கொண்டு இருந்த கட்டடப் பணியாளர்களை, "ம்... சீக்கிரம்..." என்று விரட்டிக் கொண்டு இருந்தனர் வீரர்கள்.

சற்றுத்தள்ளி தனது குதிரை மீது அமர்ந்தபடி பார்வையிட்டார் அமைச்சர் தானாதிசேகரன். வாயில் கை பொத்தி அழுது கொண்டு இருந்த பொன்னியைப் பார்த்த அவர் அருகில் வரச் சொல்லி சைகை செய்தார்.

"இதோ பார் பெண்ணே! உன் சகோதரனின் அத்துமீறல்களுக்கு ஒரு வகையில் உடந்தையாக இருந்ததற்காக உன்னையும் சிறையில் தள்ள மன்னர் நினைத்தார். அவரின் கடுங்கோபத்தை சாந்தப்படுத்தியவன் நான். அவன் கடைசி மூச்சு நிற்கும்வரை நீ இங்கே காத்திருப்பதில் எனக்கு ஆட்சேபம் இல்லை. ஆனால் பெண் பிள்ளை நீ. உன் வாழ்வில் மாறாத மனக் கவலையை விதைக்கும் நினைவுகள் பதிய வேண்டாம். போய்விடு இங்கிருந்து!"

சமாதியின் மேற்கூரையின் பணி முடிந்து மூன்று பக்கச் சுவர்களும் முடிந்து, முன்புறத்தின் சுவர் மட்டும் இப்போது கொஞ்சம் கொஞ்சமாக உயர்ந்துகொண்டே இருந்தது.

"ஐயா! என் தமையனிடம் கடைசி விருப்பம்கூடக் கேட்கப்போவது இல்லையா?"

"கேட்டாகி விட்டது. எதுவுமே பேசவில்லை அவன்."

"உயிர் போகப் போகிற, விரக்தி நிலையில் என்ன கேட்கத் தோன்றும்? பசியோடு இறக்க வேண்டுமா அவன்? இறுதியாக என் கையால் அவனுக்குச் சோறூட்ட விரும்புகிறேன் ஐயா! அதற்கு மட்டுமாவது அனுமதிப்பீர்களா?"

பொன்னி கொண்டு வந்திருந்த கலயத்தை வாங்கிச் சோதனை செய்த அமைச்சர், "அவனோடு நரகம் செல்லத் துணைக்கு ஒரு கோழியின் உயிரை எடுத்திருக்கிறாய். சரி... சரி... போய்க் கொடு! சீக்கிரம் ஆகட்டும்!" என்றார்.

பொன்னி இடுப்புவரை உயர்ந்திருந்த சமாதியின் முன்புறச் சுவர் தாண்டி உள்ளே சென்று கண்ணீருடன் நந்தகுமாரனுக்குச் சோறூட்டத் துவங்கினாள்.

"வேண்டாம், இது நடக்காது, எட்டாக் கனி என்று எத்தனையோ சொன்னேன். கேட்டாயா நீ? உன் கூடாக்காதல் உன் உயிரையே விலையாக்கி விட்டதே!"

"பொன்னி, என் விதி இதுவென்றால் அதை எவரால் மாற்ற முடியும்? காதலுக்காக என் உயிரையே தருவேன் என்று சொல்லும் காதலர்களில் எத்தனை பேர் அப்படி உயிரைத் தந்திருக்கிறார்கள்? நான் தருகிறேன். இந்த நிம்மதி என் இதயத்தில் இருக்கத்தான் செய்கிறது" என்றான் நந்தகுமாரன்.

பொன்னி சோறூட்டி முடித்து அவன் முன் நெற்றியில் முத்தமிட்டு, பொங்கி வெடிக்கும் தன் கண்ணீருடன் வெளியேறியதும்... கருங்கற்கள் அடுக்கப்பட்டு கட்டுமானம் மீண்டும் துவங்கியது.

சித்ரா பௌர்ணமி என்பதால் சுந்தரபுரியின் கடற்கரை முழுவதும் மக்கள் அலைகளுக்கு நிகராகக் குழுமியிருந்தனர். உறவினர்களும் நண்பர்களுமாக நிலவொளியில் சித்ரான்னங்கள் சமைத்து உண்டு, ஆடியும் பாடியும் உற்சாகமாகப் பொழுதைக் கழித்துக் கொண்டு இருக்க... சற்றே ஒதுக்குப்புறமான பகுதியில் நான்கு குதிரை வீரர்கள் கரையினில் காவலுக்கு இருக்க.... கடலில் இடுப்பளவு ஆழத்தில் நின்றபடி தன் தோழி மதுராவுடன் கைகோத்து வருகிற ஒவ்வோர் அலையிலும் குதித்து விளையாடிக் கொண்டு இருந்தாள் இளவரசி ஆனந்தி.

"இளவரசி, போதும், வெகு நேரமாகிறது. புறப்படலாம்!" என்றாள் மதுரா.

"சித்ரா பௌர்ணமி ஆண்டுக்கு ஒருமுறைதான் மதுரா. அரகத நாட்டில் கடல் இல்லை. நான் மணமாகி அங்கு சென்ற பிறகு இந்தக் கடலாடும் அனுபவங்களை மனதில் நினைத்துத்தான் மகிழ முடியும். இரு... என்ன அவசரம்? அதோ பார்... இரண்டு பெரிய அலைகள்!" உற்சாகமாகக் குதித்தாள் ஆனந்தி.

நாகரிகத்துக்காகக் கரையில் முதுகுகாட்டி குதிரைகளின் மேல் இருந்த காவல் வீரர்களை நோக்கிப் பெருங்குரல் எழுப்பினாள் மதுரா. "வீரர்களே... ஓடி வாருங்கள்! இளவரசியார் ஒரு ராட்சத அலையில் சிக்கிவிட்டார்!"

வீரர்கள் குதிரைகளில் இருந்து குதித்து ஓடிவந்து கடலில் குதித்தார்கள்.

சமாதியை முற்றிலும் மூடுவதற்கான கடைசிக் கருங்கல்லை வைத்து அதன் இணைப்புகளில் சுண்ணாம்பு தடவப்பட்டது. சமாதிக்குள் முற்றிலும் இருட்டு சூழ்ந்தது. மூச்சுக் காற்றுக்குத் தவிக்கத் துவங்கினான் நந்தகுமாரன்.

அங்கே கடற்கரைக்குத் தவிப்புடன் வந்து சேர்ந்தார் மன்னர் விஜயநந்தன்.

"என்ன ஆயிற்று? ஆனந்தி எங்கே?"

சொட்டச் சொட்ட நனைந்திருந்த வீரர்கள் இருவர் தலைகுனிந்து நின்றார்கள்.

"அரசே... துணைக்கு வந்திருந்த நாங்கள் நான்கு பேர் கடலில் குதித்து இளவரசியாரைக் காப்பாற்ற எவ்வளவோ முயன்றும் எங்கள் கண் எதிரிலேயே பெரிய அலை அவர்களைக் கடலுக் குள் இழுத்துச் சென்று விட்டது. கடலுக்கு அடியில் மூச்சைப் பிடித்துத் தேடிச் சென்றோம். எங்களில் இருவரையும்கூட சுழல் இழுத்துச் செருகிவிட்டது" என்றான் ஒருவன்.

பட்டுக்கோட்டை பிரபாகர் தேர்ந்தெடுத்த சிறுகதைகள்

கைப்பற்றிய இளவரசியின் மேலாடையை மடியில் போட்டுக் கொண்டு தலையில் அடித்துக்கொண்டு அழுது கொண்டிருந்தாள் மதுரா.

"ஆண்டவா!" என்ற விஜயநந்தன் தன் நெஞ்சைப் பிடித்துக் கொண்டார்.

இரவின் மூன்றாம் ஜாமம் துவங்கிய நிலையில் சுந்தரபுரியை விட்டு வெகுதூரத்தில்... நடுக்கடலில் எந்தத் திசையிலும் நகராமல் ஒரே இடத்தில் தத்தளித்துக் கொண்டு இருந்தது அந்தப் பெரிய படகு.

படகின் சொந்தக்காரன் பொன்னன், "இப்போது பாய்மரத்தை உயர்த்திக் கட்டட்டுமா இளவரசி?" என்றான்.

நனைந்த ஆடைகள் உடலோடு ஒட்டியிருக்க... இன்னும் ஈரம் உலராத கூந்தலை விரித்துப் பிடித்து குளிர்ந்த தென்றலில் உலர வைத்துக் கொண்டிருந்த இளவரசி ஆனந்தி திரும்பி அவனைப் பார்த்தாள்.

"பொன்னா... சுந்தரபுரியின் கரையில் இருந்து பார்த்தால் பாய்மரம் கண்ணில்பட வாய்ப்பு இருக்கிறதா?"

"இல்லை இளவரசியாரே! பல காத தூரம் கடந்து வந்துவிட்டோம். வாய்ப்பே இல்லை. மீன் பிடிக்க வருகிற படகுகள்கூட இத்தனை தொலைவு வருவது இல்லை. கவலை வேண்டாம். நீண்ட தூரம் நீந்தி வந்த களைப்பு நீங்க நீங்கள் சற்றுக் கண்ணயரலாம் தேவி!"

"களைப்பா... எனக்கா? காதல் துடிப்பில் செய்கிற எந்த ஒரு காரியத்திலும் களைப்பே தெரியாது பொன்னா. என் காதலனும் உன் நண்பனுமான நந்தகுமாரனைப் பார்க்கும்வரை என் கண்கள் நித்திரையை நாடுமா என்ன?"

பாய்மரத் தூணில் சாய்ந்து அமர்ந்த ஆனந்தி, நந்தகுமாரன் தன்னிடம் சொன்ன செயல் திட்டத்தை நினைத்துப் பார்த்தாள்.

"என் திட்டம் இதுதான் இளவரசி. நந்தவனத்தின் காவலாளி யிடம் நானாக சிக்கிக் கொள்வேன். அவன் அமைச்சர் முன்

354

நிறுத்துவான். என்னை அடிப்பார்கள், உதைப்பார்கள். உன்னைக் காதலிப்பதாகச் சொல்வேன். என்னைச் சிறையில் அடைப்பார்கள். உன் தந்தை உன்னை விசாரிப்பார். 'என்னை நீ பார்த்ததுகூட இல்லை' என்று மறுத்துவிடு. எனக்கு இந்தக் குற்றத்துக்காக உயிருடன் சமாதி செய்யும் தண்டனை தருவார்கள். அரசின் கட்டடக்காரர்களில் ஒருவனாக எனது நண்பன் தீரனும் இருக்கிறான். தீரனிடம் பேசிவிட்டேன். கீழே இருந்து மேல் மூன்றாவது வரிசையில் நான்காவது கருங்கல்லை மட்டும் சுண்ணாம்புக்குப் பதிலாக வெறும் மணல் மட்டும் வைத்து அதைப் பொய்க் கல்லாகக் கட்டுவான். தவிர, மண்ணுக்குள் ஒரு சிறு கத்தியும் வைப்பான். சமாதி கட்டி முடித்து எல்லோரும் போனதும் நான் அந்தக் கத்தியால் கட்டுக்களை நீக்கி என்னை விடுவித்துக் கொள்வேன். பிறகு பொய்க்கல்லைத் தள்ளுவேன். ஈரம் சரியாகக் காயாத மற்ற கற்களையும் தள்ளி வெளியே வருவேன். மீண்டும் கற்களை அதனிடத்தில் வைத்து சுண்ணாம்பு பூசிவிட்டு புறப்பட்டு குதிரையில் முல்லைத் தீவுக்கு வருவேன். அங்கே தயாராக இருக்கும் படகில் புறப்படுவேன்."

"சரி.... நான்?"

"சொல்கிறேன். நீ சித்ரா பௌர்ணமி என்பதால் கடலாட விரும்புவதாகத் தோழியுடன் கடற்கரைக்குப் போ! பெரிய அலை உன்னை இழுத்துச் செல்வதைப் போல் நடி. உன் நீச்சல் திறன் நானறிவேன். கடலுக்கடியிலேயே நீந்திச் செல். உனக்காக என் இன்னொரு நண்பன் பொன்னன் தன் படகுடன் சில காத தூரத்தில் காத்திருப்பான். அதில் ஏறிக்கொள். கரையை விட்டு விலகி நடுக்கடலுக்கு வந்ததும் பாய்மரம் ஏற்றி இலங்கை நோக்கி மெதுவாகப் படகைச் செலுத்தியபடி இருங்கள். முல்லைத் தீவில் இருந்து புறப்படும் நான் உங்கள் படகுக்கு வந்து சேர்ந்து விடுவேன்!"

"திட்டம் சரியாகத்தான் இருக்கிறது. திருமணம் நிகழாத கோபத்தில் அநிருத்தன் சுந்தரபுரியின் மேல் படையெடுக்க மாட்டானா? பெரும் போர் நிகழாதா?"

"அநிருத்தனை நான் அறிவேன். தர்மவான். நியாயம் உணர்ந்தவன். உன் தந்தை உன்னை மணமுடித்துத் தர மறுப்பேதும் சொல்லவில்லையே? திருமணத்துக்கான எல்லா ஏற்பாடுகளும் நடப்பதும் நிஜம்தானே? இந்தச் சூழ்நிலையில் இளவரசி கடல்

அலையில் சிக்கி இறந்துபோனால் அதற்கு மன்னர் என்ன செய்வார்? சுந்தரபுரியே சோகத்தில் ஆழ்ந்திருக்கும் நிலையில் பகைமை பாராட்டி போர் தொடுக்க அநிருத்தன் அத்தனை கல்நெஞ்சக்காரன் அல்ல. சுந்தரபுரியைப் பொறுத்தவரை நீ கடலுக்குள். நான் சமாதிக்குள். யாரும் எப்போதும் எங்கும் தேடப் போவது இல்லை!"

ஆனந்தி பெருமூச்சை வெளியேற்றி விட்டு, "பொன்னா, படகை மெதுவாகவே செலுத்து. அவர் வந்துசேர வேண்டும் அல்லவா?" என்றாள்.

"எதிர்க்காற்று வீசிக்கொண்டிருக்கிறது இளவரசி. நாமே விரும்பினாலும் இந்தப் படகின் ஓட்டத்தை விரைவுபடுத்த முடியாது. திட்டப்படி எல்லாம் நிகழும். நீங்கள் நிம்மதியாக இருங்கள்" என்றான் பொன்னன்.

கல்லறைத் தோட்டம். சமாதிக்கு உள்ளே கரிய இருட்டு. விழிகளை விரியத் திறந்து பார்த்தபோதும் கறுப்புத் துணி கொண்டு கட்டியதைப் போல உணர்ந்தான் நந்தகுமாரன். ஒரு சின்ன வெளிச்சக் கசிவுகூட இல்லை. வீரர்கள் கிளம்பிச் சென்ற குதிரைகளின் குளம்பொலிகள் கொஞ்சம் கொஞ்சமாகத் தேய்ந்து மறைந்ததும் நிம்மதிப் பெருமூச்சு விட்டான். பின்புறத்தில் வைத்து தன் கைகள் கட்டப்பட்டிருக்கும் நிலையிலேயே தீரனிடம் பேசியபடி சமாதியின் முன் சுவரில் கீழிருந்து கற்களைத் தடவித் தடவி மூன்றாவது வரிசையைத் தீர்மானித்தான்.

அடுத்து ஒரு விளிம்பிலிருந்து ஒவ்வொரு கல்லாக நான்காவது கல் வரை மனதில் எண்ணியபடி கட்டப்பட்ட கைகளால் துழாவினான். அடுத்த கல்லுடன் இணைக்கும் இடைவெளியில் விரலை வைத்தான். மணல் தென்படவில்லை. இறுகத் தொடங்கியிருந்த சுண்ணாம்புதான் தட்டுப்பட்டது. தனது கணக்குதான் தவறோ என்று மீண்டும் இருட்டில் துழாவி அந்தப் பொய்க்கல்லைக் கண்டுபிடிக்கும் முயற்சியில் பதற்றத்துடன் ஈடுபட்டான் நந்தகுமாரன். என்னதான் மூச்சை அடக்கி ஆளும் பயிற்சி கற்றிருந்தாலும் எத்தனை நேரம்தான் அடக்குவது? நந்தகுமாரனுக்கு நிஜமாகவே மூச்சு முட்டத் துவங்கியது.

“இளவரசியாரே... அதோ... அதோ பாருங்கள்... நந்தகுமாரன் வந்துவிட்டான்!” என்று உற்சாகமாகக் குரல் எழுப்பினான் பொன்னன். அதிக ஆர்ப்பாட்டம் இல்லாமல் அசையும் அலைகள் பௌர்ணமி நிலவின் வெளிச்ச வீச்சினால் தங்கள் மேனிகளில் வெள்ளிச் சரிகையாடை போர்த்திக் கொண்டதைப் போன்ற அழகான தோற்றம் காட்டுவதை ரசித்துக் கொண்டிருந்த இளவரசி பொன்னன் சுட்டிக் காட்டிய திசையில் பார்த்தாள். பாய்மரம் கட்டப்பட்ட படகொன்று இவர்களின் படகைக் குறிவைத்து அசைந்தபடி வருவது தெரிந்தது.

ஆனந்தியின் முகம் பூத்தது. என்னதான் துல்லியமான திட்டம் என்றாலும் அத்தனை காரியங்களும் சரியாக நிகழ வேண்டுமே என்கிற சஞ்சலத்தில் இருந்த அவளின் மனம் இப்போதுதான் சமாதானமடைந்தது. பொன்னனும் அந்தப் படகை நோக்கி இவர்களின் படகை திசை திருப்பியதால் அந்தப் படகு வேகமாகச் சமீபித்துக் கொண்டிருந்தது. படகில் துடுப்புப் போடுபவன் நிழலுருவமாகத் தெரிய... குதூகலித்தாள் ஆனந்தி. அந்தப் படகு இன்னும் நெருங்கியதும் நிழலுருவம் நிஜ உருவமாகத் தெரிந்தது.

“அது... நந்தகுமாரன் அல்ல. தீரன் போல் இல்லை?” என்றாள் ஆனந்தி.

“ஆமாம் இளவரசி. அது தீரன்தான். செய்தி என்ன என்று புரியவில்லையே...”

படகு மிகவும் நெருங்கி ஒன்றையொன்று பக்கவாட்டில் உரசிக் கொள்ள... அந்தப் படகில் இருந்து தாவி இந்தப் படகுக்கு வந்தான் தீரன்.

“தீரன்... என் நந்தகுமாரன் எங்கே ? சீக்கிரம் சொல்...!”

“இளவரசி! கொஞ்சம் அமைதியாக இருங்கள். நிதானமாகச் சொல்கிறேன். திட்டத்தில் திடீரென்று ஒரு மாற்றம் நிகழ்ந்து விட்டது. அதனால் நந்தகுமாரன் தற்சமயம் சமாதிக்குள் சடல மாகிவிட்டான்” என்றான் தீரன்.

“என்ன சொல்கிறாய்? என் நந்தகுமாரன் இறந்து விட்டானா?”

“அரசின் உத்தரவின் பேரில் கொல்லப்பட்டான் என்பதே சரி.”

“எப்படி? பேசிக் கொண்டபடி பொய்க்கல் அமைத்து சிறு கத்தி வைத்தாய் அல்லவா நீ?”

எதுவும் பேசாமல் அமைதியாக நின்றான் தீரன். “சொல் தீரா! செய்தாயா... இல்லையா..?”

“இல்லை” என்றான் தீரன்.

“ஏன்?”

“இத்தனை திட்டங்களுக்கும் ஆதாரக் காரணம் என்ன இளவரசி? காதல்தானே? அதே காதல்தான் என்னைப் பேசியபடி செய்யவிடாமல் தடுத்ததும்!”

“என்ன சொல்கிறாய்?“

“இளவரசி... உங்கள் அந்தப்புர அரண்மனையில் மராமத்துப் பணிகளுக்காக உள்ளே வந்தவர்களில் நானும் ஒருவன். உங்கள் அழகைக் கண்டால் யார்தான் காதல் கொள்ள மாட்டார்கள்? காதல்வயப்பட்டது கட்டியக்காரன் மட்டுமல்ல... இந்தக் கட்டடக்காரனும்தான். அவன் முந்திக் கொண்டான். நீங்கள் அவன் காதலை ஏற்பீர்கள் என்று நான் எதிர்பார்க்கவே இல்லை. மனமொடிந்தேன். மனதில் பொறாமைத் தீ பற்றி எரிந்தது. காதல் நிறைவேற என்னிடமே உதவி கேட்டு வந்தான் அவன். சந்தர்ப்பத்தைப் பயன்படுத்திக்கொண்டேன். பொய்க்கல்லும் சிறு கத்தியும் வைப்பதாக நம்பிக்கையூட்டினேன். மாறாக அதைச் செய்யவில்லை. காரணம், உங்கள் மேல் உள்ள அபரிமிதமான காதல்.”

“ச்சீ... வாயை மூடு சதிகாரா... இது துரோகம். உன் நண்பனை நீயே கொன்று விட்டாய். பொன்னா... படகை சுந்தரபுரிக்குத் திருப்பு. தந்தையிடம் சொல்லி இவனுக்கு...”

தன் இடையில் மறைத்து வைத்திருந்த சிறிய வாளை உருவி எடுத்துக் கொண்ட தீரன், “பொன்னா... இனி என் பேச்சின்படிதான் எல்லாம் நிகழ வேண்டும். திட்டமிட்டபடி படகு இலங்கை செல்லட்டும். மீற நினைத்தால் மரணம்தான் பரிசு” என்றவன் இளவரசியின் பக்கம் திரும்பி, “யோசியுங்கள் இளவரசி. நீங்கள் கடலில் மூழ்கி இறந்துவிட்டதாகவே எல்லாரும் நினைக்கிறார்கள். அரகத மன்னனுக்கும் அப்படித்தான் செய்தி போயிருக்கிறது. உங்களை மனதில் ஒரு தெய்வமாக வைத்துப் பூஜித்து நேசிக்கும்

என்னை மணந்துகொண்டு இலங்கையில் புதிய வாழ்வு வாழ்வதே சரி. எனக்கு என்ன குறை? நந்தகுமாரனை நீங்கள் சந்திக்காமல் இருந்தால், என்னைக் காதலித்திருக்க மாட்டீர்களா?"

"தீரா! இது நடக்கவே நடக்காது. எங்கள் காதலை அழித்து... நட்புக்குத் துரோகம் செய்த உன்னை மாய்த்துவிட்டுக் கடலில் நிஜமாகவே விழுந்து என் உயிரைப் போக்கிக் கொள்வேனே ஒழிய... உன ஆசை நிறைவேறாது" என்று ஆவேசமாகச் சொன்ன இளவரசி, தன் இடையில் மறைத்து வைத்திருந்த குறுவாளை மின்னல் வேகத்தில் எடுத்து தீரனின் நெஞ்சைக் குறிபார்த்தாள். தீரனின் நெஞ்சில் மிகச் சரியாக இறங்கியது அந்தக் குறுவாள்.

இளவரசி ஏதும் புரியாமல் இன்னும் வீசப்படாமல் தன் கரத்தில் இருக்கும் குறுவாளைப் பார்த்தாள். தனக்குப் பின்னால் திரும்பிப் பார்த்தாள். படகுக்குள் ஏறிக் குதித்து கம்பீரமாக நின்றான் நந்தகுமாரன்.

நெஞ்சிலிருந்து பொங்கி வழியும் குருதியைத் தடுக்க முனைந்தபடி தீரன் ஆச்சர்யம் மாறாமல், "நீயா... எப்படி வந்தாய்?" என்றான்.

"நீ வந்த அதே படகின் பின்புறம் வலைகளுக்குப் பின் ஒளிந்து வந்தேன். உன் மனதில் இருப்பது என்ன என்று அறிய வேண்டாமா? அதற்காக. இல்லையென்றால் முல்லைத் தீவில் நீ புறப்பட்ட தருணத்திலேயே உன்னைப் பழிதீர்த்திருப்பேன்."

நந்தகுமாரனை நெருங்கி, அவனை அணைத்து அவன் மார்பில் சாய்ந்து கொண்ட இளவரசி ஆனந்தக் கண்ணீர் பெருக்கி, "நந்தா... பொய்க் கல் வைக்காத போதும் நீ எப்படி சமாதியில் இருந்து தப்பித்தாய்?" என்று கேட்டாள்.

"தீரனுக்கு என் மீது பொறாமை இருக்கலாமோ என்று எனக்கு சிறு சந்தேகம். திட்டம் சொன்னபோது அவன் கண்களில் ஒரு துரோகம் எட்டிப் பார்த்தது. ஒருவேளை இவன் எனக்கெதிராகச் சதி செய்தால் என்ன செய்வது என்று யோசித்தேன். ஒரு மாற்று உபாயம் செய்தேன். என் சகோதரி பொன்னியிடம் போட்ட திட்டம் அது. அதன்படி தன் கடைசி ஆசை என்று சொல்லி கோழிக்குழம்பும் சோறும் எனக்கு ஊட்டினாள் பொன்னி. அதில் ஒரு நிஜமான எலும்புக்குள் மஜ்ஜை நீக்கி, அந்த இடத்தில் ஒரு சிறு கத்தி வைத்து ஊட்டினாள். வாய்க்குள் பதுக்கி வைத்திருந்தேன்

அந்தக் கத்தியை. பொய்க் கல் இல்லையென்று உணர்ந்த பின்னர், அந்தக் கத்தியால் கட்டுக்களை விடுவித்துக் கொண்டேன். உலர்ந்து உலராத கருங்கற்களை என் தோள்களால் மோதித் தள்ளி சமாதியை விட்டு வெளியே வந்தேன். மீண்டும் கற்களை வைத்துப் பூசிவிட்டு முல்லைத் தீவுக்கு வந்தால் நான் புறப்பட வேண்டிய படகில் இவன் புறப்பட்டுக் கொண்டு இருந்தான். அவனறியாமல் படகில் ஏறி மறைந்துகொண்டேன்!"

தீரன் கடைசி மூச்சுக்குத் தவித்து, பின் மூச்சை நிறுத்திக் கொள்ள, "நமது காதல் நிறைவேற கடல் மாதாவுக்கு ஒரு பலி தேவைப்பட்டது போல் இருக்கிறது. என்ன செய்வது?" என்று நந்தகுமாரன் தீரனின் உடலைக் கடலில் தள்ளினான்.

பொன்னன் உற்சாகமாகப் படகை இலங்கையை நோக்கிச் செலுத்தத் துவங்க... நந்தகுமாரனை நெருங்கிய இளவரசி அவனை அணைத்து முத்தமிட, "ஐயே! என் இளவரசியின் அதரம் இன்றென்ன இப்படி உப்புக் கரிக்கிறதே." என்றான் நந்தகுமாரன் சிரித்தபடி.

42

குரு மாமா

காான்ஃபரன்ஸ் அறையிலிருந்து என் மேஜைக்குத் திரும்பி சார்ஜில் போட்டிருந்த போனை எடுத்துப் பார்த்தபோது ‘தவறிய அழைப்புகள் மூன்று’ என்று அறிவிப்பு இருந்தது.

மூன்றுமே குரு மாமாதான். இரண்டு நிமிட இடைவெளிகளில். காத்திருக்காமல் உடனே உடனே அழைக்கிறார் என்றால்... அத்தைக்கு வேறு போன வருடம் இதய ஆபரேஷன் நடந்ததே.

நான் பதைப்புடன் அழைத்தேன்.

“மாமா.. சுதாகர்... என்ன மாமா?”

“ஞாயித்துக் கிழமை சென்னை வர்றேன். ஒருத்தரைப் பார்க்கணும். நீ ஊர்ல இருக்கேதானே?”

“இருக்கேன் மாமா. எதுல வர்றிங்க?”

”ராக்ஃபோர்டுல போட்ருக்கேன் சுதா. வெயிட்டிங் லிஸ்ட் ஆறு. கன்ஃபர்ம் ஆயிடும். அன்னிக்கு நைட்டே ரிட்டர்ன் டிக்கெட் போட்டுட்டேன்.”

“ஏன் மாமா? எப்பவோ வர்றிங்க.. ரெண்டு நாள் தங்கிட்டுப் போலாமில்ல?”

“இல்லப்பா... வேலை இருக்கு. நீ ஸ்டேஷனுக்கு வரவேணாம். ப்ரீ பெய்ட் ஆட்டோல வந்துடுவேன். ஆனந்திகிட்ட சொல்லு.

விசேஷமா எதுவும் சமைக்க வேணாம். ஜீரணமாக மாட்டேங்குது. காலைல இட்லியும், மதியத்துக்கு ரசமும் இருந்தாப் போதும். வெச்சிடறேன். உன் வேலை கெட்டுடும்.”

குரு மாமா போனை வைத்ததும் அவரைப் பற்றிய நினைவுகள் சூழ்ந்துகொண்டு வேலையைக் கெடுக்கத்தான் செய்தன.

குரு மாமா என் அம்மாவின் தம்பி. திருச்சியில் பாதி ஜனத்தொகைக்கு அவரைத் தெரியும். கால்பந்தாட்ட மைதானத்தில் விசில் அடிப்பார். இசைக் கச்சேரிகளில் முன் வரிசையில் அமர்ந்து ‘ஆஹா!’ என்பார். பட்டிமன்றம் என்றால் 103 டிகிரி ஜுரமாக இருந்தாலும் கம்பளி சுற்றிக்கொண்டு போய் விடுவார். கல்யாண வீட்டில் ஒரு அயிட்டம் சுவையாக இருந்தால் சமையல்காரர் கை பிடித்துப் பாராட்டி ரெசிபி எழுதிக் கொள்வார். பிரதமரின் பேச்சில் இவருக்குக் கருத்து வேறுபாடு இருந்ததால் உடன் டைப்ரைட்டரில் அமர்ந்து *To... Honourable Prime Minister* என்று கடிதம் டைப் செய்வார். தேரோட்டம் என்றால் வீட்டு வாசலில் சொந்தச் செலவில் நிழல் பந்தல் அமைத்து மோர் கொடுப்பார்.

பல தொழில்கள் செய்தார். எதுவும் உருப்படவில்லை. ஒன்று எல்லோரையும் அளவுக்கு அதிகமாக நம்பி மோசம் போவார். இல்லை... தனக்குத் தெரியாத தொழில்களைத் துவங்கி மாட்டிக் கொள்வார்.

ஒரு பெண். ஒரு பையன். பெண் திருமணமாகி கூர்கானில் குடித்தனம். தினம் இரண்டு முறை அம்மாவுக்கு போன் செய்து “இங்க வேலைக்காரியே கிடைக்க மாட்டேங்கறாம்மா. நீயும் அப்பாவும் இங்கயே வந்துருங்க” என்கிறாள்.

“பையன் எந்த நாட்டில் வேலை பார்க்கிறான்?“ என்று கேட்டால் அவருக்கே மறந்துவிடும். செல்போனில் தகவல் தேடி உச்சரிக்க சிரமப்பட்டு நாட்டின் பெயர் சொல்வார். கேட்டதுமே நட்சத்திர ஹோட்டல் மெனு போல உடனே புரியாது. அது எந்தக் கண்டத்தில் இருக்கிறது, எந்த நாட்டிலிருந்து பிரிந்தது, எத்தனை ஃப்ளைட் மாறிப் போக வேண்டும் என்று சொல்வார். அந்த அன்பு மகன் மின்னஞ்சலிலும், வாட்ஸ் ஆப்பிலும் அம்மாவை நேரா நேரத்திற்கு மாத்திரை சாப்பிடச் சொல்கிறான்.

குரு மாமா என்றால் சில உறவினர்களுக்கு இஷ்டம். சில

உறவினர்களுக்கு கஷ்டம். எல்லோரின் குடும்ப விஷயங்களிலும் அதீத உரிமையுடன் மூக்கை மட்டும் அல்ல.. மொத்த முகத்தையும் நுழைப்பார்.

“மாதவா.. வீட்டை ஏண்டா இப்படி பேய் பங்களா மாதிரி வெச்சிருக்கே? மெயினான இடம். பில்டரைக் கூப்புட்டு ஜே.வி போட்டு ஃபிளாட்ஸ் கட்னேன்னு வெய்யி...வீடும் கிடைக்கும். ஹார்லிக்ஸ் அட்டைப் பொட்டி நிறைய பணமும் கிடைக்கும். நீ சரின்னு சொல்லு. நானே மெனக்கடறேன்.”

இவர் சொல்லிவிட்டுப் போய் விடுவார். அடுத்த ஆறாவது மாதம் அந்தக் குடும்பத்தின் உறுப்பினர்கள் கோர்ட்டில் நிற்பார்கள்.

”திருவாரூர்ல வளைகாப்புக்குப் போன இடத்துல ஒரு பொண்ணைப் பார்த்தேன் கோபாலா. உன் பையன் விஷ்ணுதான் ஞாபகத்துக்கு வந்தான். ஜாதகம் வாங்கிட்டேன். பொருத்தமும் பார்த்துட்டேன். ஒம்போது பொருத்தம்! என்ன பேசலாமா?”

கேரியர்தான் முக்கியம், இரண்டு வருடம் கழித்துதான் திருமணம் என்கிற விஷ்ணுவின் கொள்கையைப் பேசிப் பேசி கற்பூரமாய் கரைந்து விடுவார்.

போன வாரம் விஷ்ணு பெங்களூரிலிருந்து போன் செய்தான், “சுதா.. குரு மாமாவைப் பார்த்தா பெங்களூர் பக்கம் வந்துட வேணாம்னு சொல்லு. கண்டிப்பா சட்டையைப் பிடிப்பேன். பொண்ணாடா அது? அழகான ராட்சசியை வைரமுத்து வரில தாண்டா ரசிக்க முடியும். கூட வாழ முடியாது!” என்றான்.

ஆனால் எனக்கு குரு மாமாவைப் பிடிக்கும். பிரம்மாவின் வித்தியாசமான பாத்திரப் படைப்பாக அவரைப் பார்ப்பேன். சராசரி அல்ல அவர். அடிப்படையில் நல்ல மனசு. நோக்கத்தில் பழுதிருக்காது. பல விஷயங்கள் சொல்லி வைத்தது போல சொதப்பியதால் கொஞ்சம் கெட்ட பெயர். தன் குடும்பத்திற்கு அவர் செய்ய வேண்டிய கடமைகளில் தவறியதில்லை. பிஸ்ஸா கேட்ட பிள்ளைகளுக்கு பாப்கார்ன் வாங்கித் தந்திருக்கிறார். தாஜ்மஹால் பார்க்க ஆசைப்பட்டவர்களுக்கு தஞ்சாவூர் கோயில் காட்டியிருக்கிறார்.

என் அப்பாவுக்கு புதுக்கோட்டையில் மின்சார வாரியத்தில் வேலை. அதனால் என் வளர்ப்பு, படிப்பு எல்லாம் அங்கேதான். வருடா

வருடம் முழு ஆண்டு விடுமுறைகளின் போது திருச்சியில் குரு மாமா வீட்டுக்கு வந்து பதினைந்து நாட்கள் இருப்பேன். அடுத்த விடுமுறைக்காக ஏங்க வைத்து விடுவார்.

“என்னடா இப்படித் தேய்க்கறே?” என்று எனக்கு ஒழுங்காக பல் தேய்க்கக் கற்றுத் தந்ததே அவர்தான், புல்லட் பைக் வைத்திருந்தார். எங்கே போனாலும் என்னையும் பின்னால் உட்கார வைத்து அழைத்துச் செல்வார்.

கோயிலுக்குச் சென்றால் கால் கழுவ வேண்டும், முதலில் பிள்ளையாரை வணங்க வேண்டும், கொஞ்ச நேரம் உட்கார்ந்துவிட்டு வர வேண்டும் என்று கற்பிப்பார். அதற்கான காரணங்களும் சொல்வார்.

பீத்தோவன் என்கிற இசை அசுரனை எனக்கு அவர்தான் அறிமுகப் படுத்தினார். உலக சினிமாவை ரசிக்கக் கற்றுக் கொடுத்தவர் அவர்தான். சினிமா பற்றி நிறைய பேசுவார்.

“கேமரா மூவ்மெண்ட்ஸ் கவனிக்கணும்னா படத்தை ம்யூட் பண்ணிப் பாரு. உலகம் முழுக்க ஃபீலிங்ஸ் ஒண்ணுதாண்டா. நம்ம பாலு மகேந்திரா 79ல எடுத்த அழியாத கோலங்கள் படத்துல உள்ள அதே ஃபீல் 2000த்துல ARCH டர்னட்டோர் எடுத்த மலினாவுலயும் இருக்கும்.”

காவேரி ஆற்றுக்கு அழைத்துச் செல்வார். நீச்சல் கற்றுக் கொடுப்பார். மலைக்கோட்டை உச்சிப் பிள்ளையார் கோயிலுக்குக் கூட்டிப் போய் நகரத்தை டாப் ஆங்கிளில் காட்டுவார். அர்ச்சனைத் தேங்காயை உடைத்துத் தந்தபடி...

“சாமி கறுப்பா, சிவப்பா?” என்றார் ஒரு நாள்.

“என்ன மாமா... நல்லவரா, கெட்டவரான்னு கேட்டா யோசிக்கலாம்“

“இல்லடா... சொல்லேன்.”

“சிலை எல்லாம் கறுப்பு! அதனால கறுப்போ?”

“வடக்குல மார்ப்பிள்லதான் கிருஷ்ணன் செய்றான். அதனால் வெள்ளைன்னும் சொல்லலாமே!”

“நீங்க ஒரு லாஜிக் வெச்சிருப்பீங்க. சொல்லிடுங்க.”

“உருவமே இல்லன்றப்ப நிறம் எப்படிடா வரும்? உனக்குக் கறுப்பு

பிடிச்சா கறுப்பா சிலை வையி. வெள்ளை பிடிச்சா வெள்ளையா சிலை வையி. மனுஷனைப் படைச்சது கடவுள் ! கடவுள் சிலையை வடிச்சது மனுஷன்! உருவம் குடுத்தவனுக்கே உருவம் கொடுக்கிற மனுஷன்தானே அப்ப பெரிய படைப்பாளி!"

"உங்களுக்கு பெரியாரைப் பிடிக்குமோ?"

"பெரியாரோட கேள்விகள் பிடிக்கும். அவரோட சிஷ்யர் எம். ஆர்.ராதா ஒரு தடவை கேட்ட கேள்விக்கு எனக்குத் தெரிஞ்சி இதுவரைக்கும் ஆன்மிகத்துல இருக்கற யாரும் பதில் சொல்லல."

"அப்படி என்ன கேட்டாரு?"

"ஏம்ப்பா... சாமிக்குப் பசிக்கும்ன்னு சாப்பாடு வைக்கிறீங்க. சாமிக்கு தூக்கம் வரும்னு விசிறி விடறீங்க. சாமிக்கு கல்யாணம் பண்ணி வைக்கிறிங்க. குளிப்பாட்றிங்க. ட்ரெஸ் பண்றிங்க. சாமிக்கு ஏண்டா எவனும் கோயிலுக்குள்ள கக்கூஸ் கட்ட மாட்டேன்றிங்க. பசிக்கும், தூக்கம் வரும்னா அதுவும்தானே வரும்?"

"அய்யோ! இப்படியே கேட்டாரா?"

"நான் கொஞ்சம் கூட்டி குறைச்சி சொல்லிருப்பேன். ஆனா மேட்டர் இதுதான்."

"சாமிக்கு முன்னாடி எல்லாத்தையும் வெச்சிட்டு அப்புறம் நாமதானே சாப்பிடறோம்? சாமி சாப்புடறதில்லையே! அப்ப... கக்கூஸ் தேவைப்படாதே!" என்ற என் முதுகில் தட்டிக் கொடுத்தார்.

"இந்த விஷயத்துல நீ கமல்ஹாசனை ஃபாலோ பண்ணாதே! ரஜினியை ஃபாலோ பண்ணு. கொஞ்சம் கேள்வியும் கேட்டுக்கோ. உலகத்துல சந்தேகப்பட முடியாத ஒரே விஷயம் தாய்ப்பால்தான்."

இன்னொரு சந்தர்ப்பத்தில் ஒரு வங்கியில் பணம் எடுக்க டோக்கனுடன் காத்திருந்தபோது, "இந்த கேஷியர் வேலையே ஒரு வகை தியானம்டா" என்றார்.

"எப்படி மாமா?"

"தினம் லட்சம் லட்சமா எண்ணி எடுத்து வைப்பான். ஆனா அதுல ஒத்தை ரூபா கூட அவன் சொந்தம் கொண்டாட முடியாது! இதே மாதிரிதான் நகைக் கடையில வேலை பார்க்கற பொண்ணுங்களும். அஞ்சி பவுன் போட முடியாம கல்யாணம் தள்ளிப் போகும்.

கடையில அவளைச் சுத்தி கோடிக் கணக்குல நகை!”

ஒரு நாள் நான் கேட்டேன், ”மாமா.. ஒரு கேள்வி. புக்ல படிச்சது. ஒரே ஒரு ஆளை நீங்க சுடலாம், உங்களுக்குத் தண்டனை இல்லன்னு சொல்லி ஒரு துப்பாக்கி கொடுக்கறாங்க. நீங்க யாரை சுடுவீங்க?”

கொஞ்ச நேரம் யோசித்தார். “யாரையும் சுட மாட்டேன். அனுமதி இருக்குறதால சுடணுமா என்ன? ஆனா இப்படி ஒரு அனுமதி எங்கிட்ட இருக்குன்னு சொல்லி மிரட்டி பெரிய பெரிய ஊழல் செஞ்சவன்ட்டேர்ந்து கறுப்புப் பணத்தை திருப்பி கட்ட வைக்க முடியுமான்னு பார்ப்பேன்.”

நான் கைதட்டினேன், “மாமா.. இது ஒரு இண்டர்வியூல கேக்கப்பட்ட கேள்வி. பதில்.. கிட்டத்தட்ட இதேதான்! உங்க அறிவுக்கும், திறமைக்கும் நீங்க எவ்வளவோ சாதிச்சிருக்கணும் மாமா.”

குரு மாமா சிரித்தபடி, “நீ சாதனைன்னு சொல்லிட்டிருக்கிற நிமிஷத்துலயே அந்தச் சாதனையை இன்னொருத்தன் முறியடிச்சிருப்பான். என் மனசுக்கு நேர்மையா, சந் தோஷமா வாழ்ந்துட்டுப் போனா போதும், போடா!” என்றார்.

வரும் ஞாயிறு குரு மாமா வருவதை நினைக்க உற்சாகமாக இருந்தது.

★★★

வீட்டுக்கு வந்து பைக்கை மூடி கவர் போட்டுவிட்டு உள்ளே வந்து ஆர்வமாக விஷயத்தைச் சொன்னேன். சீரியலில் கண்ணைத் திருப்பாமல் ஆனந்தி சொன்ன உப்புச் சப்பில்லாத ‘அப்படியா?’ வில் என் உற்சாகம் பஞ்சரானது.

“அதைக் கொஞ்சம் அணைச்சிட்டுக் கேக்கறியா?”

“இதோ முடியப்போவுது. நீங்க லுங்கி மாத்திட்டு முகம் கழுவிட்டு வந்து பேசுங்களேன். உங்க மாமாதானே வற்றாரு... ஒபாமாவா வர்றாரு?”

நான் முகம் கழுவி, டிஃபன் சாப்பிட்டு, அவள் சமையலறையை

ஒழுங்குபடுத்தி, முகமூடி கொள்ளைக்காரி மாதிரி துணி கட்டிக்கொண்டு ஹிட் அடித்து சில கரப்பான் பூச்சிகளைக் கொன்றுவிட்டு வரும்வரை நான் நேரத்தைக் கொல்வதற்காக வாட்ஸ் ஆப்பில் மேய்ந்தேன்.

வந்தமர்ந்து ரிமோட்டை எடுக்கப் போக... தள்ளி வைத்தேன்.

“அவர் மேல உனக்கு என்ன கோபம் ஆனந்தி?”

“எனக்கென்ன கோபம்?”

“சுடிதார் உனக்கு சூட் ஆகலைன்னு மூஞ்சிக்கு நேரா சொல்லித் தொலைச்சிட்டார். அதானே?”

“அதெல்லாம் எப்பவோ மறந்துட்டேன். சரி.. இப்ப எதுக்கு வர்றாராம்?”

“யாரையோ பார்க்கணுமாம்.”

“யாரையோ இல்ல... உங்களைத்தான் பார்க்கணும். போன் பண்ணி திடீர்னு வேலை சொல்லிட்டாங்க. ஆபீஸ் விஷயமா வெளியூர் போறேன்னு சொல்லுங்க.”

“என்னடி இது? என் மாமா அவரு.”

“மாமாதான். இப்ப எதுக்கு வர்றார்னு உங்களுக்குத் தெரியல. அவர் நிலமை பத்தி அகிலா புட்டுப்புட்டு வெச்சா. எக்கச்சக்கமா கடனாம். வீட்டை வித்தாலும் சமாளிக்க முடியாதாம். உங்ககிட்ட பணம் கேக்கப் போறார். குடுத்தா திரும்பி வராது! கடல்ல போட்ட பிள்ளையார் மாதிரி காணாமப் போயிடும், சொல்லிட்டேன்.”

“சீச்சீ! எல்லாம் புரளி. அவருக்கு நெருக்கடியா இருந்தாலும் சமாளிக்கத் தெரியும். என்னைக் கேக்க மாட்டார். கேட்டதே இல்ல.”

“மன்னார்குடில இருக்காரே உங்க மாமாவோட சித்தப்பா... உங்களுக்கும் பழக்கம்தானே.. போன் போட்டுக் கேளுங்க. நிஜமா, பொய்யான்னு தெரியும்.”

ஆனந்தியின் சந்தேகத்தைத் தீர்ப்பதற்காக அந்த உறவினருக்கு போன் போட்டு சிக்னல் வீக்காக இருந்ததால் பால்கனிக்குப் போனேன். அதற்குள் ஆனந்தி டி.வி. போட்டு விட்டதால் ஒரு காதை விரலால் அடைத்துக்கொண்டு பேசிவிட்டு வந்தேன்.

“என்ன?” என்றாள் என்னைப் பார்க்காமல்.

“பத்து நாள்ல தர்றேன்னு இருபதாயிரம் வாங்குனராம். ஆறு மாசமாச்சாம். போன் செஞ்சா எடுக்கவே மாடேங்கறாராம்.”

“நான் சொல்லல?”

“என்னால நம்பவே முடியல ஆனந்தி. குரு மாமாவா?”

“அதனாலதான் சொல்றேன். அவாய்ட் பண்ணுங்க.”

“எப்படி ஆனந்தி? சின்ன வயசுலேர்ந்து...”

”செண்டிமெண்ட் எல்லாம் பார்த்தா மாட்டிடுவீங்க. அவருக்குப் பேசக் கத்துக் கொடுக்கணுமா, நீங்க கவுந்துடுவீங்க.”

“சீச்சீ.... அப்படியே கேட்டார்னு வச்சிக்க...”

“எனக்கு நிலமை சரியில்ல.. கைல காசு இல்லன்னு தைரியமா சொல்வீங்களா? அப்படின்னா வரட்டும்” என்று நிபந்தனையுடன் சம்மதித்தாள் ஆனந்தி.

ஞாயிறு ஆட்டோவில் வந்து இறங்கிய குரு மாமா பயணக் களைப்பு தாண்டி டல்லாகத்தான் இருந்தார். பழங்கள் கவரை நீட்டினார்.

ஹாலில் மாட்டியிருந்த சொகுசு ஊஞ்சல், ஐம்பது இன்ச் 3D டி.வி, கிச்சனில் புதிதாகப் பொருந்திய சிம்னி எல்லாவற்றையும் பற்றி காபி குடித்தபடி விசாரித்து விட்டுக் குளிக்கச் சென்றார்.

“என்னடா சுதாகர், இப்படி வேகுது? பக்கத்துல பார்க்ல ஜில்லுன்னு காத்து வரும்ல? வாயேன்... போய்ட்டு வரலாம்” என்றார் டிஃபன் சாப்பிட்டு கை துடைத்தபடி.

“ஏங்க... வெளில போறிங்கன்னா ஏடிஎம்ல ஆயிரம் ரூபா எடுத்துட்டு வாங்க. பேப்பர்க்காரனை ரெண்டு தடவை திருப்பி அனுப்பிட்டேன். இன்னிக்காச்சும் குடுத்தாகணும்” என்று ஆனந்தி ஒரு கற்பனை சிச்சுவேஷன் உருவாக்கி அனுப்பி வைத்தாள்.

பூங்காவில் கூட்டமில்லை. நிழலில் இருந்த பிளாஸ்டிக் பெஞ்சில் அமர்ந்ததும் வேட்டி முனை தூக்கி கண்ணாடியைத் துடைத்துப் போட்டுக் கொண்டார்.

"சுதாகர், உனக்கு ஒரே பையன். அவனை வெளியூர்ல படிக்க வைக்கணுமா? சென்னைல இல்லாத படிப்பா?"

"இதெல்லாம் இப்ப பேரண்ட்ஸ் முடிவு பண்றதில்ல மாமா. அவனே அப்ளிகேஷன் டவுன்லோட் பண்ணான். அப்ளை பண்ணான். புனேல சீட் கிடைச்சிருக்கு டாடின்னு பணம் கட்றதுக்கு அக்கவுண்ட் நம்பர் குடுக்கறான். என்ன பண்ணச் சொல்றீங்க? ரகு இந்தியா வர்றானா?"

"தீபாவளிக்கு வர்றதா சொல்லிருக்கான். இன்னும் டிக்கெட் போடலை."

"அதில்ல. பர்மனென்ட்டா வர்றானான்னு கேட்டேன்."

"அடிக்கடி சொல்றான். ஆனா அப்படி ஒரு ஐடியா இருக்கற மாதிரி தெரியல."

"யாழினி எப்படி இருக்கா?"

"எங்களை கூர்கானுக்கு கூப்பிட்டுக்கிட்டு இருக்கா. அதெப்படி வாழ்ந்த ஊரை விட்டுட்டு மாப்பிள்ளை வீட்டுக்குப் போயி... எங்களுக்குப் பிடிக்கலைப்பா."

"அத்தைக்கு ஹெல்த் எப்படி இருக்கு மாமா?"

"ரெகுலரா செக்கப் போறோம். நல்லாதான் இருக்கா."

"நீங்க?"

"முழங்கால்தான் மக்கர் பண்ணிட்டு இருக்கு. கோயிலுக்குப் போனா பிர்ஆகாரம் சுத்தாம வந்துடறேன். வாக்கிங் கட் பண்ணிட்டேன். மாடி ஏறணும்னா மலைப்பா இருக்கு. வயசானா தேய்மானம் ஆகத்தானே செய்யும்?"

"சந்தோஷமா இருக்கீங்களா மாமா?"

"இல்லடா சுதா! உங்கிட்ட சொல்றதுக்கென்ன? தொழிலுக்கு வாங்குனது, யாழினி கல்யாணத்துக்கு வாங்குனதுன்னு கடன் ஏறிடுச்சி. வீட்டை வித்துடலாம்னு முடிவு பண்ணி புரோக்கர்ஸ்கிட்ட சொல்லிட்டேன். நிலமை தெரிஞ்சி போனதால விலை குறைச்சிக் கேக்கறானுங்க. சரியான பார்ட்டி அமையணும். நியாயமான விலை வராம எப்படி விக்கறது சொல்லு!"

"கரெக்ட்டுதான் மாமா."

"பளிச்சுன்னு கேட்டுடறேன். உனக்கெதாச்சும் இன்வெஸ்ட்மெண்ட் ஐடியா இருக்கா?"

"எனக்கா, என்ன விலை மாமா?"

"முப்பத்தஞ்சி போகும். உனக்குன்னா குறைச்சுக்கலாம்."

"அவ்வளவு பணம் எங்கிட்ட இல்லையே மாமா."

"அதான் கூப்புட்டு கூப்புட்டு லோன் குடுக்கறானே."

"திருப்பிக் கட்டலைன்னா கூப்புட்டு, கூப்புட்டு திட்டுவான் மாமா. எனக்கு இந்தக் கடனே பிடிக்கறதில்ல. நான் டெபிட் கார்ட்தான் வெச்சிருக்கேன்."

"நல்ல பாலிசிடா. இத நான் கடைப்பிடிக்காம போய்ட்டேன். சுதாகர்... ஒரு சில்லறைக் கடன். ரொம்ப நெருக்கறான். ஒரு தர்ட்டி தவுசண்ட் கிடைக்குமா?

எப்படியும் ஒரு மாசத்துல வீடு வித்துடுவேன். முதல்ல உனக்கு செட்டில் பண்ணிடறேன். வட்டி வேணாலும் போட்டுக்கலாம்ப்பா."

எனக்கு 'ச்சே' என்று இருந்தது. என் மனதில் மலை உச்சியில் கம்பீரமாக நின்ற குரு மாமா அடிவாரத்திற்கு வந்து விட்டார். ஆனந்தி ரொம்ப சரியாக எப்படி கணித்தாள்?

என்னதான் நிலைமை சரியில்லை என்றாலும் நெருங்கிய உறவினர்களிடம் பணம் கேட்பது மரியாதையைக் குறைக்கும் என்பது மாமாவுக்குத் தெரியாதா என்ன? முன்னே பின்னே ஒரு விலைக்கு வீட்டை விற்றுக் கடனை அடைத்துவிட்டு கௌரவமாக இருக்க வேண்டாமா?

என்ன பதில் சொல்வது? எப்படிச் சொல்வது?

மாமாவை ரயிலேற்றி விட்டுவிட்டு நானும், ஆனந்தியும் ஒரு ரெஸ்ட்டாரெண்ட்டிற்கு டின்னர் சாப்பிட வந்து அமர்ந்தோம்.

“ம்... இப்ப சொல்லுங்க. என்ன சொல்லி சமாளிச்சீங்க?” என்றாள் ஆனந்தி.

“பையன் படிப்புக்கே எக்கச்சக்கமா ஆகுது. ஒரு லேண்ட்ல வேற இன்வெஸ்ட் பண்ணிட்டேன். இப்ப ரொம்ப டைட் மாமான்னு பளிச்சுன்னு சொல்லிட்டேன்.”

“நான் மட்டும் முன்கூட்டி எச்சரிக்கலைன்னா ஏமாந்திருப்பீங்க.”

“ஆனா வருத்தப்பட்டிருப்பார் ஆனந்தி.”

“கொடுத்தா அப்புறம் நாம வருத்தப்படணுங்க.”

நான் முதலில் கை கழுவிவிட்டுத் திரும்பி வந்தபோது என் செல்போனைப் பார்த்துக் கொண்டிருந்த ஆனந்தி கோபமாய் நிமிர்ந்தாள்.

“என்னங்க இது?”

“என்ன?”

“ஏ.டி.எம்.ல முப்பதாயிரம் எடுத்திருக்கீங்க! அப்படின்னா? குடுத்திங்களா? அப்ப எங்கிட்ட டிராமா ஆடறிங்களா? உங்களுக்கு என்ன பைத்தியமா? அவ்வளவு தூரம் சொல்லியும் திருப்பி வராதுன்னு தெரிஞ்சும் முப்பதாயிரத்தைத் தூக்கிக் குடுத்துருக்கிங்களே...!”

“ஆனந்தி... வீட்டுக்குப் போய்ப் பேசலாம்” என்று அதட்டலாக சொன்னேன்.

வீட்டுக்கு வந்து கட்டிலில் முதுகு காட்டி படுத்திருந்த ஆனந்தியைத் தொட்டபோது வெடுக்கென்று கையை எடுத்து விட்டாள்.

“ஆனந்தி... அவரு பேர்ல மட்டும் குரு மாமா மட்டும் இல்ல... எனக்கு ஒரு வகையில் குரு மாதிரி. நிறைய கத்துக்கிட்டிருக்கேன் அவர்கிட்டே. இப்ப இருக்கற நான், என் ஐடியாலஜி முக்கால் வாசி அவரோட பாதிப்புல ஏற்பட்டதுதான். எனக்கு ரோல் மாடலா இருந்தவரு. அவருக்கு நான் எதுவுமே செஞ்சதில்ல. இப்படி அவர் கேக்கறதுக்கு முன்னாடி நான் போய் நின்னு அவர் பிரச்சனையைச் சரிசெய்ய ஏதாச்சும் செஞ்சிருக்கணும். அவரு தண்ணியடிக்கவோ, சூதாடவோ கேக்கலை. இது உதவ வேண்டிய சமயம். கடனா நினைச்சித் தரலை. ஒரு குருதட்சணை

மாதிரி நினைச்சிதான் குடுத்தேன். உனக்கு நான் ஏமாளியாத் தெரியலாம். என் மனசுக்குத் திருப்தியா இருக்கு" என்றேன் நான்.

வெடுக்கென்று திரும்பிய ஆனந்தி, "உங்களுக்கு என்னமோ ஆயிடுச்சி! முட்டாள்தனம் செஞ்சிட்டு அதுக்கு வியாக்யானம் வேறயா?" என்று ஆரம்பிக்க... நான் ரிமோட் எடுத்து டி.வி போட்டு வால்யூமைக் கூட்டிக் கொண்டேன்.

43
நம்ப விரும்புகிறேன்

சந்துருவின் வல்கனைசிங் கடையில் பைக்குக்கு காற்று பிடிக்கும்போது தர்மராஜை அடிக்கடி பார்த்திருக்கிறேன். ஸ்டூலில் உட்கார்ந்து தினத்தந்தி படித்துக்கொண்டிருப்பான். வீணை இல்லாமல் சரஸ்வதியை எப்படிக் கற்பனை செய்ய இயலாதோ அப்படி பேப்பர் இல்லாமல் அவனைக் கற்பனை செய்ய முடியாது. அழுக்கு வேட்டி கட்டி பாக்கெட் வைத்த டி-ஷர்ட் அணிந்திருப்பான். அந்தப் பாக்கெட்டில் விடுதலை வேட்கையுடன் நூறு காகிதங்கள் புடைத்துக் கொண்டிருக்கும். எஃப்.எம். ரேடியோவில் இளையநிலா பொழிகையில் 'அடடா!' என்று இளையராஜாவுக்கு மானசீக முத்தம் கொடுத்து, விட்ட இடத்திலிருந்து படிப்பான்.

அந்த தர்மராஜை நம்பலாமா வேண்டாமா என்பதுதான் இப்போது என் தலையாய பிரச்னை. ஏன், எதுற்கு என்று கொஞ்சம் முன்கதைச் சுருக்கம் சொல்லியாக வேண்டும். நான்கு வருடங்களாக யூனியன் போராடியதால் அமல்படுத்தப்பட்ட பழைய இன்கிரிமெண்ட், போனஸ் கிட்டத்தட்ட ஆறு லட்சத்துக்கு கம்பெனியிலிருந்து வந்தபோது எனக்கு ஒரு கார் வாங்கலாம் என்றுதான் தோன்றியது.

மனையாள் சரிதாதான், "ஒரு பூனைக்குட்டியும் வளர்க்க முடியலை. புதினாக் கீரையும் வளர்க்க முடியலை. வீட்ல விசேஷம்னா பெயிண்ட் அடிக்க முடியுதா... அட.... ஒரு ஆணி அடிக்க முடியுதா?"

என்று வாடகை வீட்டின் அசௌகரியப் பட்டியலை வாசித்ததில் எனக்கும் உறைத்தது.

பைக்குக்கு காற்று பிடித்தபோது சந்துருவிடம், "ஒரு நல்ல ரியல் எஸ்டேட் புரோக்கர் தெரிஞ்சா சொல்லுப்பா" என்றபோது முதுகுக்குப் பின்னாலிருந்து சிரிப்பொலி.

சிரித்து முடித்த தர்மராஜ் பேப்பரை மடக்கிப் போட்டுவிட்டு அருகில் வந்து, "என்னா சார்... பல வருஷமாப் பாக்கறோம். நான் அதானே பண்ணிட்டிருக்கேன்..." என்று தர்மராஜில் 'ஆர்'க்குப் பிறகு நியூமராலஜி அலர்ஜியில் இரண்டு 'ஏ' போட்ட சிங்கிள் கலர் விசிட்டிங் கார்டை நீட்டினான்.

அலுவலகம் முடிந்ததும் அல்லது அலுவலகம் போவதற்கு முன் என்று என் பைக்கில் தர்மராஜை ஏற்றிக் கொண்டு ஒரு மாதமாகத் தேடுதல் வேட்டை நடத்தியதில் தர்மராஜ் என்று ஒரு நபர் இந்த பூமியில் அவதரிக்கவில்லை என்றால் ரியல் எஸ்டேட் உலகமே ஸ்தம்பித்துப் போயிருக்கும் என்று நினைக்கும் அளவுக்கு எனக்கு மூளைச் சலவை நடந்தது.

சென்னையில் அனேகமாக எல்லாக் கைமாறல்களிலும் தர்மராஜின் பங்களிப்பு உண்டாம். இவ்வளவு பெரிய ஆசாமி காமராஜரைவிட எளிமையாக வல்கனைசிங் கடையில் ஒரு ஸ்டூலை மட்டுமே தன் அலுவலகமாகவும், ஸ்பைரல் பைண்ட் செய்த, எச்சில் தொட்டுப் புரட்டும் பாக்கெட் நோட் மட்டுமே ஸ்டேஷனரியாகவும் கொண்டு தொழில் செய்வது பொய்யாக வியக்க வேண்டிய விஷயம்.

"பீடியைக் காதிலேயே சொருகி வெச்சுக்கிட்டு வீடு பூராவும் தேடின கதையாப் போயிடுச்சி பாருங்க சார்! நம்ம தெருவுலயே அயனான வீடு மாட்டிருக்கு சார்..." என்று மீன் வலையில் திமிங்கலம் மாட்டியது போலச் சொன்னான் தர்மராஜ்.

போய்ப் பார்த்ததில் அரை கிரவுண்டு நிலத்தில் இரண்டு பெட்ரூம்களுடன் கட்டப்பட்ட சின்ன வீடு. என்னைவிட சரிதாவுக்கு மிகவும் பிடித்து விட்டது.

நாய் வாங்கி எங்கே கட்டலாம், எங்கே கனகாம்பரம் செடி நடலாம் என்று ரகசியமாகச் சொல்லத் தொடங்கி விட்டாள். மகளுக்கு முன்புறக் காலியிடத்தில் ஒரு ஊஞ்சல் தேவைப்பட்டது. மகனுக்கு பட்டம் விடவும், தீபாவளிக்கு ராக்கெட் விடவும் மொட்டைமாடி ஒக்கேயாக இருந்தது.

வீட்டின் ஓனரான தமிழ் தெரிந்த ராஜஸ்தான் சேட்டிடம் என்னைவிட அதிகமாக, தேவையில்லாமல் தப்புத் தப்பாக ஹிந்தியில் பேசினான் தர்மராஜ்.

பிறகு ராமகிருஷ்ணா காஃபி பாரில் காஃபியை ஆற்றியபடியே தர்மராஜ் எனக்கு ஏற்கெனவே புரிந்ததையே திருப்பிச் சொன்னான்.

"சார், சேட்டுக்கு இங்க வியாபாரத்துல நஷ்டம். ராஜஸ்தான்ல அப்பா உயில் எழுதாம செத்துத் தொலைச்சிட்டார், ஏழு அண்ணன் தம்பிகளோட மல்லுக்கு நின்னு சொத்தைப் பங்கு போடணும். அதனாலதான் பதினாறு லட்சம் சொத்தை பனிரெண்டுக்குத் தர்றேங்கறான். அதுவும் நீங்க ஒரே பேமன்ட்டாத் தர்றேன்னதால. அடுத்தவன் முந்தறதுக்குள்ள மடக்கிடுங்க சார்."

பேப்பர், பேனா வைத்துக் கொண்டு நள்ளிரவு தாண்டி பட்ஜெட் ஆலோசனை.

சரிதா தன் நகைகளில் பத்து பவுன் அடகு வைக்கலாம் என்றபோதுகூட தயங்கினேன். மகள் தன் உண்டியல் சேமிப்பு அறநூற்றுச் சொச்சத்தைத் தரட்டுமா என்றபோது நெகிழ்ந்து போய் அந்த வீட்டை வாங்கியே தீர்வது என்று தீர்மானித்தேன்.

சொத்து வாங்குவது இதுதான் முதல்முறை என்பதால் எனக்கு பிரமிப்பாக இருந்தது. வாழ்ந்து கொண்டிருக்கும் தெருவிலேயே வீடு அமைவது வரம் என்றும், அதற்குக் காரணம் தான் வெள்ளிக்கிழமை தவறாமல் தெருமுனை அம்மனை வணங்கியதுதான் என்றும் பொருளாதாரப் பிரச்னைக்கு பக்தி கோட்டிங் கொடுத்தாள் சரிதா.

அடுத்தது செயல் திட்டம்! பத்திரத்தை தான் படித்துப் பார்த்து விட்டதாகவும், எந்த வில்லங்கமும் இல்லை என்றும், எதற்கும் ஒரு ஈசி போட்டேன் என்று வில்லங்கம் இல்லாததற்குச் சான்றிதழும், குறுக்கே அடிக்கப்பட்ட சொத்துப் பத்திர நகலும் தந்தான் தர்மராஜ்.

பட்டுக்கோட்டை பிரபாகர் தேர்ந்தெடுத்த சிறுகதைகள்

“வர்ற வெள்ளிக்கிழமை நல்ல நாள் சார். ரெஜிஸ்ட்ரார் ஆபீஸ் வாசல்ல என் மச்சான் பத்திரம் அடிச்சிக் குடுத்துடுவான் சார். யார் யாருக்கு எவ்ளோன்னு கச்சிதமா குடுத்து அவனே முடிச்சிக் குடுத்துடுவான் சார்! சேட்டு வீட்ல வெச்சி கேஷ் குடுத்துடலாம். பத்திரம் பதிவாகறப்ப பத்திரத்துல கைடுலைன் வேல்யூபடி போடற அமௌன்ட்டுக்கு டிராஃப்ட் எடுத்துக் கொடுத்துடலாம்” என்று ஏற்பாடுகள் சொன்னான் தர்மராஜ்.

பிள்ளையார் கோயிலில் பிராகாரம் சுற்றிவிட்டு மரத்தடியில் அமர்ந்து முழங்கால் கட்டிக் கொண்டு யோசனையாக இருந்த போது, “யார்கிட்டயும் கடன் கிடன் வாங்காம வீடு வாங்கப் போறோம். முகத்தை ஏன் உம்முன்ன வெச்சிருக்கீங்க? வெள்ளிக் கிழமைக்குள்ள 12 லட்சமும் ஒண்ணு சேர்த்துட முடியுமில்ல?” என்றாள் சரிதா.

“அதில்லைடி. எனக்கு வக்கீல் யாரையும் தெரியாததால தர்மராஜ் கூட்டிக்கிட்டுப் போன வக்கீல்ட்டதான் பத்திரம் காட்டினேன். சுத்தமான சொத்துன்னு சொன்னார். வில்லங்கம் எதுவும் இல்லன்னுதான் சர்ட்டிஃபிகேட் குடுத்திருக்காங்க. ஆனா தர்மராஜ் மேல எனக்கு நம்பிக்கையே வரமாட்டேங்குது. ரெண்டு பர்சன்ட் கமிஷன் தாண்டி ஏதாச்சும் வில்லங்கம் இதுல இருக்கான்னு புரியல” என்று கவலையுடன் சொல்லிக் கொண்டிருந்தபோதே சங்கரனின் நினைவு வந்து என் முகம் பிரகாசமானது.

“என்னங்க...?”

“நான் ஒருத்தன்! என் ஃபிரெண்ட் சங்கரனை மறந்தே போய்ட்டேன் பாரு! அவன் நாலஞ்சி சொத்து வாங்கிருக்கான். எம்.எல்.ஏ., எஸ். பி.ன்னு பழக்கம் வெச்சிருக்கறவன். நமக்குக் கல்யாணமானதும் வீட்டுக்குக் கூப்புட்டு விருந்து வெச்சானே, ஞாபகமிருக்கா...? அவனைக் கன்சல்ட் பண்ணிட்டு, நீயே கூட இருந்து முடிச்சுக் குடுப்பான்னு சொல்லிட்டாப் போச்சி” என்றேன்.

“பின்ன எதுக்குக் கவலை? பாருங்க, மணிகூட அடிக்குது” என்றாள் சரிதா.

“தர்மராஜ் மேல சந்தேகமா இருக்குதுன்னு சொன்னேனே,

அப்பவும்தான் மணி அடிச்சது. எதை எடுத்தாலும் உடனே உன் சாமியோட டேக் பண்ணிடறியே?" என்றேன்.

சங்கரனின் எலெக்ட்ரிகல் ஸ்டோர்ஸ் முகப்பில் அடையாளம் மாறியிருந்தது.

பல்ப், சுவிட்ச், வயர் என்று மக்கள் கூட்டம் கிட்டத்தட்ட டாஸ்மாக் அளவுக்கு முட்டிமோதிக் கொண்டிருக்க.... நான் 'யப்பா' என்று வியந்தபடி நுழைந்தேன்.

சங்கரன் என்னைப் பார்த்ததும் மேக்ஸிமம் பற்களைக் காட்டி, கட்டியணைத்து விடுவித்து, "என்னடா சாப்பிடறே?" என்றான். மறுத்தும் கேட்காமல் சாண்ட்விச்சும், காஃபியும் வாங்கிவர ஆளனுப்பிவிட்டு, கடைக்குள்ளேயே இருந்த சின்ன அலுவலக அறைக்குள் அழைத்துவந்து ஏ.சி. போட்டான்.

"பாத்து ரொம்ப நாளாச்சிடா. ரெண்டு ஃபேமிலியுமா சேர்ந்து மூணாறு போலாம்னு பிளான் பண்ணோம்ல? உனக்கென்னடா... ஆபீசு! நினைச்சா ஒரு ஃபோன் போட்டு லீவு சொல்லிட்டுப் புறப்பட்டுடுவே. பிஸ்னஸ்ல கஷ்டம்டா. பசங்க இப்ப என்னடா படிக்கிறாங்க? பத்ரி வீட்டு மேரேஜ்ல பார்த்ததுதானே? அன்னிக்கு நைட் ஆடினதுதாண்டா ரம்மி. அப்புறம் சந்தர்ப்பமே அமையலை. நேரம் எங்க இருக்கு? ரெண்டு கோயிலுக்கு என்னை ட்ரஸ்ட்டியா வேற போட்டுட்டாங்க. வர்ற சண்டே கண்டிப்பா மீட் பண்றோம். உன்னோட சரக்கடிச்சி நாளாச்சு. கொஞ்சம் தொந்தி போட்டுட்டே போலருக்கு. விவேக்கைப் பார்த்தியா? டைவர்ஸ் பண்ணிட்டானாம்டா. அறிவுகெட்டவன். நாமெல்லாம் எதுக்குடா இருக்கோம்? சொன்னாத்தானே பேசி சரிபண்ண முடியும்? ஃபார்ம் ஹவுஸ் ஒண்ணு வாங்கிருக்கேன். ஒரு நாள் நம்ம எல்லா ஃபிரண்ட்சையும் அங்க கூட்டிட்டுப் போய் பார்ட்டி தர்றேன். டேய், நரை வருது போலருக்கு... டை அடிக்கிறதில்லையா?"

நான் எந்தக் கேள்விக்கென்று பதில் சொல்வதென்று புரியாமல் தடுமாறினேன். சாண்ட்விச் முடித்து, காஃபி குடித்து, வந்த நோக்கம் சொன்னதும் கை பற்றிக் குலுக்கினான்.

“ரொம்ப லேட்டுடா. பத்து வருஷம் முன்னாடி செஞ்சிருக்கணும் இதை. செண்ட் கணக்குல வாங்கின லேண்ட் எல்லாம் இப்ப ஸ்கொயர் ஃபீட் ரேட்ல போகுது. சரி, இப்பவாவது தோணிச்சே உனக்கு” என்றான்.

“கைல காசு எப்ப சேருதோ, அப்பதானே சங்கரா இதைப் பத்தில்லாம் யோசிக்க முடியும்? இப்பக்கூட நான் என்ன இன்வெஸ்ட்மென்ட்டாவா யோசிக்கிறேன்? ஹவுஸ் ஓனர் டார்ச்சர் தாங்க முடியலை. வாடகையை ஒசத்தறான். ஈ.பி. ரேட்டை ஏத்தறான். டென்ஷனாகுது” என்றேன்.

“சரி, விடு. எல்லா ஏரியாலயும் எனக்கு ஆளுங்க இருக்காங்க. பத்திர நகல் வெச்சிருக்கியா? ரியல் எஸ்டேட் மேட்டர்ல கண் கொத்திப் பாம்பு மாதிரி நோண்டி நோண்டிப் பார்க்கணும்டா. எக்கச்சக்கமா ஃப்ராடு நடக்குது. ஃபோர்ஜரி பத்திரம் தயாரிக் கறாங்க. டபுள் ரெஜிஸ்ட்ரேஷன் பண்றாங்க. பதினாறு லட்சம் வீட்டை பன்னிரண்டு லட்சத்துக்கு அந்த சேட்டு எதுக்கு விக்கணும்? அதுவே எனக்கு கன்வின்சிங்கா இல்ல. ரெண்டு நாள் டைம் குடு. கம்ப்ளீட்டா அலசிப் பாத்துடறேன். என் ஃபேமிலி லாயர்ட்டயும் காட்டிடறேன். இதுல இறங்கலாம், வேணாம்னு கரெக்டா கைடு பண்றேன். எல்லாம் சரியா இருந்தா, நானே பக்கத்துல இருந்து முடிச்சித் தர்றேன். டோண்ட் வொர்ரி” என்றதும் எனக்குள் யானை பலம் சேர்ந்தது.

அலுவலகத்தில் கவனமில்லாமல் பென்சில் சீவியதில் எட்டிப் பார்த்த ரத்தத்தை சூப்பிக் கொண்டிருந்தபோது ஃபோன் செய்தான் சங்கரன்.

“நல்லவேளைடா. மாட்ட இருந்தே. வேற ஒரு ரூட்டுல மூலப் பத்திரம் வரைக்கும் பார்த்துட்டேன். சேட்டோட அண்ணன், தம்பி ஏழு பேருக்கும் இந்த வீட்ல பாத்யதை இருக்கு. அவ்வளவு பேரும் ராஜஸ்தான்லேருந்து வந்து கையெழுத்துப் போட்டாத்தான் விக்க முடியும். ராஜஸ்தான்ல உள்ள சொத்துக்கள் மேல அடிதடியே நடந்துட்டிருக்கு. இவன் பேர்ல மட்டும் சொத்து இருக்கறதா பத்திரத்துல ஃபிராடு பண்ணிருக்கான் ராஸ்கல்.”

"வில்லங்கம் இல்லைன்னு அரசாங்கமே சர்ட்டிஃபிகேட் தந்திருக்குதே?"

"வில்லங்கத்துக்கு நீயா அப்ளை பண்ணே? அந்த புரோக்கரே அவன் பேர்ல அப்ளை பண்ணி வாங்கினதாதானே சொன்னே? டிகிரி சர்ட்டிஃபிகேட்டு, பாஸ்போர்ட்டுன்னு எல்லாமே டூப்ளி கேட் பண்ணித் தர்றதுக்கு ஒரு கூட்டமே இருக்கு. வில்லங்க சர்ட்டிஃபிகேட் ஒரு மேட்டரா?"

"அடப்பாவி! அந்த தர்மராஜைப் பார்த்ததுமே எனக்கு நல்ல ஒபினீயன் வரலைடா. சேட்டு மேலயும், அவன் மேலயும் போலீஸ்ல கம்ப்ளைண்டு குடுக்கட்டுமா? பன்னிரண்டு லட்சம் ஏமாற இருந்தேனேடா?"

"அதான் ஏமாறலையே... ஏமாந்து கோடி கோடியா விட்டவன் கொடுத்த கம்ப்ளைண்ட் எல்லாமே ஃபைலுக்குள்ளே தூங்குது. உன் புகாருக்குத்தானா ஆக்ஷன் எடுப்பாங்க? இந்த மாதிரி ஆளுங்களுக்கு குண்டாஸ், போலீஸ் எலலா மட்டத்துலயும் கனெக்ஷன் இருக்கும். வீடு வாங்கற ஐடியாவை விட்டுட்டேன், பணத்தை பாங்க்ல போட்டுட்டேன்னு காரணம் சொல்லிட்டு நழுவிக்கோ. அதான் புத்திசாலித்தனம். எதுக்கு அநாவசியமா பகைச்சிக்கிட்டு? பசங்க ஸ்கூலுக்குப் போகுதுங்க, வருதுங்க... நீ ஆபீஸ் போறே, வர்றே... வீட்ல உன் பொண்டாட்டி தனியா இருக்கா. வம்பை விலைக்கு வாங்காத. நைசா நகர்ந்துடு. எவனோ மாட்டிட்டுப் போறான்."

எனக்குப் பன்னிரண்டு லட்சம் தொலைந்து போய் திரும்பக் கிடைத்தது போலிருந்தது. தர்மராஜ் என் முடிவு கேட்டு விமான விபத்தில் கணவன் இறந்ததாக வந்த செய்திக்கு ஒரு மனைவி காட்டும் அளவுக்கு ரியாக்ஷன் காட்டினான். என் வீட்டு வாசலில் காலிங்பெல் அடித்துக் காத்திருந்த அதிர்ஷ்ட தேவதையை அலட்சியம் செய்துவிட்டதாகப் பெரிதும் விசனப்பட்டான்.

அவனுடைய மதிப்புமிக்க நேரத்தை இந்த விஷயத்துக்காக செலவிட்டதற்காக பத்தாயிரம் கேட்டு, நான் அநியாயம் என்று சொல்ல... சந்துருவின் பஞ்சாயத்தில் ஐந்தாயிரம் பெற்றுக் கொண்டு கைகுலுக்கினான்.

ஒரு கர்ப்பஸ்த்ரீ நாயின் சொந்தக்காரியிடம் அட்வான்ஸ் புக்கிங் செய்திருந்தேன் என்று புலம்பினாள் சரிதா. இனிமேல் தன் தோழர்களுடன் கூடும் ஜாயின்ட்டாக அந்த மொட்டை மாடியை நினைத்து, தொட்டிச் செடியெல்லாம் மனதுக்குள்ளேயே வைத்து அழகு பார்த்ததாக பையன் சொன்னான். போப்பா என்று ஒற்றை வார்த்தையில் மகள் தன் ஏமாற்றத்தை இறக்கி வைத்தாள்.

நான் அலுவலகத்தில் பல நண்பர்களிடம் நம்பிக்கையான பார்ட்டியாக இருந்து அவரிடம் விற்பனைக்கு வீடிருந்தால் சொல்லுங்கள் என்று எச்சரிக்கையுடன் சொல்லிக் கொண்டிருந்தேன்.

இரண்டு வாரங்கள் கழித்து அலுவலகம் செல்லும்போது சேட்டு வீட்டுவாசலில் டெம்ப்போ லாரியில் சேட்டு பக்கத்தில் நின்று கட்டில் பீரோக்களை ஏற்றிக் கொண்டிருந்தார். யாரோ ஒரு மாங்காய் மடையன் கிடைத்து விட்டான்.

இன்னும் இரண்டு வாரங்கள் கழித்து அந்த வீட்டுக்கு பெயின்ட் அடித்துக் கொண்டிருந்தார்கள். அப்போதுதான் எனக்கு ஒரு யோசனை தோன்றியது. வாங்கிய பார்ட்டிக்கு ஒருவேளை வாடகைக்கு விடுகிற ஐடியா இருந்தால் குழந்தைகள் ஆசைப்படும் இந்த வீட்டுக்கு மாறிக்கொள்ளலாமே...

பெயின்ட்டிங் வேலைகளை மேற்பார்வை செய்த மீசை இல்லாத, அரைக்கைச் சட்டையை இன் செய்திருந்த, ரிட்டயர்ட் பேங்க் ஊழியர் என்று அறிமுகப்படுத்திக்கொண்ட அவர் சொன்னதாவது:

“நானே குடிவரப் போறேன் சார். வீட்டை வாங்கி நாலு நாள்தான் ஆச்சி. இருபத்தி ஒரு லட்சம் சார். ஜஸ்ட் ஒரு மாசம் முன்னாடி ஒரு சேட்டுக்கிட்ட பனிரெண்டு லட்சத்தக்கு வாங்கிருக்கான் சார் அவன். அது அப்புறமாத்தான் தெரிஞ்சது. ஒரு மாசம் முன்னாடி அந்த சேட்டுக்கிட்ட நானே வாங்கிருந்தா எனக்கு ஒன்பது லட்சம் மிச்சம் சார். ஒரே மாசத்துல ஒன்பது லட்சம் பார்த்துட்டான் பாருங்க சார் அவன்.”

“உங்களுக்கு வித்தது யார் சார்?”

“கனகராஜ்ன்னு ஒருத்தன் சார்.” என்றார். ஏற்கெனவே ஒன்பது லட்சம் அதிகம் கொடுத்து வாங்கிய வருத்தத்தில் இருக்கும்

அவரிடம், இது வில்லங்கமான சொத்து, உங்களுக்குப் பிரச்னை ராஜஸ்தானிலிருந்து ரயிலேறி வரப்போகிறது என்று சொல்ல எனக்கு மனம் வரவில்லை.

பைக்குக்கு காற்று பிடிக்க சந்துரு கடைக்குப் போனபோது என்னை எரிச்சலுடன் பார்த்து அருகில் வந்த தர்மராஜ், "கேள்விப்பட்டீங்களா சார்... நீங்களும் வாங்கலை. நானும் கமிஷன் வாங்கலை. நடுவுல ஒன்பது லட்சம் லாபம் பார்த்துட்டான் சார் ஒரு கில்லாடி..."

"கேள்விப்பட்டேன். யாரோ கனகராஜ்ன்றவர் வாங்கி ஒரு ரிட்டயர்ட் பேங்க் ஆபீசருக்கு வித்திருக்காரு. அதே பனி ரெண்டுக்கு சேட்டுக்கிட்ட வாங்கி இருபத்தி ஒண்ணுக்கு இவர் கிட்டே வித்திருக்கார். ஆமாம்... இந்த டீலிங்கை நீமுடிக்கலையா? ரெண்டு தடவை நீ கமிஷன் பார்த்திருப்பேன்னு நினைச்சேனே..." என்றேன்.

"வயித்தெரிச்சலைக் கிளப்பாதீங்க சார். சேட்டு தன் அவசரத் துக்காக பனிரெண்டுக்கு விக்க இருந்த தகவல் எப்படியோ லீக் ஆயிடுச்சி சார். ஒரு வில்லங்கமும் இல்லாத அயனான சொத்து சார். புரோக்கரே இல்லாம டைரக்ட் டீலிங் பண்ணி முடிச்சிட்டான் சார் அந்த கனகராஜன். யார்டா அவன்னு விசாரிச்சேன் சார். டவுன்ல எலெக்ட்ரிகல் ஸ்டோர்ஸ் வெச்சிருக்கான் சார் சங்கரன்னு பெரிய பார்ட்டி சார். அவனோட மச்சானாம் சார். அவன் கடையில வெச்சிதான் டீலிங் நடந்திருக்கு. பக்கத்தில் இருந்து பேசி முடிச்சது அந்த சங்கரன் சார். கனகராஜன் சும்மா பினாமின்னு நினைக்கிறேன். சங்கரன்கிட்ட இல்லாத காசா? ஒரு தோதுக்காக மச்சான் பேர்ல வாங்கி கைமாத்திட்டான் சார். சங்கரனைப் பத்தித் தெரியும் சார். கொஞ்சம் வில்லங்கமான பார்ட்டி சார். குண்டாஸ், போலீஸ் எல்லா மட்டத்துலயும் பழக்கம் வெச்சிருக்கறவன். இல்லன்னா நான் புகுந்து நடுவுல எனக்கு ஒரு காசப் பாத்திருப்பேன் சார். எனக்கு என்ன புரியலைன்னா... சங்கரனுக்கும் நம்ம ஏரியாவுக்கும் சம்பந்தமே இல்ல. அவனுக்கு எப்படி இந்த நியூஸ் போச்சி?"

எனக்குத் தலைசுற்றியது. சங்கரனா? என் சங்கரனா? கல்லூரியில் சேர்ந்து நூறு சேட்டைகள் செய்த சங்கரனா? சேர்ந்து சைட் அடித்து, சேர்ந்து சரக்கடித்து, சேர்ந்து வாந்தியெடுத்து, சேர்ந்து சந்தோஷம், துக்கம் எல்லாம் பகிர்ந்து... ச்சே!

சங்கரன் எனக்கு துரோகம் நினைப்பவனா? இருக்காது... தர்மராஜ் சொல்வதை நம்ப முடியாது.

சரிதாவிடம் சொல்ல... அவள் எரிமலையாய் வெடித்தாள். "உங்க ஃப்ரெண்டை நீங்கதான் மெச்சிக்கணும். பார்க்கறப்ப இனிமையாப் பேசிட்டா நண்பனா? அந்தாளோட நட்புல எப்பவுமே ஒரு ஆழம் இருந்ததில்லை. நீங்கதான் தலையில தூக்கி வெச்சி ஆடுவிங்க. இதப்பாருங்க... எந்தத் தயக்கமும் வேணாம். ஏண்டா இப்படிச் செஞ்சேன்னு நீங்க கேட்டாகணும். இப்ப நீங்க கேக்கறீங்களா, இல்ல நானே கேக்கட்டுமா? நல்லா பச்சை பச்சையாக் கேப்பேன். எனக்கென்ன பயம்?"

நான் ஃபோனை எடுத்து... பிறகு வைத்துவிட்டு பைக்கை எடுத்துக் கொண்டு நேரிலேயே போய்விட்டேன்.

அதே விசாலமான புன்னகை, அதே அணைப்பு, அதே சாண்ட்விச், அதே காஃபி ஆர்டர், அதே அலுவலக அறை. நான் எதை எப்படி ஆரம்பிப்பது என்று தடுமாறிக்கொண்டிருக்க... அவனே ஆரம்பித்தான்..

"டேய், உனக்கு விஷயம் தெரியுமா? அந்த வில்லங்க சொத்தை வெச்சி ஒரு பெரிய மேட்டரே நடந்து முடிஞ்சிருக்குடா. அதாவது... என் மச்சான் கனகராஜன்னு இருக்கான். அந்த நாயை நான் கடையில விட்டுட்டு அடிக்கடி வெளியூர் போயிட்டிருந்தேன். கல்லால கை வெச்சிட்டான். கொஞ்சம் கொஞ்சமா கிட்டத்தட்ட பத்து லட்சம் சுரண்டிருக்கான் படுபாவி! பொண்டாட்டியோட தம்பியாப் போய்ட்டான். இல்லன்னா அசிங்கப்படுத்தி ஜெயில்ல தள்ளியிருப்பேன்.

"டீசன்ட்டா கட் பண்ணி விட்டுட்டேன். நாயி இதே தெருவுல தனியா எலெக்ட்ரிகல் ஸ்டோர்ஸ் ஆரம்பிச்சிடுச்சி. எதாச்சும்

ஒரு வில்லங்கத்துல அவனை மாட்டி வைக்கணும்னு இருந்தேன். கூப்புட்டு இப்படி ஒரு சொத்து சீப்பா வருதுன்னு சொல்லி அந்த சேட்டைக் கூப்புட்டு வெச்சிப் பேசி முடிச்சிவிட்டேன். வில்லங்கமாகி கோர்ட் வந்து சீல் வைக்கப் போகுதுன்னு எதிர்பார்த்துட்டிருந்தா அந்த நாயி பாரு... இது வில்லங்கமான சொத்துன்னு மோப்பம் பிடிச்சிடுச்சி. டப்புன்னு வேற ஒரு பார்ட்டிக்கு கைமாத்திட்டான். அவன் நேரம் பாரு... ஒரு அசட்டு ஆசாமி மாட்டிருக்கான். பன்னிரெண்டுக்கு வாங்கினதை அநியாயமா இருபத்தி ஒண்ணுக்கு வித்து நடுவுல ஒம்போது எல் பார்த்துட்டாண்டா. அவனை மாட்டி விடணும்னு நான் நினைச்சேன். இப்ப யாரோ ஒரு அப்பாவி ஆசாமி மாட்டிட்டான். எது எப்படியோ... இதுல நீ மாட்டாம தப்பிச்சே பாரு... அதான் எனக்கு சந்தோஷம்..."

சாண்ட்விச் சாப்பிட்டும் காஃபி குடித்தும் என்னால் பதில் பேச முடியவில்லை. "இல்ல சங்கரா. இந்த மேட்டரெல்லாம் நான் கேள்விப்பட்டேன். எனக்கு வில்லங்கம், இந்தச் சொத்து வேண்டாம்னு சொன்னவன் தன் மச்சானுக்குப் பக்கத்தில இரு ந்துவாங்கிக்குடுத்திருக்கானேன்னு எனக்குடென்ஷனாயிடுச்சி. அதான்..."

"அடப்பாவி! என்னடா நீ? நம்ம நட்பையே சந்தேகப்பட்டுட்டியா நீ? உங்கிட்டயாடா பிஸ்னஸ் பண்ணுவேன்? அதான் சொன்னனே... அந்தத் திருட்டுக் கழுதையை மாட்டி விடணும்னு பார்த்தேன். அவன் அதிர்ஷ்டம்... தப்பிச்சுட்டான். உனக்கு சூப்பரா ஒரு வீடு உன் ஏரியாலயே வாங்கித் தர வேண்டியது என் பொறுப்பு. அப்படியாடா பழகியிருக்கோம் நாம? என்னைப் போயி... போடா! "அப்படி ஒரு நினைப்பே உனக்கு வந்திருக்கக் கூடாதுடா. அடிபட்டு ஆஸ்பத்திரில கிடந்தப்ப ரத்தம் கொடுத்தவன்டா நீ. ஒரு தடவை காலேஜ்ல ஸ்ட்ரைக் பண்ணி போலீஸ் கேஸானப்போ உன்னை ஜாமீன்ல எடுத்தவன்டா நான். அதையெல்லாம் மறந்துட்டியா? பழசை மறந்துட முடியுமா? அப்படி மறந்தா மனுஷனாடா? காசு என்னடா பெரிய காசு... வரும்... போகும்... ஃப்ரெண்டு கிடைப்பானாடா? என்னைப் போய் தப்பா நினைச்சிட்டியேடா."

என் சூழ்நிலை அப்படி நினைக்க வைத்துவிட்டது என்று நீளமாகப் பேசி அவனைச் சமாதானப்படுத்திவிட்டு வீட்டுக்கு வந்து எல்லாம்

சொல்லி, “மனசுலயே வெச்சிக்காம வெளிப்படையாக் கேட்டு கிளியர் பண்ணிக்கிட்டது நல்லதாப் போச்சி” என்றேன்.

“என்ன கிளியர் பண்ணிக்கிட்டீங்க இப்ப? நீங்க தேடி வந்ததுமே அவன் முழிச்சிக்கிட்டான். முந்திக்கிட்டான். எப்ப ஒரு காபி குடிக்கலாமா? நீங்க கேட்டாலும் சொல்றதுக்கு அழகா ஒரு திரைக்கதை அமைச்சி வெச்சி ஒப்பிச்சிருக்கான். இப்ப உங்களையே கில்ட்டியாக்கி அனுப்பியிருக்கான்... நீங்களும் பாசமலர் படம் பார்த்த மாதிரி நெகிழ்ந்து போய் வந்திருக்கீங்க. என்ன சொல்லுங்க... உங்களுக்குப் பத்தாதுங்க...

“நம்ப வேண்டியவங்களை நம்ப மாட்டேங்கறீங்க. அழுக்குச் சட்டை போடறவன் தர்மராஜ். அவன் தொழிலுக்காகக் கொஞ்சம் அதிகமா பேசறவன். அவனை சந்தேகப்படறீங்க. டீசண்ட்டா தோள்ல கைபோட்டு காஃபி வாங்கிக் கொடுத்துக் கழுத்தறுக்கறவனைக் கொண்டாடறீங்க.”

சரிதா ஆயிரம் சொன்னாலும்... சங்கரன் மேல் மனதின் ஓரத்தில் ஒரு சந்தேகம் அழியாமல் பிடிவாதமாக ஒட்டிக் கொண்டிருந்தாலும்....

பணத்துக்காக நல்ல நட்புக்கு நன்றியறிதல் மீறி, துரோகம் செய்யும் காலம் வந்துவிட்டது என்று நான் உணர்ந்தால் அது இந்தச் சமூகத்தின் மேல், மனிதர்களின் மேல் நான் கொண்டிருக்கும் நம்பிக்கையை முற்றிலுமாக அசைத்துப் பார்த்துவிடும் என்பதால் சங்கரன் சொன்னதையெல்லாம் நம்ப விரும்புகிறேன்.

44
நல்லதோர் வீணை

ஊருக்குப் புறப்படுவதற்கு முன் கேயெம் சாரை பார்த்தேயாக வேண்டும் என்று தோன்றியது.

கேயெம் சார், கேயெம் சார் என்றே அழைத்துப் பழகியவர்களில் அது கிருஷ்ணமூர்த்தியின் சுருக்கம் என்பது இன்னும் சில பேருக்கு தெரியாது. எனக்கும் பள்ளி முடித்து, கல்லூரி முடித்து ரொம்ப நாள் கழித்துதான் தெரிந்தது.

சாரின் மகள் தேன்மொழியின் இல்வாழ்க்கை ஒப்பந்த விழா அழைப்பிதழில் அன்புடன் அழைக்கும், கிருஷ்ணமூர்த்தி (கேயெம்) என்று அவரே போட்டிருந்தபோதுதான் அப்படியா என்று ஒவ்வொருவரும் விசாரித்துக்கொண்டோம்.

கூடவே தேன்மொழியை சைட் அடிப்பதற்காகவே அவரிடம் டியூஷன் சேர்ந்ததையும் பேசிக்கொண்டோம். தேன்மொழிக்கு இருபத்தி ஏழு வயதில்தான் கல்யாணம்.

ஏன் இத்தனை தாமதம் என்கிற கேள்விக்கு கல்யாண வீட்டில் நாகஸ்வர ஓசைக்கு நடுவில் வைத்தி உரக்க ஒரு கிசுகிசு சொன்னான். வைத்தி சொன்னால் பத்து சதவீதம்தான் நம்பலாம் என்பதால் நான் பாண்டியனைக் கேட்டேன்.

சார் தன் மனைவியின் திடீர் மரணத்திற்கப்புறம் சித்தம் கலங்கி வகுப்பறையில் திடீரென்று கத்துவதும்...காரணமில்லாமல்

அடிப்பதும் இல்லையென்றால் அரை மணி நேரம் ஜன்னலையே வெறித்துக்கொண்டு உட்கார்ந்திருப்பதுமாக இருந்ததால்.. நிர்வாகம் நடவடிக்கை எடுத்து வீட்டுக்கு அனுப்பிவிட்டதாம்.

தேன்மொழி மார்க்கெட் லெப்பையிடம் கூட்டிப்போய் மந்தரித்து தாயத்து கட்டியிருக்கிறாள். மாரியம்மனுக்கு வேண்டிக்கொண்டு அங்கப் பிரதட்சணம் செய்திருக்கிறாள். ரொம்பக் கடைசியாக மனநல வைத்தியரிடம் அழைத்துப் போயிருக்கிறாள். அவர் டெக்னிக்கலாக விளக்கிவிட்டு காலையிலும் இரவிலும் ஆகாரத்திற்குப் பின் சாப்பிட மாத்திரை எழுதியிருக்கிறார். ஆகாரத்திற்கும், மாத்திரைக்கும் இவள் கண்மணி ஜவுளிக் கடையில் ஜாக்கெட் பீஸ் கிழித்தாளாம்.

கொஞ்சம் நிமிர்ந்து உட்கார்ந்த பிறகு சார், 'நீ வேலை பாத்து நான் சாப்புடணுமா?' என்று அழுவாராம். அதே ஜவுளிக் கடையில் நான் பில் போடறேன் என்று உட்கார்ந்து இவளுக்கு மாப்பிள்ளை பார்த்திருக்கிறார்.

அந்தக் கல்யாணத்தின்போதே சார் பாதியாய் மெலிந்திருந்தார். கண்களில் அந்த ஒளியும், புன்னகையும் மட்டும் மாறாமல் இருந்தது.

“தம்பி, பெரிய படிப்பு படிச்சி நல்ல உத்தியோகத்துல இருக்கே! ரொம்ப சந்தோஷம்! எங்க காலத்துல இவ்வளவு படிப்பு இல்ல! தேன்மொழியை உன்னை மாதிரிதான் பெருசா படிக்க வைக்கணும்னு நெனெச்சேன். எங்க? வைரம் போனதுலேர்ந்து எல்லாம் திசைமாறிப் போச்சு!” என்று என் கையைப் பிடித்துக்கொண்டு வாஞ்சையாகப் பேசி, “சாப்டுட்டுதான் போவணும்.” என்றார். தன் மனைவி வைரக்கண்ணுவை வைரம் என்றுதான் சொல்வார்.

அதற்கப்புறம் ஏழெட்டு வருடம் கழித்து இன்றுதான் சந்திக்கப் போகிறேன். நேற்று பாண்டியன் சொன்னதிலேர்ந்து பக்கென்று இருக்கிறது. வைத்தி சொன்னால் அலட்சியப் படுத்தி விடலாம். பாண்டியன் மிகையாக ஒரு வார்த்தை சொல்ல மாட்டான்.

தேரடி வீதியில் மிக்சர் கடையின் வெளி அலங்காரம் மாறியிருந்தது. முன்பு போர்டில் நாகை ஜீவா ஸ்ரீதேவியை அச்சு அசலாக வரைந்து சிவா ஸ்வீட் ஸ்டால் என்று எழுதியிருப்பார். இப்போது டிஜிட்டல் பேனரில் அதே சிவா ஸ்வீட் ஸ்டால்தான். ஆனால் ஸ்ரீதேவிக்குப் பதிலாக ஸ்நேகா.

நல்லதோர் வீணை

கேயெம் சாருக்கு பூண்டு போட்ட காராச்சேவு என்றால் இஷ்டம். டியூஷன் நடத்தியபடி நடுநடுவே வாயில் போட்டு அரைப்பார். ஆளுக்கு இரண்டு கொடுப்பார். நடுவில் எழுந்து செல்லும்போதெல்லாம் புத்தகத்தில் பக்க அடையாளத்துக்கு ஒரு நீளமான காராச்சேவை வைத்துவிட்டுப் போவார்.

அந்த ஐந்து, பத்து நிமிட இடைவெளியில் எங்கள் காதுகள் தேன்மொழியின் கொலுசொலியைத் தேடும். சமையலறையில் அம்மிக் கல் அரைபடும் சத்தம், அப்பளம் பொரிக்கும் வாசனை, பின்புறம் கல்லில் அடித்துத் துவைக்கும் ஓசை இவைகளை உருவகப் படுத்தும் மனசு. அப்போது எங்கள் தேசியப் பாடல்.. ஊரு சனம் தூங்கிருச்சி. காரணம்.. அது தேன்மொழியால் நாளைக்கு நாற்பது தடவை பாடப்படுவதே.

மிக எப்போதாவதுதான் சார் டீ கேட்பார். குச்சி வைத்துக்கொண்டு காந்தி தாத்தா நடந்தபடி இருக்கும் திரையைத் தள்ளி தேன்மொழி டீ டம்ளரை அவர் பக்கத்தில் வைத்துவிட்டுப் போவாள். அந்த ஐந்தாறு விநாடிகள் சொர்க்கம்.

மின்விசிறி மெதுவாக சுழன்றால், கிடைக்கிற இடைவெளியில் அதை வேகம் கூட்டுவோம். கூட்டினால் காந்தித் தாத்தா திரைச்சீலை குப்பென்று உயரும். தேன்மொழியின் பாதங்களின் நடமாட்டம் ஒருவேளை காணக் கிடைக்கலாம்.

கேயெம் சாருக்கு காந்தி தாத்தாவை ரொம்பப் பிடிக்கும். ஓவியப் போட்டியில் அவர் நடுவரென்றால் சுமாராக காந்தியை வரைந்து வைத்தாலே ஏதாவதொரு பரிசு நிச்சயம்.

திங்கள் கிழமைகளில் மட்டும் பள்ளியில் பிரேயர் உண்டு. செக் ஷன் வாரியாக நிற்கவைத்து, நீராடும் கடலுடுத்த நிலமடந்தையை வணங்கி, கொடியேற்றியபின் கேயெம் சார் இரண்டு திருக்குறள் சொல்லி விளக்கம் சொல்வார். வருகிற கல்வியாண்டில் தேர்ச்சி சதவிகிதம் என்று ஆரம்பித்தால் நாங்கள் பொதிகையில் பயிருக்கு அடியுரம் போடும் நிகழ்ச்சி போலதான் பார்த்துக்கொண்டிருப்போம். கண்கள் பின்னல்களில், குதிரைவால்களில், நெயில் பாலீஷிய விரல்களில் மேயும்.

தலைமை ஆசிரியருக்கே அவரென்றால் ஒரு பயம் அல்லது மரியாதை. தண்ணீர் டிரம்முடன் அலுமினிய டம்ளரை செயினில்

கட்டுவது மாணவர்களை அவமானப்படுத்துவது என்று வாதிட்டு செயினை எடுக்க வைத்தவர்.

டியூஷன் படிக்கும் மாணவர்களுக்கு சிறப்புச் சலுகையாக நோட்டுகளுக்கு இவரே பிரவுன் ஷீட்டில் அட்டை போட்டு, லேபிள் ஒட்டி பெயர் எழுதிக்கொடுப்பார். காற்றாடி செய்துகொடுப்பார்.

'கணக்கு வழக்கு பார்க்க வரும் புது கணக்கப்பிள்ளையாம் கம்ப்யூட்டர் நம் கலாச்சார நங்கையை இழுத்துக் கொண்டு ஓடுமோ?' எழுதியதைப் படித்துக்காட்டி புரிகிறதா என்பார். அப்போது புரியாத அந்தக் கவிதையின் அர்த்தம் இப்போது புரிகிறது.

ஆண்டு விழாவில் கேயெம் எங்களில் குழு அமைத்து ஒத்திகை பார்த்து நாடகம் அரங்கேற்றுவார். புகை எப்படி பகை, குடி எப்படி குடியைக் கெடுக்கும் என்று யாவும் பிரச்சார நாடகங்கள்... ஒத்திகை அவர் வீட்டில் என்பதால், அப்போது தேன்மொழி கையால் சூடாக பஜ்ஜி, மசால் வடை கிடைக்கும் என்பதால் எந்த வேடத்திற்கும் நாங்கள் தயார்.

தேன்மொழி உலக அழகி இல்லை. எங்கள் வட்டாரத்தில் அருகில் சந்திக்க முடிகிற அவைலபிள் அழகி. அந்த மூக்குத்தியும், காதோரக் கூந்தல் கற்றையும், முன்னெற்றியில் அவளாக எடுத்துவிட்டுக்கொள்ளும் ஒரு ஸ்டைல் கற்றையும், ஓரமாக செருகிய ஒற்றை ரோஜாவும், எப்போதும் முன்புறமாக எடுத்துப் போடப்பட்டிருக்கும் நீளமான பின்னலும், அதிலிருந்து வரும் சுகந்தமான சீகக்காய் வாசனையும், முகத்தில் மிக லேசாகப் பூசப்பட்ட மஞ்சளும் எல்லாமும் சேர்ந்து... அவளைப் பார்க்கும் போது எங்களுக்கு ஒரு கிறக்கம் ஏற்பட்டது நிஜம்.

ஆனால் யாருக்கும் 'உன் நினைவால் உறக்கமில்லாமல் தவிக்கிறேன்' என்று உளறிக்கொட்டி கடிதம் எழுதுகிற தைரியமில்லை. ராஜசேகர் மட்டும் ஒரு முறை 'தேன்மொழி டார்லிங், எனக்கு உன்னைப் பிடிக்கும். உனக்கு என்னைப் பிடிக்குமா? - இப்படிக்கு, உன் அன்புக் காதலன், ராஜசேகர்' என்று எழுதி, எங்களுக்கெல்லாம் படித்துக் காட்டி, கை குலுக்கல்கள் பெற்றுக்கொண்டு, தேன்மொழி பின்புறம் துணி காயப் போட்டுக்கொண்டிருந்தபோது.. சார் பேப்பர் வாங்கிவரச் சென்ற இடைவெளியில்.. பாத்ரூமுக்குள் வெற்றிகரமாக நுழைந்து தேன்மொழி உபயோகிக்கும் சிந்தால்

சோப்பு டப்பாவுக்குள் வைத்துவிட்டு வந்துவிட்டான்.

எல்லோருக்கும் உஷ்ணம் ஏறிக்கொண்டிருந்தது. இதோ தேன்மொழி குளிப்பதற்கு உள்ளே போகப் போகிறாள். எடுப்பாள். பார்ப்பாள். அதற்கப்புறம்?

கொஞ்சம் உள்ளே வர்றியா என்று ராஜசேகரை அழைத்து, கன்னத்தில் முத்தம் கொடுப்பாள் என்பது அவன் எதிர்பார்ப்பாக இருக்க... சார் வந்ததும் அவரிடம் கொடுத்து, அவர் நல்ல பிரம்பாகத் தேர்வு செய்து எடுத்துவந்து அவனைப் பின்னியெடுக்கப் போகிறார் என்பது எங்கள் கருத்து. திடீரென்று அவனுக்கும் எங்கள் கருத்தின்மேல் நம்பிக்கை வந்து, வியர்த்துப் போய்... ஒரே ஓட்டமாகச் சென்று காதல் கடிதத்தை மீண்டும் எடுத்துவந்து கிழித்துப் போட்டுவிட்டான் ராஜசேகர்.

கேயெம் சாரின் வீடு பெரிய மாற்றங்கள் காணாமல் அப்படியேதான் இருந்தது. வாசலில் அதே முருங்கை மரம். முன்புறம் தரை முழுக்க பூக்கள் உதிர்ந்திருந்தன. என்னைப் பார்த்ததும், எதிரே வேகமாகத் தத்தி வந்த ஒரு கோழி திசை மாற்றிக் கொண்டது. அப்போதெல்லாம் வீட்டை நெருங்கும்போதே சாம்பிராணி அல்லது ஊதுபத்தி மணம் வீசும். இப்போது வேறு ஏதோ வாசனை அடித்தது.

முன்புறம் சார் வழக்கமாக உட்காரும் நாற்காலி ஓரமாக இருக்க.. அதன் மேல் பிளாஸ்டிக் பக்கெட், பழைய செய்தித்தாள் என்று ஏதேதோ அடைத்துக்கொண்டிருக்க... காந்தித் தாத்தா திரைச்சீலை இல்லை. கிழிந்திருக்கலாம் அல்லது இப்போது அவசியப்படவில்லை.

“சார்”..... மூன்று முறை அழைத்த பிறகு...

”யாரு? உள்ளே வாங்க” என்று குரல் வந்தது.

ஷூ, சாக்ஸ் கழற்றிப் போட்டுவிட்டு உள்ளே போனேன். கட்டிலில் உட்கார்ந்து விஸ்கியோ பிராந்தியோ தெரியவில்லை... பிளாஸ்டிக் கப்பில் ஊற்றியதைக் குடித்துக் கொண்டிருந்தது சார்தானா? தரைபூராவும் பீடித் துண்டுகள்.

கேயெம் சாரென்று அவரே சத்தியம் செய்தால்தான் நம்பலாம். எவ்வளவு தாடி! அதில் எவ்வளவு நரை! தலையில் பொட்டல்! கிழிசல் பனியன். இடுப்பில் நெகிழ்ந்த அழுக்கு லுங்கி. சிவந்த

பட்டுக்கோட்டை பிரபாகர் தேர்ந்தெடுத்த சிறுகதைகள்

கண்கள்.

“நீயாப்பா? வா..வா.... உக்காரு..” அவருக்கு அருகில் ஓடாமல் ஒரு மின்விசிறி மடக்கு நாற்காலி மேல் வைக்கப்பட்டிருக்க...” இதை கீழ எடுத்து வெச்சிட்டு உட்காரு.“

“என்ன சார் இது... பாண்டியன் சொன்னப்ப நம்பவே முடியலை... நீங்க போய் இப்படி...?”

பாக்கெட் ஊறுகாய் தீர்ந்து போயிருக்க... முடிந்தவரை வழித்துச் சுரண்டி நாக்கில் தடவிக்கொண்டார்.

“இப்பல்லாம் சரக்கு சுத்தம் இல்ல... டூப்ளிகேட் போடறாணுங்க. எப்ப வந்தே?” என் முகம் பார்க்காமல் ஏப்பம் விட்டார். “அதென்ன கையில?”

“உங்களுக்குப் பிடிக்குமேன்னு காராச்சேவு...”

“கொண்டா... பிரிச்சி வையி...”

பிரிக்கக் காத்திருந்து ஒரு கை அள்ளி வாயில் போட்டு அரைத்தார்.

என் கேள்விக்குப் பதில் சொல்வதாய் இல்லை. கேள்வி அவருக்குள் இறங்கிய மாதிரியும் இல்லை.

சுற்றிலும் பார்த்தேன். கூரை மூலையில் எல்லாம் ஒட்டடை. எண்ணெய்ப் பிசுக்குடன் தலையணை. போன வருடத்து மாத காலண்டரில் கொஞ்சம் நூலுடன் குத்தப்பட்ட ஊசி. எதற்காகவோ பென்சிலால் வட்டமடிக்கப்பட்ட பதினேழாம் தேதி. ஒன்றின் மேல் ஒன்றாக டிரங்கு பெட்டிகள் தூசியாக. கொடிக் கயிற்றில் ஒரு பக்கமாகக் குவியலாகக் கிடந்த கயிற்றில் ஒரு காட்டன் நைட்டி.

“சார் தேன்மொழிக்கு இப்படி ஆயிருக்கக்கூடாது சார்.”

“என்ன பண்ணச் சொல்றே? திட்டம் சரியா இருந்தாலும் கட்டம் சரியா இருக்கணும்னு சொன்னவனை செருப்பு காட்டி திட்டிருக்கேன். நெசம்தான் போலிருக்கு. முருகன் கோயிலே கதின்னு கெடந்தாளே... என்ன செஞ்சான் முருகன்? இவதான் தப்பு பண்ணிட்டா. அம்மனா இருந்தா குங்குமத்தைக் காப்பாத்திருப்பா. இந்த ஆண்டி விபூதிதானே குடுப்பான்? வெச்சுக்கோ காலத்துக்கும்னு சொல்லிட்டான்.”

“எப்படி சார்?”

சார் அங்குமிங்கும் தேடினார்.

“என்ன சார் வேணும்?”

“துண்டு.. தோள்ல போட்ருந்தேன்.”

“அது மேலதான் உக்காந்திருக்கீங்க” எம்பி எடுத்துக்கொண்டு சின்ன ஸ்டூலில் சிந்தியிருந்த மதுவைத் துடைத்தார். வாயையும் துடைத்துக் கொண்டார்.

“வருவா. கடைக்குப் போயிருக்கா” காலண்டர் கீழே இருந்த விளம்பரம் காட்டி, “இந்த சிட்பண்டுலதான் மேனேஜர்” என்றார்.

“யாரு?”

“நாகராஜு! என் தங்கச்சி புள்ளை. குடுத்திருந்தா ரோஜாச் செடி மாதிரி பாத்துட்டிருப்பான். வாத்தியார் பாரு... படிச்சுத் தொலைச்சிருக்கேனே... சொந்தத்துல கட்டுனா பொறக்கற புள்ளை மந்தமா இருக்குமேன்னு அந்த அல்பாய்சு தறுதலையைத் தேடிப் பிடிச்சேன் பாரு! அடுப்பெரிக்கிற வெறகுக் கட்டைக்கும் ஆளையெரிக்கிற கொள்ளிக் கட்டைக்கும் வித்தியாசம் தெரியாமப் போச்சு! ஒரு நாள்கூட சிரிக்கவிடலை.

மிதிமிதின்னு மிதிச்சிருக்கான். கவ்வோதிப் பய மிதிச்சதுல கர்ப்பம் கூட கலைஞ்சிப் போச்சுப்பா! வா, கம்ப்ளைண்ட் குடுக்கலாம்னா இது வந்தாதானே? பொறுமைத் திலகம்! விஷச்சாராயம் குடிச்சி வாந்தியெடுத்து அவன் பொட்டுன்னு போய்ச்சேர்ந்தப்பறம்தான் எனக்கு நிம்மதி. எரிச்சப்ப என் கண்ல ஒரு சொட்டுத் தண்ணி வரலையே... நீ குடிப்பியா?”

தேன்மொழி பற்றிச் சொல்லிக்கொண்டே வந்து... இதென்ன கேள்வி?

“எப்பவாச்சும். பார்ட்டில மட்டும்.”

“அதாவது... சந்தோஷத்துக்கு?”

“ஆமாம்.”

“நீ விட்ருவ! துக்கத்துக்கு ஆரம்பிக்கறவனாலதான் நிறுத்த முடியாது. என்னை மாதிரி” ஓ... ஆரம்பத்தில் கேட்டதற்கு இப்போது பதில் சொல்கிறார்போல.

“சார்... ஆனா நீங்க வாத்தியார்.”

“கத்துக் கொடுத்த மாதிரி வாழ்ந்து காட்டணுமா? முடியலையே... நம்ம பொண்ணை கலெக்டராக்கணும்னா வைரம். நான் கலெக்டர் ஆபீஸ்ல உக்காரவாவது வைக்கப் பாத்தேன். எதுதான் நெனைச்சமாதிரி நடக்குது?”

“என்னதான் துக்கம்னாலும் இப்படி பகல்லயே...”

“தூக்கம் வரலைப்பா. மனசு பூரா பூதம் பூதமா வருது. வேர்த்துக் கொட்டுது. கை நடுங்குது. விட முடியல. எனக்கே அசிங்கமாதான் இருக்கு. சமயத்துல கண்ணாடி பாத்து தூன்னு துப்பிக்கிறேன். செத்துடலாம்னு பாலிடால் குடிச்சேன். ஆஸ்பத்திரில படுக்க வெச்சி, வயத்தைக் கழுவி காப்பாத்திட்டா. தலைல அடிச்சி சத்தியம் வாங்கிட்டா. என்ன பண்ணச் சொல்றே? வந்துட்டா.”

கொலுசோ, செருப்போ எந்தச் சத்தமும் எனக்குக் கேட்கவில்லை. ஆனால் தேன்மொழி உள்ளே வந்தாள். வாசலில் ஷூ பார்த்திருப்பாள். ஆகவே அதிர்ச்சி எதுவுமில்லாமல் யாராயிருக்கும் பார்வை பார்த்தபடி மஞ்சள் பையை ஆணியில் மாட்டினாள்.

தேன்மொழியா இது? இந்தச் சந்திப்பு நிகழாமலேயே இருந்திருக்கலாம். எலும்புக் கூட்டிற்கு புடவை, ஜாக்கெட் அணிவித்தது போலிருந்தாள். கையெல்லாம் நரம்பு புடைத்து... கழுத்தில் பாசி மணி மாலை மட்டும். நெற்றியில் சின்னதாக கறுப்புப் பொட்டு, தலையில் வாடிப் போன பூச்சரம்.

“நல்லா இருக்கீங்களா?” என்றாள். என் பதில் எதிர்பார்க்காமல்,” டீ சாப்புடறிங்களா?” என்றாள்.

“என்ன கேக்கறே? போட்டு எடுத்துட்டு வா. ஞாபகம் வெச்சிக்கிட்டு தேடி வந்திருக்கு பாரு. எவ்வளவு சம்பளம் இப்போ?”

பதில் அவரைச் சங்கடப்படுத்தும் என்று தோன்றியது. அவரும் கேள்வியை மறந்து உள்ளே போனவளுக்காகக் குரலுயர்த்தி, “வாத்தியாரா இருந்துட்டு, குடியைப் பத்தி நாடகமெல்லாம் போட்டுட்டு நடு வூட்ல இப்படி குடிக்கிறியேடான்னு செருப்பால அடிச்ச மாதிரி தம்பி கேக்குது! என்னை ஏண்டி காப்பாத்தித் தொலைச்சே?” என்றார்.

பதறினேன், ”அய்யோ ! சார்.... நான் ஒரு அக்கறையிலதான்”

அங்கிருந்தே தேன்மொழி, "அவரு அப்படித்தான். எதையும் புரிஞ்சிக்க தெரியாது. செத்துட்டா சரியாப் போச்சா? அப்பனுக்கும் கொள்ளி வெச்சிட்டு நான் அனாதையா நிக்கணுமான்னு கேளுங்க" என்றாள்.

"ஆமாம். பெரிய அப்பன்! மெச்சிக்கோ! மெடல் குடு... குத்திக்கிறேன். இவளும் வாழ மாட்டேங்கறா. என்னையும் சாவ விட மாட்டேங்கறா!" பிளாஸ்டிக் கோப்பையில் மீண்டும் நிரப்பினார்.

டீ கொண்டு வந்த கிளாசை முந்தானையால் அடியில் துடைத்து நீட்டி விட்டு ஓரமாய் சுவரில் சாய்ந்து நின்றுகொண்டு, "எத்தனை குழந்தைங்க?" என்றாள் தேன்மொழி.

"ரெண்டு."

"உங்க செட்டுல கெச்சலா கண்ணாடி போட்டுட்டு..."

"சிவராமன்."

"அவர் எங்கே இருக்காரு?"

"பாண்டிச்சேரில் பெட்ரோல் பங்க் வெச்சிருக்கான்."

"உயரமா, சிவப்பா... அது யாரு?"

"கண்ணுசாமியா, அவனோட எனக்கு டச் விட்டுப்போச்சி."

"இன்னும் நிறைய பேர் வருவிங்கல்ல, ராஜசேகர் எங்க இருக்காரு?"

"தாராபுரத்துல சின்னதா அலுமினிய ஃபேக்டரி வெச்சிருக்கான். நல்லாருக்கான். உங்க கல்யாணத்துக்கு வந்திருந்தான்."

"ஞாபகம் இருக்கு. அப்பாகிட்ட கொஞ்சம் சொல்லிட்டுப் போங்க."

"நான் சொல்லிட்டேன். அதுக்குதான் கோபம்."

"குடிச்சித் தொலையட்டும். அதை கண்ட்ரோல் பண்ண முடியாது. கடையிலேர்ந்து நான்தான் வாங்கிட்டு வந்து குடுக்கறேன். நான் அதைச் சொல்லலை. என்னை மறுபடி கல்யாணம் பண்ணிக்கோன்னு தினம் நச்சரிக்கிறாரு. அதைப்பத்திப் பேசவேணாம்னு மட்டும்..."

அவள் முடிப்பதற்கு முன்பே கோபப்பட்டார்.

"ஏன் பேசக்கூடாது? முப்பத்தஞ்சி ஒரு வயசா? என்ன வாழ்ந்து

கிழிச்சே?"

"போதும்...போதும்... வாழ்ந்தது போதும்."

என் இருப்பை சுத்தமாக மறந்து இரண்டு பேரும் ரொம்ப நேரம் வாயாடி ஓய்ந்தபின்... நான் எழுந்து கொண்டேன்.

தேன்மொழியை ஒரு முறை பார்த்தேன். டியூஷனில் சேர்ந்ததும், நாடகத்திற்கு பெயர் கொடுத்ததும் அவளை அருகில் பார்க்கையில் கிடைத் த ஒரு புரியா சுகத்திற்காகதான். இன்று இன்னும் அருகாமையில் முகம் பார்த்துப் பேசுகிறாள். ஆனால்.. மனதில் பிசைகிறது.

கேயெம் சாரை நோக்கி கைகூப்பினேன்.

"போய்ட்டு வா. புள்ளைங்களை நல்லா படிக்க வையி. லவ் பண்றேன்னு சொன்னா குறுக்க நிக்காதே! கஷ்டப்பட்டு தேடினாலும் நல்லவனா அமைவான்னு சொல்ல முடியாது. புரிஞ்சுதா?"

"சரி சார். வர்றேன்." சார் ஒரு பீடியைப் பற்றவைத்துக்கொண்டு மெதுவாக நடந்து வெளியே என்னோடு வந்தார்.

நான் சாக்ஸ், ஷூ அணிய, "என்ன விலை?" என்றார். என் பதிலுக்கு முன்பாக, "சீக்கிரம் போய்டுவேன்னு தோணுது" என்றார்.

என்ன சொல்வதென்று புரியாமல் தொண்டை அடைக்க, வேகமாக நடந்தேன்.

தேன்மொழி மற்ற நண்பர்களை அடையாளம் சொல்லி விசாரித்ததும், ராஜசேகரைப் பெயர் சொல்லி விசாரித்ததும் நினைவில் எட்டிப் பார்த்தது. அப்போது மட்டும் அவள் கண்களில் குட்டியாக மின்னல் தெரிந்ததோ? ராஜசேகர் அன்றைக்கு சோப்பு டப்பாவுக்குள் வைத்த கடிதத்தை மறுபடி சென்று எடுக்காமல் இருந்திருக்கலாமோ என்று தோன்றுகிறது.

45
512 LIKES.. 117 COMMENTS.. 39 SHARES..

வந்தனா சேகர்:

17.09.2015 at 21:42

ஹாய்! ஹாய்! ஹாய்! *(விவேக் ஸ்டைலில் படிக்கவும்)* நான் இப்போது மேகம் ஒன்பதில் மிதக்கிறேன். காரணம்... எனக்கு திருமணம் நிச்சயமாகி உள்ளது. யார் அவர்? பெயர் என்ன? விபரங்கள் விரைவில்...

ஐஸ்வர்யா இளமாறன்:

ஏய்! கங்கிராட்ஸ்! போன மாதம் சந்தித்தபோதுகூட இன்னும் ஒரு வருடம் கழித்துதான் என்றாய்! திடீரென்று என்ன மேஜிக் நடந்தது? காதலா? எனக்குத் தெரியாமலா? சஸ்பென்ஸ் தாங்க முடியாது! விபரம் ப்ளீஸ்...

பார்த்திபன் ரங்கநாதன்:

ஹலோ! வந்தனா, வாழ்த்துகள்! முகப் புத்தக நட்சத்திரத் தோழிக்குத் திருமணமா? பெருமூச்சு வருகிறது. என்னைப் போல பலரும் பெருமூச்சு விட்டிருப்பார்கள். சிலர் 'எங்கிருந்தாலும் வாழ்க' பாடியிருப்பார்கள். தினம் பலவித உடைகளில் செல்ஃபி எடுத்துப் போடும் தேவதையே.. இனியும் அது தொடருமா?

பட்டுக்கோட்டை பிரபாகர் தேர்ந்தெடுத்த சிறுகதைகள்

வந்தனா சேகர்:

ஐஸ்வர்யா, மேஜிக்தான்! டாடி ஸ்விட்சர்லாந்தில் வர்த்தக கண்காட்சியில் பழைய நண்பரைச் சந்தித்தாராம். அவர் தன் மகனான இவரை அறிமுகம் செய்தாராம். டாடி இவரின் வீடியோ கிளிப்பிங்கை எனக்குக் காட்டினார். பார்த்த வினாடியில் *He is my man* என்று தோன்றியது.

வந்தனா சேகர்:

பார்த்திபன், உங்கள் குறும்பான வாழ்த்துக்கு நன்றி! திருமணம் ஆனால் என்ன? எப்போதும் நான் நானாகத்தான் இருப்பேன்.

லலிதா முரளி:

இவர்... இவர் என்றால் எப்படி? அறிமுகம் ப்ளீஸ்.. *With Bio Data..* ஷூ சைஸ் வரை தெரிந்திருக்குமே!

வந்தனா சேகர்:

லலிதா, ஒரே ஒரு முறைதான் சந்தித்தோம். நட்சத்திர ஹோட்டலில் டின்னர் சாப்பிட்டபடி அரை மணி நேரச் சந்திப்பு. *What a dude! Just like that he has captured my heart!*

காஞ்சனா மோகன்:

ஏய்! உதை வாங்குவே! இப்ப உன்னோட இதயத் திருடனை அறிமுகப்படுத்தப்போறியா? இல்லையா?

வந்தனா சேகர்:

Cool! Cool! அவர் ராஜீவ். எம்.பி.ஏ படித்துவிட்டு மும்பையில் ஒரு பிளைவுட் தொழிற்சாலை நடத்துகிறார். சிரிக்காதபோதும் அவர் உதட்டில் ஒரு புன்னகை இருக்கிறது! *Body language is..* அட்டகாசம்! அந்தக் காந்தக் கண்கள்! *They are fishing my feelings!* வார்த்தையை ராக்கெட் ஸ்பீடில் புரிந்துகொள்கிறார். அதை விட மௌனத்தை ஒலியின் வேகத்தில் புரிந்துகொள்கிறார்!

பார்த்திபன் ரங்கநாதன்:

Fishing my feelings! கவிதை! கவிதை! யோவ்! ராஜீவ்! எங்க தேவதையை பத்திரமா பார்த்துக்கணும்! வந்தனா கண்லேர்ந்து ஒரு துளி கண்ணீர் வந்துச்சி... சாத்தான் மேல கல் எறியறதுக்குத்

512 LIKES.. 117 COMMENTS.. 39 SHARES..

திரண்ட அளவுக்கு லட்சக் கணக்குல திரண்டு வந்து போராட்டம் நடத்துவோம்!

ஐஸ்வர்யா இளமாறன்:

பார்த்திபன், ஏன் இப்படி நெகடிவா யோசிக்கிறிங்க? வந்தனாவை ராஜகுமாரி மாதிரி பார்த்துக்குவார் ராஜீவ். இப்படி ஒருத்தி மனைவியா கிடைக்க ராஜீவ் ஏழேழு ஜென்மம் புண்ணியம் செய்திருக்கணும். (செண்டிமெண்டா எழுதறப்போ பழைய நெடி அடிக்கத்தான் செய்யும்!)

வந்தனா சேகர்:

22.9.2015 at 20:31

ஹாய் ஃபிரெண்ட்ஸ்! என்னடா சீக்கிரமே FB வந்துட்டேன்னு பார்க்கறீங்களா? தினம் ராத்திரி ஒம்போது மணிலேர்ந்து எக்ஸ்க்லூசிவ் ராஜீவ் டைம்! கொஞ்ச நேரம் வாட்ஸ் ஆப்ல சேட்டிங்! கொஞ்ச நேரம் ஸ்கைப்ல! கொஞ்ச நேரம் போன்ல. நிகழ்ச்சி துவக்க நேரம் சரியா ஒன்பது மணி. முடியற நேரம்.. கணக்கே இல்ல. ஒரு நாள் ரெண்டு மணி. ஒரு நாள் மூன்றரை. நேத்து நாங்க பேசி முடிக்கிறப்ப நியூஸ் பேப்பரே வந்துடுச்சி! You see... I love this love! என்ன ஒரு அற்புதமான விஷயம்! Fliying without wings!

லலிதா முரளி:

அழகன் மம்முட்டி - பானுப்ரியான்னு நினைப்போ! அடங்குங்கடி!

ஐஸ்வர்யா இளமாறன்:

நிஜத்தைச் சொல்லவா? பொறாமையா இருக்குடி! எங்காளும் இருக்காரே! நான்தான் மாஞ்சி மாஞ்சி போன் பண்ணுவேன். 'அப்புறம்? வேற என்ன? வெச்சிடட்டுமா?' இப்படி பத்து தடவை கேட்ட அசமஞ்சம்! போன்ல ஒரே ஒரு முத்தம் வாங்கறதுக்குள்ள நான் பட்ட பாடு! அங்க எப்படி?

பட்டுக்கோட்டை பிரபாகர் தேர்ந்தெடுத்த சிறுகதைகள்

வந்தனா சேகர்:

இங்க அதெல்லாம் தாராளமயமாக்கல் கொள்கைதான்! Countless! சொர்க்கம்! எனப்படுவது யாதெனில்.. நிச்சயதார்த்தத்திற்கும் திருமணத்திற்கும் நடுவில் உள்ள நாட்களில் உரிமையுடன் கடலை போடுவதே!

பார்த்திபன் ரங்கநாதன்:

ஹலோ! ஹலோ! இது பப்ளிக் ப்ளேஸ்! தோழிங்க தனியா இன்பாக்ஸ்ல சேட் பண்றதுதானே? எதுக்கு எல்லாரோட வயித்தெரிச்சலையும் கிளப்பிக்கிட்டு.. (எனக்கு ரெண்டு வருஷமா பொண்ணு அமையலைன்ற உண்மைக்கும் இந்தப் பதிவுக்கும் எந்தச் சம்பந்தமும் இல்ல!)

காஞ்சனா மோகன்:

பார்த்திபன், அனுதாபங்களும், விரைவில் அமைய வாழ்த்துகளும்! காக்கா முட்டை படத்துல 'இல்லாதவங்க இருக்கற ஏரியால கடையைத் திறந்து உசுப்பி விட்டுக்கிட்டு...' ன்னு சூப்பர் டயலாக் வரும்! அது ஞாபகம் வந்துச்சி!

வந்தனா சேகர்:

Twins.. பெத்துக்கறதுக்கு ஒரு தனி வித்தை இருக்காம். சைனீஸ் மெத்தடாம்!

ஐஸ்வர்யா இளமாறன்:

ஏய்! வந்தனா... ப்ளீஸ்... ப்ளீஸ்... ப்ளீஸ்... சொல்லு... அதென்ன மெத்தட்?

பார்த்திபன் ரங்கநாதன்:

மிஸ்டர் மார்க் ஜுக்கர்பெர்க்! முகப் புத்தகத்திற்கு சென்ஸார் தேவை என்று நான் பரிந்துரை செய்கிறேன். பேச்சிலர்சைக் காப்பாத்துப்பா!

லலிதா முரளி:

அவ்வளவு நேரம் அப்படி என்னதான் பேசுவீங்க?

பார்த்திபன் ரங்கநாதன்:

512 LIKES.. 117 COMMENTS.. 39 SHARES..

லலிதா, இதான் போட்டு வாங்கறதா? உங்களுக்குத் தெரியாதா? முரளியோட நீங்க என்ன சிரியா பிரச்சினையும், டிரக் மாஃபியா பத்தியுமா பேசினீங்க? இவங்க மட்டும் என்ன புதுசா பேசப் போறாங்க? மானே... தேனே... பொன் மானே... டேஷ்...டேஷ்... டேஷ்...

வந்தனா சேகர்:

பார்த்திபன், நீங்க ஏன் இப்படி சங்க காலத்துல இருக்கீங்க? நாங்க எங்க First crush, calf love, Break ups இதெல்லாம் பேசி முடிச்சாச்சு.

பார்த்திபன் ரங்கநாதன்:

Break -Up? For you? நம்ம முடியவில்லை ? வில்லை! வில்லை! யார் அந்த மடையன்? நானா இருந்திருந்தா அது எந்தப் பிரச்சினையா இருந்தாலும் அம்மா, தாயே, சரண்டர்னு கொலுசு மாட்ற இடத்துல விழுந்திருப்பேன்!

வந்தனா சேகர்!

பெண்கள் லெக்கிங்ஸ் போடறது பத்தி ஒரு கட்டுரை வந்திச்சில்ல.. அது பத்தி எங்களுக்குள்ளே ஒரு ஆர்க்யுமெண்ட் வந்திச்சி. அவன் For பேசினான். நான் against பேசினேன். 17 நிமிஷம் பேசுனோம். கிளைமாக்ஸ்ல போடா fool! னு சொல்லிட்டு அவனுக்கு முன்னாடியே அவன் நம்பரை Delete பண்ணிட்டு வீட்டுக்கு வந்துட்டேன். வர்ற வழில Cream world ல Titanic special ice cream சாப்ட்டுட்டு வந்தேன். கடுப்பு போகணுமில்ல?

ஐஸ்வர்யா இளமாறன்:

இதை ராஜீவ் கிட்ட share செஞ்சியா? அவர் ரியாக்ஷன் என்ன?

வந்தனா சேகர்:

argument is finding who is right.. discussion is finding what is right.. அதனால நமக்குள்ளே எப்பவும் ஆர்க்யுமெண்ட் வேணாம். டிஸ்கஷன் மட்டும் பண்ணலாம்னு சொன்னார்.

காஞ்சனா மோகன்:

வாவ்! என்ன ஒரு மெச்சூரிட்டி! வந்தனா... you are lucky.

★★★

வந்தனா சேகர்:

25.9.2015 at 6:17

ஹாய் ஃபிரெண்ட்ஸ்! இப்பதான் போனை வைத்தேன். உடனே லேப்டாப் திறந்துட்டேன். இன்னும் பல்லுகூட விலக்கலை. அப்படி என்ன அவசரமான செய்தி? அடுத்த மாதம் அஞ்சாம் தேதி பாம்பேலேர்ந்து ராஜீவ் வர்றான்.(வர்றார்ன்னா என்னவோ மாதிரி அந்நியமா படுது) நம்ம ஃபிரெண்ட்சுக்கு ஒரு பார்ட்டி தர்றான். ரெடியா இருங்க. *Venue, Dress code* அப்புறம் சொல்றேன்.

பார்த்திபன் ரங்கநாதன்:

எனக்கு மட்டும் அழைப்பு வரலை... கல்யாண மண்டபத்துல பாம் இருக்குன்னு கமிஷனருக்கு போன் பண்ணிடுவேன், ஆமாம்! *Waiting to meet the gentleman (of course lucky man too)*

லலிதா முரளி:

கிரேட். நீ காலேஜில் செய்த அடாவடித்தனங்களை ராஜீவிடம் சொல்ல ஒரு நல்ல சந்தர்ப்பம்! *I wont miss it!* திருமண ஏற்பாடுகள் எந்த அளவில் இருக்கிறது?

வந்தனா சேகர்:

காஞ்சிபுரம் சென்று புடவைகள் அள்ளி வந்தாயிற்று. ரிசப்ஷனுக்கு *Fashion designer manish arora* இடம் லெஹங்காவுக்கு ஆர்டர் கொடுத்தாச்சி. (பட்ஜெட்தான் கொஞ்சம் அதிகம்.. எழுபத்தி நான்காயிரம்... வரிகள் தனி!) மண்டபம், டெக்கரேஷன், கேட்டரிங், இதெல்லாம் டாடி ஏரியா. அட்வான்ஸ் கொடுத்துட்டார். *H..Kreative Headsh Personalized Invitation* ரூ 300 திட்டத்தில் டிசைன் செய்யச் சொல்லியாச்சி! கச்சேரிக்கு ரஹ்மான் தேதி கிடைக்கலைன்னு *D.S.P* கிட்ட பேசிட்டிருக்காங்க.

பார்த்திபன் ரங்கநாதன்:

ஹனி மூன் திட்டம் யாதோ? அதையும் செப்பினால் வயிறு குளிர யாம் அறிவோம்!

வந்தனா சேகர்:

ஃபிரான்ஸ் என்கிறான் ராஜீவ். கங்காரு தேசம் என்கிறேன் நான். விவாதத்தில் இப்போது இடைவேளை. ஃபிரான்ஸ்

தேர்வு செய்ததற்கு ராஜீவ் சொல்லும் காரணம்: *A French kiss should be tested at its origin* எப்படி இருக்கு? (சென்சார் தேவை என்று எல்லோரிடமும் பெட்டிஷனில் கையெழுத்து வாங்கத் துவங்கியாச்சா?)

லலிதா முரளி:

எல்லாம் சரி. ராஜீவ் FBல் இருக்கிறாரா? அக்கவுண்ட் விபரம் தந்தால் நட்பு வட்டத்தில் இணைத்து கூட்டணியாகக் கலாய்க்கலாமே!

வந்தனா சேகர்:

ராஜீவ் FB, Twitter இப்படி எந்த சோஷியல் மீடியாவிலும் இல்லை . ஆர்வம் இல்லையாம். நேரமும் இல்லையாம். எதற்கும் சேரச் சொல்லிக் கேட்டுப் பார்க்கிறேன்.

★★★

வந்தனா சேகர்:

29.9.2015 at 23:15 feeling depressed

சுரத்தில்லாத ஹாய்! இது ராஜீவ் நேரமாச்சே... இப்ப FBக்கு வந்திருக்கனேன்னு உங்களுக்கு ஆச்சரியமா இருக்கா? இன்னிக்கு நான் ராஜீவோட டூ விட்ருக்கேன். என் போன்ல 'ராஜீவ் 14 *Missed Calls* ன்னு இருக்கு. பரவால்ல. நான் கூப்புடப் போறதில்ல. தவிக்கட்டும். ஸாரின்னு மெசேஜ் வந்தாகணும். அதுவரைக்கும் மௌன விரதம்தான்.

ஐஸ்வர்யா இளமாறன்: அச்சச்சோ! என்னாச்சி? 14 மிஸ்ட் கால்ஸ்? இது ரொம்ப ஓவர் வந்தனா! எதுவா இருந்தாலும் முதல்ல பேசு! ஃபிரண்ட்சுக்குள்ளகூட ஈகோ இருக்கலாம். *Life Partners*க்குள்ள கண்டிப்பா வரக் கூடாது. *Cheer Up! Come On!* வந்தனா! *Speak to Him!*

பார்த்திபன் ரங்கநாதன்:

ஐஸ்வர்யா, இருங்க... முதல்ல என்ன பிரச்சினைன்னு தெரிஞ்சிக்கலாம். வந்தனா, என்னாச்சி? அவர் வாங்கிக் கொடுத்த

அட்டிகைல வைரம் பத்தலையா?

வந்தனா சேகர்:

பார்த்திபன், நானே டென்ஷன்ல இருக்கேன். எல்லாம் இந்த லலிதாவாலதான். வந்தது. என் ஃபிரெண்ட்ஸ் எல்லாம் ஆசைப்படறாங்க, ஃபேஸ் புக்குக்கு வாங்கன்னேன். இண்ட்ரெஸ்ட் இல்லன்னார். நான் வற்புறுத்தினேன். ஒரு பெரிய ஆர்கியுமெண்ட் வந்துடுச்சி. அதை அப்படியே குடுத்திருக்கேன்.

நான்: ராஜீவ், ட்ரெண்டியா இருப்பா! Come to Face Book

ராஜீவ்: டைமை வேஸ்ட் பண்றதுதான் ட்ரெண்டியா இருக்கிறதா?

நான்: ஃபேஸ்புக் ஒரு டைம் வேஸ்ட்டா? என்னை மட்டும் இல்ல.. ஃபேஸ்புக்) யூஸ் பண்ற ஒன் பாய்ண்ட் ஃபோர் நைன் பில்லியன் பேரையும் நீ இன்சல்ட் பண்றே!

ராஜிவ்: வந்தனா? உலக ஜனத்தொகை 737கோடி. அதுல நீ சொல்றது 23% தான். மீதி 77% ஃபேஸ்புக் யூஸ் பண்ணாதவங்க. அவங்க எல்லாரையும் ட்ரெண்டியா இல்லாதவங்கன்னு நீ இன்சல்ட் பண்ணலாமா?

நான்: எத்தனை நன்மைகள்னு பட்டியல் போடட்டுமா?

ராஜீவ்: எத்தனை தீமைகள்னு நான் பட்டியல் போடட்டுமா?

நான்: நான் பாசிடிவா பாக்கறேன்.

ராஜீவ்: நான் ரியலிஸ்டிக்கா பார்க்கறேன்.

நான்: உன் கருத்தை குப்பைத் தொட்டிலதான் போடணும்!

ராஜீவ்: உன் கருத்தைக் கல்வெட்டுல செதுக்கணும்னு சொல்றியா?

நான்: வேணும்னா ஒரு சர்வே எடுப்பமா?

ராஜீவ்: ஃபேஸ்புக்கே வெட்டித்தனமான ஒரு அரட்டைக் கூடாரம்! இதுல சர்வேன்னு இன்னொரு வெட்டி வேலையா?

நான்: ரொம்ப டேமேஜிங்கா பேசறே ராஜீவ். எத்தனையோ பேருக்கு மனசு விட்டுப் பேச ஒரு மேடை கிடைச்சிருக்கு. பிரிஞ்ச ஃபிரெண்ட்ஸ் சேர்ந்திருக்காங்க. எதைப் பத்தியும் உடனே பல்ஸ் தெரியுது. எத்தனை பதிவுகள் சிரிக்க வைக்குது! எத்தனை பதிவுகள்

சிந்திக்க வைக்குது! மோட்டிவேட் பண்ணுது! தகவல் தருது! முதுகுல தட்டிக் கொடுக்குது! ஆறுதலா கண்ணீர் துடைக்குது! திறமைகளை வெளிப்படுத்துது! தீர்வு கொடுக்குது!

ராஜீவ்: முடிச்சிட்டியா? இன்னும் இருக்கா? ஆண்... பெண் நட்புல ஒரு பசப்பல் கள்ளத்தனம் இருக்குது! கொக்கி போட்டு ரகசியமா கூப்புடுது! பலவீனமானவங்க நம்பி விழுந்து மோசம் போறாங்க! ஆபாசத்தை பிட் நோட்டீஸ் மாதிரி விநியோகம் பண்ணுது! கருத்துப் பரிமாறல்னு கண்டவனும் மைக் பிடிக்கிறான். பிடிக்கலைன்னா நாகரிகமே இல்லாம காறித் துப்புறான். தகுதி இல்லாதவன் தகுதியானவனைத் தாறுமாறா கிழிக்கிறான். சினிமா வியாபாரத்தைக் கவுக்குது! மதிப்பான நேரத்தை பகிரங்கமா திருடுது! போதைப் பழக்கம் மாதிரி அடிமைப்படுத்துது! இண்டர்நெட் வொர்க் பண்ணலைன்னா வேர்த்துப் போயி விரல் நடுங்கற அளவுக்கு பைத்தியங்களை உருவாக்குது! இன்னும் சொல்லலாம்...

நான்: எதுலயும் நல்லதும் இருக்கும். கெட்டதும் இருக்கும். நல்லதை மட்டும் எடுத்துக்கலாமே! ப்ளீஸ்.. எனக்காக வாயேன்!

ராஜீவ்: இலவச இணைப்பா கெட்டதும் கூட வருதே! போதும் வந்தனா! எனக்கு டயர்டாயிடுச்சி! உன்னோட பிடிவாதம் எனக்குப் பிடிக்கலை.

நான்: எனக்கும்தான் பிடிக்கலை. இன்னிக்கு குட்நைட் இல்ல! ஸ்வீட் ட்ரீம்ஸ் இல்ல. போனை வைக்கிறேன்!

இதான் எங்களுக்குள்ள நடந்த விவாதம்!

ஐஸ்வர்யா இளமாறான்:

என்ன சொல்றதுன்னே தெரியல! குழப்பமா இருக்கு.

பார்த்திபன் ரங்கநாதன்:

எங்க அவங்க லலிதா? தேவையா இதெல்லாம்? எல்லாருக்கும் எதுலயும் ஒரே கருத்து இருக்கணும்னு எதிர்பார்க்கறதே முட்டாள்தனம்! கடவுளையே சகட்டுமேனிக்கு விமரிசிக்கிறப்ப ஆஃப்ட்ரால் ஃபேஸ்புக்! அதை விமரிசிக்கக் கூடாதா என்ன? எதுக்குக் கோபம்? இந்த உலகத்துல பலதும் இருக்கு. Choice is yours! ப்ளஸ், மைனஸ் ரெண்டும் இல்லாத விஷயம் எதுவுமே

இல்ல.கமான் வந்தனா... மூட் அவுட் வேணாம். போனெடுத்து குட் நைட், ஸ்வீட் ட்ரீம்ஸ் சொல்லிட்டுப் படுங்க. Life is for celebration!

★★★

வந்தனா சேகர்:

2.10.2015 at 23:45

ஹாய் ஃபிரெண்ட்ஸ்! இந்தச் செய்தியைச் சொல்வதற்கு வருத்தமாகத்தான் இருக்கிறது. சொல்லித்தான் ஆக வேண்டும். என் திருமணம் நின்று விட்டது. சரியாகச் சொல்ல வேண்டுமென்றால்.. நான் நிறுத்தி விட்டேன்! தற்சமயம் நான் அழுது முடித்து விட்டேன். எனவே கண்ணீர் துடைக்க கர்சீப் நீட்ட வேண்டாம்.

யாராவது ஒரு மிஸ்டர் எக்ஸ் ஜோக் சொன்னால் போதும்!

லலிதா முரளி:

அடிப்பாவி! என்ன பேசுகிறாய்? தலையில் நெருப்பு வைத்து விட்டு புகைப்படத்திற்குப் புன்னகைக்கச் சொல்கிறாய்! பதறுகிறது! சொல்! என்ன நடந்தது?

வந்தனா சேகர்:

ஊடல் முடிந்து மீண்டும் பேசினோம். ஆனால் மறுபடி மறுபடி இதே வாதம் தொடர்ந்தது. இறுதியாக ராஜீவ் ஒரு நிபந்தனை வைத்தான். அதை என்னால் ஏற்க முடியாது என்றேன். Let us part as friends என்றான். No! Let us part as enemies என்றேன். கடைசி வார்த்தைகள்! டாடியிடம் சொன்னேன். நெஞ்சு வலிக்கிறது என்று ஹாஸ்பிடல் போய்த் திரும்பினார். இதுவரை ஆன செலவு என்று ஏழு கோடிக்கு கணக்கு காட்டினார். அதற்காக அந்த நிபந்தனையை ஏற்க முடியுமா என்ன?

ஐஸ்வர்யா இளமாறன்:

512 LIKES.. 117 COMMENTS.. 39 SHARES..

அப்படி என்ன நிபந்தனை? சொல்லித் தொலை சீக்கிரம்!

வந்தனா சேகர்:

என் ஃபேஸ்புக் கணக்கை மூட வேண்டுமாம்! அதெப்படி முடியும்? அது என் சுவாசம் போல! முடியாது என்றேன் தீர்மானமாக!

பார்த்திபன் ரங்கநாதன்:

வாழ்க்கையில் ஒரு அம்சம்தானே இது? இதுவே எப்படி வாழ்க்கையாகும்? திருமணத்தையே நிறுத்தும் அளவிற்கு என்றால்? போதை போல அடிமைப்படுத்துகிறது என்று ராஜீவ் சொன்னதை நிஜம் என்று நிருபித்து விட்டீர்களே வந்தனா? நீங்கள் செய்தது தவறு என்று உங்களுக்கு அறிவுரை சொல்ல விரும்புகிறேன்! அப்படி அறிவுரை சொல்லவும் இந்த ஃபேஸ்புக்தானே உதவிக் கொண்டிருக்கிறது... முகப் புத்தகமே, நீ நல்லவனா? கெட்டவனா? தெரியலையே!

46
கார் வாங்கலையோ கார்

தஞ்சைக்குக் குழந்தைகள், மனைவிகள் சகிதமாக... ச்சே.. முதல் வாக்கியத்திலேயே ஸ்டார்டிங் ட்ரபிள்! மூன்றாவது வார்த்தையை ஒருமையாக்கிக் கொண்டு தொடருங்கள்... சோழனின் சாதனைகளைச் சுற்றிப் பார்க்கப் போயிருந்தபோது...

பெரிய கோயில் யானையின் முன்னால்தான் சபதம் எடுத்தாள் மங்கம்மா.

அந்த மங்கம்மா இல்லை. இவள் என் பத்தினி. என்னைத் தொட்டுத் தாலி கட்டிக் கொண்டவள். ரேஷன் கடைக்கும், சினிமா தியேட்டர் கியூவிற்கும் நிற்க வைக்கத் தோதாக நான்கு பெற்றுக் கொண்டவள்.

சபதத்தின் சுருக்கம் : "நீங்க என்னைக்கு இந்தக் காரை வித்து தலைமுழுகறீங்களோ... அன்னைக்குத்தான் நீங்க என்னைத் தொடலாம்!" இந்தியாவோ தீபகற்ப நாடு. இதுவோ மார்கழி மாதம். சபதம் கொஞ்சமாவது நியாயமாய்ப்படுகிறதா?

"மங்கம்மா... சமீப சினிமா எல்லாம் பார்க்கலையா நீ? மனைவி தவிர இன்னொருத்தியை இசகுபிசகா நியாயமான காரணத்தோட வச்சிக்கலாம். அதான் இப்ப ஃபேஷன்."

என் வாதம் எடுபடவில்லை.

வீட்டு வாசலில் நின்ற என் செல்லக் கன்றுக்குட்டியைப் பார்த்தேன்.

நாலு சக்கரம் போட்டுக் கொண்டு முகத்தை உப்பலாய் வைத்துக் கொண்டு பரிதாபமாகப் பார்த்தது என் மோரிஸ் மைனர்.

முப்பத்தஞ்சி வருஷப் பழசு என்பது ஒரு குறையா சார்? பழைய சினிமா பாட்டுப் பிடிக்கும். பழைய சோறு பிடிக்கும். பழைய புருஷன் பிடிக்கும். பழைய கார் மட்டும் பிடிக்காதா மேடம்?

கொஞ்சம் கிழடு தட்டி விட்டாலும் காரியத்தில் என்று இருப்பாள் என் டார்லிங். இவள் காரே இல்லை பாட்டி மாதிரி,

பாட்டி என்றால் சில தொணதொணப்புகள் இருப்பதில்லையா? அவற்றை நாம் பொறுத்துக் கொள்வதில்லையா?

கொஞ்சம் ஸ்டார்ட்டிங் சிரமம். கியர் விழுவதில் கொஞ்சம் சிக்கல். ஓடும்போது டகடகா என்று ’ சத்தம். பிரேக் அடித்தால் இருநூறே இருநூறடி தள்ளிப் போய் நிற்கும்.

இதைத் தவிர என் காரில் என்ன குறை என்று புரியவில்லை. பின் பக்கம் கொஞ்சம் நசுங்கி இருப்பதை வேண்டுமென்றேதான் டிங்கர் ஒர்க் செய்யவில்லை. திருஷ்டிக்கு இருக்கட்டும் என்று விட்டிருக்கிறேன். பெயின்ட் எல்லாம் அங்கங்கே உதிர்ந்திருக்கிறது. ஒரிஜனல் பெயின்ட் கிடைப்பதில்லை. கிடைத்து விட்டால் அடித்து விடலாம்.

இதெல்லாம் ஒரு குறையா?

தஞ்சாவூரில் என் மனைவியுடைய சித்தி வீடு இருக்கிறது. தஞ்சாவூர்வரை வந்துவிட்டுப் போகாமல் வரக்கூடாது என்று சொன்னது நானா, இவளா?

சரி, போனோம், பிஸ்கட் பாக்கெட்டைத் தந்தோம். காப்பி சாப்பிட்டோம், புறப்பட்டோம் என்று வர வேண்டியதுதானே?

“எங்க கூட நீயும் கோயிலுக்கு வாயேன் சித்தி.”

“நானா அழைத்தேன்?”

அந்தச் சித்தி தன் சமீபத்து புதிய புடவையைக் காட்டிக்கொள்ள இதுதான் சந்தர்ப்பம் என்று உடனே புறப்பட்டுவிடுவதா?

ஆட்டோவிற்கு டிரைவரைத் தவிர இரண்டு பேர் அமரலாம் என்று ஒரு விதி இருக்கிறது. டாக்ஸிக்கு நான்கு பேர் என்று ஒரு விதி இருக்கிறது. என் காருக்கும் தனிப்பட்ட விதி உண்டு.

அது நுகர்ந்து பார்க்காக புதிய மனித வாடை தெரிந்தால் போதும்... பாதி வழியில் வேலை நிறுத்தம் செய்துவிடும்.

“ஜலசா... ஜலசா...” என்று என் பசங்கள் குரல் கொடுக்க.... நான் குஷாலாய் டிரைவிங் சீட்டில் இருக்க.... என் மனைவியும், அவள் சித்தியும் கார் தள்ளின காட்சியை ரியர்வியு மிர்ரரில் ரசித்த நான் இப்படி ஒரு சபதத்தை எதிர்பார்க்கவே இல்லை.

“மங்கு, மங்கு... ஒரு தடவைக்கு நாலு தடவையா யோசிச்சுப் பாரும்மா... இப்போ நினைச்சா இந்த மாதிரி ஒரு கார் வாங்க முடியுமா? எவ்வளவு நல்லா ஹாரன் அடிக்கும்? நீ கூட அதை அடிச்சி அடிச்சி, நம்ம பாபுவுக்கு விளையாட்டுக் காட்டி சாதம் ஊட்டுவியே மங்கு?”

“விளையாட்டுக் காட்றதுக்காக ஹாரன் அடிக்கிறதில்லைங்க. அந்தச் சத்தத்திலேயே பயந்து போய்ச் சாப்பிடுவானேன்னுதான் அடிக்கிறது. இந்த வண்டில அது ஒண்ணுதான் உருப்படியா வேலை செய்யும்.”

“உண்மைகளை மறைச்சு பேசக் கூடாது மங்கம்மா. வாங்கின தினத்திலேர்ந்து இன்னயவரைக்கும் அந்த ஸ்பீடா மீட்டர் இருக்கு பாரு... அதிலே ரிப்பேரே வந்ததில்லை. முள் ஆடிக்கிட்டுதான் இருக்கு. என்ன, எழுத்தெல்லாம்தான் அழிஞ்சு போச்சு.”

“இங்கே பாருங்க. நான் சொன்னா சொன்னதுதான். உங்க காரினாலே நான் பட்ட அவமானம்... சே! அன்னிக்கு சித்தி கேக்கறா... தள்றதுக்குன்னே ரெண்டு பேரை வேலைக்கு வச்சிருக்கீங்களாமேன்னு... எவ்வளவு கிண்டல் பாருங்க...!”

“இவ்வளவுக்கும் உன் சித்தி உடம்புதான் புஸ்புஸ்ன்னு இருக்கே ஒழிய.. ஒரு அரை கிலோ மீட்டர் தள்றதுக்குள்ளே வேர்த்துப் போய்ட்டாங்க. இல்லே?”

“இந்தச் சனியனை விக்கப் போறிங்களா இல்லையா?”

“இந்தத் தடவை மைன்யூட்டா ரிப்பேர் பார்த்துடலாம் மங்கு. சும்மா டொயோட்டா மாதிரி குலுங்கலே இல்லாம மாத்திடலாம்னு மெக்கானிக் கணேசன் சொல்லியிருக்கான்.”

“பொய் சொல்லாதீங்க. நேத்து நீங்க இல்லாதப்போ கணேசன் இங்கே வந்திருந்தான். என்னப்பா, ரிப்பேர் பண்ணினாத் தேறுமான்னு

கேட்டேன். “பேசாம வீட்டுத் தோட்டத்திலே நிப்பாட்டி வைங்கம்மா- பசங்க விளையாடிட்டுப் போகட்டுங்கறான்.”

நான் பார்வையைத் தாழ்த்திக் கொண்டேன்.

“உங்க வண்டிக்கு நம்ம தெருவில என்ன பேரு தெரியுமா? மூட்டைப்பூச்சி.”

“அதாவது... அழிக்க முடியாத பலம் பொருந்தினதுங்கற அர்த்த த்தில!”

“மண்ணாங்கட்டி! பெரிய சைஸ் மூட்டைப்பூச்சி மாதிரி இருக்காம் வண்டி. எனக்கு மூட்டைப்பூச்சி மாமின்னே பேர் வச்சிட்டாங்க. அவனவன் மாருதி, பிளைமௌத், டால்பின், பென்ஸ்ன்னு வச்சிருக்கான். நீங்களும் வச்சிருக்கீங்க, எங்க தாத்தாவோட வெத்திலைப் பொட்டி மாதிரி, ஒரு வண்டி.”

“ரொம்ப கேவலமா சொல்லாதே மங்கு... நீ திட்டறதைக் கேட்டுட்டு அதோ பாரு நம்ம வண்டி அழுவுது. கண்ணீர் ஓடுது பாரு...”

“அய்யய்யோ! வாசனை கூடவா தெரியலை? பெட்ரோலுங்க. டாங்க்லேர்ந்து லீக் ஆகுது போலிருக்கு. அந்தப் பக்கம்தான் கொஞ்சம் வியாதி இல்லாம இருந்திச்சி. இங்கே பாருங்க... நீங்க காரை விக்கலைன்னா...

“தெரியுது. அதான் சொல்லிட்டியே...”

நான் வருத்தத்தோடு... அலமாரியில் இருந்து என் காரின் ஆர். சி. புத்தகத்தை எடுத்துப் பாக்கெட்டில் வைத்துக் கொண்டு புறப்பட்டு காரில் ஏறினேன்.

“விக்கிறதுக்குதான் போறேன். வந்து தள்ளு,” என்றதும், ஒரே உற்சாகமாக வந்து தள்ளினாள் மங்கம்மா.

நேராய் கணேசன் ஷெட்டிற்குச் செலுத்தினேன். அவனின் வொர்க் ஷாப் அரை மைல் அந்தப் பக்கம் இருக்கும்போதே பிரேக் அடித்து... ஒரு வினோத சத்தத்துடன் கொண்டு வந்து நிறுத்தினேன்.

அழுக்குச் சட்டை கணேசன் என்னை மகிழ்ச்சியாக வரவேற்று டீ வாங்கித் தந்தான். புத்தகத்தைப் புரட்டிப் பார்த்தான். உதட்டைப் பிதுக்கினான்.

“பதினைஞ்சி போனா பெரிசு.”

"என்ன, விளையாடறியா, இது காருப்பா. பதினைஞ்சு ரூபாய்க்கு மோட்டார் பைக்தான் விக்கலாம். வாங்கலாம்."

"மோட்டார் பைக்கை யாரும் தள்ளிவிட வேண்டியதில்லைங்களே...."

"உன் கஸ்டமர்ப்பா இந்த காரு. உன் கஸ்டமரை நீயே இழிவா பேசறியே... நல்லா இருக்கா இது? ஆயிரம் ரெண்டாயிரம் செலவு பண்ணினா சும்மா ஜிலுஜிலுன்னு ராணி கணக்கா ஆயிடும் வண்டி, சிங்கிள் ஹாண்ட்ப்பா. என்னைத் தவிர வேற யாரும் ஓட்டினதில்லை."

"வேறு யாராலையும் ஓட்டவும் முடியாது சார்."

"சரி. வண்டி இங்கேயே நிக்கட்டும். புஸ்தகம் வச்சிக்கோ. நல்ல பார்ட்டியா வந்தா சொல்லு. முடிச்சிடலாம். கீழே குனிஞ்சு எண்ணிப் பார்த்துக்கோ. நாலு சக்கரமும் இருக்கு. அப்புறம் அது இல்லை இது இல்லைன்னு குறைச்சிப் பேசக் கூடாது."

நான் புறப்பட்டு வீட்டுக்கு வந்தேன். நான்காவது நாளே வண்டியோடு கணேசன் வந்து விட்டான்.

"மன்னிச்சுக்கங்க சார். வண்டி வேலைக்கு வர்ற எல்லா கஸ்டமரும் இதைப் பார்த்துச் சிரிக்கிறாங்க சார். இதை வாங்கிக்கணும்னா பதினைஞ்சாயிரம் நீங்க தரணுமாம் சார். அங்கே நம்ம வொர்க் ஷாப் அழகையே கெடுக்குது சார். இங்கேயே இருக்கட்டும்."

"உன் வொர்க் ஷாப் என்ன கவர்னர் மாளிகையா? நான் என் சொந்த முயற்சில வித்துக்கறேன். போய்யா வச்சிட்டு."

நான் கோபச் சுறுசுறுப்போடு செயல்பட்டேன். ஊரில் ஒரு வொர்க் ஷாப் விடாமல் விற்பனைக்குள்ள விஷயத்தை முரசறிவித்தேன். நண்பர்களிடம் வண்டியின் நல்ல பண்புகளை எடுத்துச் சொன்னேன். ஞாயிறு ஹிந்துவில் நாலு வரி வந்தது.

"மங்கு, அதான் விற்கிறதுக்கான ஏற்பாடெல்லாம் செஞ்சுட்டேனே... வண்டி விற்பனையாக ஒரு மாசம் முன்னே பின்னேதான் ஆகும். அதுக்காக நீ உன் சபதத்திலே இவ்வளவு பிடிவாதமா இருக்கணுமா? கொஞ்சம் தளர்த்திக்கக் கூடாதா?" என்று ஒரு ரகசிய ராத்திரித் தொடலின்போது, எழுந்து பக்கத்தறைக்குப் போய், வித்து முடிஞ்சாதான்!" என்று கதவைச் சாத்திக் கொண்டாள்.

பேப்பரில் விளம்பரம் வந்த அடுத்த வார ஞாயிற்றுக் கிழமையில் நான் வீட்டுத் திண்ணையில் உட்கார்ந்து காது குடைந்து கொண்டிருந்தபோது அந்த ரெண்டு பேரும் வந்தார்கள்.

இளைஞன் கம்கட்டில் உப்பலான பை வைத்திருந்தான். மற்றவன் கைலி கட்டிக் கொண்டு தலையை இப்படி அப்படி ஒரு டைரக்டர் தனத்துடன் சாய்த்து என் காரைப் பார்த்தான்.

"பேப்பர்ல விளம்பரம் பார்த்தோம். இந்த வண்டிதானா?" என்றான் இளைஞன்.

"ஆமாம், பாருங்க. பிரமாதமான வண்டி. மைசூர் மகாராஜாவோட பெரியப்பாவோட பேரனுக்கு பிரண்டோட மச்சினி புருஷனுக்குத் தம்பிகிட்டே வாங்கினது. அந்தக் காலத்து வண்டி. ஹார்ன் அடிச்சுப் பாருங்க. ரோட்ல ஒரு பய நிக்க முடியாது."

இருவரும் பார்க்க... நான் வீட்டுக்குள்ளேயிருந்து நாற்காலி கொண்டு வந்து போட்டதும், இளைஞன் அமர்ந்து கொண்டான்.

"எனக்குத் தெரிஞ்ச மெக்கானிக் இவரு. எனக்கு வண்டி பத்தி எதுவும் தெரியாது. ஆனா ரொம்ப நாளா மோரிஸ்-மைனர் வாங்கணும்னு ஆசை."

"உங்க மாதிரி சில பேர்தான் தம்பி, நல்ல வண்டியா வாங்கணும்னு பொறுமையா காத்திருந்து வாங்கறாங்க. அந்தக் கால பம்பர் இது. இப்போ கிடைக்குமா சொல்லுங்க?"

"வாஸ்தவங்க. என்ன ரேட்டுன்னா தருவீங்க சார்."

"ஓட்டிப் பார்க்கலாமா?" என்றான் மெக்கானிக்.

"பாருங்களேன்," என்று உள்ளே போய், சாவி எடுத்துக் கொண்டு, அப்படியே பூஜையறைக்குப் போய்க் கன்னத்தில் போட்டுக் கொண்டு, "தாயே, காரை நல்லபடியா ஸ்டார்ட் பண்ண வச்சிடு!" என்று வேண்டிக்கொண்டு வந்து தந்தேன்.

மெக்கானிக் ஏறி உட்கார்ந்து சாவியைத் திருப்ப... இறைவன் அருளால் வண்டி ஸ்டார்ட் ஆனது. இறைவன் இருக்கிறான் என்று நான் மறுபடி ஊர்ஜிதம் செய்து கொண்டேன்.

மெக்கானிக் காரை எடுத்துக் கொண்டு போனதும் இளைஞன் மறுபடி கேட்டான்.

பட்டுக்கோட்டை பிரபாகர் தேர்ந்தெடுத்த சிறுகதைகள்

“விலையைச் சொல்லலையே. இன்னும்?”

“தம்பி! நீங்க இந்த வண்டியை வாங்கணும்னு ரொம்ப பிரியமா கேக்கறிங்க. விலை கொஞ்சம் முன்னே பின்னே வந்தாலும் முடிச்சுடலாம். முதல்ல உங்க மெக்கானிக் பார்த்து மதிக்கட்டும்.”

“ஆர். சி. புஸ்தகம் காட்டுங்க சார்.”

“காட்றேன்,” என்று எழுந்து வீட்டுக்கு வந்து பீரோ திறந்து எடுத்துக் கொண்டு வாசலுக்கு வந்த போது...

எங்கே அவன்? நாற்காலி மட்டும் இருந்தது. சிகரெட் எதுவும் வாங்கப் போயிருக்கலாம் என்று காத்திருந்தேன்.

பத்து நிமிடம், அரை மணி நேரம்... ஆயிற்று. காரையும் காணோம். இளைஞனையும் காணோம்.

அலறிக் கொண்டு உள்ளே ஓடி, “மங்கம்மா... நல்லா ஏமாந்துட்டேன். ஓட்டிப் பார்க்கறேன்னு சொல்லி... திருடிட்டுப் போய்ட்டானுங்க!” என்று பதறினேன்.

“நிஜமாவா?”

“நிஜமாதான்.”

“அப்பாடா! ஒழிஞ்சுதா!”

“பாவி! – பாவி! கண்ணு முன்னாடி திருடிட்டுப் போய்ட்டானேடி.... உனக்கு சந்தோஷமா இருக்கா? இப்ப என்ன பண்ணுவேன்.”

நான் சைக்கிளை எடுத்துக் கொண்டு முக்கிய தெருக்கள் எல்லாம் சுற்றியலைந்து சோர்வாய் வீடு திரும்ப...

வீட்டு வாசலில் போலீஸ்.

“டி.டி.ஓ. 1688 மோரிஸ் மைனர் உங்களுதுதானே சார்?”

“ஆமா.”

“வடக்கு மெய்ன் ரோட்ல டிராஃபிக்குக்கு இடைஞ்சலா ஏன் நிப்பாட்டினிங்க? உங்க மேல சார்ஜ் பண்ணட்டுமா? வண்டியை ஓரமா தள்ளிப் போட்ருக்கோம். வந்து எடுத்துட்டு வாங்க.”

நான் உற்சாகமாக எடுத்துக் கொண்டு திரும்ப...

"மறுபடியும் வந்துருச்சா சனியன்?" என்றாள் மங்கம்மா.

"திட்டாதே மங்கு... மத்த எல்லா காருக்கும் இல்லாத இன்னொரு பிளஸ் பாய்ன்ட் பார்த்தியா? இதை யாரும் திருட முடியாது. நாமே வச்சிக்கலாமே..."

"நடக்காது, நான் சொன்னது சொன்னதுதான்."

கொஞ்சம் விலையை அனுசரித்துப் போட்டுக் கொள்ளலாம்- அட்டகாசமான வண்டி சார்- திருட முடியாத வண்டி- உங்களில் யாருக்காவது வேண்டுமா? சீக்கிரம் விற்க வேண்டும். குளிர் காலம் பாருங்கள்.

47
நலமில்லை... நலமா?

மண்டபத்தில் நாதஸ்வரத்தையும் மீறி பேசிக்கொண்டிருந்தார்கள். கைகளில் சாக்லெட் அடித்த வாழ்த்து அட்டைகள். வீடியோ மனிதன் ஒரு தலையையும் தவறவிடாமல் பதிவு செய்து கொண்டிருந்தான்.

அருகில் நின்றவன் ட்ரேயிலிருந்து காகிதக் கோப்பைகளில் ஆரஞ்சு பானத்தை ஒவ்வொரு நாற்காலியாக விநியோகித்துக் கொண்டிருந்த போதுதான், அந்த சங்கீத சிரிப்பொலியால் கவரப்பட்டுத் திரும்பிப் பார்த்தேன்.

மணமேடைக்கருகில் காதோரம் ஒற்றை ரோஜாவுடன்... மேனகாவா அது? மேனகாதான்.

என்னுள்ளே பொங்கியது ஓர் உற்சாக அலை. உடனே அதை விரட்டியது தயக்க அலை.

அவளை நான் கடைசியாகச் சந்தித்து சரியாக ஏழு வருடம், நான்கு மாதம், பதினேழு நாட்களாகிறது.

"உன்னோட நிலைமையும், உன் வீட்டுச் சூழ்நிலையும் என்னால் புரிஞ்சுக்க முடியுது மேனகா. உன் குடும்பம் உனக்கு ஆணிவேர். அதை அறுத்துட்டா செடி வாழாது. ஓடிப்போயிடலாமான்னு நான் கேட்டா அது சுத்த அயோக்கியத்தனம். அப்படியே உணர்ச்சி வசப்பட்டு அந்த அயோக்கியத்தனத்தை செய்யத் தீர்மானிக்க

என்கிட்ட ஆதாரம் இல்லைம்மா. என் பட்ஜெட்ல செலவு சைடுல மட்டும் தான் நிறைய அயிட்டம்ஸ் இருக்கு. வரவு சைடு காலியா இருக்கு. எந்த நம்பிக்கைல வான்னு சொல்றது?”

– கடைசி சந்திப்பில் கண்ணீரோடு சேர்த்து நான் சிந்திய கடைசி வாக்கியம் இது. அப்புறம் அவளுக்கு என்ஜினீயர் மாப்பிள்ளையோடு திருமணமான தினத்தில் தற்கொலை எண்ணம் தவிர்க்க நண்பர்களோடு வெளியூர் போய் அவர்கள் உறங்கியதும் தலையணைக்குள் அழுதவன் நான்.

பிறகு அழுது அழுது கண்ணீரும், எழுதி எழுதி கவிதையும் வற்றிப் போய், வேலை கிடைத்து, பைக் வாங்கி...

“எப்படா கல்யாணம் பண்ணிக்கப் போறே?” – நண்பர்களும், உறவினர்களும் இந்தக் கேள்வியைக் கேட்கும் போதெல்லாம்...

“வாழ்க்கையில் கல்யாணம் ஒரு கட்டாயமா? நான் பண்ணிக்கவே போறதில்லை“ – என்று நான் சொல்கிற பதிலை ஏதோ தமாஷுக்குச் சொல்கிறேன் என்றுதான் இன்றுவரை அவர்கள் நினைத்துக் கொண்டிருக்கிறார்கள்.

இன்றைக்கும் அவளை மனசுக்குள் மனைவியாக நினைத்து வாழ்ந்து கொண்டிருக்கும்போது, அதெப்படி இரண்டாம் கல்யாணம் செய்வது?

“மாற்றான் மனைவியை நினைக்கலாமா?” என்று அவ்வப்போது மனசாட்சி நீதிக்குரல் எழுப்பும்.

“ஒரு மகள் மருமகள் ஆவதால் மகள் உறவு மாறுமா? அப்படி அவள் அவன் மனைவி ஆனாலும் என் காதலி, என்றென்றும் இறுதி வரை, கடைசி மூச்சுவரை, மனதிற்குள் உரிமை கொண்டாடுவதில் அத்துமீறல் என்ன இருக்கிறது? செயல் வடிவச் சிந்தனையும் இல்லை. என் உரிமையை அவள் அங்கீகரிக்க வேண்டும் என்ற எதிர்பார்ப்புமில்லை” என்று என் மனசாட்சிக்கு என் மனம் பதில் சொல்லும்.

அந்த என் மன தேவதை இதோ இங்கே இருபதடி தூரத்தில். அதே சங்கீதச் சிரிப்பு. இன்றுவரை தொடரும் ஒற்றை ரோஜா ரசனை. சட்டென்று நான் வரிசை விலகி மண்டபத்தின் பின்புறம் வந்து சுவரில் சாய்ந்து நின்று சிகரெட் பற்ற வைத்தேன்.

நல்லவேளை. அவள் என்னைப் பார்க்கவில்லை. வேண்டாம். இந்தத் திடீர் சந்திப்பு வேண்டாம். தர்மசங்கடத்தில் ஆழ்த்தும். பழைய நினைவுகளைக் கிளறிவிடும். அவை மனம் பூரா புகைபோலப் பரவும்.

புத்தம் புது கொலுசு மாட்டி நீரோடையில் அவள் காலசைத்து, நான் நீர்மூழ்கி தண்ணீருக்குள் கொலுசு சத்தம் கேட்டு ரசித்த அந்த நிமிடங்கள்... பூவிதழா, அவளிதழா எது மெலிதானதென்று என் இதழால் பரிசோதித்த அந்த நிமிடங்கள்... இன்னும் ஏதேதோ நினைக்கச் சொல்லும்.

சொல்லாமல் புறப்பட்டுவிடத் தீர்மானித்து சிகரெட்டை அணைத்துத் திரும்பியபோது, என்னை நோக்கி ஒரு பொடியனின் விரல் பிடித்து வந்து கொண்டிருந்தாள் மேனகா.

"தினேஷ், பாத்ரூம் இங்கே இருக்கு. நான் இங்கேயே நிக்கறேன். நீ போய்ட்டு வா"

அவன் டிராயரைக் கழற்றிக் கையில் வைத்துக் கொண்டு பையனை அனுப்பிவிட்டு நிமிர்ந்த அவள் என்னை நேருக்கு நேர் பார்த்து விட்டாள். அவள் முகத்தில் ஏற்பட்ட திடீர் உணர்ச்சி தவிப்பா, அதிர்ச்சியா, சங்கடமா?

"ஹலோ... மேனகா, எப்படி... இருக்கே" என்று கேட்க வந்து கடைசி விநாடியில் சுதாகரித்து, இருக்கீங்க?" என்றேன்.

"நல்லாருக்கேன். கல்யாணப் பொண்ணு அவருக்குச் சொந்தம். அதாவது என் ஒரு நாத்தனாரை சேலத்துல கொடுத்திருக்காங்க. அவங்க மாமனாரோட தம்பி பொண்ணுக்குதான் கல்யாணம்."

"அப்படியா?"

நேத்து ரயில்ல வந்தோம். பர்த் கிடைக்கலை. உக்கார்ந்துகிட்டே வந்தோம். ரொம்ப கஷ்டமாய் போச்சி" என்றவள் பாத்ரூம் பக்கம் திரும்பி, "தினேஷ், போய்ட்டியா? நல்லா ரெண்டு தடவை கால் கழுவிட்டு வா" என்றாள்.

தினேஷ் என் முன்பாக தன் நிர்வாணத்திற்குக் கூச்சப்பட்டு, "சீக்கிரம் போட்டுவிடும்மா" என்றான்.

அவனுக்கு டிராயர் மாட்டியபடி, "என் பையன்தான். யு.கே.ஜி.

படிக்கிறான். சரியான வாலு. ஒரு இடத்தில இருக்க மாட்டான்" என்றாள்.

போட்டு முடித்ததுமே அவன் பிய்த்துக் கொண்டு, "நான் விளையாடப் போறேன்ம்மா " என்று அவள் அழைக்க அழைக்க ஓடிப்போனான்.

மண்டபத்திற்கு நடந்தபடி, "நான் சொன்னாலும் கேக்க மாட்டான், அவர் சொன்னாலும் கேக்கமாட்டான். வீட்ல அவன் தாத்தா ஒருத்தர் வார்த்தைக்குதான் கட்டுப்படுவான்" என்றாள்.

தினம் மனசுக்குள் ஆயிரம் பேசும் ஒருத்தியிடம் இப்போது பேச ஒரு வார்த்தை இல்லாமல் அருகில் அமைதியாக நடந்தேன்.

கண்ணாடி அணிந்த வெள்ளை ஸபாரி சூட் இளைஞன் கையில் கேமராவோடு வந்து, "மேனகா, தினேஷ் எங்கே?" என்றான்.

"அவன் விளையாடப் போறேன்னு ஓடிட்டான். மாடிலதான் இருப்பான். நான் சொன்னா கேக்க மாட்டேங்கறான். நீங்க ஒரு அதட்டல் போட்டு உங்க பக்கத்திலேயே வெச்சுக்குங்க"

"சார் யாரு?"

"எங்கப்பாவுக்கு வேண்டியவரு. முகுந்தன், இவர்தான் என் கணவர் விக்னேஷ். முதல்ல ஒரு கம்ப்யூட்டர் கம்பெனில வேலை பார்த்துட்டிருந்தார். இப்ப ஒரு வருஷமா சொந்தமா ஸாஃப்ட்வேர் பிசினெஸ் பண்றாரு."

"ஹலோ" என்று கைகுலுக்கிய விக்னேஷ், "நீங்க பேசிட்டிருங்க" என்று விலகியதும் மேனகா ஃபோன் இருக்கும் இடமாகச் சென்று நாற்காலியில் அமர்ந்து, "உட்காருங்க" என்றாள்.

நான் ஒரு நாற்காலி இடைவெளி விட்டு அமர்ந்தேன். கைகளைக் கட்டிக் கொண்டேன். நேரடிப் பார்வையைத் தவிர்த்தேன்.

"ரொம்ப இண்டெலிஜெண்ட் இவரு. எப்பப் பார்த்தாலும் படிச்சிட்டே இருப்பாரு. பிசினெஸ்ல ரொம்ப ஆர்வம்."

"அப்படியா?"

"சொந்தமா அடையாறுல ஃபிளாட் வாங்கிருக்கோம். ரெண்டு கார் இருக்கு. எனக்கு வீட்ல போரடிக்குதுன்னு நானும் எங்க ஆபீசுக்குப் போவேன்."

“ரொம்ப சந்தோஷம்.”

“இப்ப பதினேழு பேர் வேலை பார்க்கறாங்க. அடுத்த வருஷம் இன்னும் பெரிசா எக்ஸ்பாண்ட் செய்யணும்னு பிளான் வெச்சிருக்காரு. இப்பதான் ஸாஃப்ட்வேர் பிசினெஸ் ரொம்ப நல்லா இருக்கே.”

மெட்ராஸ்ல டைமே கிடைக்காது. கிடுகிடுன்னு நாள் ஓடும். நானும் டிரைவிங் கத்துக்கிட்டேன். மவுண்ட் ரோட்ல ஓட்டறப்பதான் திடுக்திடுக்னு இருக்கும். அங்கே அடிக்கடி டிராஃபிக் சிஸ்டம் மாத்திடுவாங்க.”

“பேப்பர்ல படிச்சேன்.”

“ஸண்டேதான் ஆபீசுக்கு லீவு. அன்னைக்கு நான், அவர், தினேஷ் எல்லாரும் ஒம்போது மணி வரைக்கும் நல்லாத் தூங்குவோம். அப்புறம் டி.வி. பார்த்து விட்டு ஹோட்டல்ல லன்ச் சாப்பிடுவோம். ஈவினிங்ல பீச், இல்லைன்னா சினிமா. ஆனா நல்ல படங்கள் எங்க வருது?”

“கம்மியாதான் வருது.”

“பாதிப் படங்கள் வீட்ல எல்.டி.சிஸ்டத்திலேயே பார்த்துடுவோம். எங்கயாச்சும் அவுட்டிங் போகணுமேன்னுதான் தியேட்டருக்குப் போறது. காரை பார்க் செஞ்சி திரும்ப எடுக்கறதுக்குள்ளே போதும் போதும்னு ஆயிடும்.“

“எங்கயும் நெரிசலாய்டுச்சே!”

“ஆமாம். காட்டு ஜனங்க! ஒரு வார்த்தை கோபிச்சுக்கக் கூடாது. கெட்ட வார்த்தையால திட்டுவாங்க. தராதரம் பார்க்க மாட்டாங்க. எங்க ஃபிளாட் பக்கத்தில ஒரு சேரி இருக்கு. காதை மூடிக்கிட்டுதான் நடக்கணும். திருட்டு பயம் வேற எங்க ஏரியால அதிகம். வீட்ல ஒரு நகையும் வைக்கிறதில்லை. எல்லாம் லாக்கர்லதான்.”

“அதான் நல்லது.”

“ஆனா அங்க வேலைக்காரி அமையறதுதான் பெரிய பிரச்சினை. இவ்வளவுக்கும் வீட்ல வாக்கியூம் க்ளீனர் இருக்கு. வாஷிங் மெஷின் இருக்கு. யாரும் நிலைக்க மாட்டேங்கறாங்க.”

“இந்தப் பிரச்சினை எல்லா ஊர்லயும் இருக்கு.”

நலமில்லை... நலமா?

"இப்ப ஆறு மாசமா எல்லா வேலையும் நானேதான் செய்றேன். அவர் இதில எல்லாம் அக்கறை எடுத்துக்க மாட்டாரு. "நீயே வேலை செய், டாக்டர் உன்னை எட்டு கிலோ எடை குறைக்கச் சொல்லிருக்காருன்னு கிண்டல் செய்வாரு!"

"உடம்பை கச்சிதமா வெச்சிக்கிறது நல்லதுதானே?"

"புரியுது. நேரம் இல்லையே! தினேஷுக்கு எட்டு மணிக்கு ஸ்கூல். டிபன் செய்யணும். மத்தியான லன்ச் செய்யணும்."

"நேரம் பத்தாதுதான்."

"காத்தே இல்லை பாருங்க. வீட்லயும், ஆபீஸ்லயும் ஏ.சி.லயே பழகியாச்சா, பட்டுப் புடவைக்கும் அதுக்கும் தாங்க முடியலை."

"மெட்ராஸ்ல ஏ.சி. அவசியம்தான்."

"ஸம்மர் வந்துட்டாலே ஊட்டி, கொடைக்கானல்னு ஓடிடுவோம். ஒரு நாத்தனார் அமெரிக்கால டாக்டரா இருக்கா. போன வருஷம். போய் ரெண்டு மாசம் தங்கியிருந்தோம். திரும்பி ஏண்டா இந்தியா வரணும்னு இருந்திச்சி..."

இப்போது ஒரு பெண் வந்து, 'மேனகா, வாம்மா, பொண்ணுக்கு நீதான் ஆரத்தி எடுக்கணும்' என்றதும் "போய்ட்டு வந்துடறேன்" என்று சொல்லிவிட்டு நடந்தாள் மேனகா.

நான் எழுந்து வாசலுக்கு வந்தேன். இவ்வளவு நேரம் என்னோடு பேசிக்கொண்டிருந்தவள் நான் பேசிப் பழகின அதே மேனகாவா, இல்லை வேறு யாரோவா?

நான் அவளுக்கு ஏற்கனவே அறிமுகம் உள்ள ஒருவன். அவ்வளவுதானா? கணவன், குழந்தை என்று தன் உலகத்தை மாற்றிக் கொண்டுவிட்ட அவள் மனதில் இன்னும் நான் தங்கியிருக்க வேண்டும் என்று எதிர்பார்ப்பது நியாயமில்லைதான். என்றாலும்...

ஒரு மனுஷியாக, ஒரு தோழியாக என்னைப் பற்றிக் கேட்கத் தோன்றவில்லையா? எத்தனை கேட்கலாம்?

வரவேற்பு மேஜையருகில் சிறுவர்கள் சண்டை போட்டுக் கொண்டிருக்க, அந்த தினேஷ் திடீரென்று சந்தனப் பேலா எடுத்து ஒருவன் மீது வீச, அவன் விலக, சந்தனம் என் சட்டையில் கொட்டி வழிந்தது.

"ஸாரி அங்கிள்" என்றான் தினேஷ் மிரட்சியுடன்.

"பரவாயில்லைப்பா..."

சட்டையைக் கழுவிக்கொள்ள மண்டபத்தின் பின்புறம் வரிசையாக இருந்த பாத்ரூம்களில் ஒன்றில் நான் நுழைந்தபோது... அடுத்த பாத்ரூமிலிருந்து ஒரு விசும்பல் சத்தம் கேட்டது. அது. அது... சந்தேகமே இல்லை; மேனகாவின் குரல்தான்.

48
மாதவன் சார்

கிராமம் என்றாலே எனக்கு ஒருவித 'போர்' உடனடியாய் தொற்றிக் கொள்ளும்.

உண்மை, கிராமம் அழகுதான்.

ஆறு சுழித்துக்கொண்டு ஓடும். பறவைகள் இசை அமைக்கும். பச்சை மரங்கள் காற்றைக் குளிர்ச்சியால் குளிப்பாட்டும். கட்ட, கட்ட வயல்களில் கதிர்கள் கதகளி பழகும். புல்லின் தலையில் பனி தொப்பி போட்டுவிடும். சூரிய உதயத்தில் பாலுமகேந்திராவுக்குத் தோதாய் வானம் சிரிக்கும். ஆண்கள் மாடுகளோடு நடந்து வயல் உழுவார்கள். பெண்கள் ஆற்றில் நிறைய சுதந்தரத்தோடு குளிப்பார்கள். பம்ப் செட்டுகளில் குழந்தைகள் குதிக்கும். ஒரே ஒரு டீக்கடை இருக்கும். தட்டியில் ஔவையார் போஸ்டர். சமயத்தில் லேட்டஸ்ட்டாய் 'அன்பே வா'

இதெல்லாமும் அழகுதான்; இனிமைதான். ஆனால், எத்தனை நாளைக்கு? என்னைப் பொறுத்தவரை முதல் நாளுக்கப்புறம் எல்லாமே சலித்துப் போகும்.

வருஷத்திற்கு ஓரிரு தடவை கிராமத்திற்கு வரவேண்டிய நிர்ப்பந்தம் எனக்குண்டு. சென்னையில் ரயிலேறி மயிலாடு துறையில் இறங்கணும். அங்கிருந்து மேற்கே போகும் பஸ் பிடித்து ஒரு மணி நேரம் பயணம் செய்து இறங்கி, பொடி நடையாய் ஒரு கி. மீ. நடந்து வந்து என் அக்காவைச் சந்திக்கணும்.

‘என்னக்கா, எப்படி இருக்கே? ஏன் கொஞ்சம் இளைச்ச மாதிரி தெரியுது? மணி என்ன சொல்றான்? பேசறானா? எங்கே, மாமா சொல்டா கண்ணா, சொல்லு... மா... மா... மாமா! தோடு புதுசா செஞ்சி கொடுத்தாரா அத்தான்? அப்புறம்... புதுசா டிராக்டர் வாங்கி இருக்கிங்களாமே?’

– இப்படியாகச் சில கேள்விகள் கேட்கணும்.

வயலிலிருந்து அத்தான் வந்தவுடன் அவரோடு சேர்ந்து சாப்பிடணும். புதுசாய் வந்திருக்கிற யூரியா உரத்தைப் பற்றியும், பயிருக்கு அடியுரம் இடுவதில் இருக்கிற சில டெக்னிக்குகள் பற்றியும் ‘வயலும் வாழ்வும்’ நடத்துவார். பெருமாள் கோயில் மாடு மாதிரி தலையாட்டணும். பைசா புரியாது. அப்புறம் கை கழுவி, துண்டை உதறித் தோளில் போட்டுக் கொண்டு... ‘ஒரு வாரம் தங்கிட்டுத்தான் போகணும்’ என்று கனமான தொண்டையில் சொல்லிவிட்டு வயலுக்குப் போய்விடுவார்.

அக்கா வேலை எல்லாம் முடித்துக் கொண்டு வந்து பாயில் படுத்துக்கொண்டு ‘இப்ப எதாச்சும் சம்பளம் உசந்திருக்காடா ராஜு’ என்பாள். இல்லாவிட்டால் ‘எப்பத்தான் கல்யாணம் பண்ணிக்கப் போறே?’ என்பாள். இந்த இரண்டு கேள்விகளை தடவைக்குத் தடவை மாற்றி மாற்றிக் கேட்பாள். சற்றைக்கெல்லாம் தூங்கி விடுவாள்.

இதைப் போல இரண்டு வருஷத்துக்கு முன்பு ஒரு பயணத்தில் நான் அவஸ்தைப்பட்டுக் கொண்டிருந்தபோதுதான் மாதவன் சாரைச் சந்தித்தேன்.

மாதவன் சார் கேரளக்காரர் இல்லை. பள்ளிக்கூட வாத்தியாரும் இல்லை. அதென்னவோ அவர் பெயரைச் சொல்லும் போதெல்லாம் சார் சேர்க்காமல் சொல்ல வரவில்லை. தானாய் மனத்திலிருந்து ஓர் அதீத மரியாதை வந்து விடுகிறது. யாருக்கும் வரும்.

அறுபத்தாறு வயது மாதவன் சாருக்கு, இரண்டு பையன்கள். இரண்டு பேரும் விவசாயத்தில். இருவருக்கும் திருமணமாகி, குழந்தைகள் பிறந்து. – வீட்டில் சின்ன டிக்கெட்டுகள் ஐந்தாறு இருக்கும்.

மாதவன் சாரை முதல் சந்திப்பில் என்னால் சரியாய் எடை போடவே முடியவில்லை. எனக்கு ஓர் ஆச்சரிய ஆசாமியாய் தெரிந்தார்.

கதர் வேஷ்டி கட்டி கதர் ஜிப்பா போட்டிருந்தார். வயலுக்கருகில் களத்துமேட்டில், சாய்வுப் பலகையின் பின்னால் ஒரு விரித்த குடை சணல் போட்டுக் கட்டப்பட்டிருக்கும். நாற்காலியின் தடியால் ஒரு புத்தகத்தை மடிமீது வைத்துப் புரட்டிக் கொண்டிருந்தார். வெள்ளை வெளேரென்று மீசை.

இடையிடையே எழுந்து வந்து போரடித்துக் கொண்டிருப்பவர்களிடம், “கருக்கா அதிகம் நிக்குது. இது சொந்த நெல்லு. பார்த்துத் தூவுங்க” என்று சொல்லிவிட்டுத் திரும்பப் போய் புத்தகத்தைப் புரட்டினார்.

அவர் வயலுக்கு அடுத்த வயல்தான் என் அக்காவினுடையது. இங்கே கயிற்றுக் கட்டிலில் உட்கார்ந்து கொண்டு அவரைக் கவனித்துக் கொண்டிருந்த நான், முதலில் அது ஏதோ சம்பளக் கணக்குப் புத்தகம் என்றுதான் நினைத்திருந்தேன்.

திடீர் திடீர் என்று ’அடடா!’ என்று சொல்வதும், பாக்கெட்டுக்குள்ளிருந்து பேனா எடுத்துப் புத்தகத்தில் அடிக்கோடிடுவதையும் கண்டு, அவரை நெருங்கினேன்.

“என்ன புஸ்தகம் சார் அது?“

ஏதாவது புராணப் புத்தகமாய் எதிர்பார்த்தேன். “பால் எலுவார்ட் கவிதைத் தொகுப்பு.”

அசந்து போனேன்.

சத்தியமாய் எதிர்பார்க்கவில்லை. அவருக்கு ஆங்கிலம் தெரிந்திருக்கும் என்று நான் கொஞ்சமும் நினைக்கவில்லை. அவர் உடை, தோற்றம், அமர்ந்திருந்த இடம், சுற்றிலும் நடக்கும் வயல் பணிகள்... இந்தச் சூழ்நிலையில் எவனும் இதை எதிர்பார்க்க முடியாது.

“யார் சார் அது?” என்றேன்.

என்னையறியாமல் ‘சார்’ வந்தது.

“பிகாஸோ தெரியுமா? அவர் ஃபிரண்ட், பொயட், சர்ரியலிஸ்ட்.” -

“சார் உங்க க்வாலிஃபிகேஷன் என்ன?”

“பழைய பி. ஏ., பார்த்தா தெரியலை இல்லை?”

“நிஜமாத் தெரியலை சார். நீங்க என்னவா இருந்தீங்க சார்?”

“உட்காருங்க தம்பி” என்று அடுத்த நாற்காலியைக் காட்டினார். உற்சாகமாய் அமர்ந்தேன். இன்னமும்கூட இவர் ஒரு படித்த, நிறைய படிக்கிற மனிதர் என்கிற விஷயத்தை என்னால் ஜீரணிக்க முடியவில்லை .

“என்ன கேட்டீங்க? ம்... நான் ஸ்டேட் பாங்க்லே பிராஞ்ச் மானேஜரா இருந்து ரிடையரானேன். மாலை போட்டு அனுப்பிட்டாங்க. இந்தியாவின் முதுகெலும்புக்கு வந்துட்டேன்.”

“உங்களைச் சந்திச்சதிலே எனக்கு ரொம்ப சந்தோஷம் சார். பேச ஆளே கிடைக்காம தவிச்சுக்கிட்டிருந்தேன். ஆமாம், இந்த வயசிலேயும் எப்படி சீரியஸான விஷயங்களையெல்லாம் படிக்கிறீங்க?”

“கொஞ்சம் சிரித்தார் மாதவன் சார்.

“உங்க வயசென்ன தம்பி?”

“இருபத்தேழு.”

“என்ன செய்றீங்க?”

“மெட்ராஸ்ல ஒரு கம்பெனில அக்கவுண்டண்ட்டா இருக்கேன்.”

“கவிதை படிப்பீங்களா?”

“எப்பவாவது. அதுவும் தமிழ் மட்டும்.”

“வானப் புடவைக்கு கஜமெத்தனை? கடலின் காலுக்கு உயரமென்ன? விண்ணின் ஓட்டைகளில் ஜ்வலிப்பவையை எண்ணு! முடியுமா இதெல்லாம்? முடியாது. இது நடக்காத காரியம். நம்மாலே முடிஞ்சதைச் செய்யலாமே! என்னால எந்த விஷயங்களையும் என் அறிவுக்கு எட்டலைன்னு சட்டுன்னு உதறிவிட முடியாது. இது சாதா விஷயம், இது சீரியஸ் விஷயம்னு கூறுபோட்டு ஜாதி மாதிரி பிரிச்சி வச்சித் தொடாம விட்டுட முடியறதில்லை.”

எனக்கு மாதவன் சார் மேல் மகாமதிப்பு உடனடியாய் விழுந்து விட்டது. அவரோடு நிறைய நேரங்களைக் கழிப்பது என்று அந்த நொடியே முடிவெடுத்தேன்.

நாங்கள் பேசினோம்.

சாயந்திர ஆரஞ்சு வெளிச்சம் மரக்கிளைகளினூடே பிசிறடிக்க,

மாந்தோப்புக் கயிற்றுக் கட்டிலில் அமர்ந்து...

சலசலத்துச் சீறிப் பாயும் ஆற்றின் ஓரமாய்ச் சம்மணம் போட்டமர்ந்து மடியில் இருந்து கடலைக்காய்களை ஒவ்வொன்றாய் உடைத்துத் தின்றுகொண்டே நாங்கள் பேசுவோம்.

இதில் நான் பேசுவது மிகக் குறைவாகவே இருக்கும். ஒரு கேள்வியைக் கேட்டுவிட்டு அரை மணி நேரம் வாயை மூடிக் கொண்டு விடுவேன். அவர் அழகாய் ஆழமாய் விளக்கிக் கொண்டே சலிக்காமல் பதில் சொல்கையில் உதாரணங்களுக்கு எட்டுத் திசைகளிலிருந்தும் கவிதை வந்து குதிக்கும்.

“பாப்லோ நெரூடோ படிச்சிருக்கிங்களா?” என்பார்.

வழக்கம் போல, “இல்லை” என்பேன்.

“ஓவியத்தில் க்யூபிஸம் தெரியுமா?”

“க்யூப் என்றொரு விளையாட்டுத் தெரியும்.”

“சல்வடோர் டாலி என்ன எழுதினான் தெரியுமா?”

“சார், இந்த மாதிரி தெரியுமா, தெரியுமானு கேக்காதீங்க. நீங்களே சொல்லிடுங்க” என்பேன்.

“எனக்கும் ஒரு பைத்தியக்காரனுக்கும் உள்ள ஒரே வேறுபாடு என்னவென்றால், நான் பைத்தியம் இல்லை - அப்படின்னு எழுதினான்.”

“உங்களுக்கும் எனக்கும் உள்ள ஒரே வேறுபாடு என்னவென்றால், நான் அறிவாளி இல்லை” என்பேன்.

“நோ ராஜு, நீங்க அப்படிச் சொல்லக் கூடாது. வைரம் வெட்டி எடுத்த உடனேயே பளிச்சிடறது கிடையாது. என்கிட்டே ஒரு தேடல் நெருப்பு அணையாம தீவிரமா தவிச்சிக்கிட்டே இருந்திச்சு. இப்பவும் இருக்கு. உங்ககிட்டே அந்தத் தேடல் இல்லை. உங்க கம்பெனில என்ன தயாரிக்கிறீங்க?”

“காருக்கான பாட்டரி.”

“உங்களுக்கு பாட்டரி எப்படித் தயாரிக்கிறது? நம்ம நாட்ல அதன் ஸ்கோப் என்ன?' - இப்படி பாட்டரி பத்தியெல்லாம் தெரியுமா?” -

“தெரியும்.”

"காரோட எஞ்சின் பத்தி?"

"தெரியாது."

"தெரிஞ்சுக்க ஆர்வம் காட்டலை நீங்க. உங்க வட்டம் பாட்டரியோட நின்னு போச்சு. ஒருவேளை கார் எஞ்சின் தயார் பண்ற கம்பெனில இருந்தா ஆர்வம் காட்டியிருப்பீங்க. ஆனா, என் வட்டம் பெரிசு. எதை எடுத்துகிட்டாலும் அது சம்பந்தப்பட்ட அத்தனையும் தெரிஞ்சாகணும். இந்த தாகம் நிறைய பேருக்கு ஏற்படறதில்லை. ஏற்படணும்னு ஒண்ணும் கட்டாயமுமில்லை. அதனாலே நீங்க என்னைப் பார்த்து ஆச்சரியப்படறதும் தேவையில்லை."

ஆனாலும் நான் ஆச்சரியப்படுவேன்.

மாதவன் சாரைச் சந்தித்த பின்னர் சென்னை வந்து அவருக்குக் கடிதம் எழுதினேன். அவரும் பதில் எழுதினார்.

எனக்கு வாழ்வில் சோர்வும், சலிப்பும் ஏற்படும் போதெல்லாம், என்னை எழுப்பி முன்னே ஓடச் செய்யும் முள்ளங்கிகளாக இருக்கும் அவரது கடிதங்கள். தோண்டத் தோண்ட அவரிடமிருந்து புதிய புதிய கோணங்கள் வெளிப்பட்டுக் கொண்டே இருந்தன. வாவ்! இவர் லட்சத்தில் அல்ல; கோடியில் ஒரு மனிதர் என்ற என் பிரமிப்பும் அதிகரித்தது.

நடுவில் எழுந்த ஒரே ஒரு சந்தேகத்தைப் போன தடவை ஆறு மாசம் முன்பு சென்றிருந்தபோது கேட்க நினைத்தேன். காபியைக் குடித்துவிட்டு டம்ளரை வைத்துவிட்டுக் கேட்டேன்.

"தப்பா நினைக்கக்கூடாது. உங்களைப் பல துறைகளிலும் வளர்க்கறதுனாலயும், எல்லா விஷயங்களையும் தெரிஞ்சுக்கறது னாலயும், நமக்கு நிறையத் தெரியும்ங்கற பெருமிதத்தைத் தவிர வேற என்ன லாபம்?"

"ரொம்ப மேம்போக்கான கேள்வி. தமிழகத்தின் முதலமைச்சர் யார் மிஸ்டர் ராஜு?"

"எம்.ஜி.ஆர்."

"உங்களுக்குக் காலையிலே டிபன் சாப்பிடணும், ஆபீஸ் போகணும், கூட்டணும், கழிக்கணும், மத்தியானம் சாப்பிடணும், சாயங்காலம்

சினிமா, இல்லை, அரட்டை, சாப்பாடு தூக்கம்... இதுதானே உங்க ரொட்டீன் வாழ்க்கை?”

“ஆமாம்.”

“அதனாலே தமிழகத்தின் முதலமைச்சர் யார்னு தெரியலைன்னாலும் உங்க ரொட்டீன் வாழ்க்கை தடைபடப் போறதில்லை. உங்களுக்கு அது ஏன் தெரிஞ்சிருக்கணும்... ? இதை ஒரு உதாரணத்துக்குச் சொன்னேன். விஷயங்களை, விபரங்களை நாம லாப, நஷ்டக் கணக்குப் பார்த்துத் தெரிஞ்சுக்கறதில்லை. அவங்கவங்களுக்கு இருக்கிற தாகத்தைப் பொறுத்தது.”

“அதாவது, நான் கேக்க வந்தது...”

“புரியுது. சமுதாயத்துக்கு என்ன லாபம்? அதானே...”

“யெஸ். வித்தியாசமா பார்க்க, சிந்திக்கத் தெரிஞ்ச நீங்க உங்க அறிவை ஏன் சமுதாய மேம்பாட்டுக்காகப் பயன்படுத்தலை?“

“உங்களுக்குத் தெரிவிக்காத விஷயங்கள் நிறைய இருக்கு ராஜு. இருபது வருஷத்துக்கு முன்னாடி நான் ஒரு எழுத்தாளன் தெரியுமா? அப்போ என்கிட்டே ஒரு வெறியே இருந்திச்சி... ‘தனி மனித எழுத்தினால் சரித்திரமே புரண்டிருக்கிறது - புரட்சித்தீ எழுந்திருக்கிறது - எழுத்தினால் சாதிக்க முடியாதது எதுவும் இல்லை...’ அப்படீன்னெல்லாம் மேடைகளிலே பேசியிருக்கேன். அனுபவத்திலே என் கருத்து தப்புன்னு புரிஞ்சுக்கிட்டேன். பொம்மை செய்றவனின் விரல்கள் மட்டும் திறமையா இருந்தா போதாது ராஜு... அந்த மண்ணும் தரமா, குழைவா இருக்கணும். எத்தனையோ இலக்கியமா எழுதியிருக்கேன், பிரச்னைகளை அலசியிருக்கேன். புதுமையான நடைமுறை சொல்யூஷன்ஸ் தந்திருக்கேன். அந்த எழுத்துக்களுக்குப் பலன்... அடுத்த வார இதழில் ரெண்டு பேர் பிரமாதமாய் எழுதியிருந்தார் ஆசிரியர்’ என்பதோட சரி. இப்போ வரதட்சிணைக் கொடுமை பத்தி எத்தனை ஆயிரம் கதைகள், கட்டுரைகள், கவிதைகள் வந்துடிச்சி... சாதனை என்ன? நின்னு போச்சா இந்தப் பிரச்னை? கதைகள் அந்த நிமிஷத்திலே ஒரு உத்வேகத்தை ஏற்படுத்திடும். ஆனா, அந்த வேகத்துக்கு நீர்க்குமிழியின் ஆயுசுதான். எங்காவது ஒரு இதயம் படைப்பினால் திருந்தலாம். ஆனா அதை என்னால சாதனையா ஏத்துக்க முடியலை. மூணு நாளா சாப்பிடாம, ‘பசி

பட்டுக்கோட்டை பிரபாகர் தேர்ந்தெடுத்த சிறுகதைகள்

ஐயா’ன்னு சொல்ற ஒருத்தனுக்கு... விளைஞ்சி நிக்கிற வயலைக் காட்டி, ’இந்த வயல் பூரா என்னதுதான். அறுவடை பண்ணி, போரடிச்சி, மில்லுக்கு அனுப்பி அரிசியாக்கி சமைச்சிப் போடறேன். காத்திரு’ன்னு சொல்ற மாதிரியான சாதனை இது. சமுதாயமே மாறணும்னு பேனாவைப் பிடிச்ச எனக்கு அது சரியான பாதையாத் தோணலை. புகழுக்காக எழுதப் பிடித்தமில்லை. பேனாவை மூடிட்டேன் ராஜு. அப்புறம் குடும்பச் சூழ்நிலைகள், பிரச்னைகள் என்னை எனக்காக வாழறவனா மாத்தி கவலைகள் விடுபட்டுப் போச்சி.”

இவருக்குள் இத்தனை மாதவன்கள் இருப்பார்கள் என்று எதிர்பார்க்கவே இல்லை. மனத்தில் அவரைக் கிட்டத்தட்ட பூஜிக்கவே தொடங்கி விட்டேன்.

“உங்களுக்குப் பிரச்னை எதாவது இருக்கா சார்?” என்றேன் அன்று .

“ஒண்ணே ஒண்ணு.”

“என்ன சார்?”

“பர்சனல். ஆனாலும் எனக்கு வடிகால் தேவை. அதனால சொல்றேன். இப்ப கொஞ்ச நாளா என் வார்த்தைகள் என் மகன்களினாலே அவ்வளவா எடுத்துக்கப்படறதில்லை. வயசானவன் சும்மா தொணதொணப்பான் அப்படின்னு லேசா ஒரு முனகல் துவங்கியிருக்கு. என்னால அவங்களைப் புரிஞ்சுக்க முடியுது. அவங்களால என்னைப் புரிஞ்சுக்க முடியலை. என்னை நான் மாத்திக்க முயற்சி பண்ணிக்கிட்டிருக்கேன்.”

அந்த சந்திப்புக்குப் பிறகு நான் எழுதின நான்கு கடிதங்களுக்கு மாதவன் சாரிடமிருந்து பதில் இல்லை.

ஏன்? என்ன ஆயிற்று? என் அக்காவுக்குக் கடிதம் எழுதினேன், யாரையாவது விட்டு அவரிடம் கடிதம் எழுதச் சொல்லும்படி.

போன வாரம் அக்கா பதில் எழுதியிருந்தாள்.

‘நீ எழுதியுள்ள அந்தக் கிழவர் செத்துப் போய் விட்டார் போன மாசம்.

கப் என்று உள்ளுக்குள்ளே அடைத்துக் கொண்டது. சொந்தம் இல்லை, ரத்த உறவு இல்லை. ஆனால் கண்கள் கசிந்தன.

மூந்தா நாள் சனிக்கிழமை புறப்பட்டு ஞாயிற்றுக்கிழமை அதிகாலை அக்காவின் ஊருக்கு வந்தேன். கொஞ்ச நேரத்தில் மாதவன் சார் வீட்டிற்கு வந்தேன். அவர் படம் மாலை போட்டுக் கொண்டிருந்தது. மகன்கள் இல்லை. மருமகள்கள் இருந்தார்கள். அவர் படுக்கும் ஈஸி சேர் இருந்தது குப்பையாய், தூசியாய்.

"என்னை ஞாபகம் இருக்கா?"

"மெட்ராஸ்தானே? வர்றப்பல்லாம் வந்து பேசுவீங்களே... ஞாபகமிருக்கு."

"என்ன ஆச்சு அவருக்கு?"

"நல்ல சாவுதான். அவஸ்தைப்படாம, வேற நோய் எதுவும் வராம ஒரு நாள் காலையில இறந்துட்டார்."

என் கண்கள் திரைகட்டின.

"உங்க அக்கா வீட்டுக்குப் பத்துப் பன்னெண்டு புஸ்தகம் கொடுத்தனுப்பிச்சோம். உங்ககிட்டே கொடுக்கச் சொல்லி ஒப்படைச்சார் அவர்."

கடிதம் எழுதாதற்குக் காரணம் புரிந்தது. அவர் கொடுத்த புத்தகங்களை வாங்கிப் புரட்டியபோது மரணத்தின் காரணம் புரிந்தது.

ஒரு புத்தகத்தினுள் எழுதி வைத்திருந்த அந்தக் கடிதத்தில் அவர் கையெழுத்து மிகத் தடுமாறியிருந்தது.

அன்புள்ள ராஜு,

சமீப காலமாய் நான் உங்களுக்குக் கடிதம் எழுதவில்லை. இயலாமைதான் காரணம்.

எனது கண்கள் உழைத்து ஓய்ந்து விட்டன. என் செயல்கள் அத்தனையையும் முறித்துப் போட்டு விட்டன அவை. காலையில் எழுந்து பல் துலக்கப் பின்புறம் செல்லக்கூட இன்னொருவர் உதவி தேவைப்பட்டது. தினம் எதையாவது படிக்காவிட்டால் எனக்கு உறக்கம் வராது. ஆனால்... அத்தனை என் எண்ணங்களையும் சாட்டையால் அடித்து ஒடுக்கிவிட்டன. நடக்கவும், உட்காரவும், சாப்பிடவும் என்று எல்லாவற்றிற்கும் உதவுபவர்களின் உதடுகள் முதல் ஒரு வாரம் மட்டுமே மௌனமாய் இருக்கும்.

தவிர... நான் உணர்ந்தேன்... இனி என்னாலும் மற்றவர்களாலும் என் வாழ்க்கையைப் பொறுத்தவரை எதிர்பார்க்கப்படும் ஒரே நிகழ்ச்சி என் மரணம் மட்டுமே. நானும் அந்த நிகழ்ச்சிக்காகவே காத்திருந்தேன்.

நாம் ஒரு சமயம் 'மெர்ஸி கில்லிங்' பற்றிப் பேசி யிருக்கிறோம், நினைவிருக்கிறதா? கருணைக் கொலை! அது நியாயமானதே என்று நீங்கள்கூடச் சொன்னீர்கள். என் எண்ணம் 'மெர்ஸி சூசைட்' என்று ஒன்றைப்பற்றி உடன் நினைத்தது. கருணைத் தற்கொலை! செய்வதற்குக் காரியங்கள் எதுவும் எனக்கு இல்லை. இருந்தாலும் உத்தரவுகள் மட்டுமே இட முடிகிற நிலை. மாலை வானத்தைத் தினமும் போல் ரசிக்க முடியாது. காலை பேப்பரை எழுத்து ஒன்று விடாமல் படிக்க முடியாது. இன்னும் படிக்க நினைத்த எத்தனையோ புத்தகங்கள் பாக்கியிருக்கின்றன. ஒரு குடும்பத் தலைவன் என்கிற முறையில் அத்தனை கடமைகளும் செய்து முடித்து விட்டேன். என் இறப்பினால் விதவையாக மனைவிகூட இல்லை. ஆக, அந்த நாளுக்காக எதற்காகக் காத்துக்கொண்டிருக்க வேண்டும் என்று யோசித்தேன். தீர்மானித்தேன். மாத்திரைகள் சில கடமையாற்றின.

யாருக்கும் தெரியாது. தெரியப்போவதில்லை. ஆனால், சமீப காலமாக எல்லாவற்றையும் சொல்லிவந்த உங்களிடம் மட்டும் சொல்ல நினைத்து இந்தக் கடிதம்... பல புத்தகங்கள் இத்துடன். படியுங்கள், உபயோகமாகலாம். ஒரே ஒரு அட்வைஸ்: அந்த நிமிடத்துச் சூழ்நிலைக்கு நியாயமாய்ப்படுவதை நிறைவேற்றத் தயங்காதீர்கள்.

என் இறுதியான வாழ்த்துக்கள் உங்கள் எல்லா முயற்சிகளுக்கும்.

அன்புடன்

மாதவன்

நான் குலுங்கிக் குலுங்கி அழுதேன். "ஏண்டா... என்னடா?" என்று ஓடி வந்த அக்கா, "என்னடா அது லெட்டர்? ஏன் அழறே? எதாச்சும் காதல் விஷயமா?" என்றாள்.

49
சரோஜா எழுதிக்கொண்டது...

முக்கிய பிரமுகர்களும் உறவினர்களும் வருகிறபோதெல்லாம் கூடுதலாய் பொங்கி துண்டை வாயில் பொத்தி அழுதான் கணேசன்.

ஐஸ் பெட்டிக்குள் படுத்திருந்தவளைப் பார்த்த குழந்தைக்கு இனி அம்மா இல்லை என்று புரியாவிட்டாலும் ஏதோ சரியில்லை என்றுணர்ந்து சிரிக்காமலும் அழாமலும் வெறித்தபடி நின்றது.

எல்லா நிறத்திலும் பூக்கள் சிதறிய ஷிபான் புடவை கட்டியவள் செருப்பை சுலபமாய் திருடிவிட முடியாத இடம் தேர்வு செய்து கழற்றிவிட்டு வந்து, "எப்படி மாமா? நல்லாத்தானே இருந்தா!" என்றவள் வராத கண்ணீரைத் துடைத்தாள்.

கணேசனோ பெட்டிக்குள் பார்த்து ஆவேசமாய், "சந்தோஷமாதானடி வெச்சிருந்தேன். பீரோ முழுக்க புடவையா ரொப்புனனே... சாமிக்கு அலங்காரம் மாதிரி நகை நகையா வாங்கிப்போட்டனே..." கத்தி மார்பில் குத்திக்கொண்டவனைப் பலரும் தடுத்துத் தாங்கினார்கள்.

இடுப்பில் செல்போன் செருகியிருந்த மூதாட்டி வரும்போதே அலறினாள், "சரோஜா... இப்படிப் பண்ணிட்டியேடி பாவி! அல்பாயுசுல சவமாப் போயிட்டியேடி சண்டாளி!"

மூதாட்டி அணைத்துக்கொண்டபோது பாரம் தாங்காமல் தடுமாறி சமாளித்து நின்றான் கணேசன்.

வீட்டுக்கு வெளியே வாடகைக்கு எடுத்த பிளாஸ்டிக் நாற்காலிகளில் உள்ளே துக்கம் விசாரித்து முடித்தவர்கள் குரல் தாழ்த்தி அரசியல், சினிமா பேசினார்கள். இருபதில் பத்து பேர் மொபைலில் மீம்ஸ் பார்த்தார்கள். லேப்டாப் பேகுடன் அந்த ஜீன்ஸ் இளைஞன் மட்டும் கூட்டத்தில் துறுத்தலாய் இருந்தான்.

இரண்டு பேர் காகிதப் கோப்பைகளில் தண்ணீரும், காபியும் கேட்டுக்கேட்டு விநியோகித்தார்கள்.

வந்த ஜனங்களின் கார்களும், மோட்டார் பைக்குகளும் ஒழுங்கில்லாமல் நிறுத்தப்பட்டிருக்க... வீட்டின் வாசல் வரை எம்.எல்.ஏவின் கார் வருவதற்காக மூன்று பேர் அவற்றை நகர்த்தி நிறுத்தினார்கள்.

கன்னித் தீவில் சிந்துபாத் படித்துவிட்டு ராசி பலன் முடித்து செய்தித்தாளை குறுக்கில் மடித்து பக்கத்து சேரில் போட்ட கழுத்தில் கர்சீப் வைத்த ஒரு சித்தப்பா கேட்டார்.

“இன்னும் யாரு வரணும்?”

“எம்.எல்.ஏ வர்றாராம்.”

“ஸ்கூல் புள்ளைங்களுக்கு பாடம் சொல்லித் தர்ற பொண்ணு இப்படி லூசாட்டம் பூச்சி மருந்து குடிச்சிருச்சே...”

“அதாங்க கடுப்பாகுது. ஊர் உலகத்துல வியாதி யாருக்கு வரல? எல்லார் வீட்லயும் மாத்திரைக்குத் தனி டப்பாவே இருக்கு.”

மூங்கில் பாடை தயாராவதை நான்கு பொடியர்கள் சுற்றிநின்று வேடிக்கை பார்த்தார்கள். பத்து மாலைகள் சேர்ந்து முகம் மறைக்கும்போது அள்ளித்தூக்கி மயானத்திற்குப் போகிற வேன் மீது போட தனிப்படை வேலை பார்த்தது.

யூனிஃபார்ம் அணிந்த சப் இன்ஸ்பெக்டர் ஸ்டாண்ட் போட்ட பைக்கில் சாய்ந்து போனில் பேசினார்.

“போஸ்ட் மார்ட்டம் ரிப்போர்ட்ல ஒரு குழப்பமும் இல்ல சார். பூச்சி மருந்துதான் குடிச்சிருக்கா. மிச்சம் இருந்த டப்பால கைரேகை எடுத்துப்பார்த்துட்டேன். வவுத்து வலி தாங்காமதான் தற்கொலை சார். வேற சந்தேகப்படும்படியா எதுவும் இல்ல. ஹஸ்பண்ட் பத்தி எல்லாரும் நல்லவிதமாதான் சொல்றாங்க.”

ஜீன்ஸ் இளைஞன் எழுந்து நடந்து பின்பக்கம் வரிசையாக

சரோஜா எழுதிக்கொண்டது...

நின்ற மரங்களுக்குப் பின்னால் சென்று ஜிப்பை இறக்கி பாரம் இறக்கிவிட்டு குழாயில் கை கழுவினான். குசுகுசுவென்று இருவர் பேசுவது கேட்டது.

"சரோஜா சரோஜான்னு உசுரை விடுவானேடி இவன்... தீபாவளி, பொங்கலுக்குதான் நம்ம வீட்ல புதுத்துணி. இவன் மாசா மாசம் பட்டும் பனாரசுமா வாங்கிக்குடுப்பானே" என்றாள் அவள்.

"போலீஸ் கேசானதால பொணத்தை அறுத்துக் கட்டிதான் குடுத்தாங்களாம்... ஒரு கடுதாசி கிடுதாசி எழுதி வெச்சிட்டுப் போயிருக்கக் கூடாது?" என்றாள் இன்னொரு அவ.

***

என் பெயர் சரோஜா. சின்ன ஊரில் ஆரம்பப் பள்ளி ஆசிரியை. கணவர் பெயர் கணேசன். கொஞ்சம் நிலம் உண்டு. தவிர பூச்சி மருந்து வியாபாரம்.

சம்பாரிக்கும் பணம் எல்லாம் விவசாயிகளின் பெயரில் நோட்டுப் புத்தகத்தில் வரவேண்டிய கடனாக எழுதிவைக்கப்பட்டிருக்கிறது.

அப்பாவுக்கு என்னை என்ஜினியர் இல்லை டாக்டருக்குக் கட்டிக் கொடுக்க ஆசை.

பி.ஏ தமிழ் படித்த (எங்கள் ஊர் அரசு கல்லூரியில் அதுதான் கிடைத்தது) எனக்கு எந்த டாக்டரும், என்ஜினியரும் கிடைப்பான்?

எனக்கு மாப்பிள்ளை பார்த்தார்கள், பார்த்தார்கள்... பார்த்துக் கொண்டே இருந்தார்கள். ஏழு மாப்பிள்ளைகள் வந்து கடையில் வாங்கிய பாதுஷாவும், வீட்டில் செய்த மெதுவடையும் சாப்பிட்டுவிட்டுப் போனார்கள். பாதுஷா என்பது ஜாங்கிரி, மைசூர்ப் பாகு என்று மாறும். மெதுவடை என்பது பஜ்ஜி, போண்டா என்று மாறும். ஆனால் 'சொல்றோம்' என்கிற பதில் மட்டும் மாறாது.

'என்னதான்யா சொல்றீங்க?' என்று வம்படியாக அப்பா போன் செய்து கேட்டால் 'சின்ன ஊரா இருக்குன்னு பாக்கறோம்...' என்று ஒரு பதில் வரும். 'பொண்ணு லட்சணமா இருக்கு. ஹைட்டுதான்

அஞ்சி புள்ளி ஒண்ணா இருக்கேன்னு யோசிக்கிறோம்?' என்று ஒரு பதில் வரும். 'பொண்ணு வாங்கற சம்பளம் கம்மியா இருக்கேன்னு யோசனை' என்று ஒரு பதில் வரும்.

நான் சொந்தமும், ஊரும் சொல்கிற அத்தனைப் பரிகாரங்களும் (மண் சோறு, பால் காவடி உள்பட) செய்து பார்த்து .... ராத்திரிகளில் ரகசியமாக குளித்து, சினிமாக்கள் பார்ப்பதைத் தவிர்த்து... வெளியே செல்லும் போதெல்லாம் 'யாராவது வந்து ஓடிப் போலாமா? என்று கடிதம் கொடுங்கள், ஓடிவந்துவிடுகிறேன்' என்று மனம் வெதும்ப ஆண்களைப் பார்ப்பேன்.

அப்பா என்னையும், அம்மாவையும் அழைத்து அன்று சொன்னார், "கணேசன் நல்லவன். உரக்கடை வெச்சிருக்கான். பீடி, சாராயம் பழக்கம் இல்ல. ஆள் ஜம்முன்னு இருப்பான். வசந்தா வீட்டு கல்யாணத்துலகூட பாத்தமே.."

"அவனோட தம்பி யாராச்சும் இருக்காங்களா?" என்றாள் அம்மா.

"அவனுக்குதாண்டி பொண்ணு தேடிட்டிருக்காங்க."

"அடப்பாவி மனுஷா! அவனுக்குதான் கல்யாணமாகி குழந்தையும் இருக்கே... பொண்டாட்டி செத்து ஆறு மாசம்கூட ஆகலை.... அதுக் குள்ள புது மாப்பிள்ளை ஆகறானா? அவனுக்குப் போயி ரெண்டாந் தாரமா.... எப்படி மனசு வந்துச்சி உங்களுக்கு?" கத்தினாள் அம்மா.

"அம்மா.... எனக்கு சம்மதம்!" என்றேன் அழுத்தமாக.

பிரசவ வலி எப்படி இருக்கும் என்று உணராமலேயே தாலி கட்டின அடுத்த விநாடி எனக்கு ஓர் குழந்தை. இது போனஸ் இல்லையா? முப்பத்தி இரண்டு வயதாகியும் ஒரு மாப்பிள்ளையும் தேறாமல், ஒரு விடலையும் சைட்கூட அடிக்காமல் நொந்துபோன எனக்கு இரண்டாம் கையாகத்தான் கணவன் கிடைப்பான் என்பது எழுதி வைக்கப்பட்ட விதியென்று மனதைத் தேற்றிக்கொண்டேன். மனதின் ஆழத்தில் புருஷ சுகத்தின் ஏக்கம்தான் சமாதானப்படுத்தியது என்று சொல்ல எனக்குத் தயக்கமில்லை.

காமம் என்ன தப்பான விஷயமா? வயிற்றின் பசியைப் போல உடலின் பசியும் இயற்கையே செய்துவைத்திருக்கும் ஏற்பாடுதானே? மெனெக்கெட்டு விதை போட்டு உற்பத்தி செய்வதா காமம்?

குழந்தையை என் அம்மா வீட்டிற்கு அனுப்பிவிட்டு என் கணவர் வீட்டில் அலங்கரிக்கப்பட்ட கட்டிலில் உடல் நெருப்பாகக் கொதிக்க காத்திருந்தபோது ஜரிகை வேட்டியுடன் வந்த மணாளன் முகம் பார்க்காமல் இரண்டு வரியில் சொன்னார்.

"இந்தக் கல்யாணம் நடந்தா நாப்பது நாள் விரதம் இருந்து நடந்தே வர்றேன்னு குலதெய்வத்துக்கு வேண்டிருக்கேன். அதனால..."

வருடக் கணக்கில் மோகம் சுமந்தவளுக்கு நாற்பது நாள் என்ன பெரிய பிரச்சினை! ஆனால் நாற்பது நாளாகி கோயிலுக்குப் போய் வந்த பிறகும் அவரின் போக்கு எனக்குப் புரியவில்லை.

பார்சல் வாங்கிய பிரியாணி பொட்டலத்தின் நூலை எடுத்து, பிரித்து வைத்துக்கொண்டு ஆனால் சாப்பிடாமல் பார்த்துக்கொண்டே இருப்பார்களா யாராவது? செய்தார். பிறகு ரொம்ப நேரம் கழித்து சாப்பிட முயற்சி. கையில் எடுத்த கவளத்தை உதறிவிட்டு எழுந்து சென்று கை கழுவுவார்களா யாராவது? செய்தார்.

மீண்டும் உடுத்திக்கொண்ட என்னருகில் தயங்கி வந்து தரை பார்த்து சொன்னார், "மன்னிச்சிடு சரோஜா..."

நான் எதுவும் பேசவில்லை.

பல இரவுகளில் தொடர்ந்து மன்னிப்பு கேட்டார்.

"அப்பறம் குழந்தை எப்படி?" என்றேன் ஒரு நாள்.

"அது... கேக்காதே! தயவு செஞ்சி கேக்காத! உன் கால்ல வேணா லும் விழறேன். கேக்காதே! அதைக் கேட்டு அடிச்சி தொலைச்சதுக்குதான் ரோஷம் தாங்காம கிணத்துல குதிச்சி செத்துட்டா அவ. தவ றி விழுந்து விபத்துன்னு எல்லாரும் நம்புனாங்க. நல்ல வேளை கடு தாசி எதுவும் எழுதி வைக்கல" என்றார்.

நான் அதிர்ந்துபோய் அவர் முகத்தையேப் பார்த்தேன்.

"எல்லா நெல்லுக்குள்ளயும் அரிசி இருக்கா என்ன? சிலது வெத்து சாவியா முளைச்சிடறதில்லயா? எத்தனை சேலை எடுத்துக் குடுத்திருப்பேன்... எத்தனை நகை போட்ருப்பேன். ஒழுக்கமா இருக்க முடியாதா? எவனோடயோ தப்பு செஞ்சி உண்டாய்ட்டா. யோசிச்சிப் பார்த்தேன். ஒரு குழந்தை பொறந்தாதானே என்னையும் ஆம்பளைன்னு ஊரு ஒத்துக்கும். எதுவும் கேக்காம இருந்துட்டேன்.

ஒரு நாள் வேற ஒரு விஷயத்துல கோபம்! அப்ப வாய் வார்த்தை வளர்ந்தப்ப பொறுக்கமுடியாம கேட்டுத் தொலைச்சுட்டேன்."

சட்டென்று என் காலில் விழுந்தார்.

"தயவுசெஞ்சி வெளில சொல்லாத சரோஜா. மானம் போய்டும்! நல்லது கெட்டதுக்குக் கூப்புடறாங்க. பஞ்சாயத்து பண்ண போயிட்ருக்கேன். கவுன்சலர் ஆக்கறேன்னு எம்.எல்.ஏ சொல்லிருக்கார். என் ஆசைல மண்ணை அள்ளிப் போட்றாதேம்மா."

யார் ஆசையில் யார் மண்ணள்ளிப் போட்டது?

"இத பாரு ராசாத்தி... உனக்கு மாசம் நாலு பொடவை வாங்கித் தர்றேன். நகைநகையா வாங்கிப்பூட்றேன். இது மட்டும் வெளில தெரியக்கூடாது."

பொறுக்கவே முடியாமல் கேட்டுவிட்டேன்.

"உண்மையை மறைச்சி மொத கல்யாணம் ஏன் செஞ்சிங்க?"
"வயசாயிட்டே இருக்கு, ஏண்டா பண்ணிக்கலைன்னு சொந்தக்காரங்க கேட்டுக்கிட்டே இருந்தானுங்க. வேற வழியில்லாமதான்..."

"ஒரு உசுரை பலி கொடுத்தப்பறமும் மறுபடி அதேத் தப்பை ஏன் செஞ்சீங்க?"

"குழந்தையப் பார்த்துக்க ஆள் வேணாமா? நம்ம வாழ்க்கைல கல்யாணம்னு ஒண்ணு நடக்குமான்னு ஏங்கற பொண்ணா இருக்கணும்னு தரகர்ட்ட கண்டிஷனா சொன்னேன்."

"கல்யாணத்துக்கு ஏங்கற பொண்ணுங்களுக்கு புடவை, நகை ஆசை மட்டும்தான் இருக்குமா?"

"புரியுதுடி! இந்தக் கனவாச்சும் நிறைவேறுதுன்னு சந்தோஷப்பட்டுக்கலாமே சரோஜா."

வேறு பக்கம் திரும்பிக்கொண்டார். சொன்னார்.

"நானும் நியாயம் தெரிஞ்சவன்தான் சரோஜா. நீயும்கூட ஒரு குழந்தை பெத்துக்கிட்டாலும் சம்மதம்தான். எப்படி, யாருன்னு சாமி சத்தியமா நான் கேக்கவே மாட்டேன்."

"ச்சீ! த்தூ" என்று அவன் முகத்தில் துப்பவேண்டும் போலிருந்து.

மூலையில் இருக்கும் அரிவாளை எடுத்து வெட்ட வேண்டும் போலிருந்தது. அதற்கெல்லாம் தைரியமில்லாத இந்த ஜென்மத்திற்கு பூச்சி மருந்தைக் குடிக்கத்தான் தோன்றியது.

இந்தக் கடிதம் நீங்கள் படிக்கும்போது அனேகமாக நான் உயிரோடு இருக்க மாட்டேன். இந்த மாதிரியான இரண்டு இழிந்த பிறவிகளாவது திருந்தினால் போதும் என்றுதான் உங்களுக்கு எழுதினேன். இப்படிக்கு, வாசகி சரோஜா.

★★★

பிணத்தைக் குளிப்பாட்ட சில பெண்கள் தண்ணீர்க் குடமெடுத்துக் கொண்டு வீட்டுக்குள் சென்றபோது... ஜீன்ஸ் போட்ட இளைஞன் பைக்கில் சாய்ந்து சிகரெட் பிடித்த சப் இன்ஸ்பெக்டரிடம் வந்தான்.

“எக்ஸ்க்யூஸ் மி சார். சரோஜா தற்கொலைக்கு பின்னாடி பெரிய கதை இருக்கு. தற்கொலைக்குத் தூண்டப்பட்ருக்காங்க. ஒரு வகையில் கொலை. சரியா சொல்லணும்னா கணேசன் செஞ்சிருக்கிற ரெண்டாவது கொலை” என்றான்.

“என்ன சார் சொல்றீங்க?”

“நான் ‘அக்னி’ பத்திரிகை சப் எடிட்டர். சரோஜா எங்களுக்கு அனுப்பிச்ச லெட்டர் தர்றேன். படிங்க” என்றான். தந்தான்.

50
நன்மை பயக்குமெனின்...

இன்று என் திருமண வெள்ளி விழா. கோயிலில் அர்ச்சனை முடித்து பிரகாரத்தில் உடன் நடக்கிறாள் என் தேவதை. வீட்டில் கேக் வெட்டிய போது பரிசளித்த பட்டுப் புடவை, வைர நெக்லசில் உற்சாகம் மிதக்க ஜொலிக்கும் மனைவியை நுரைத்துப்பொங்கும் பெருமிதத்துடன் பார்த்து, “ஒரு உண்மை சொல்லணும் டியர்” என்றேன்.

“என்ன அர்ஜுன்?” என்றாள் புன்னகையுடன்.

★★★

மஞ்சள் தேய்த்துக் குளித்திருந்த நியூயார்க் சிட்டி டாக்ஸி கொசு வலை போல எங்கும் தொங்கிய மெலிதான பனித்திரையை ஊடுருவிக்கொண்டு விரைந்தது.

ஜே. எஃப். கே. சர்வதேச விமான நிலையத்தில் இறங்கிக்கொண்டு லேப்டேப் மற்றும் ட்ராலி சூட்கேசுடன் டெர்மினல் நோக்கி விரைந்தபோது குளிர் பதினான்கு டிகிரி செல்ஷியஸ் என்று சுவரில் ஒரு திரை காட்டிவிட்டு கார் விளம்பரத்திற்குத் தாவியது.

செக்-இன் செய்து, செக்யூரிட்டி செக் முடித்து என் கேட்

நன்மை பயக்குமெனின்...

வந்து எக்ஸ்பிரஸோ காஃபி மற்றும் ஓசி செய்தித்தாளுடன் விமானத்தின் அறிவிப்பிற்காகக் காத்திருந்தபோது வாட்ஸ் ஆப்பில் தஞ்சாவூரிலிருந்து ஆங்கிலத்தில் பதறினார் என் அம்மா.

"செக் இன் செய்துவிட்டாயா அர்ஜுன்?"

"ஆமாம் அம்மா" என்று டைப் செய்து அனுப்பினேன்.

"நன்றி கடவுளே!"

"இதற்கெல்லாம் மதிப்பான நன்றியை வீணடிக்காதே அம்மா..."

"நல்லது நடக்கும் போது நன்றி சொல்லாவிட்டால் கெட்டது நடக்கும் போது திட்டும் உரிமை நமக்கு கிடையாது அர்ஜுன்!"

"கடவுளைத் திட்டுவாயா என்ன?"

"கண்டிப்பாக! நன்றி சொல்லவும், திட்டவும் தினமும் ஏதாவது நிகழ்ந்து கொண்டுதானே இருக்கிறது!"

"சமீபத்தில் எப்போது திட்டினாய்?"

"பத்து நிமிடம் முன்பு."

"என்ன தப்பு செய்தார்?"

"உன் பிடிவாதத்தை உடைக்க மாட்டேன் என்கிறாரே!"

"ஆரம்பித்து விட்டாயா?"

"நீ இந்தியாவில் தங்கும் நாட்களில் இரண்டு பெண்களைப் பார்க்கிறாய். அதில் ஒருத்தியைத் தேர்வுசெய்கிறாய்."

"நல்ல வேளை... இன்னும் விமானத்தில் ஏறவில்லை. டிக்கெட்டை கேன்சல் செய்யவா?"

"அர்ஜுன்! என்ன இது?"

"பின்னே? இப்படி உத்தரவிட்டால் எப்படி?"

"வயதாகி விட்டது அர்ஜுன்."

"முப்பத்தி ஒன்று பெரிய வயதில்லை அம்மா."

"உனக்கில்லை. எனக்கும் அப்பாவுக்கும்! அறுபது நெருங்குகிறது. பேரன், பேத்தி பார்க்க வேண்டாமா நாங்கள்? நான் வெளியே

சொல்கிறேன். அப்பா ரகசியமாக அழுகிறார்."

"உங்களுக்காக நான் பலிகடா ஆக வேண்டுமா?"

"திருமணம் என்பது சிறை இல்லை."

"சரி, வலை! நண்பர்கள் விழி பிதுங்குவதைப் பார்க்கிறேன். எனக்கு சிங்கிள் வாழ்க்கை பிடித்திருக்கிறது. மனைவி வந்தால் மூளையில் பாதியை அவளை நிர்வாகம் செய்யவே ஒதுக்க வேண்டும்."

"மனைவியை அலுவலக ரீதியாக அணுகுவது அபத்தம்! அப்பா தன் திருமணம் பற்றி எப்போதாவது புலம்பியிருக்கிறாரா?"

"தங்கம் மாதிரி நீ அமைந்தாய்! இப்போது கவரிங்தான் அதிகமாய் இருக்கிறது!"

"உனக்கும் அப்படித்தான் பார்க்கிறேன்!"

"குணத்தில் அப்படியே உன் ஜெராக்ஸ் பிரதியாக தேடிப்பிடிக்க முடியுமா உன்னால்? ஜாதகம் பார்ப்பாய். ஜோதிடரை நம்புவாய். புற அழகை ஆராதிப்பாய். கடைசியில் ஏமாந்துவிடுவாய்."

"காதல், கீதல் கிடையாது என்று முன்பே சொல்லிவிட்டாய். ஒரு அம்மா கேட்கக்கூடாதுதான். ஆனாலும் கேட்கிறேன். நீ... நீ..."

"நான்?"

"இல்லை. வேண்டாம், விடு." "புரிகிறது. நான் ஓரினச் சேர்க்கையாளன் இல்லை. போதுமா?"

"நீ வா. நேரில் பேசுவோம். பரிகாரம் செய்தால் சரியாகிவிடும் என்று அரியலூர் ஜோதிடர் சொல்லியிருக்கிறார்."

"தண்டச் செலவு! என் விமானம் அறிவித்து விட்டார்கள்." என்று கட் செய்தேன். ஆனால் அரை மணிக்குப் பிறகுதான் அறிவித்தார்கள்.

★★★

புறப்படுவதற்கான முன்னேற்பாடுகளில் எமிரேட்ஸ் விமானம். ஹோஸ்டஸ் விமானத்தின் அவசர வழிகளைச் சொல்ல... நான்

பாலிதின் பை கிழித்து ஹெட்போன் மாட்டிக்கொண்டு முன் இருக்கை முதுகில் இருந்த குட்டித் திரையில் இசை தேர்வு செய்தபோது என் பக்கத்து இருக்கையில் வாசனையாக வந்து அமர்ந்தாள் அவள்.

தமிழ்ப் பெண் என்று உடனே தெரிந்தது. இரண்டு கைகளிலும் அழகான டிசைன்களில் மெஹந்தி. மிக ஆச்சர்யமாக புடவை. ஸ்லீவ்லெஸ். குட்டியாக ஸ்டிக்கர் பொட்டு. காதுகளில் ஆண்ட்டிக் தோடுகளின் தொங்கல் மூன்று இன்சிற்கு ஊஞ்சலாடின. அடிக்காத சிவப்பில் லிப்ஸ்டிக். நூல் மாதிரி சங்கிலியில் குட்டி ஈஃபிள் டவர் டாலர்.

விமானம் ஓடுபாதையிலிருந்து தாவி விண்ணைத் தொட்டதுமே அவள் மேஜை அமைத்துக்கொண்டு பத்து இன்ச் டேப்லட் கம்ப்யூட் டரை வைத்தாள். அதன் மேலிருந்த *'S.A'* ன்கிற ஸ்டிக்கர் எழுத்துக் களில் *'A'* க்கு அஞ்சலி, அபிராமி, அகல்யா, அனிதா என்று நான் யூகித்துக்கொண்டிருக்க...

"ஹாய்... அர்ச்சனா" புன்னகைத்து சுலபமாய் கைகொடுத்தாள்.

"ஹாய்... அர்ஜுன்" என்றேன்.

"எய்ட்டீன் ஹவர்ஸ் டிராவல்ல பக்கத்து பேசன்ஜர் சரியா அமை யலைன்னா செம போருங்க. நல்ல வேளை. நீங்களும் தமிழ்!"

"கரெக்ட்டுதான். இங்க என்ன பண்றிங்க?'

"ஐ.டி.தான். ஹெச்.ஆர்.ல இருக்கேன். நீங்க?"

"சீனாக்காரனோட எலெக்ட்ரிகல் கம்பெனில பிரான்ச் மேனேஜர். ஃப்ரம் தஞ்சாவூர்."

"எனக்கு சேலம். அஃபிஷியல் ட்ரிப்பா?"

"பர்சனல் ட்ரிப். அக்கா பையனுக்கு அடுத்த வாரம் கல்யாணம்."

"நானும் பர்சனல் ட்ரிப். எனக்கே கல்யாணம்." "ஓ! கங்கிராட்ஸ். அதான் மெஹந்தியா?" "யெஸ். நாளைன்னைக்குக் காலைல கல்யாணம். அங்க டைம் இருக்காது!"

"இண்ட்ரெஸ்ட்டிங்! என்ன பண்றார் உங்க வுட் பீ?"

"சென்னைல கன்ஸ்ட்ரக்ஷன் கம்பெனில வொர்க் பண்றார். சுவா

மிநாதன். ஐ கால் ஹிம் ஆஸ் சாம்.”

“லவ்?”

“அரேன்ஜ்ட். ஆனா இப்ப பேசிப்பேசி லவ் வந்திருச்சி.”

மொபைலில் ‘சாம்’ புகைப்படம் காட்டினாள். கொஞ்சம் குண்டாக இருந்தான். கன்னங்கள் அழித்து இன்னொரு ஜோடி செய்யலாம். கழுத்தில் தடியாக தங்கக் கயிறு. நிக்கோடின் கறை படிந்த உதடுகள்.

முதல் பார்வையிலேயே பொருத்தம் இல்லையே என்று தோன்றியது. அழகான பூங்கொத்தை பிவிசி பைப்பில் செருகி வைத்தது போல இருக்குமே!

என் எண்ணத்தைப் புரிந்தது போல....

“என் ஜாதகத்துல ஏதோ தோஷம். ரெண்டு வருஷமா பார்த்தாங்க. மூணு இடம் தட்டிப்போச்சு. சாமோட ஓம்போது பொருத்தம் இருக்காம். ரெண்டு வீடு, ரெண்டு கார் இருக்கு” என்றாள்.

“டூ யூ பிலிவ்?” என்றேன்.

“ம்?”

“ஜாதகம் அண்ட் ஆல் தட்.”

“பேரண்ட்ஸ் பிலிவ். ஐ பிலிவ் மை பேரண்ட்ஸ்.”

சிரித்த போது தெற்றுப் பல் அழகாய் இருந்தது.

அடேய்! இன்னும் இரண்டு நாளில் அடுத்தவன் மனைவி!

“போன்ல பேசுனதுலயே நல்லா புரிஞ்சிக்கிட்டிங்களா?”

“யெஸ். மூணு தடவை விடிய விடிய பேசினோம். சாம்கிட்ட மைனஸ் இருக்கு. ஆனா ப்ளஸ் அதிகமா இருக்கு. யார்கிட்ட இல்ல மைனஸ்?”

“சும்மா ஒரு க்யூரியாசிடி. எதெல்லாம் மைனஸ்?”

“ஸ்மோக்கர். கொஞ்சம் கொஞ்சமா குறைச்சி நிறுத்திடறேன்னு ப்ராமிஸ் பண்ணிருக்கார்.”

“நம்பாதிங்க! கொஞ்ச கொஞ்சமா விடறதுக்கு சான்சே இல்ல. பண்றப்பவே பறக்கவிடற ப்ராமிஸ் இது!”

“என்னால நிறுத்த வைக்க முடியும்னு நம்பறேன். சோஷியல் ட்ரி ங்கராம். அஃப் கோர்ஸ் நான்கூட அப்படித்தான். வைன் பிடிக்கும்.”

“அப்புறம்?”

“காலேஜ் டேஸ்ல ஒரு லவ் அஃபேர் இருந்திருக்கு. அவங்க அம் மா அந்தப் பொண்ணோட ஜாதகம் பார்த்துட்டு செட்டாகாதுன்னுட் டாங்க. பிரேக் அப் பண்ணிட்டு பத்து நாள் அழுதாராம்.”

“உங்க சாம் தப்பு பண்ணிட்டாரு. மொதல்ல அவ ஜாதகத்தை அம்மாட்ட காட்டி ஓக்கே பண்ணிட்டு அப்புறம்தான் ப்ரொப்போஸ் பண்ணிருக்கணும்.”

மீண்டும் சிரித்தாள். மீண்டும் தெற்றுப் பல். மீண்டும் மனசாட்சி. உணவு வந்தபோது கண்மூடி பிரார்த்தனை செய்துவிட்டு மூடியை த் திறந்தாள்.

“நல்லா டைஜஸ்ட் ஆகணும்னு பிரேயரா?”

“சேச்சே! எப்பவும் இது வேணும், அது வேணும்னு கேட்டதில்ல. இன்னிக்கு நான் இருக்கிற இந்த நிலைமைக்கு நன்றி! இந்த நாளுக்கு நன்றி. காலைல எந்திரிச்சதுமே இப்படி நினைச்சுக்குவேன்.”

“நன்றி சொல்றதுக்கே பாதி நாள் போயிடும் போலிருக்கே!”

“நன்றி சொன்னாதான் திட்றதுக்கும் உரிமை இருக்கு.”

ஜூஸ் குடித்துக்கொண்டிருந்தவன் சட்டென திரும்பிப்பார்த்தேன். பளிச்சென்று மனதுக்குள் ஒரு சுவாரசியம் மின்னலடித்தது.

அவள் தன் அலுவல் வேலையில் மும்முரமாக... என்னால் இசை யில் நனைய முடியவில்லை. திடுக் திடீரென்று இவள் மீது ஒரு ஈர் ப்பு! அழகாக இருக்கிறாள். இயல்பாக பண்பாக பேசுகிறாள். என் அம்மாவின் குண அடையாளம் ஒன்று இவளிடம். ச்சே! கல்யாணம் செய்துகொள்ளப் போகிறாளே!

காதலித்து பிரேக் அப் செய்து, தண்ணியடிக்கும், தம்மடிக்கும் *XXL* சாமிநாதா... அலுமினியத் தட்டில் தங்கக் கட்டியை வைக்கக் கூடாதடா படவா!

அடுத்த விநாடியே சுவாமிநாதனிடம் மன்னிப்பு கேட்டேன். ஸாரி ப்ரோ! உங்களை விமர்சிக்க, திட்ட எனக்கென்ன உரிமை? நீங்கள்

தங்கமான குணத்துடன் இருக்கலாம். வெரி ஸாரி ப்ரோ.

"ஆர் யு மேரிட் அர்ஜுன்?"

"நாட் யெட்."

"லவ் பண்ணியிருக்கிங்களா?"

"இனக் கவர்ச்சியையும், காமத்தையும் காதல்ல சேர்க்கக்கூடாதுன்ற விதிப்படி பார்த்தா... அதுவும் நாட் யெட்."

"இந்த ஃபீல் சூப்பர் அர்ஜுன் . லவ் பண்ணி கல்யாணம் பண்ணுங்க."

"கல்யாணமே வேணாம்னு இருக்கேன்" என்பதை விமான நிலையத்தில் அம்மாவிடம் சொன்ன உறுதித்தன்மையில் 25 சதவிகிதம் குறைத்துதான் சொல்ல முடிந்தது.

"ஏன்?"

"அடுத்தவங்க அனுபவத்திலேர்ந்து பாடம் கத்துக்கிட்டேன்."

"புரியல."

"என் நாலு ஃபிரண்ட்ஸ் டைவர்ஸ்க்கு கோர்ட்ல நிக்கிறாங்க" அவள் சிரித்தாள். தெற்றுப் பல். மனசாட்சி.

"அஃப்கோர்ஸ்... விட்டுக்கொடுக்கறது குறைஞ்சி போச்சி. ஆனா உலகம் பூரா கல்யாணம் பண்ணிக்கிட்டுதான் இருக்காங்க அர்ஜுன். எல்லா கல்யாணமும் தோக்கலை. இந்தியால ஆயிரம் கல்யாணத்துல பதிமூணுதான் டைவர்ஸ்ல முடியுது. பர்செண்ட்டேஜ்ல பார்த்தா நூத் துல ஒன் பாய்ண்ட் த்ரீ. ரெண்டுன்னே வெச்சிக்கங்களேன். மிச்சம் 98 பேர் உங்க கண்ல படலையா?"

"மனசுக்குள்ள டைவர்சாகி வேற வழி இல்லாம வாழலாம்."

"உங்க பதில் அரகண்ட்டா இல்ல? நான் எப்பவும் விளக்கோட வெளிச்சத்தைப் பார்க்கறவ. எல்லா விளக்கு அடிலயும் கொஞ்சம் நிழல் இருக்கும். நீங்க அதைப் பார்க்கறிங்க."

நான் இமைக்காமல் அவளையேப் பார்த்தேன்.

அன்று போனில் கிட்டத்தட்ட இப்படியே சொன்னார் அம்மா.

"குத்து விளக்கு அடில ஒரு கருப்பு இருக்கும்டா. உன் கண்ணுக்கு

நன்மை பயக்குமெனின்...

அது தெரியுது. நான் திரில வர்ற சுடரைப் பார்க்கறேன்."

"என்னாச்சு?" என்றவள், "தப்பா சொல்லிட்டனா?" என்றாள்.

"இல்ல, மெச்சூர்டா பேசறிங்க."

நான் புத்தகம் படிக்கத் துவங்கினேன். திடீரென்று விமானத்தின் கேப்டன் இப்படியாக அறிவித்தார்.

"தவிர்க்க முடியாத காரணங்களால் விமானம் மொர்ராகோ நாட்டின் கசபிளாங்கா நகரத்தின் மொகம்மது வி சர்வதேச விமான நிலை யத்தில் இறக்கப்படுகிறது."

★★★

கசபிளான்க்கா என்று திரைப்படம்தான் கேள்விப்பட்டிருக்கிறேன். மேப்பில் கூட எதற்காகவும் தேடியதில்லை. எங்கே இருக்கிறது, என்ன மாதிரி நகரம், என்ன மாதிரி நாடு எதுவும் தெரியவில்லை.

தெரிந்து கொண்டோம் விமான நிறுவனம் எங்களை தங்கவைத்த ஏர்போர்ட் அருகிலிருந்த ஐந்து நட்சத்திர ஹோட்டலுக்கு வந்தபிறகு கூகுள் செய்து பார்த்து.

99 சதவிகிதம் இஸ்லாமியர்கள் வாழும் வட ஆப்ரிக்கா நாடான மொர்ராகோவின் தலைநகரம் ரபாட். முக்கியமான நகரம் கசபிளாங்கா. விமானத்தில் பறந்த நாங்கள் கசபிளான்காவின் நட்சத்திர ஹோட் டலுக்கு ஏன் வந்தோம் என்பதன் முன் கதைச் சுருக்கம் இதுவே:

எங்கள் விமானத்தில் உடன் வந்த இரண்டு பயங்கரவாதிகள் காக் பிட் உள்ளே நுழைந்து விமானிகளை மிரட்டி விமானத்தைக் கடத்தி இங்கே இறக்கிவிட்டார்கள்.

மொர்ராகோ காவல்துறை உயரதிகாரிகள் நான்கு மணி நேரம் பே ச்சு வார்த்தை நடத்தியதில் பயணிகளை மட்டும் விடுவிக்க அவர்கள் சம்மதித்ததால் நாங்கள் இறக்கிவிடப் பட்டோம். இரண்டு பேருக்கு ஒரு அறை என்று ஒதுக்கி இங்கே தங்கவைத்திருக்கிறார்கள்.

எதற்கான கடத்தல்? அவர்களின் கோரிக்கைதான் என்ன? எங்களு

க்கு யார் சொன்னார்கள்? இங்கே உள்ள தொலைக்காட்சியாலும் புரிகிற மொழியில் ஒரு சேனலும் இல்லை. ஹோட்டல் ஊழியர்கள் பேசிய அரபிக் மொழியில் ஒரு எழுத்து புரியவில்லை.

நான் ஹோட்டல் மேனேஜரிடம் என் மொபைலில் இருந்த மொழி மாற்றும் வசதி மூலம் ஆங்கிலத்தில் கேட்க... அவர் அரபிக்கில் பதில் சொல்ல.... ஓரளவு சூழ்நிலை புரிந்தது.

பக்கத்தில் இன்னொரு ஆப்ரிகன் நாட்டில் இயங்கும் பயங்கரவாத இயக்கத்தைச் சேர்ந்தவர்களாம். 560 பேரை சிறையிலிருந்து விடுவிக் க வேண்டுமாம். நான்கு அமைச்சர்கள் ராஜினாமா செய்யவேண்டுமா ம். இது கோரிக்கை. பேச்சு வார்த்தை முடியும் வரை விமான நிலையத்தில் வேறு விமானங்கள் புறப்படவும், இறங்கவும் கூடாதென்று மிரட்டல்!

இந்தப் பிரச்சினை முடிந்து விமான நிலையம் செயல்பட்டு அதன் பிறகு எங்களுக்கு விமானம் ஏற்பாடு செய்ய வேண்டும். குறைந்தது இரண்டு நாட்கள் ஆகலாம்.

எனக்கு உடனே ஊர் போய்ச்சேரும் அவசரமில்லை. மொர்ராக்கோ நாட்டின் நாணயம் மொர்ராக்கோ திர்ஹாம், பாஸ்போர்ட் போதும், விசா தேவையில்லை, பொது இடத்தில் முத்தமிட்டால் போலீஸ் பிடித்துக்கொண்டு போய்விடும் போன்ற தகவல்களை நான் படித்துக்கொன்டிருந்தேன்.

ஆனால் அர்ச்சனாவுக்கு உடனே போயாக வேண்டுமே. பதறிப் போனாள் அவள். மாறிமாறி நெட் வாட்ஸ் ஆப் கால்களில் பேசிக் கொண்டே இருந்தாள்.

“எங்களை ஹோட்டல்ல தங்கவெச்சிட்டுப் போய்ட்டாங்க. வேற விமானம் எப்ப ஏற்பாடு செய்வாங்கன்னு எதுவும் தெரியலைப்பா. இப்ப என்ன செய்றதுன்னு புரியல. இங்க சேஃப்டி பிரச்சினை எதுவும் இல்ல. நல்ல வேளையா ஒரு தமிழ் ஃபிரெண்டு என்னோட இருக்கறது தெம்பா இருக்கு.”

அந்த முனையில் சுவாமிநாதன் என்ன சொன்னான் என்று தெரியவில்லை. ஆனால் முழு டென்ஷனில் பேசினான் என்பது மட்டும் புரிந்தது. காரணம் பேசிமுடித்ததும் அர்ச்சனா கண்களில் கண்ணீர்.

நான் காஃபி மேக்கரில் தயாரித்த காஃபியை ஒரு கப்பில் ஊற்றி

அவளிடம் நீட்டிவிட்டு, "மொதல்ல கூலா இருங்க அர்ச்சனா. இது ஒரு கொஞ்சமும் எதிர்பார்க்காத சூழ்நிலை. பிரச்சினைக்குத் தீர்வு நம்ம கைல இல்லை. கல்யாணத்தை ஒரு வாரம் தள்ளி வைக்கிறதுக்கு ஏற்பாடு செய்ய சொல்லுங்க அர்ச்சனா. வேற வழியில்லை" என்றேன்.

"எப்படிங்க அர்ஜுன்.... எல்லா ஏற்பாடும் செஞ்சாச்சு. மண்டபத்துல டெக்கரேஷன் நடக்குது. பாதி சொந்தக்காரங்க வந்தாச்சு."

"புரியுதுங்க. வேற வழி இல்லையே."

"எங்களுக்குப் புரியது, நீயே மாப்பிள்ளைகிட்ட பேசி பர்மிஷன் வாங்குன்னு சொல்றாங்க எங்க வீட்ல. சாம் புரிஞ்சிக்க மாட்டேங்கறான்" என்றாள்.

"மறுபடி பேசுங்க... படிச்சவர்தானே... புரிஞ்சுக்குவார்."

அர்ச்சனா சுவாமிநாதனை அழைத்தாள். அவள் பிரைவசியைக் கெடுக்க விரும்பாமல் நான் பால்கனிக்குப் போய் நின்றாலும் அவளின் குரல் கேட்டது.

"சாம்.... இதான் சிச்சுவேன். நான் என்ன செய்றது?"

"................"

"ஏய்.... என்னப்பா சொல்றே?"

"........"

"உங்கம்மா சொன்னா உனக்கு வாயில்லையா? எடுத்துச் சொல்ல மாட்டியா?"

"....."

"சுத்தப் பைத்தியக்காரத்தனமா இருக்கு சாம்! எந்தக் காலத்துல இருக்காங்க? சகுனம் அண்ட் ஆல் தட்! இடியாட்டிக்! நீ எடுத்து சொல்லு சாம்! நீ முடிவெடு! அம்மாவைக் கன்வின்ஸ் பண்ணிட்டு போன் பண்ணு."

பால்கனிக்கு வந்து நின்ற அர்ச்சனாவின் விழிகளில் கண்ணீர் வழிந்தது.

"என்னாச்சுங்க அர்ச்சனா?" என்றேன் பதறிப்போய்.

“முகூர்த்ததுக்குள்ள நான் போய்ச் சேர்ந்துட்டா கல்யாணமாம். இல்லன்னா நிச்சயத்தையே கேன்சல் பண்ணிடலாம்னு சொல்றாங்களாம். கெட்ட சகுனமா நினைக்கிறாங்களாம். தள்ளி வைக்கிறதெல்லாம் வேணாம்னு சொல்றாங்களாம்.”

“வாட் நான்சென்ஸ்!” என்றேன்.

“எனக்கு ஏன் இப்படி நடக்கணும்?” குமுறி அழுத அவளை எப்படியாவது குறிப்பிட்ட நேரத்திற்குள் அனுப்பிவைக்கும் உத்வேகத்துடன் சொன்னேன்.

“அர்ச்சனா... வெய்ட் பண்ணுங்க. இப்ப என்ன... முகூர்த்த நேரத்துக்குள்ள நீங்க சேலத்துல இருக்கணும். நான் ஹோட்டல் மேனேஜர்கிட்ட விசாரிச்சுட்டு வர்றேன்.”

விசாரித்துவிட்டு வந்து சொன்னேன்.

“இங்கேர்ந்து நியரஸ்ட் ஏர்போர்ட் மொர்ரக்கோவோட தலைநகர் ரபாட்டோட சலே இண்டர்நேஷனல் ஏர்போர்ட் 120 கிலோ மீட்டர்ல இருக்கு. அங்க போறதுக்கு பை ரோடு ரெண்டு மணி நேரமாகும். அங்கேர்ந்து துபாய்க்கு ஃபிளைட் பிடிக்கணும். துபாய்லேர்ந்து சென்னை. ஆனா கனெக்ட்டிங் ஃபிளைட்ஸ்ல டிக்கெட்ஸ் இல்ல. எப்படியும் முகூர்த்த டைத்துக்குள்ள போகவே முடியாது அர்ச்சனா.”

அவள் கட்டிலில் தொப்பென்று அமர்ந்து வெறித்த பார்வை பார்த்தாள்.

“இன்னொரு கடைசி சான்ஸ். டெர்ரரிஸ்ட்ஸ் பிரச்சனை முடிஞ்சி இன்னும் மூணு மணி நேரத்துக்குள்ளே நமக்கு ஃபிளைட் பிளான் பண்ணி புறப்பட முடிஞ்சாலும்.... பாசிபிள்!”

ஆனால் மூன்று மணி நேரத்திற்குள் எதுவும் நடக்கவில்லை.

★★★

இன்று என் திருமண வெள்ளி விழா. கோயிலில் அர்ச்சனை முடித்து பிரகாரத்தில் உடன் நடக்கிறாள் என் தேவதை. வீட்டில் கேக் வெட்டிய போது பரிசளித்த பட்டுப் புடவை, வைர நெக்லசில்

உற்சா கம் மிதக்க ஜொலிக்கும் மனைவியை நுரைத்துப்பொங்கும் பெருமி தத்துடன் பார்த்து, "ஒரு உண்மை சொல்லணும் டியர்" என்றேன்.

"என்ன அர்ஜுன்?" என்றாள் புன்னகையுடன்.

"அர்ச்சனா... அன்னிக்கு கசபிளாங்கா ஹோட்டல் மேனேஜர்ட்ட விசாரிச்சப்ப நீ ரபாட் ஏர்போர்ட் போயி அங்கேர்ந்து துபாய் போயி துபாய்லேர்ந்து திருச்சி போறதுக்கு அவகாசமும் இருந்திச்சி. எல்லா பிளைட்ஸ்லயும் டிக்கெட்ஸ்சும் இருந்திச்சி. என்னை நீ கல்யாணம் பண்ணிக்கிட்டா நம்ம ரெண்டு பேர் வாழ்க்கையும் நல்லாருக்கும்னு தோணினதால வாய்ப்பே இல்லன்னு பொய் சொல்லிட்டேன்."

என்று சொல்ல நினைத்தும் இப்போதும் சொல்லாமல், "அர்ச்சனா உன் கல்யாணம் நின்னுபோன வெறுப்புல இருந்த நீ பத்து நாளைக்கப்பறம் நான் போன்ல ப்ரொப்போஸ் செஞ்சப்போ என் காதலை ஏத்துக்குவேன்னு நான் எதிர்பார்க்கவே இல்லை" என்றேன்.